అనువాద వాఙ్మయం - 84
చరిత్ర

భారతదేశ స్వాతంత్ర్యోద్యమ చరిత్ర

3వ భాగం

ఆంగ్ల మూలం
శ్రీ తా.రాచంద్

అనువాదం
ఆచార్య భూపతి లక్ష్మీనారాయణరావు

తెలుగు అకాడమి
హైదరాబాదు

bhaarata deeSa swaatantryodyama caritra Part-III *(History of the Freedom Movement in India)*; **English Original:** Sri Tarachand; **Translation:** Prog. Bhupati Laxmninarayana Rao; Reprint : 2022; Pp . viii+ 268 + iv

©

MINISTRY OF EDUCATION
GOVERNMENT OF INDIA, 1965, English Version

©

TELUGU AKADEMI, - Telugu Version
Hyderabad

First Edition : 2003
Reprint : 2005, 2006, 2007, 2010, 2014, 2019, 2022
Copies : 3000

Published by TELUGU AKADEMI, Hyderabad- 500 029 under the Centrally Sponsored Scheme of Production of Books and Literature in Regional Languages at the University level of the Government of India in the Ministry of Human Resource Development, New Delhi.

Price : Rs.105=00

Printed in India
Laser Typeset by **M/s K&K Graphics,** Hyderabad
Printed at **M/s Deepthi Printers,** Hyderabad

భూమిక

1968లో స్థాపన జరిగిన నాటి నుంచి ఉన్నత విద్యా స్థాయిలో బోధనాభాషగా తెలుగు కుదురుకొనడంలో తెలుగు అకాడమి నిర్వహిస్తున్న పాత్ర అందరికీ విశదమైనదే. ఎన్నో రకాల ఇబ్బందులను అధిగమిస్తూ అత్యల్ప వ్యవధిలో ఇంటర్, డిగ్రీ, పి.జి. స్థాయిలకు కావలసిన పాఠ్య పఠనీయ గ్రంథాలు; అనుబంధ గ్రంథాలుగా అనువాదాలు, మోనోగ్రాఫ్‌లు, జనరంజక గ్రంథాలు, వ్యాసావళులు, కరదీపికలు; ఎంసెట్, టి.టి.ఐ. మొదలయిన పోటీ పరీక్షలకు కావలసిన గ్రంథాలు; పారిభాషిక పదకోశాలు; శాస్త్ర నిఘంటువులు మొదలయిన వాటిని ప్రచురించి అకాడమి విద్యారంగానికి సముచితమయిన సేవ చేయగలిగింది. అకాడమి ప్రచురించిన పుస్తకాలు ఎన్నో పునర్ముద్రణలు కూడా పొందాయి. ఇతర భాషల్లో ఉన్న ప్రామాణిక గ్రంథాల సంప్రదింపు కోసం ఉపయోగపడే తెలుగు మాతృభాష అయిన పాఠకులకు అందుబాటులో తెచ్చే ప్రయత్నంగా తెలుగు అకాడమి వాటిని తెలుగులోకి అనువదింపచేసి ప్రచురించే కార్యక్రమం కూడా చేపట్టింది.

అందులో భాగంగా శ్రీతారాచంద్‌గారు ఆంగ్లంలో 4 భాగాలలో రాసిన 'History of the Freedom Movement in India' తెలుగులోకి అనువాదం చేయించడం జరిగింది. అందులో ఇది 3వభాగం. 3భాగాల అనువాదకులు శ్రీ భూపతి లక్ష్మీనారాయణరావు గారు. ఈ భాగం ప్రచురణకు సహకారం అందించిన శ్రీ పి. గోపీచంద్‌గారికి కృతజ్ఞతలు.

ఈ గ్రంథ ప్రచురణలో పాలుపంచుకున్న తెలుగు అకాడమి పూర్వ సంచాలకులు శ్రీ దీవి సుబ్బారావు, డా॥ బి. విజయభారతి, చరిత్ర నిపుణులు శ్రీమతి బి. భాగ్యలక్ష్మిగార్లకు కృతజ్ఞతలు.

ఈ పుస్తక ప్రచురణలో పాల్గొన్న అకాడమి నిపుణులు

డా. ఎ. మంజులత

డా. టి. సుధాదేవి

టి. రాజేందర్ కుమార్

ఈ పుస్తకాన్ని మలి ముద్రణలో ఇంతకంటే సమగ్రంగా తీర్చిదిద్దడానికి సహృదయ పాఠకులు సూచనలిస్తే కృతజ్ఞతతో స్వీకరించగలం.

ప్రవేశిక

తరతరాలుగా భారతీయుల్లో వేష భాషల్లో అనేకత్వమున్నా సంస్కారంలోనూ, నాగరికతలోనూ ఏకత్వం ఒక అంతర్వాహినిలా ప్రవహిస్తోంది.

ప్రపంచంలో మిగతా దేశాలు నిద్రాణదశలో ఉన్నప్పుడే ఈదేశం విజ్ఞానంలో, నాగరకతలో, పురోగతిని సాధించింది. ఈ దేశంలోని ఐశ్వర్యానికి విదేశ యాత్రీకులూ, వర్తకులూ క్రీస్తు పూర్వమే దిగ్భ్రాంతి చెందారు. విదేశ వర్తకులకు ఈ దేశంతో వర్తక వాణిజ్యాలు క్రీ.పూ. నుంచి ఉన్నట్లు ఈ చరిత్ర చాటుతూంది.

ఆ విధంగా వర్తకం కోసం వచ్చిన ఫ్రెంచి, డచ్చి, పోర్చుగీసువారు ముందు వర్తకంతో ప్రారంభించి, కొద్ది కొద్దిగా దేశంలో కొన్ని ప్రాంతాల్లో వలస రాజ్యాల్ని నెలకొల్పుకున్నారు. దేశంలో పెద్దరాజులెవరు లేకపోవడం వంటి కారణాలూ, చిన్న రాజులు పరస్పరం కీచులాడుకోవడం, ప్రజల్లో శాంతి భద్రతలు లోపించడం దీనికి దోహదమయ్యాయి.

ఇవన్నీ విదేశీయులనాకర్షించాయి. అంతకు ముందు దేశంలో లేని తుపాకుల్నీ తమ బలాన్నీ చూపి వారు తమ బుద్ధిబలంతో స్థావరాన్ని ఏర్పరచుకున్నారు. విదేశాల వర్తక స్పర్థలు ప్రబలాయి. ఆంగ్లేయుల సూక్ష్మబుద్ధిలోనూ, చొరవలోనూ మిగతా విదేశీయులు సమవుజ్జీలుకాక పోవడంవల్ల ఆంగ్లేయుల పంట పండింది.

మొత్తానికి భారతదేశమంతా వాళ్ల హయాంలోకి వచ్చింది. ఆంగ్లేయుల నీడ భారతీయుల జీవన విధానంలో ప్రతి అంశంలో పడింది. ఆంగ్ల విద్య, క్రైస్తవ మత ప్రచారమూ, సంఘసంస్కరణలూ, విజ్ఞాన శాస్త్రమూ, రాజ్య యంత్రాంగమూ, న్యాయస్థానాలూ ఇలా ఎన్నో ఆంగ్లేయుల ప్రభావాన్ని సంతరించుకున్నాయి.

ప్రజల్ని వారు దాదాపు బానిసలుగా చేసుకున్నారు. భావ స్వాతంత్ర్యం, వ్యక్తి స్వాతంత్ర్యం, కార్య స్వాతంత్ర్యంలేని బానిసత్వం! ఆవిధంగా దాదాపు మూడు శతాబ్దులు ఆంగ్లేయులు పాలించి "రవి అస్తమించినా, అస్తమించనిది తమ సామ్రాజ్య"మన్నారు. దేశంలోని ఐశ్వర్యాన్ని దోచుకుని, తమ దేశాన్ని వారు సుసంపన్నం చేసుకుంటే, ఈ దేశం బీద దేశమైంది.

అలాంటి తరుణంలో దేశ స్వాతంత్ర్యోదయానికి "సిపాయిల తిరుగుబాటు" తొలి కోడియై కూసింది. ఉక్కిరి బిక్కిరి పరిస్థితిలో ప్రజలకు స్వాతంత్ర్యవాయువులు పీల్చాలని స్పందన కలిగింది. మహానాయకులు దేశ స్వాతంత్ర్యానికి నడుంకట్టి ధైర్యంగా ఉద్యమంలోకి ఉరికారు. తమ కుటుంబాల్నీ, ఉద్యోగాల్నీ, తమ సౌఖ్యాలతోపాటు బ్రతుకుల్ని కూడా బ్రిటీషు జైళ్లకూ, ఉరి కంబాలకూ అంకితం చేసుకున్నారు.

ఈ ఉద్యమంలోని ఘట్టాన్ని మూడవ సంపుటంలో ఆవిష్కరించడం జరిగింది.

ఆంగ్లంలో ప్రసిద్ధ చరిత్రకారుడైన శ్రీ తారాచంద్ రాసిన "History of Freedom Movement in India" ను నాలుగు భాగాలుగా "భారత ప్రభుత్వ గ్రంథ ప్రచురణశాఖ", ఢిల్లీ వారు ప్రచురించారు. దాన్ని ఆచార్య భూపతి లక్ష్మీనారాయణరావుగారు మూడు సంపుటాలుగా అనువదించారు. మొదటి రెండిటినీ తెలుగు అకాడమీ, హైద్రాబాదువారు ప్రచురించి కొంత కాలమైంది.

ఆచార్య లక్ష్మీనారాయణరావుగారుమద్రాసు ప్రెసిడెన్సీ కళాశాలలో ఆంధ్రశాఖాధ్యక్షులుగానూ, తరవాత ఆంధ్ర ప్రభుత్వ విద్యాశాఖల్లోనూ, తిరుపతి శ్రీ వేంకటేశ్వర విశ్వవిద్యాలయం స్థాపించిన తొలిదశలో తెలుగు శాఖలో 'రీడర్'గానూ పని చేశారు. సంస్కృతాంధ్రాంగ్ల భాషలో విశేషమైన పాండిత్యమున్నవారు. ఈ మూడు సంపుటాలు అనువదించడంలో వారి సతీమణి శ్రీమతి జయలక్ష్మీదేవిగారు సహకరించారు. మూడు సంపుటాల అనువాదం చేసిన అనంతరం లక్ష్మీనారాయణరావుగారు మరణించారు.

మనదేశానికి స్వాతంత్ర్యం వచ్చి 56ఏళ్లు నిండాయి. నాటి నాయకుల త్యాగాల ఫలాన్ని నేటి తరంవారు అనుభవిస్తున్నారు. ఆంగ్లేయుల్ని 'అహింస' అనే ఆయుధంతో ఎదుర్కొని, ఆసేతు హిమాచలమూ, ఉవ్వెత్తుగా ఉప్పొంగిన ఉద్యమాన్ని గాంధీజీ నడిపించి సాధించారు. నేటితరం ఆంధ్రులకు తమ నాయకులు చేసిన గొప్ప త్యాగాల్ని గ్రహించి, కొత్త చైతన్యంతో ఈ దేశాన్ని నడిపించే బాధ్యత ఉంది.

విషయ సూచిక

1

1857 తిరుగుబాటు

విదేశీయులైన ఆంగ్లేయులు వ్యాపార నిమిత్తం మన దేశానికి వచ్చారు. తమ దేశంలో తయారైన వస్తువులను మన దేశంలో అమ్మి లాభం సంపాదించడం, ఈ దేశం నుంచి చౌకగా వస్తువులు కొని, తమ దేశంలో అమ్మడం వారి ముఖ్యోద్దేశం. దానికి గాను బ్రిటన్‌లో కొంతమంది వర్తకులు ఈస్టిండియా కంపెని పేరిట ఒక వర్తక సంఘాన్ని స్థాపించారు. బ్రిటిష్ ప్రభుత్వం ఆ సంఘాన్ని గుర్తించి, భారతదేశంలో వ్యాపారం చేయడానికి అనుమతి ఇచ్చింది. డిసెంబరు 31, 1600 లో మొదటి ఎలిజబెత్ రాణి ఆమోదించిన రాజ శాసనం దీనికి చట్టరూపాన్ని కలిగించింది. ఈస్టిండియా కంపెనీ మొదట్లోసూరత్, అహమద్ నగర్, బ్రోచ్, ఆగ్రా, మచిలీపట్నం మొదలైన ప్రాంతాలలో ఫ్యాక్టరీలను స్థాపించి వర్తకకేంద్రాలను ఏర్పరచుకుంది. కాని తరవాత బొంబాయి, కలకత్తా, మద్రాస్ ముఖ్య వ్యాపార కేంద్రాలుగా చేసుకొని వ్యాపారాన్ని కొనసాగించింది.

భారతదేశంలోని అస్థిర రాజకీయ వ్యవస్థ, అంతరంగిక కలహాలు, అరాచక పరిస్థితులు, స్వదేశీ పాలకుల మధ్య కొనసాగే నిరంతర యుద్ధాలు, కంపెనీవారిలో ఆర్థిక దోపిడీతో బాటు సామ్రాజ్య కాంక్షను కూడా చిగురింపజేశాయి. ఇందుకోసం వారు కుటిల నీతిని ప్రయోగించి అధికార స్థాపనకు పూనుకొన్నారు. తక్కెడతో వచ్చిన కంపెనీవారు తుపాకితో భారతదేశాన్ని ఆక్రమించారు.

1757లో జరిగిన ప్లాసీ యుద్ధంతో బ్రిటిష్ సామ్రాజ్య పునాదులు భారతదేశంలో ఏర్పడ్డాయి. ఈ యుద్ధ విజయంతో ప్రారంభమైన బ్రిటిష్‌వారి ఆధిక్యత, 1764లో బక్సార్ వద్ద లభించిన విజయంతో మరింత బలపడింది. వీరి సామ్రాజ్యం క్రమంగా విస్తరించింది. ఒక వంద సంవత్సరాలలో అంటే 1857 నాటికి, బలీయమైన పరిపాలనా శక్తిగా ఏర్పడటంతో, వీరి పరిపాలనాధికారం ఇంచుమించుగా భారత దేశ మంతటా విస్తరించింది.

1757 నుంచి 1857 వరకు, వంద సంవత్సరాల సుదీర్ఘకాలం దాటిపోయినప్పటికి

బ్రిటిష్‌వారి కుటిల రాజనీతి, ఆర్థిక దోపిడి విధానాల్లో ఎట్లాంటి మార్పు రాలేదు. సామ్రాజ్య విస్తరణ కోసం వారు అవలంభించిన వక్రమార్గాలకు అంతులేకుండా పోయింది. వెల్లస్లీ ప్రవేశపెట్టిన సైన్య సహకార ఒడంబడిక, స్వదేశీ పాలకుల స్వాతంత్ర్యాన్ని హరించటంలో ప్రధాన పాత్ర వహించింది. స్వదేశీ పాలకులు సబ్సిడరీ సైన్యంపై (సంస్థానాధిపతుల రక్షణకై ఏర్పాటు చేసిన బ్రిటిష్ సైన్యం) పూర్తి రక్షణ భారాన్ని నెట్టివేసి, ప్రభుత్వ నిర్వహణపట్ల, ఉదాసీనత వహించి, బ్రిటిష్ వారు ఇచ్చే భరణంతో జీవితం గడపసాగారు. హేస్టింగ్స్ కాలంలో జరిగిన యుద్ధాల ఫలితంగా బ్రిటిష్‌వారు మహా రాష్ట్రలో కూడా తమ ఆధిపత్యాన్ని స్థాపించుకున్నారు. 1848-56 వరకు పనిచేసిన డల్హౌసీ ప్రభువు రాజ్య సంక్రమణ సిద్ధాంతాన్ని ప్రవేశపెట్టి నిస్సంతులుగా మరణించిన స్వదేశీరాజుల రాజ్యాలను ఆక్రమించాడు. స్వదేశీ రాజుల దత్తత అధికారాన్ని రద్దు చేశాడు. ఈ సిద్ధాంతాన్ని అమలు పరచడంలో హిందూమత భావాలను గాయపరుస్తున్నట్లుగాని, భారతీయ సంప్రదాయాలను అగౌరవ పరుస్తున్నట్లుగాని గుర్తించలేదు.

పరిపాలనా విధానంలో భారతదేశ ప్రజలకు ఏ మాత్రం పరిచయంలేనివి, అర్థంకానివి, అయిష్టమైన అనేక సంస్కరణలను ప్రవేశ పెట్టారు. ఇవి సామ్రాజ్య ప్రజలలో విపరీతమైన అనుమానాలకు కారణమయ్యాయి. బ్రిటిష్‌వారి భాష, వారి భావాలు ప్రజలకు ఏ మాత్రం బోధపడలేదు. భారతీయుల సాంఘిక మత భావాలకు బ్రిటిష్ వారి వలస విధాన ప్రవృత్తి, సామ్రాజ్యవాద సంస్కృతి, విపరీత ప్రభావాన్ని చూపింది. ప్రభుత్వానికి, ప్రజలకు, మధ్య ఉండవలసిన సాన్నిహిత్యం అంతరించింది. ప్రజలు ప్రభుత్వానికి దూరమయ్యారు. జాత్యహంకారం, రాజకీయ నిరంకుశత్వం, భారతీయుల పట్ల చిన్న చూపు వంటి బ్రిటిష్ వారి చర్యలు యావత్ప్రజానీకాన్ని కలవరపరిచాయి. బ్రిటిష్ వారు ప్రవేశపెట్టిన సంస్కరణలు, ప్రజల సంప్రదాయాలకు విరుద్ధంగా ఉన్నందువల్ల, వారు అవలంబించిన పక్షపాతవైఖరి ప్రజల్లో అనేక అనుమానాలు కలిగించాయి. బ్రిటిష్ వారి దురాక్రమణలు, సామ్రాజ్య విస్తరణ, భారత దేశాన్ని తమ వలస రాజ్యంగా తయారు చేయడాన్ని ప్రజలు తీవ్రంగా వ్యతిరేకించారు.

అధికారం పోగొట్టుకొన్నరాజులనుంచి, సామంతులు, దోపిడీకి గురైన భూస్వాములు, జమీందార్లనుంచి, ప్రాధాన్యత కోల్పోయిన కులీన వర్గాలు, అధిక శిస్తుల భారంతో కృంగిపోయిన రైతు వర్గాల నుంచి తీవ్ర ప్రతిఘటన ఎదుర్కోవలసి వచ్చింది. కంపెనీ పాలనను ప్రతిఘటిస్తూ ఆదివాసులు, అసమానత, జాతి వివక్ష, తక్కువ జీతాల వంటి అసౌకర్యాలను పొందుతున్న సిపాయిలు కూడా అనేక తిరుగుబాట్లు జరిపారు.

ఈ తిరుగుబాట్లన్నీ వివిధ ప్రాంతాల్లో బ్రిటిష్ వారి అధికారాన్ని ఎదిరిస్తూ, వారి సామ్రాజ్య

విస్తరణను ఆలస్యం చేశాయి. వీటిలో 1763-1800 మధ్య జరిగిన సన్యాసుల తిరుగుబాటు, 1783 బిష్ణుపూర్, ఒరిస్సా పాలకుల తిరుగుబాటు, 1799 దళ్‌భమ్ తిరుగుబాటు, 1800 నుంచి 1805 వరకు కేరళ వర్మ జరిపిన తిరుగుబాటు, మేలుతంపి తిరుగుబాటు, 1798 నుంచి 1802 వరకు కట్టబొమ్మన్ తిరుగుబాటు, 1824 కిబ్బూర్ తిరుగుబాటు, 1844 గద్కారి తిరుగుబాటు మొదలైనవి ముఖ్యమైనవి. ఇవిగాక, గోరఖ్‌పూర్, బరెల్లీ మొదలైన ప్రాంతాల్లో కూడా తిరుగుబాట్లు జరిగాయి.

ఆదిమవాసులు తమ స్వాతంత్ర్యాన్ని పరిరక్షించుకోవడానికి అనేక తిరుగుబాట్లు చేశారు. 1831-32 లో గిరిజనులు, 1846 లో గోండులు, 1855-56 లో సంతాలులు తిరుగుబాట్లు జరిపారు. సిపాయిలు కూడా కంపెనీ ప్రభుత్వాన్ని ఎదిరించి, అనేక తిరుగుబాట్లు లేవదీశారు. వీటిలో 1780 లో విశాఖపట్నంలో, 1806 లో వెల్లూరులో, 1824 బారక్‌పూర్‌లో జరిగిన సిపాయిల తిరుగుబాట్లు ముఖ్యమైనవి. ఇవేకాక అనేక చిన్న చిన్న తిరుగుబాట్లు కూడా జరిగాయి.

19వ శ|| మొదటి అర్ధభాగంలో భారతదేశంలో ఒక్కొక్క ప్రాంతంలో స్థానికంగా తిరుగుబాటు బయలు దేరి, ద్వితీయార్ధభాగంలో చెప్పుకోదగ్గ స్థాయికి చేరుకుంది.

బ్రిటీష్ సైనికులు మూడు తెగలుగా బెంగాల్, బొంబాయి, మద్రాసు రాజధానులకు చెందినవారు. వీరిలో అధిక సంఖ్యాకులు బెంగాలు సైనికులు, 1,70,000 మంది. దానిలో 1,40,000 మంది భారతీయ సిపాయిలు. బెంగాలు సైన్యంలో చాలా మంది అయోధ్య, బీహార్, ఔత్తర పశ్చిమ(North-west) ప్రాంతాల వారు. వీరిలో బ్రాహ్మణులు, రాజపుత్రులు, జాట్‌లు, ముస్లిములు (సయ్యద్‌లు, వరానులు) ఎక్కువ. ఆ ప్రాంతాల్లోని గ్రామీణ వ్యవస్థలో నెలకొన్న అగ్రవర్గాలకు వీరిలో కొందరు ప్రతినిధులు. లేదా కొందరు గ్రామాలలో ఆధిపత్యాన్ని చెలాయించే జమీందార్ల కుటుంబాలవారు. వీరందరూ హిందూస్తానీని మాట్లాడుతూ, తమ గ్రామాలతో సన్నిహితంగా ఉండేవారు.

వీరు కేవలం రక్షక భటుల్లాగ బ్రిటిష్ సైన్యంలో ఉండేవారు. దానికి ఒక కారణం యుద్ధాలు చేయక ఉత్తర భారతదేశంలో వాళ్ళ వాళ్ళ కంటోన్మెంట్లలో గడపడం. సార్జంటుగానే తప్ప పదవిలో ఉన్నతిని సిపాయి పొందలేదు. బ్రిటిష్ సైనికుడు త్వరగా ఉన్నతిని పొందేవాడు. అది సిపాయిలో నిరాశ గొలిపింది.

కంటోన్మెంట్లలో బ్రిటిష్ సైనికులకూ అధికారులకూ ప్రత్యేకంగా మెస్‌లూ, (mess) పెద్ద బంగళాలూ ఉన్నట్లు సిపాయిలకు లేవు. వీరి వాసం పూరి గుడిసెలు.

ఈ తిరుగుబాట్లు బ్రిటిష్‌వారి దోపిడీ విధానానికి, నిరంకుశవైఖరికి వ్యతిరేకంగా జరిగాయి. వీటి లక్ష్యం దేశస్వాతంత్ర్యం కోసం పరాయి పాలన కూలద్రోయడం కాకపోయినప్పటికీ, రాజకీయ, ఆర్థిక, సాంఘిక స్వేచ్ఛకోసం జరిపిన పోరాటాలే. వీరు తమ తిరుగుబాట్లు ద్వారా పరాయి పాలనను వ్యతిరేకిస్తూ, పాలనా విధానాల లోపాలను వెల్లడించారు. బ్రిటిష్ పాలకులు సైనిక బలంతో వీటిని అణచివేశారు. ఈ తిరుగుబాట్లు విఫలమైనప్పటికీ వృధాకాలేదు తరవాత జరిగిన తిరుగుబాట్లకు నేపథ్యంగా మారాయి.

1857 తిరుగుబాటు

క్రీ.శ. 1857 లో ప్రారంభమైన సిపాయిల తిరుగుబాటు, స్వాతంత్ర్యోద్యమ చరిత్రలో ఒక ముఖ్యఘట్టంగా భావించారు. పలుకుబడిగల వర్గంనుంచి కాకుండా, బ్రిటిష్ వారికి అండగా ఉన్న సిపాయిల నుంచి ప్రారంభమైన కారణంగా ఈ తిరుగుబాటును ఒక గొప్ప సంఘటనగా చెప్పవచ్చు. ఇదివరలో సిపాయిలు లేవదీసిన తిరుగుబాట్లన్నిటి కంటే 1857లో జరిగిన తిరుగుబాటు విలక్షణమైనది, అత్యంత సాహసోపేతమైనది.

1857 తిరుగుబాటుకు కారణాలు

ఈ తిరుగుబాటుకు ఎన్నో కారణాలున్నాయి. వీటిని రాజకీయ, ఆర్థిక, మత, సాంఘిక సైనిక కారణాలుగా విభజించవచ్చు.

రాజకీయకారణాలు

భారతదేశంలో బ్రిటిష్ సామ్రాజ్య విస్తరణ బహుముఖ వ్యూహంగా కొనసాగింది. యుద్ధాలు చేసి ఆక్రమించడం ఒక మార్గమైతే, వెల్లస్లీప్రవేశ పెట్టిన సైన్య సహకార పద్ధతి మరొకమార్గం. ఇది కూడా ఇందుకు బాగా ఉపకరించింది. స్వదేశీ రాజుల దత్తతాధికారాన్ని రద్దుచేసి, నిస్సంతులుగా మరణించిన రాజుల రాజ్యాలు బ్రిటిష్ సామ్రాజ్యంలో చేర్చడం మరొక కుటిల నీతిగా చెప్పవచ్చు. వీటిని అమలు పరచటంతో సమకాలీన గవర్నర్స్ జనరల్‌ల దృక్పథం, ఆనాటి పరిస్థితులపై ఆధారపడి ఉండేవి. డల్హౌసీ 1848 నుంచి 1856 వరకు గవర్నర్ జనరల్‌గా పని చేశాడు. ఇతడు గొప్ప సామ్రాజ్యవాది. బ్రిటిష్ అధికారాన్ని వ్యాపింపచేయడానికై ఎంతో కృషి చేశాడు. అందుకై ఏ చిన్న అవకాశాన్ని కూడా విడిచి పెట్టలేదు. భారతదేశంలో ఎదురులేని బ్రిటిష్ అధికార స్థాపన అతని లక్ష్యం. అందుకై సంతతి లేకుండా మరణించిన సంస్థానాధీశుల రాజ్యాలను ఆక్రమించాడు. నిస్సంతులుగా ఉండే రాజులకు దత్తత స్వీకార అధికారం లేదని తేల్చి చెప్పాడు. యావద్భారత దేశాన్ని బ్రిటిష్ పాలనలోకి తేవడమే తన లక్ష్యంగా పని చేశాడు. దీనిని రాజ్య సంక్రమణ సిద్ధాంతం ద్వారా సాధించడానికి ప్రయత్నించాడు.

ఈ సిద్ధాంతాన్ని ప్రయోగించి 1848లో సతారా, 1849లో జైత్‌పూర్, సంబల్‌పూర్, 1850లో భగత్, 1852 లో ఉదయ్‌పూర్, 1853 లోఝాన్సీ, 1854లో నాగపూర్ సంస్థానాలను బ్రిటిష్ పాలనలోకి తెచ్చాడు. అయోధ్య రాజ్యంలో సక్రమ పాలన జరగడం లేదనే సాకుతో ఆ రాజ్యాన్ని ఆక్రమించాడు. దత్తత అధికాన్ని రద్దు చేయడంతో బాటు కొన్ని సందర్భాల్లో రాజులకిచ్చే భరణాన్ని కూడా రద్దు చేశాడు. కొందరు రాజుల బిరుదులను తొలగించాడు. పీష్వా బాజీరావు దత్తపుత్రుడు అయిన నానాసాహెబ్ పీష్వా భరణాన్ని రద్దు చేశాడు. మొగల్ చక్రవర్తి రెండవ బహదూర్‌షా బిరుదులను రద్దు చేసి అతనిని అనేక అవమానాలకు గురిచేశాడు. ఇది ముస్లింలలో తీవ్రమైన మనస్తాపాన్ని కలిగించింది. ఈ విధంగా బ్రిటిష్‌వారు ఆక్రమించుకొన్న సంస్థానాల ప్రభువులు, అధికారులు, సైనికులు తదితర రాజ్యోద్యోగులు నిరాశ్రయులయ్యారు. వారిని ఉద్యోగాల నుంచి తొలగించడంవల్ల వారి స్థితి దయనీయంగా తయారైంది. జమీందార్ల, తాలుకాదార్ల భూములను కూడా ఆక్రమించడంవల్ల వారికి బతుకుతెరువులేకుండా పోయింది. సంఘంలో గౌరవంగా బతికే వారికి, నిత్య జీవనం సమస్యగా పరిణమించింది. ఈ చర్యలు అన్ని వర్గాల వారిని ఆవేదనకు గురిచేశాయి. విదేశీ పరిపాలనలో, దేశ ప్రజలకు స్థానం లేక పోవడం వల్ల వారు ఎంతో ఆందోళన పడ్డారు. అయోధ్య సంస్థానంలో దీని ప్రభావం అత్యధికంగా కనిపించింది. సంస్థానాధిపతులు, కులీన వర్గాలవారు, తదితరులందరూ బ్రిటిష్ పాలనపట్ల విరోధ భావం వహించారు. వారిలో అపనమ్మకం, నిరాశా నిస్పృహలు ఎక్కువయ్యాయి. సంస్థానాధిపతులు తమ భవిష్యత్‌ను గూర్చి ఆందోళన పడసాగారు. నిరుద్యోగులైన సైనికులు ఇతర వృత్తులేవి చేపట్టలేక సాయుధతిరుగుబాటుకు సంసిద్ధులయ్యారు.

ఆర్థిక కారణాలు

బ్రిటిష్ పాలకులు భారతదేశంలో ఆర్థిక దోపిడీ విధానాలను అవలంబించారు. ఇది అధికార వ్యాప్తికంటే, సామాన్య ప్రజలను ఎన్నో కష్టాలపాలుచేసింది. భారతదేశపు ప్రాచీన ఆర్థిక వ్యవస్థ ఛిన్నాభిన్నమైంది. భారతదేశాన్ని వలస రాజ్యంగా పరిగణించి, దేశ సంపదను కొల్లగొట్టడం ఈ విధానానికి మూలమైంది. భారతదేశపు సహజ సంపదను దోచి, ఇక్కడ ముడిసరుకులను తమ దేశానికి చేరవేశారు. భారతదేశం ఇంగ్లాండ్‌కు ముడి సరుకులను ఎగుమతి చేసే దేశంగా, బ్రిటిష్ వస్తువులకు మార్కెట్‌గా మారింది. మన దేశంలో తయారైన పట్టు, నూలు, వస్త్రాలు, విదేశాలకు ఎగుమతి కానీయక వాటిపై అధిక సుంకాలను విధించారు. పేదరికం ప్రబలింది. దేశంలో కరువు, కాటకాలు వ్యాపించాయి. సామాన్య ప్రజలు వేరే మార్గం లేక తమ పరిస్థితులను మెరుగుపరుచుకోవడానికై తిరుగుబాటులో పాల్గొన్నారు. అధిక పన్నుల భారంవల్ల రైతులు

రుణగ్రస్తులు, నిరుపేదలయ్యారు. శిస్తులు వసూలు చేయడంలో బ్రిటిష్‌వారు అతి దారుణమైన విధానాలనవలంబించారు.

స్వదేశీ సంస్థానాలను బ్రిటిష్‌వారు ఆక్రమించటంవల్ల అనేక అనర్థాలు ఏర్పడ్డాయి. రాజులు ప్రభువర్గాలవారు తమ అధికారాలను పోగొట్టుకొన్నారు. వారి సైన్యాలు రద్దయ్యాయి. సైనికులు జీవనాధారం కోల్పోయారు. ప్రభుత్వోద్యోగులు, ఉపాధులను కోల్పోయారు. తిరుగుబాటుకు కేంద్రమైన ఆయోధ్యలో తాలుక్దార్లు తమ ఆస్తులను, అధికారాలను కోల్పోయి నిరాధారులయ్యారు. పనిచేసే అవకాశం లేక అభిజాత్యంవల్ల యాచకులుగా మారలేక వారు దారిద్ర్యం కోరలలో చిక్కుకుపోయారు. విద్యావంతులైన భారతీయులు కూడా మంచి ఉద్యోగాలకు, ఉన్నత పదవులకు అనర్హులని బ్రిటిష్‌వారు బహిరంగంగా చాటి చెప్పారు. భారతీయులు కట్టెలు కొట్టడం, నీళ్ళు చేదడం వంటి పనులకే సరిపోతారని భావించారు. చేతి పనివారికి, చేనేత వృత్తుల వారికి బ్రిటిష్ వారి పాలన కష్టాలను, దుఃఖాలనే పంచింది. ప్రోత్సహించే వారిని కోల్పోయిన కుటీర పరిశ్రమలు పతన దశకు చేరుకొన్నాయి. బ్రిటిష్ వస్తువులపై ధనవంతులకు, జమీందార్లకు మోజు పెరిగింది. ఇది వారి హోదాకు, ప్రతిపత్తికి చిహ్నంగా భావించారు. స్వదేశీ వస్తువులకు గిరాకి తగ్గిపోయింది. తమతమ వృత్తులను కోల్పోయిన వారు, వ్యవసాయంపైనే ఆధారపడవలసి వచ్చింది. ఈ విధంగా బ్రిటిష్‌వారి ఆర్థిక విధానం, భారతీయ రైతాంగాన్ని, చేతిపనివారిని, ప్రభువర్గాన్ని, స్థానిక అధికారులను, అందరిని కృంగ దీసింది. అందుచేత అన్ని వర్గాలవారు కలసి, బ్రిటిష్‌పాలనకు వ్యతిరేకంగా తిరుగుబాటు చేయడానికి సంసిద్ధులై, అవకాశం రాగానే తిరుగుబాటులో పాల్గొన్నారు.

సాంఘిక, మత కారణాలు

బ్రిటిష్‌వారు తమ అధికారాన్ని మరింత సుస్థిరపరుచుకోవడానికై, భారతీయుల మత, సాంఘిక విషయాల్లో జోక్యం కల్పించుకొని, ప్రజల హృదయాల్లో స్థానం సంపాదించాలని ఆకాంక్షించారు. క్రైస్తవ మత ప్రచారం ద్వారా భారతీయులను ఆకర్షించడానికి అనేక ప్రయత్నాలు చేశారు. క్రైస్తవ మిషనరీలు హిందూ, ఇస్లాం, మతాలను బహిరంగంగా విమర్శించారు. కంపెనీ డైరెక్టర్ల అధ్యక్షుడైన మాజెల్స్ చేసిన ప్రకటన– భారతదేశపు ఒక చివరి నుంచి మరో చివరికి క్రైస్తవ పతాకం ఎగురవేయటానికి దేవుడు హిందూస్థాన్ సామ్రాజ్య విస్తరణను ఇంగ్లండ్‌కు అప్పగించాడు– ప్రజలను కలవరపరిచింది. ఈ భావాలనే సైనికాధికారులగు, వీలర్, ఎడ్వర్డ్స్ మొదలైనవారు బహిరంగంగా ప్రకటించారు. మిషనరీలకు అనేక సౌకర్యాలు లభించాయి. లార్డ్‌కానింగ్ భారతీయులను క్రైస్తవ మతంలో చేర్చడానికై ప్రత్యేకంగా నియమించారనే వదంతులు వ్యాపించాయి. ఆవిరి ఓడలు, రైల్వేలు, తంతి తీగెలు మొదలైనవి ప్రజలలో మత సంబంధమైన అనేక అపోహలకు

కారణమయ్యాయి. పాశ్చాత్యవిద్యావ్యాప్తి కారణంగా జాతీయ విలువల సమతుల్యంలో మార్పు కలిగింది. ప్రాచ్యవిద్యావంతులైన పండితులు, మౌల్వీలు తమ ప్రాభవాన్ని కోల్పోయారు. సామాన్య ప్రజలు, ఈ చర్యలన్నీ తమ మతాన్ని, ఆచార వ్యవహారాలు, సంప్రదాయాలను అంతం చేయడానికి నిర్దేశించినవని భయపడసాగారు.

రాజకీయ అన్యాయాలకు తోడుగా సాంఘిక అసమానత, మత పీడన ప్రజలు భరించలేనివిగా తయారయ్యాయి. బ్రిటిష్ కంపెని పరిపాలన ప్రజల సాంఘిక, మత విధానాలలో అనవసర జోక్యం కలిగించుకొన్నది. ప్రభుత్వం అమలు జరిపిన సంస్కరణలు అపూర్వ సంచలనాన్ని కలిగించాయి. ఇవి దేశ ప్రజల ఆచారాలు, విధానాలకు సంబంధించినవి. సతీసహగమనం, బాల్యవివాహాలను రద్దుచేయడం, శిశుహత్యలను నిషేధించడం, 1856లో హిందూ వితంతు పునర్వివాహాలను చట్టబద్ధం చేయడం, వంటి విప్లవాత్మకమైన చర్యలు, సాధారణ భారతీయునిలో అనేక అనుమానాలు రేకెత్తించాయి. 1850 లో వారసత్వం విషయంలో ప్రభుత్వం చేసిన చట్టం అందరి నిరసనకు గురైంది. హిందూమతం వదలి క్రైస్తవ మతం స్వీకరించిన వారికి కూడా ఆస్తిలో భాగం లభించేటట్లుగా నిర్దేశించే ఈ చట్టం ప్రజలందరిలో తీవ్రమైన అసంతృప్తిని కలిగించింది. ఇది క్రైస్తవ మతం పట్ల ప్రభుత్వం చూపిన పక్షపాత విధానానికి నిదర్శనమని అందరూ భావించారు. మత మార్పిడికై బ్రిటిష్ ప్రభుత్వం పన్నుతున్న కుట్రలో దీన్ని ఒక భాగంగా ప్రజలు భావించారు. ఈ విధంగా ప్రభుత్వంపట్ల ఏర్పడిన విరుద్ధ ప్రజాభిప్రాయం, సామాన్య ప్రజలను కూడా తిరుగుబాటు వైపు మొగ్గేటట్లు చేసింది.

సైనిక కారణాలు

రాజకీయ, సాంఘిక, మత కారణాలవల్ల ప్రజలలో అసంతృప్తి కలిగినప్పటికీ, అది తిరుగుబాటుగా పరిణమించడానికి సిపాయిల అసంతృప్తే ముఖ్య కారణమని చెప్పాలి. సామాన్య ప్రజలలో నిరసన భావం పెరిగినప్పటికీ, వారు నిరాయుధులుకావడం వల్ల తిరుగుబాటు చేయడం వారికి సాధ్యం కాలేదు. పైగా వారిలో తిరుగుబాటుకు కావలసిన రాజకీయ చైతన్యంగాని, జాతీయ భావంగాని బలపడలేదు. అందువల్ల సిపాయిల అసంతృప్తే తిరుగుబాటుకు ముఖ్య కారణంగా భావించవచ్చు. మొదటి నుంచి కంపెనీ సైన్యంలో రెండు విభాగాలుండేవి. ఆంగ్లేయ సైనికులను (సోల్జర్స్) సైనికులని, దేశీయ సైనికులను సిపాయిలని అనేవారు. ఆంగ్లేయ సైనికులకన్నా సిపాయిల సంఖ్య ఎక్కువగా ఉండేవి. భారతదేశంలో బ్రిటిష్ సామ్రాజ్య వ్యాప్తికై సిపాయిలు, ఎంతో సహాయపడ్డారు. ఇండియా ఖర్చుతోనే, ఇండియన్ సైన్యం, ఇండియాను ఇంగ్లీష్ వారి బానిసత్వంలో అణచి ఉంచుతుంది అన్న 1853లో మార్క్స్ ప్రకటన వీరి ప్రాముఖ్యతను స్పష్టపరుస్తుంది.

ఈ విధంగా కంపెనీ అధికార వ్యాప్తికి తోడ్పడుతూ, ప్రతిష్ఠాత్మకమై, ఆర్థిక స్థిరత్వాన్ని కలిగించే కంపెనీ ఉద్యోగాలను కాదని, సిపాయిలు తిరుగుబాటుకు పూనుకోవడానికి, సైనిక, మత, పరిపాలన సంబంధమైన కారణాలు దోహదం చేశాయి. 1856 లో కంపెనీసైన్యంలో 2,32,234 మంది ఉండగా వీరిలో బ్రిటిష్ సైనికులు 45 వేల మంది మాత్రమే. అంటే ఐదుగురు భారతీయులు ఒక ఆంగ్ల సైనికుని దామాషాలో ఉండేవారు. జీతభత్యాలు, పదోన్నతి ఉద్యోగ నియామకాల్లో భారతీయులకు ఏమాత్రం ప్రాధాన్యత ఉండేది కాదు. వీరి పట్ల వ్యత్యాసం, పక్షపాత దృష్టి చూపించేవారు. కష్టానికి తగిన ఫలితం ఉండేది కాదు. ఎన్ని సంవత్సరాలు పని చేసినా సుబేదారు హోదాకన్నా ఎక్కువహోదా ఇచ్చేవారు కాదు. వీరు చాలీచాలని జీతభత్యాలతో ఎదుగుబొదుగు లేని ఉద్యోగాలు చేస్తూ ఎన్నో అవమానాలకు గురయ్యేవారు. కింది అధికారి నుంచి పై స్థాయి అధికారివరకు అందరూ తమను లోకువగా చూడడం వల్ల ఆత్మాభిమానంతో గాయపడిన సిపాయిల అసంతృప్తి క్రమక్రమంగా అది బ్రిటిష్ వారిపై కక్షగా రూపు దిద్దు కొంది.

పైగా కంపెనీ ఏర్పాటు చేసిన కంటోన్మెంట్ నిబంధనలు సిపాయిల మత నమ్మకాలను, కట్టుబాట్లను కించపరిచేవిగా ఉండేవి. బెంగాల్ సైన్యంలో అగ్రవర్ణాలవారు ఎక్కువగా ఉండేవారు. మొదట్లో కంపెనీ ప్రభుత్వం వారి మత నియమాలను అర్థంచేసుకొని, వాటికి అనుగుణంగా నడుచుకోవడానికి అవకాశాలు కల్పించింది. కాని కంపెనీ కార్యక్రమాలు దేశాంతరాలకు కూడా విస్తరించడం వల్ల, విదేశాలలోకూడా యుద్ధాలు చేయాలని సిపాయిలను ఆదేశించింది. సముద్రయానంవల్ల మతభ్రష్టులమౌతామనే భయంతో సిపాయిలు దీన్ని వ్యతిరేకించారు. ప్రభుత్వం తమ మతాన్ని నాశనం చేసి, తమను క్రైస్తవులుగా మార్చడానికి కుతంత్రాలు పన్నుతున్నదనే అనుమానం వీరిని పీడించసాగింది. ఈ సందర్భంలో అధికారులు తీసుకొనే నిర్బంధ చర్యలు, సిపాయిల వస్త్రధారణ, జుట్టు, బొట్టు మొదలయిన నియమాలలో, క్రమశిక్షణపేరుతో జోక్యం చేసుకోవడంతోబాటు, 1856 లో కానింగ్ ప్రభువు ప్రవేశపెట్టిన సామాన్య సేవానియుక్త చట్టాన్ని (జనరల్ ఎన్లిస్టుమెంట్ ఆక్టు) అమలు చేయడంవల్ల సిపాయిలలో అలజడి రేగింది. కొన్ని ప్రాంతాల్లో ఉన్న సైనిక శిబిరాల్లో మిషనరీలు క్రైస్తవ మత ప్రచారాన్ని బహిరంగంగా, చురుకుగా, కొనసాగించారు. వీరికి అధికారుల ప్రోత్సాహం కూడా లభించింది. 1829 లో సతీసహగమనం వంటి పూర్వాచారాలను నిషేధిస్తూ చట్టాలను చేయడం వీరి అనుమానాలను మరింత బలపరిచింది. తుపాకితో బాటు బైబిల్ను కూడా ప్రవేశపెట్టడంతో తమ మత ధర్మాలను నాశనం చేస్తున్నారనే భావం భారతీయ సైనికుల్లో కలిగింది.

1856 లో కానింగ్, ఎన్ఫీల్డ్ రైఫిల్స్ అనే కొత్తరకమైన తుపాకులను ప్రవేశపెట్టాడు. వీటి తూటాల చివరి భాగాన్ని నోటితో కొరికి తుపాకిలో పెట్టవలసి వచ్చేది. ఈ తూటాలపై పందికొవ్వు,

ఆవుకొవ్వు పూశారనే ప్రచారం జరిగింది. ఇది హిందువులను, మహమ్మదీయులను తీవ్రంగా బాధించింది. ప్రభుత్వం వారి నిరసన భావాలను పట్టించుకోలేదు. సిపాయిలలో అసంతృప్తి జ్వాల భగ్గుమన్నది. ఇది తమ మతంపై జరిగిన దాడిగా భావించారు. కొవ్వు పూసిన తూటాలు తిరుగుబాటు అగ్నిజ్వాలకు ఆజ్యం పోసి, తక్షణ కారణమయ్యాయి. సిపాయిలలో అధిక సంఖ్యాకులు అయోధ్యకు చెందినవారు. అయోధ్య నవాబును అధికారం నుంచి తొలగించి అతని రాజ్యాన్ని ఆంగ్లేయులు అన్యాయంగా వశపరుచుకొన్నట్లు వారు భావించారు. వారిపై కసి తీర్చుకోవడానికి కూడా తిరుగుబాటు చేశారు. సిపాయిలు బ్రిటిష్ పాలన పట్ల కూడా అసంతృప్తిని పెంచుకొన్నారు. ఢిల్లీ లో తిరుగుబాటు దారులు చేసిన ప్రకటన వల్ల ఈ అంశం స్పష్టమవుతుంది. సిపాయిలు గ్రామీణ ప్రజలకు ఏనాడూ దూరంకాలేదు. వాస్తవంగా వారు సైనిక దుస్తులు ధరించిన రైతులుగా ప్రవర్తించారు. 1857 లో తిరుగుబాటు జరగడానికి ఆనాటి ప్రత్యేక పరిస్థితులు అనుకూలించాయి. ఆంగ్లసైనికుల్లో అనేకులు విదేశాలలో యుద్ధాలకు వెళ్ళడం వల్ల వారి సంఖ్య చాలా తక్కువగా ఉండేది. పైగా సిపాయిలపై ఆధిపత్యం వహించే, సైన్యాధిపతులు చాలా వృద్ధులు, శక్తిసామర్థ్యంలేనివారు కావడంవల్ల తమ తిరుగుబాటు ఫలించి, తమకు విజయం కలుగుతుందనే నమ్మకం సిపాయిలలో ఏర్పడింది.

తిరుగుబాటు చరిత్ర

1856 లో ఎన్‌ఫీల్డ్ తుపాకులను ప్రవేశపెట్టి, వాటిని ఉపయోగించడం శిక్షణ ఇవ్వడానికై, డమ్ డమ్, సియాల్, అంబాలా ప్రాంతాలను నిర్ణయించారు. సిపాయిలు ఈ తూటాలను ఉపయోగించడానికి నిరాకరించారు. కొత్త తూటాలకు ఆవుకొవ్వు, పందికొవ్వు పూశారనే వదంతి విస్తృతంగా వ్యాపించింది. సైనికాధికారులు ఈ వదంతులను ఖండించడానికి చేసిన ప్రయత్నాలు ఫలించ లేదు. ఈ వార్త కార్చిచ్చులాగా అన్ని సైనిక కేంద్రాలకు వ్యాపించింది. ప్రతీకార జ్వాల ప్రజ్వరిల్లింది. బెంగాల్‌సైన్యంలో తీవ్ర అసంతృప్తి నెలకొంది. వారు తమ అసంతృప్తిని బహిరంగంగా వ్యక్త పరిచారు. 1857 ఫిబ్రవరి 26 వ తేదీన, బర్హంపూర్‌లోని 19 వ పదాతి దళం, కవాతులో పాల్గొనరాదని నిర్ణయించుకొని, కొత్త తూటాలను ఉపయోగించడానికి నిరాకరించింది. మార్చి 29 వ తేదీన, బారక్ పూర్ శిబిరంలోని 34 వ పటాలానికి చెందిన మంగళ్ పాండే అనే సిపాయి తిరగబడి ఒక ఆంగ్ల అధికారిని కాల్చి చంపాడు. తరువాత పట్టుబడ్డాడు. ఏప్రిల్ 8 వతేదీన, అతనికి ఉరిశిక్ష వేశారు. 19, 34 పదాతిదళాలను రద్దు చేసి, అందులోని సిపాయిలందరిని ఉద్యోగాలనుంచి తొలగించారు. ఈ సంఘటనతో 1857 తిరుగుబాటుకు అంకురార్పణ జరిగింది.

క్రమక్రమంగా తిరుగుబాటు చేయాలనే ఆలోచన, ప్రయత్నం, అన్ని శిబిరాలలోను వ్యాపించాయి. సిపాయిల మధ్య సంకేతాలు, సందేశలు, ఉత్తర ప్రత్యుత్తరాలు జరిగాయి. ఉద్యోగాల నుంచి తొలగించిన సిపాయిలు సన్యాసులు, ఫకీరులు వార్తాహరులుగా వ్యవహరించారు. ప్రభుత్వ నిఘా నుంచి తప్పించుకోవడానికి ఎర్ర కలువలను, చపాతీలను, తిరుగుబాటుకు రహస్య చిహ్నాలుగా ఎంచుకొన్నారు. ఎర్ర కలువలను సైన్యానికి, చపాతీలు పౌర జన బాహుళ్యానికి ఉద్దేశించినవి. కొందరు చరిత్రకారులు ఎర్ర కలువ విప్లవ సందేశానికి, చపాతీలు విప్లవ కార్యాచరణను తెలపడానికి నిర్దేశించినవని అభిప్రాయపడ్డారు.

తిరుగుబాటు ధోరణి ప్రబలమవడానికి బ్రిటిష్‌వారి అహంకార ధోరణి కూడా తోడ్పడింది. బ్రిటిష్‌వారు ఈ తిరుగుబాటు కేవలం అగ్రవర్ణాల ప్రేరితమని, అది త్వరలో సమసిపోతుందని అపోహపడ్డారు. తాము శక్తివంతులమని, భారతీయులలో తిరుగుబాటుకు సాహసించే మనోవైఖరి లేదని వారు విశ్వసించారు. ముస్లింలు హిందువుల మధ్య ఐక్యత కొనసాగదని, అందువల్ల తిరుగుబాటు తాత్కాలికమని వారు భ్రమపడ్డారు. ఈ విధంగా బ్రిటిష్ ప్రభుత్వం తిరుగుబాటు హెచ్చరికలను నిర్లక్ష్యం చేయడమే గాక, సకాలంలో తగు చర్యలు చేపట్టలేదు. అందువల్ల తిరుగుబాటు తీవ్రతరమైంది.

మీరట్ సంఘటన: బ్రిటిష్‌వారికి మీరట్ సైనిక స్థావరం చాలా ప్రాముఖ్యత గలది. బారక్‌పూర్‌లో జరిగిన సంఘటన వార్త మీరట్‌కు చేరింది. ఏప్రిల్ 24 న కల్నర్ స్మిత్, 3 వ అశ్వదళానికి చెందిన సిపాయిలను, కొత్త తూటాలను ఉపయోగించవలసిందిగా ఆజ్ఞాపించాడు. ఈ దళానికి చెందిన 90 మందిలో 85 మంది అందుకు నిరాకరించారు. అధికారులు వారిపై సైనిక న్యాయస్థానంలో విచారణ జరిపి 10 సంవత్సరాలు కఠిన శిక్ష విధించారు. అంతేకాక మిగిలిన సిపాయిలకు గుణపాఠంగా ఉండాలని భావించి, మే 9 వతేది శిక్షితులందరిని, తోటి సిపాయిల ఎదుట కవాతు మైదానంలో వారి సైనిక దుస్తులు తొలగించి, ఇనుప సంకెళ్ళు వేసి, అవమానపరిచారు. ఈ చర్య సిపాయిల తిరుగుబాటుకు కారణమైంది. మే 10 వ తేదిన వందలాది సిపాయిలు, సాయుధులై, జైళ్ళ ద్వారాలను బద్దలు కొట్టి, నిర్భంధంలో ఉన్న సిపాయిలందరిని విడుదల చేశారు. చేతికి అందిన ఆయుధాల నందుకొని కనిపించిన బ్రిటిష్ వారిని చంపి వేశారు. ప్రభుత్వ ఖజానాను దోచుకొని దేశ రాజధానిగా ప్రాముఖ్యత పొందిన ఢిల్లీ నగరాన్ని ఆక్రమించడానికి బయలు దేరారు. అనుకున్న తేది కన్న ముందే తిరుగుబాటు ప్రారంభం కావడం వల్ల, పథకం అంతా తారుమారైంది. తిరుగుబాటును ఏక కాలంలో జరపడానికి మే 31 నిర్ణయించగా, ఇది మే 10 న ప్రారంభం

కావడం వల్ల అయోమయ పరిస్థితి ఏర్పడింది. ఈ తొందరపాటు చర్య బ్రిటిష్ వారికి తిరుగుబాటు అణచివేయడానికి తోడ్పడే పరిస్థితులను, అవకాశాలను కల్పించింది.

తిరుగుబాటు వ్యాప్తి

మే 10వ తేదీన మీరట్ నుంచి బయలు దేరిన సిపాయిలు ఢిల్లీ పట్టణాన్ని ఆక్రమించి, రెండవ బహదూర్‌షా చక్రవర్తిగా ప్రకటించారు. ఈ వార్త దేశమంతటా వ్యాపించింది. ఫలితంగా మే 14 వ తేదిన, ముజఫర్ నగర్‌లో 18 తేదీన ఫిరోజ్ పూర్ లో, మే 20 న అలీఘర్, 23న ఇబావాయయిన్ పూర్‌లలో, 30 న హోడల్, మధుర, లక్నోలలో, జూన్ 3 వ తేదీన బరేల్లీ షాజహాన్‌పూర్‌లలోని సిపాయిలు, తిరుగుబాటు చేశారు. మీరట్‌లో జరిగినట్లే ఈ ప్రదేశాలలో కూడా సిపాయిలు, కనిపించిన యూరోపియన్ అధికారులను, వారి కుటుంబాలను చంపి జైళ్ళలో ఉన్న ఖైదీలను విడుదల చేసి, వారి నాయకులతో, ఢిల్లీ పట్టణానికి బయలు దేరారు. మే 11, ఉదయం బ్రిటిష్ దళాల ప్రతిఘటన లేకుండానే, తిరుగుబాటుదారులు యమునా నదిని దాటి, జన సందోహం వెంట రాగా, ఎర్ర కోటలో ప్రవేశించి, బహదూర్‌షాను తిరుగుబాటు ఉద్యమానికి నాయకుడిగా ఎన్నుకున్నారు. బహదూర్‌షా 70 సంవత్సరాల వృద్ధుడు. అతనికి ఉద్యమాన్ని నడిపే పలుకుబడి గాని, సామర్థ్యంగాని లేవు. తిరుగుబాటు దారుల బలవంతం పై అతడు ఒప్పుకున్నాడు. ఢిల్లీని ఆక్రమించిన తరవాత అక్కడ ఆయుధాగారాన్ని, మందుగుండు సామగ్రి ఉన్న గిడ్డంగిని తిరుగుబాటు దారులు, వశపరుచుకోవడానికి చేసిన ప్రయత్నం, అక్కడి కాపలాదార్లు దాన్ని పేల్చివేయడంతో విఫలమైంది. ఆయుధాలు, మందుగుండు సామగ్రి విప్లవకారులకు అందకుండా పోయాయి. ఢిల్లీని ఆక్రమించడం, బహదూర్‌షాను చక్రవర్తిగా ప్రకటించడంవల్ల తిరుగుబాటుకు ఒక నిశ్చిత ధ్యేయం, రాజకీయ దృష్టి కలిగింది. ఢిల్లీ ఆక్రమణ బ్రిటిష్ వారి అధికారాన్ని సవాల్ చేయడమే గాక, వారి ప్రతిష్ఠను కూడా దెబ్బ తీసింది.

ఢిల్లీ: ఢిల్లీ నగరం తిరుగుబాటుకు స్థావరమైంది. పట్టణంలో శాంతి భద్రతలను బహదూర్‌షా స్థాపించడానికి పూనుకున్నాడు. ఢిల్లీ పట్టణాన్ని పునరాక్రమించుకోవాలని బ్రిటిష్‌వారు, ఆ నగరాన్ని స్వాధీనంలో పెట్టుకొని తమ స్వాతంత్ర్యాన్ని స్థిరపరుచుకోవాలని సిపాయిలు గట్టి పట్టుదలతో వ్యవహరించారు. బ్రిటిష్ వారు అన్ని సన్నాహాలు పూర్తి చేసుకునే దాకా దానిని ముట్టడించలేదు.

బహదూర్‌షా రహస్యంగా ఆమానుల్లా అనే తన ప్రతినిధి ద్వారా ఆంగ్లేయులకు సహాయ పడగలనని, సందేశం పంపాడు. బ్రిటిష్ అధికారులు మాత్రం అన్ని సన్నాహాలు పూర్తి చేసుకున్న తరువాతనే ఢిల్లీని ముట్టడించాలని నిశ్చయించారు. తమ ప్రధాన స్థావరమైన అంబాలా శిబిరం నుంచి, సిక్కులు, ఇతర సంస్థానాధీశుల సహాయంతో ఢిల్లీవైపు పయనం సాగించారు. **ఢిల్లీ సమీపంలో**

రిడ్జ్ అనే కొండ ప్రాంతంలో బ్రిటిష్ సేనలకు, తిరుగుబాటు దారులకు రెండు యుద్ధాలు జరిగాయి. సిపాయిలు పరాజితులయ్యారు. రిడ్జ్ ఆక్రమణతో బ్రిటిష్ వారికి ఢిల్లీ ముట్టడి సులభమైంది. అయినప్పటికి వారు తమ సైనికబలం వృద్ధి చెందే వరకు రక్షణాత్మక వైఖరినవలంబించారు. జూన్ 24 న వెల్లిచాంబర్లైన్ దళాలు, ఆగస్టు 14 న నికొల్సన్, సెప్టెంబరు 30 వ తేదిన కోటలను ఛేదించే యంత్ర సామగ్రి, పంజాబ్ నుంచి సిక్కుదళాలు వీరిని చేరాయి. తిరుగుబాటుదారుల దగ్గర తగినంత ఆయుధ సామగ్రి గాని, అందరిని ఒకే తాటిపైన నడిపించే, సమర్థుడైన నాయకుడుగాని, సమాచారాలను అందించే సౌకర్యం గాని లేకపోవడం, ప్రధానమైన లోపాలుగా పరిణమించాయి. సర్వసన్నద్ధులైన బ్రిటిష్ దళాలు, సెప్టెంబర్ 11 నుంచి ఎదురుదాడులు ప్రారంభించాయి. తొమ్మిది రోజుల వరకు భయంకరమైన యుద్ధం కొనసాగింది. సబ్జిమండి, కాశ్మీర్‌గేట్‌ల వద్ద జరిగిన భీకర పోరాటాలలో బ్రిటిష్ వారు విజయం సాధించారు. 1857 సెప్టెంబర్, 20 వతేదిన ఢిల్లీనగరం బ్రిటిష్ వారి వశమైంది. ఈ యుద్ధంలోని విజయానికి తోడ్పడ్డ నికల్సన్ గాయం తగిలి మరణించాడు. తమ పట్ల మిత్రత్వం చూపిన బహదుర్‌షాను కనికరించకుండా ఆంగ్లేయులు అతణ్ణి బర్మాకు యుద్ధ ఖైదీగా పంపించారు. అతని కుమారులను, మనవణ్ణి, పరాభవించి కాల్చి చంపారు. ఢిల్లీ నగర పతనంతో తిరుగుబాటు వెన్నెముక విరిగింది. బ్రిటిష్ వారి సైనిక శక్తి, వ్యూహరచనా పాటవం విజయం సాధించింది. తిరుగుబాటుదార్లకు ఒక ఆశయంగాని, లక్ష్యంగాని లేకుండా పోయింది. దీంతో బ్రిటిష్ వారికి ఇతర ప్రాంతాలలో చెలరేగిన తిరుగుబాట్లను అణచివేయడానికి మార్గం సుగమమైంది. ఢిల్లీ పతనం తిరుగుబాటు అంతానికి ఆరంభం. ఇది తిరుగుబాటు స్థితిని నిర్ణయించిన ఘటనగా చెప్పవచ్చు. దీనితో భారతదేశంలో ఇంగ్లండు పాలన ఏరకంగానూ అంతరించడానికి గల అవకాశాలు తగ్గిపోయాయి.

కాన్పూర్: తిరుగుబాటు జరిగిన అన్ని ప్రదేశాల కంటె కాన్పూర్‌లో దీని తీవ్రత ఎక్కువగా ఉంది. మే 14 వ తేది నుంచి సిపాయిలలో ఉద్రిక్తత ఆరంభమైంది. కాని వారు తిరుగుబాటుకు పూనుకోలేదు. వీరి దళాధిపతి వీలర్, వీరి విధేయతను, విశ్వసనీయతను అనుమానించి, ముందు జాగ్రత్త చర్యలు చేపట్టాడు. సిపాయిలలో తమను నిరాయుధులను చేసి శిక్షించడానికి ప్రయత్నాలు జరుగుతున్నాయనే అనుమానం ప్రబలింది. డల్హౌసీ రాజ్య సంక్రమణ సిద్ధాంతం కారణంగా తన పదవిని కోల్పోయిన పీష్వా నానాసాహెబ్ నాయకత్వంలో వీరు తిరుగుబాటు ప్రారంభించారు. కోశాగారాన్ని ఆయుధాగారాన్ని వశపరుచుకుని వీలర్ ఏర్పరుచుకొన్న రక్షణ శిబిరాన్ని ఆక్రమించుకున్నారు. జూన్ 28వ తేదిన నానాసాహెబ్‌ను పీష్వాగా ప్రకటించారు. ఇదిగాక నానాసాహెబ్ చివరి హిందూ సామ్రాజ్యానికి ప్రతినిధికావడం వల్ల దీని ప్రాముఖ్యం మరింత పెరిగింది.

నానాసాహెబ్ పీష్వా రెండవ బాజీరావు దత్తపుత్రుడు అయినప్పటికీ డల్హౌసీ రాజ్య సంక్రమణ సిద్ధాంతాన్ని ప్రవేశపెట్టి, ఇతని పీష్వా బిరుదును రద్దు చేసి, బిత్తూర్ జాగీర్‌ను ఆక్రమించు కున్నాడు. ఏటేటా అతని తండ్రికిచ్చే 8 లక్షల భరణాన్ని ఇవ్వడానికి బ్రిటిష్‌వారు నిరాకరించారు. నానాసాహెబ్ తనకు జరిగిన అన్యాయం గురించి చేసిన విజ్ఞప్తులను ప్రభుత్వం అంగీకరించలేదు. అందువల్ల అతని మనస్సులో బ్రిటిష్ వారి పట్ల ద్వేష భావాలు నాటుకుపోయాయి.

నాగపూర్ పతనాన్ని బ్రిటిష్ వారు తీవ్రమైన విషయంగా పరిగణించారు. జూలై 7 వ తేదీన, హెన్రీ హెవ్‌లాక్ ఆధ్వర్యంలో ఇంగ్లీష్ సైన్యం కాన్పూర్ బయలు దేరింది. వీరిని ప్రతిఘటించడానికి నానాసాహెబ్ ఒక దళాన్ని పంపించాడు. రెండు సైన్యాలకు జూలై 12 వ తేదిన భయంకరమైన యుద్ధం జరిగింది. సిపాయిలు ధైర్య సాహసాలతో పోరాడినప్పటికీ ఫలితం లభించలేదు. వారు పరాజితులయ్యారు. ఇంగ్లీష్ వారు ఫతేపూర్‌ను ఆక్రమించుకొని, నగరాన్ని దోచుకుని తగుల బెట్టారు. నానాసాహెబ్ బ్రిటిష్ వారిని ఎదిరించడానికై, కాన్పూర్ వద్ద సాండు నదీ తీరాన, సన్నద్ధుడై నిలిచాడు. వ్యూహరచనలేని అతని యుద్ధ విధానం సిపాయిలకు తీరని నష్టం కలిగించింది. 16 వ తేది న జరిగిన యుద్ధంలో ఓడి బిత్తూర్‌కు పారిపోయాడు. కాన్పూరు బ్రిటిష్ వారి వశమైంది. 18 వ తేదిన నానాసాహెబ్ బిత్తూర్ నుంచి అయోధ్యవైపు తిరోగమించాడు. బ్రిటిష్ సేనలు అతని రాజ భవనాన్ని ధ్వంసం చేశాయి. కాన్పూర్ పునరాక్రమణతో బ్రిటిష్ వారి యుద్ధ ప్రక్రియలు మరింత బలం పుంజుకున్నాయి. లక్నోలో పరిస్థితులు విషమించడం వల్ల, కాన్పూర్ రక్షణ బాధ్యతను వీలర్‌కు అప్పగించి, హవ్‌లాక్ తన సైన్యంతో లక్నోకు వెళ్ళాడు. నానాసాహెబ్ పారిపోయిన తరవాత అతని సేనాని తాంతియాతోపే తిరుగుబాటుదారులకు నాయకుడై, కాన్పూర్‌ను స్వాధీనం చేసుకోవడానికి గెరిల్లా యుద్ధాన్ని ప్రారంభించాడు. హవ్‌లాక్ కాన్పూర్ వదలి వెళ్ళగానే, తాంతియా కొంత సైన్యాన్ని సమకూర్చుకుని కాన్పూర్ పై దాడి చేశాడు. హవ్‌లాక్ తిరిగివచ్చి, ఆగస్టు 16 వ తేదిన జరిగిన యుద్ధంలో తాంతియాను ఓడించాడు. ఈలోపు, నానాసాహెబ్ తాంతియా సహాయంతో తన సైన్యాన్ని సంఘటిత పరచుకుని, బుందేల్ ఖండ్, గ్వాలియర్ తిరుగుబాటు దళాలను కొన్నింటిని చేరుకుని, కల్పీ పట్టణాన్ని వశపరుచుకొని, కాన్పూర్‌పై దాడి చేసి దాన్ని ఆక్రమించుకున్నాడు. ఇది బ్రిటిష్ వారికి భరించరాని స్థితిని కల్పించింది. బ్రిటిష్ సైన్యం కొలిన్ కాంబెల్ నాయకత్వంలో తాంతియా తోపే నానాసాహెబ్ సైన్యాలను ఎదుర్కొన్నాడు. డిసెంబర్ 1 నుంచి 6 వ తేది వరకు జరిగిన నిర్ణయాత్మకమైన యుద్ధంలో తాంతియా సైన్యం తిరోగమించింది. కాన్పూర్‌ను బ్రిటిష్‌వారు ఆక్రమించారు. తాంతియా తప్పించుకుని ఝాన్సీ లక్ష్మీబాయి వద్దకు చేరాడు. నానాసాహెబ్ బ్రిటిష్ వారికి దొరకకుండా పారిపోయాడు. ఎన్ని ప్రయత్నాలు చేసినప్పటికీ వారికి అతడు

పట్టుబడలేదు. ఆ తర్వాత అతని జాడ కూడా తెలియకపోవడంతో బ్రిటిష్ వారు అతణ్ణి వెదికే ప్రయత్నాలు వదులుకున్నారు.

అయోధ్య: అయోధ్య బ్రిటిష్‌వారికి బలీయమైనసంస్థానాలలో ఒకటి. ఆ సంస్థానాన్ని అన్యాయంగా, పరిపాలనలో లోపాలున్నాయి అనే మిషతో డల్హౌసీ దానిని స్వాధీనం చేసుకున్నాడు. ఆ కారణంగా ఆ సంస్థానంలో ఉన్న ఉన్నతోద్యోగులు, తాలుక్దార్లు, వృత్తి పనివారు, సైనికులు, విద్వాంసులు, తమ పదవులను కోల్పోయి నిరాశ్రయులయ్యారు. రాజవంశం వారు తగిన భరణం లభించక అనేక ఆర్థిక ఇబ్బందులకు లోనయ్యారు. కొత్త రెవెన్యూ విధానమైన బందోబస్తు, పన్నులు వసూలు చేయడానికి ప్రవేశ పెట్టిన కఠిన మార్గాల వల్ల రైతులు అనేక బాధలకు గురయ్యారు. బ్రిటిష్‌వారి ఈ చర్యలను అన్ని వర్గాల ప్రజలు తీవ్రంగా వ్యతిరేకించారు. ఇదేగాక బ్రిటిష్ సైన్యంలో అధిక సంఖ్యాకులైన సిపాయిలు అయోధ్యకు చెందినవారు కావడం వల్ల, వారిలో బ్రిటిష్‌వారిపట్ల తీవ్రమైన ద్వేషభావం పెరిగింది. ఈవిధంగా అయోధ్య రాజ్యంలో జరిగిన తిరుగుబాటు, జాతీయ తిరుగుబాటుగా రూపుదాల్చింది. సుమారు 5 లక్షల మంది ఈ తిరుగుబాటులో పాల్గొన్నారు. నానాసాహెబ్, అజీముల్లాలు లక్నోకు రావడం, సిపాయిల తిరుగుబాటు జ్వాలకు ఆజ్యం పోసింది.

లక్నో నగరంలో సిపాయిలు మే 31న తిరుగుబాటు లేవదీశారు. ఆ తర్వాత తిరుగుబాటు దేశమంతటా దావానంలా వ్యాపించింది. ఒక్క రెసిడెన్సీ ప్రాంతం తప్ప మిగతా దేశమంతా తిరుగుబాటుదారుల వశమైంది. బ్రిటిష్ వారి అధికారం అస్తమించింది. బ్రిటిష్ రెసిడెంట్ హెన్రీలారెన్స్ 1000 మంది బ్రిటిష్ సైనికులు, 700 మంది సిపాయిలతో తాము నివసించే ప్రాంతాన్ని సైనిక శిబిరంగా మార్చాడు. జూన్ 29న, లక్నో శిబిరాన్ని ఆక్రమించడానికై వివిధ కేంద్రాల నుంచి, సిపాయిలు ప్రయత్నాలు ప్రారంభించారు. లారెన్స్ వారిని నిరోధించడానికై చిన్‌సచ్ వద్ద వారితో యుద్ధం చేశాడు. ఆ యుద్ధంలో ఓడిపోయి అతి కష్టంగా రెసిడెన్సీ చేరుకోగలిగాడు. తిరుగుబాటు సిపాయలు రెసిడెన్సీని ముట్టడించారు. ఆగస్ట్‌లో వాజిద్ అలీషా భార్య బేగం హజరత్‌మహల్ తన కుమారుణ్ణి గద్దెనెక్కించి, అతని పేరిట పరిపాలన సాగించింది. ఆమె పౌరుషం, కార్యదీక్ష, పట్టుదల, నేర్పు తిరుగుబాటుకు, నూతన జవసత్వాలు కలిగించాయి. జూన్ 30 నుంచి సెప్టెంబర్ 25 వరకు రెసిడెన్సీ ముట్టడి కొనసాగింది. సిపాయిల కాల్పులకు గురై, రెసిడెంట్ లారెన్స్‌తో బాటు కొందరు బ్రిటిష్ సైనికులు మరణించారు. దిగ్బంధానికి గురైన రెసిడెన్సీని రక్షించడానికై, హెవ్‌లాక్ తన సైన్యంతో లక్నోకు బయలుదేరాడు. దారిలో అతనిని నిరోధించడానికై, జమీందార్లు, తాలుక్దార్లు ప్రయత్నించారు. అయోధ్య ప్రజలు కూడా చిన్న చిన్న జట్లుగా ఏర్పడి ప్రాణాలను సైతం, లెక్క జేయక బ్రిటిష్ వారితో పోరాడారు. అందువల్లనే అయోధ్యలో జరిగిన తిరుగుబాటు, ప్రజా తిరుగుబాటుగా పేర్కొన్నారు. హెవ్‌లాక్, రెసిడెన్సీ చేరుకోవడానికి చేసిన రెండు ప్రయత్నాలు

విఫలమయ్యాయి. రెండోసారి చేసిన యత్నంలో, విజయం సాధించలేక, హవ్‌లాక్ చుట్టుదారిని, తీవ్ర ప్రతిఘటనలనెదుర్కొంటూ సెప్టెంబర్ 25న రెసిడెన్సీ చేరగలిగాడు. ఈ యుద్ధంలో బ్రిటిష్ సేనాని జనరల్ నీలో మరణించాడు. బ్రిటిష్ సేనలు అక్కడి నుంచి కాన్పూరు చేరాలని చేసిన ప్రయత్నాన్ని, అయోధ్య తిరుగుబాటుదార్లు విఫలం చేశారు. ముట్టడిలో బందీకృతులు అదనపు బలాలకై ఎదురుచూడసాగారు.

అయోధ్య తిరుగుబాటును అణచివేసి, రెసిడెన్సీని విముక్తం చేయడానికై సర్వసేనాధిపతి జనరల్ కొలిన్ కాంప్‌బెల్, ఒక పెద్ద సైన్యంతో లక్నోకి బయలుదేరి, నవంబర్ 9న ఆలంబాగ్ చేరుకున్నాడు. 14 నుంచి 23 వరకు, ఆలంబాగ్, సికిందర్ బాగ్‌ల వద్ద, తిరుగుబాటు దారులతో భీకర యుద్ధం జరిపి రెసిడెన్సీ ముట్టడిని ఛేదించాడు. బ్రిటిష్ వారి రెండు సైన్యాలు కలుసుకున్నాయి. లక్నోనగరంలో అధిక భాగం ఇంకా తిరుగుబాటు దారుల స్వాధీనంలోనే ఉండిపోయింది. ఈ పోరాటంలో హెవ్‌లాక్ వధించబడ్డాడు. 1857 లో కాన్పూర్‌లో ఆక్రమణ పూర్తి కాగానే అక్కడి బ్రిటిష్ సైన్యాలను అయోధ్యకు పంపించారు. గూర్ఖా సైన్యం కూడా బ్రిటిష్ వారికి అండగా నిలిచింది. ఈ విధంగా 1858 మార్చ్ నాటికి జనరల్ ఫ్రాంక్స్ సైన్యం, గూర్ఖాసైన్యం, ఆలంబాగ్ వద్ద, జౌట్ రామ్ సైన్యాలు లక్నో చేరుకున్నాయి. లక్నో ప్రజల్లో దేశభక్తి, సాహసం, ధైర్యం ఉన్నా ఐక్యత లేదు. వారిని యుద్ధంలో నడిపించే సమర్థుడైన సేనాపతి లేడు. మౌల్వీ అహమద్ షా, బేగం హజరత్ మహబ్ నాయకత్వంలో సిపాయిలు వీరోచితంగా పోరాడి ఓడిపోయారు. రక్తపుటేరులు, లక్నో నగరాన్ని ముంచెత్తాయి. ఆయుధ సంపద, సమర్థుడైన నాయకుడు, ఐకమత్యం లేనందున సిపాయిలు ఓటమి పాలయ్యారు. మార్చి 21న లక్నో బ్రిటిష్ వారి స్వాధీనమైంది.

బుందేల్ ఖండ్: తిరుగుబాటు కేంద్రాలలో ముఖ్యమైన మరో ప్రాంతం బుందేల్‌ఖండ్. ఝాన్సీ లక్ష్మీబాయి, బంద్రా నవాబు, తాంతియాతోపే, రావు సాహెబ్ నాయకత్వంలో తిరుగుబాటు దారులు ఈ ప్రాంతంలో విజృంభించారు. తిరుగుబాటు నాయకులలో ఝాన్సీ లక్ష్మీబాయి ప్రముఖ స్థానాన్ని పొందింది. ఆమె 1835 లో కషి అనే చోట జన్మించింది. ఈమె అసలు పేరు మణికర్ణిక. అసాధారణ ప్రతిభ, శక్తి సామర్థ్యాలు, ధైర్య సాహసాలుగల వనిత. 1851 లో ఝాన్సీ పాలకుడు గంగాధర రావుతో వివాహం జరిగింది. 1853 లో గంగాధర రావు మరణించాడు. భర్త మరణం తర్వాత లక్ష్మీబాయి తమ దత్త పుత్రుడు, దామోదర రావు పేరిట రాజ్యపాలన కొనసాగించింది. 1854 ఫిబ్రవరి 27 వ తేదిన డల్హౌసీ రాజ్య సంక్రమణ సిద్ధాంతాన్ని అమలు జరిపి, ఝాన్సీ సంస్థానాన్ని ఆక్రమించి, ఆమెకు ఏటా 60 వేల రూపాయల భరణం ఏర్పాటు చేశాడు. ఈ అక్రమచర్యను ఆమె తీవ్రంగా నిరసించింది. విధిలేక 19 సంవత్సరాలుగా ఓర్పు వహించి సమయం కొరకు వేచి ఉంది.

1857 లో ఝాన్సీ కోట లోపలి సిపాయిలు తిరుగుబాటు చేసి అక్కడ బ్రిటిష్ వారిని విచక్షణా రహితంగా చంపారు. దీన్ని డిబైన్‌బాగ్ హత్యాకాండగా పేర్కొన్నారు. ఈ హింసాకాండలో లక్ష్మీబాయికి ఏలాంటి ప్రమేయం లేకున్నప్పటికీ బ్రిటిష్ వారు ఆమెను అనుమానించారు. జూన్ హత్యాకాండకు ఆమే కారకురాలని భావించారు. అందుకై ఆమెను శిక్షించాలని నిశ్చయించారు. వారి చేతిలో మరణం తప్పదని తెలుసుకుని, విశ్వాసద్రోహుల చేతిలో చనిపోవడం కన్నా, ఆత్మగౌరవాన్ని నిలబెట్టుకొని వారితో పోరాడి, వీరమరణం చెందడం మేలని నిశ్చయించుకుని, బ్రిటిష్ వారితో యుద్ధానికి సంసిద్ధమైంది. ఆంగ్లసైన్యం బుందేల్ ఖండ్‌లోని తిరుగుబాటు అణచివేసి, ఫిబ్రవరి 1858 బిట్వా వద్ద తాంతియా తోపేను ఓడించాయి. మార్చి 1858లో హ్యూరోస్ నాయకత్వంలోని ఆంగ్లసైన్యం, ఝాన్సీ కోటను ముట్టడించింది. మార్చి 24 న ఆరంభమైన యుద్ధం 8 రోజుల వరకు భయంకరంగా కొనసాగింది. లక్ష్మీబాయి స్వయంగా యుద్ధంలో పాల్గొన్నది. ఆమెతో బాటు అనేక మంది స్త్రీలు కూడా యుద్ధంలో పాల్గొన్నారు. సిపాయిలు ధైర్య సాహసాలతో పోరాడారు. కాని 30 వ తేదిన హ్యూరోస్ ఝాన్సీ కోటగోడలో ఒక ప్రదేశం ఛేదించగలిగాడు. ఆ సమయంలో తాంతియాతోపే ఒక పెద్ద సైన్యంతో ముట్టడి చేస్తున్న ఆంగ్ల సేనలపై దాడి చేశాడు. కాని హ్యూరోస్ తాంతియా సైన్యాలను ఎదుర్కొని వాటిని తరిమివేశాడు. తాంతియా ఏప్రిల్ 1 న తిరోగమనం చేస్తూ, కల్పీ పట్టణాన్ని చేరుకొన్నాడు. ఏప్రిల్ 3 వ తేదిన ఝాన్సీ కోట ఆంగ్లేయులకు చిక్కింది. లక్ష్మీబాయి కొందరు అనుచరులతో శత్రువుల బారినుండి తప్పించుకొని కల్పీవద్ద తాంతియాను కలుసుకున్నది. హ్యూరోస్ సైన్యాలు వీరిని వెంటాడుతూ, కల్పీవద్దమే నెలలో జరిగిన యుద్ధంలో ఓడించాయి. ఇంతలో లక్ష్మీబాయి, తాంతియాతోపేలు కలసి ఆంగ్లేయులకు విధేయులుగా ఉన్న సింధియాను గ్వాలియర్ నుంచి తరిమివేసి 1858 జూన్‌లో దాన్ని ఆక్రమించారు. లక్ష్మీబాయి, తాంతియాల వ్యూహంవల్ల తిరుగుబాటు మహారాష్ట్ర అంతటా వ్యాపిస్తుందేమో అన్న భయంతో, హ్యూరోస్ గ్వాలియర్‌పై దాడి చేశాడు. ఈ యుద్ధంలో ఆమె పురుష దుస్తులు ధరించి యుద్ధంలో పాల్గొంది. యుద్ధంలో వెనుకంజవేసిన తాంతియా సైన్యాలను పునర్ఘటితం చేసి వారిలో పౌరుషాన్ని ఉత్తేజితంచేసి, తన పరిచారికలు, మందర, కషిలతో కలసి యుద్ధాన్ని కొనసాగించింది. ఈ ముగ్గురు వీరవనితలు, అసాధారణ శౌర్యాన్ని ప్రదర్శించారు. కల్నల్ స్మిత్ సైన్యాలు వెనుకంజ వేశాయి. జూన్ 17 న జరిగిన యుద్ధంలో లక్ష్మీబాయి విజయం సాధించింది. కాని మరుసటి రోజు రోస్, స్మిత్‌లు అదనపు బలగాలతో, అత్యధిక సంఖ్యాబలం గల దళాలతో అన్నివైపుల నుంచి కోటను ముట్టడించారు. లక్ష్మీబాయి మొక్కవోని పరాక్రమంతో అత్యంత సాహసంతో శత్రువుల నెదుర్కొని, యుద్ధభూమిలో పోరాడుతూ, 1858, జూన్ 18 నాడు వీరమరణం పొందింది. గ్వాలియర్‌కోట ఆంగ్లేయుల వశమైంది. గ్వాలియర్ సర్దారులలో ఒకడైన

మాన్‌సింగ్, విద్రోహం వల్ల తాంతియాను బ్రిటిష్ వారు పట్టుకుని 1859, 19 ఏప్రిల్ నాడు ఉరి తీశారు. అగ్రశ్రేణి సేనాధిపతుల మరణం వల్ల బ్రిటిష్ సామ్రాజ్య పీఠాన్ని దద్దరిల్ల చేసిన, సాయుధ తిరుగుబాటు అంతమైంది. బ్రిటిష్ వారి అధికారం భారతదేశంలో సుప్రతిష్ఠితమైంది. అసమాన వీరోచిత కృత్యాల ద్వారా రాణీ లక్ష్మీబాయి దేశ చరిత్రలో మహోజ్జ్వల విప్లవ జ్యోతిగా స్థానం పొందింది. ఆమెను భారతదేశపు జోన్‌ఆఫ్ ఆర్క్ అని ఇంగ్లీషువారు వర్ణించారు. సర్ హ్యూరోస్, "ఈ స్త్రీ తిరుగుబాటుదారులలో ఏకైక పురుషుడు " అని ప్రశంసించాడు. "The women who was the only man among the rebels" - Sri Hugh Rose

తిరుగుబాటు విఫలం – కారణాలు

1857 తిరుగుబాటు నాటికి సిపాయిలు ఆంగ్లేయాధికారుల కింద చక్కని తర్ఫీదు పొంది ఆధునిక పద్ధతిలో యుద్ధం చేయడం నేర్చుకున్నారు. అప్పటికి సిపాయిల సంఖ్యాబలం కూడా ఎక్కువే. కొన్ని ప్రదేశాలలో సామాన్య ప్రజలు కూడా తిరుగుబాటులో చేరారు. స్వదేశీయులకు అన్నివిధాల అనుకూలంగా కనిపించినా చివరికి ఈ తిరుగుబాటు విఫలం కావడానికి అనేక కారణాలున్నాయి.

తిరుగుబాటు అనేక ప్రాంతాల్లో ఒకేమారు జరిగినప్పటికీ, అందరిని ఒకే పద్ధతిలో నడపటానికి, తగిన వ్యూహరచన చేయడానికి సమర్థులైన నాయకుడు తిరుగుబాటు దారులకు లేడు. ఎవరికి తోచిన విధంగా వారు యుద్ధాలు చేశారు. ఆంగ్లేయుల సైన్యం ఇందుకు భిన్నంగా, ఒకే నాయకత్వంలో, ఒకే అధికారం కింద నడిచి, సమయానుకూలంగా వ్యూహరచన చేస్తూ, ఏ విధంగానైనా దేశీయులను అణచివేయాలనే పట్టుదలతో వ్యవహరించింది. పైగా వారికి ఇంగ్లండ్‌నుంచి అవసరమైన సహాయం లభించింది. అందువల్ల తిరుగుబాటును అణచివేయడం వారికి సాధ్యమైంది.

ఈ తిరుగుబాటు అసమానుల మధ్య జరిగిన సాయుధ సంఘర్షణగా భావించారు. వారిలో సమష్టి కృషి, సంఘటిత పోరాట ప్రతిభ కొరవడింది. సైనిక పరిజ్ఞానంలో, ఆయుధసంపత్తిలో బ్రిటిష్ వారి ఆధిక్యత, దీనికి తోడు పాటియాల, జింద్, గ్వాలియార్, జైపూర్, ఉదయ్‌పూర్, ఇండూర్, హైదరాబాద్ మొదలైన స్వదేశీరాజులు, బ్రిటిష్ వారికి సహాయ సహకారాలు అందించడం వల్ల వారు విజయాన్ని సాధించగలిగారు. తిరుగుబాటుదార్లకు ప్రజల నుంచి సంపూర్ణ సహకారం అందలేదు. బ్రిటిష్‌వారి అధీనంలో తంతి తపాలా, రైలు సౌకర్యాలు తిరుగుబాటును అణచడానికి తోడ్పడ్డాయి. తిరుగుబాటుదార్ల గమనంలో పరస్పర సమన్వయం లోపించింది. వారు శౌర్య సాహసాలు ప్రదర్శించి పోరాడినప్పటికీ వారిలో ఐక్యలక్ష్యంలేదు. తిరుగుబాటును ఉత్తేజపరిచే ఉన్నత భావాలు వారు దృష్టిలో పెట్టుకోలేదు. చాలా మంది తిరుగుబాటుదారులు అయిష్టంతో, స్వార్థ

చింతనతో పాల్గొన్నారు. వారిలో అనేకులు సేనానాయకులు కాదు. అసంతృప్తులైన కొందరు సంస్థానాధీశులు తిరుగుబాటుకు నాయకులయ్యారు. తాంతియాతోపే నానాసాహెబ్, లక్ష్మీబాయిలు గొప్ప దేశాభిమానం, అకుంఠిత శౌర్య, ధైర్యాలు గల వారైనప్పటికీ, సైనిక పాటవంతో సుశిక్షితులైన బ్రిటిష్ సేనానాయకులకు సమఉజ్జీలుగా నిలువలేక పోయారు.

ఈ తిరుగుబాటు దేశవ్యాప్తమైందిగాదు. ఇందులో సిపాయిలు గాని ప్రజలు గాని అధిక సంఖ్యలో పాల్గొన లేదు. బొంబాయి, మద్రాస్ సిపాయిలు, రాజస్థాన్, కాశ్మీర్, తూర్పు బెంగాల్, పంజాబ్ ప్రాంతాలతో బాటు దక్షిణాది రాష్ట్రాల ప్రజలు తిరుగుబాటుకు దూరంగా ఉండిపోయారు. పైగా తిరుగుబాటు నాయకులలో కొందరు ప్రజల్లో జాతీయభావం దేశాభిమానాన్ని రేకెత్తించినా వారి ప్రయత్నం ఫలించలేదు. ఇది తిరుగుబాటుదారుల మధ్య ప్రభుత్వం మధ్య జరగ వలసిన వ్యవహారమని వారు భావించారు. అందువల్ల వారు తిరుగుబాటులో జోక్యం కలిగించుకోలేదు.

దేశంలో కొందరు విద్యావంతులు, పాశ్చాత్య సంస్కృతి పట్ల గల వ్యామోహం చేత ప్రజలను తిరుగుబాటుకు సుముఖంగా లేకుండా చేశారు. అట్లాగాక ఆంగ్లేయులు, జాత్యభిమానంతో పట్టుదలతో పోరాటం కొనసాగించారు. సమస్త త్యాగాలకు సిద్ధపడ్డారు. తిరుగుబాటును అణచి వేయకపోతే ప్రపంచంలో తమ పేరు ప్రతిష్ఠలు అడుగంటుతాయని మరింత ఉద్రేకంతో కృషి చేశారు.

తిరుగుబాటు ఫలితాలు

క్రీ.శ. 1857 తిరుగుబాటు ఫలితంగా ఆంగ్లేయుల పరిపాలనా విధానంలో అనేక మార్పులు జరిగాయి. తమ పరిపాలనా విధానం ప్రజలకు అసంతృప్తి కలిగించిందని వారిని కొంతవరకైనా తృప్తి పరచవలసిన అవసరంఉందని వారు భావించారు. దానికి అనుగుణంగా క్రీ.శ. 1858 లో బ్రిటిష్ పార్లమెంట్ ఒక శాసనాన్ని ఆమోదించి తూర్పు ఇండియా సంఘం పరిపాలనను రద్దు చేసింది. భారతదేశ పరిపాలనా బాధ్యతను బ్రిటిష్ ప్రభుత్వం స్వీకరించింది. విక్టోరియా మహారాణి భారత దేశ పరిపాలకురాలైంది. ఆమె ఒక ప్రకటన ద్వారా సంస్థానాధీశులతో చేసుకున్న సంధి షరతులన్నీ పాటించగలమని, వారి హక్కులు, మర్యాదలు కాపాడ తారని హామీ ఇచ్చింది. మత విషయాల్లో ఎటువంటి జోక్యం ఉండబోదని అర్హతలను బట్టి, జాతి మత విచక్షణ లేకుండా అందరికీ ఉద్యోగాలు లభించేటట్లు, భారతీయుల ప్రాచీన సంప్రదాయాలను గౌరవించేటట్లు వాగ్దానం చేసింది. 1858 చట్టం ద్వారా పార్లమెంట్‌కు సహాయపడటానికి ఇంగ్లండ్‌లో భారత కార్యదర్శి అనే అధికారిని నియమించారు. అతడు బ్రిటిష్ మంత్రిమండలి సభ్యుడుగా ఉంటాడు. అతనికి పరిపాలనలో తోడ్పడటానికి 15 మంది సభ్యులతో కూడిన ఒక సలహా మండలిని ఏర్పాటు చేశారు. ఈస్టిండియా పాలన అంతమయిన నాటి నుంచి గవర్నర్ జనరల్‌కు రాజ ప్రతినిధి (వైస్రాయ్) అనే బిరుదాన్ని కల్పించారు. దేశీయ రాజ్యాల పట్ల విరోధం కంటె, మైత్రిభావం లాభదాయకమని

బ్రిటిష్‌వారు గ్రహించారు. తిరుగుబాటు సమయంలో సంస్థానాధీశుల సహాయం ఈ భావాన్ని బలపరిచింది. రాజ్య సంక్రమణ సిద్ధాంతాన్ని రద్దు చేశారు. సంస్థానాధీశుల హక్కులు గౌరవ మర్యాదలను పాటిస్తామని హామీ ఇవ్వడంతో బాటు తిరుగుబాటుదారులనేకులకు క్షమాభిక్ష ప్రసాదించారు. అయోధ్యలో తిరుగుబాటులో పాల్గొన్న తాలుక్దార్లఎస్టేట్‌లను వారికి తిరిగి ఇచ్చారు. వీరందరు తర్వాతి కాలంలో బ్రిటిష్ వారికి విధేయులై వారి పాలనను సమర్థిస్తూ విశ్వాస పాత్రులుగా వ్యవహరించారు. తిరుగుబాటు అనుభవాన్ని పునస్కరించుకుని ఆంగ్లేయులు తమ సైనిక వ్యవస్థలో కొన్ని ముఖ్యమైన మార్పులు చేశారు. సైన్యంలో ఆంగ్లేయ సైనికుల సంఖ్యను పెంచారు. శతఘ్ని దళాన్ని పూర్తిగా ఆంగ్లేయుల ఆధీనంలో ఉంచారు. సిపాయిలలో వివిధ మతాల వారిని, ప్రాంతాల వారిని చేర్చి, ఏ దళం కూడా ఏకంకాకుండా, తిరుగుబాటు చేయడానికి వీలు లేకుండా చేశారు. తిరుగుబాటు సమయంలో తమకు సహకరించిన, గూర్ఖాలను, సిక్కులను, రాజపుత్రులను సైన్యంలో ఎక్కువ సంఖ్యలో చేర్చుకున్నారు. సిపాయిలలో అగ్రకులాలవారి సంఖ్యను తగ్గించారు. బెంగాల్‌లో దేశీయ విదేశీయ సైనికుల నిష్పత్తి 2:1 గా బొంబాయి, మద్రాస్ రాష్ట్రాలలో 3:1 గా నిర్ణయించారు. ప్రధాన సైనిక స్థావరాలలో సిపాయిల దళాలతో బాటు బ్రిటిష్ దళాలను కూడా నియమించారు.

ఈ విధానాలనే పౌర పరిపాలనలో కూడా ప్రవేశపెట్టి సాధ్యమైనంత వరకు ముఖ్య ఉద్యోగాలన్నీ ఆంగ్లేయులకే ఇచ్చారు. అందువల్ల ప్రత్యేక పాలక ఉద్యోగ స్వామిక వర్గం (Bureaucracy) ఏర్పడింది. ఆంగ్లేయులు తాము ఉన్నత వర్గం వారమన్నట్లు ప్రవర్తించారు. భారతీయులను చిన్న చూపు చూడటం వల్ల అన్ని పక్షాల వారికి ప్రభుత్వం వల్ల ద్వేషభావం ఎక్కువైంది. క్రమక్రమంగా ప్రజల్లో రాజకీయ చైతన్యం ప్రజ్వరిల్లింది. ఇది జాతీయభావాభివృద్ధికి పునాది వేసింది. అందువల్ల 1857 తిరుగుబాటు తర్వాతనే జాతీయోద్యమం, స్వాతంత్ర్యోద్యమం మన దేశంలో ప్రారంభ మయ్యాయని చెబుతుంటారు.

తిరుగుబాటు తర్వాత సంభవించిన అనేక ఫలితాలు చాలా దురదృష్టకరమైనవి. ఆంగ్లేయులు మతవైషమ్యాలను రగిలించి హిందూ, ముస్లింల మధ్య విభేదాలు కల్పించి విభజించి పాలించే విధానానికి అంకురార్పణ చేశారు. బ్రిటిష్ వారు అవలంభించిన కక్ష సాధింపు చర్యలు, తిరుగుబాటు అణచి వేసేటప్పుడు అవలంభించిన అరాచకాలు, అఘాయిత్యాలు, మాయని గాయాలుగా ప్రజల హృదయాలను కలవర పెట్టాయి. వాటిని మరచిపోవడానికి చాలా సమయం పట్టింది. తిరుగుబాటు అంతమవడం వల్ల భారత దేశ దాస్య శృంఖలాలు మరింత దృఢంగా బిగిసిపోయాయి. తిరుగుబాటు వల్ల భారతదేశం, ఆర్థికంగా కొంత దెబ్బతిన్నది. తూర్పు ఇండియా సంఘం రద్దుకావడంవల్ల ఆంగ్లేయ వర్తకులు అధిక సంఖ్యలో దేశంలో ప్రవేశించి వర్తక వ్యాపారాలు సాగించారు. ప్రభుత్వం వారికి అనేక రాయితీలు కల్పించింది. దేశీయ వర్తకులు వీరితో పోటీకి నిలవలేకపోయారు. ఇంగ్లండ్‌నుంచి దిగుమతులు కూడా పెరగడం వల్ల స్వదేశీ పరిశ్రమలకు

విపరీతమైన నష్టం వాటిల్లింది. భారతీయ పారిశ్రామికులు, వృత్తి పనివారు తీరని నష్టాలకులోనయ్యారు. దేశం ఆర్థికంగా వెనుకబడి పోయే పరిస్థితులు ఏర్పడ్డాయి.

1857 తిరుగుబాటు ఒక నూతన శకారంభానికి శ్రీకారం చుట్టింది. సామ్రాజ్య విస్తరణ శకం ఇంచుమించు పూర్తయి, ఆర్థిక దోపిడీ శకం ప్రారంభమైంది. బ్రిటిష్ వారికి భూస్వామ్య శక్తుల బెడద తొలగి పోయింది. జాతీయ తత్త్వాన్ని అలవరుచుకున్న ప్రగతిశీల శక్తుల పురోగమన వేగాన్ని బ్రిటిష్ సామ్రాజ్యవాదులు ఎదుర్కో వలసి వచ్చింది. సిపాయిలు ఢిల్లీ, లక్నో, కాన్పూర్‌లలో అరాచక చర్యలు చేపట్టి విచక్షణా రహితంగా మారణకాండ, విధ్వంస చర్యలు కొనసాగించగా బ్రిటిష్ సేనాధిపతులు, హడ్సన్, నీలో వంటి వారు అవలంబించిన కక్ష సాధింపు , కిరాతక చర్యలు, సభ్య సమాజానికి, తలవంపులు కలిగించేవిగా ఉండేవి. అందువల్ల భారతీయులు అనాగరికులనిగానీ, బ్రిటిష్‌వారు నాగరికులు అని అనడం గానీ, ఇది నాగరికత అనాగరికతల మధ్య జరిగిన సంఘర్షణ అనడం గాని సమంజసం కాదు.

1857 తిరుగుబాటును అభివర్ణిస్తూ, బెంజయన్‌డిజ్రేలు దీన్ని జాతీయ తిరుగుబాటు అని, అది క్షణికావేశం వల్ల కలిగింది కాదని అందువల్ల అందుకు తగిన అన్ని కారణాలవల్ల చెలరేగిన సంఘటనగా పేర్కొన్నాడు. అశోక్‌మెహతా ఈ తిరుగుబాటు జాతీయ స్వభావం కలదని, అందువల్ల ఇది జాతీయ తిరుగుబాటు అని అభిప్రాయపడ్డాడు. వీర సావర్కర్ దీన్ని జాతీయ స్వాతంత్ర్య సమరమనీ తిరుగుబాటుకు ముందు అనేకసార్లు ఇది ప్రదర్శితమైన తరవాతనే దీన్ని చేపట్టారని అభిప్రాయపడ్డారు. ప్రఖ్యాత చారిత్రక పరిశోధకులైన ఆర్.సి. మజుందార్ ఎస్. ఎస్. సేన్‌లు దీనిపై క్షుణ్ణంగా పరిశోధనలు జరిపి, 1857-58 లో జరిగిన సంఘటన ముందుగా యోజితమైన తిరుగుబాటు కాదని, దానంతటదే ఉత్పన్నమైందని రాశారు. తిరుగుబాటు జరగడానికి పూర్వం నానాసాహెబ్ లక్నో, అంబాలా ప్రాంతాల్లో తిరగడం కాని, కలువపూలు, చపాతీల ద్వారా సంకేతాలు పంపి తిరుగుబాటును ముందుగానే నిర్ణయించినట్టి దాఖలాలేవి కానరావు. ఇదిగాక దేశంలోని ప్రజలు తామందరం ఒకటేనని, ఒకేజాతి వారమనే భావన కూడా ఆనాడు కనిపించ లేదు. బహదూర్షా జాతికి ప్రాతినిధ్యం వహించలేదు. నానాసాహెబ్ భరణం కోసం, లక్ష్మీబాయి వారసత్వం కాపాడు కోవడానికే ఉద్యమంలో చేరారు. అయోధ్య తాలుక్దార్లు తమ భూస్వామ్యహక్కులకై పోరాడారు. వీరందరిలో జాతీయతా భావం ఏమాత్రం లేదు. అనేక మంది నాయకులు పరస్పర ద్వేషాలు, అసూయల కారణంగా చీలిపోయారు. ప్రజల్లో అధిక సంఖ్యాకులు తటస్థంగా, ఉదాసీనంగా ఉన్నారు. జాతీయతాభావం గాని, దాన్ని లక్ష్యం చేసుకోవాలనే యత్నంగాని అప్పటికి దేశంలో ఏర్పడలేదు. ప్రఖ్యాత చరిత్రకారుడు ఆర్.సి. మజుందార్, సిపాయిల తిరుగుబాటు స్వాతంత్ర్య సమరం కాదనే అభిప్రాయం వెలిబుచ్చాడు. ఇది విభిన్న ప్రాంతాలలో సిపాయిల పితూరిగా, మరికొన్ని ప్రాంతాలలో ఇది అన్ని వర్గాలు కలిసి జరిపిన తిరుగుబాటుగా, మరికొన్ని ప్రాంతాలలో

కేవలం ప్రజల సానుభూతిని పొందని పోరాటంగా పేర్కొన్నాడు. మజుందార్ ఈ పితూరులలో పాల్గొన్న ఈ సిపాయిలు, రాజకీయ మత విషయాల కన్నా భౌతిక లబ్ది చేత ఆకర్షితులయ్యారని, ఢిల్లీ, బరెల్లీ, అలహాబాద్‌లో జరిగిన దోపిడీలలో ఇది ప్రస్ఫుటంగా కనబడుతుందన్నాడు. సిపాయిల దోపిడి చర్యల వల్ల ప్రజల్లో భయాందోళనలు అధికమయ్యాయనీ, ప్రజల సానుభూతి, సోదర భావాన్ని వీరు పొందలేక పోయాగని రాశాడు. 1857 తిరుగుబాటు ప్రధాన లక్ష్యం అయినప్పటికీ మజుందార్ గుర్తించిన మరో ముఖ్యమైన అంశం- ఈ తిరుగుబాటు జాతీయ ప్రాముఖ్యత గల ప్రముఖ సంఘటన అని, తిరుగుబాటు విఫలమైనప్పటికీ దాని పరోక్ష ప్రభావం చాలా శక్తి వంతమైందనీ, భావికాలాల్లో స్వాతంత్ర్య పోరాటానికి ఇది ఎంతో దోహదం చేసిందని మజుందార్ పేర్కొన్నాడు.

ఎస్. ఎస్. సేన్ అనే రచయిత, సాధారణంగా విప్లవాలలో ప్రజలందరూ పాల్గొనరని, ఏ కొద్దిమంది మాత్రమే జన సామాన్యం తరపున పాల్గొంటారని, అందుకు అమెరికా, ఫ్రెంచి విప్లవాలను ఉదాహరణలుగా పేర్కొన్నాడు. సిపాయిల అసంతృప్తి వారి పితూరిగా ప్రారంభమై ఢిల్లీ చక్రవర్తిని నాయకునిగా ఎన్నుకుని తిరుగుబాటుగా ముందుకు సాగడంతో, దానికి రాజకీయ రూపం ఏర్పడింది. మతాన్ని రక్షించుకోవాలని ఉద్యమించిన సిపాయిల పోరాటం, విదేశీ పాలన అంతమొందించాలనే లక్ష్యాన్ని ఏర్పరచుకోవడంతో ఇది స్వాతంత్ర్య సమరంగా రూపుదిద్దు కున్నదని సేన్ అభిప్రాయ పడ్డాడు. ఎస్. బి. చౌదరి, 1857 తిరుగుబాటులో పాల్గొన్న పౌరుల పాత్రను విశ్లేషిస్తూ ఈ తిరుగుబాటును సైనిక, పౌర తిరుగుబాటు పరంపరల కలయిక అన్నాడు. ఈ విధంగా ఆర్థిక, మత, సాంఘిక రాజకీయ కారణాల వల్ల అసంతృప్తులైన సిపాయిల పితూరి తిరుగుబాటుగా ఆరంభమై క్రమంగా విదేశీ పాలనకు వ్యతిరేకంగా, ఉద్యమించింది. ఇది పితూరిగా ఆరంభమైనప్పటికీ, రాబోయే తరాల వారికి జాతీయ స్ఫూర్తి, పోరాట పటిమ, జాతీయతా భావాలవంటి ఉన్నత లక్ష్యాలకు, స్ఫూర్తి దాయకమై స్వాతంత్ర్య సమరానికి బీజాలు నాటిందని చెప్పవచ్చు.

తిరుగుబాటు స్వభావం

క్రీ.శ. 1857లో జరిగిన తిరుగుబాటు స్వభావాన్ని గురించి, చరిత్రకారులలో భిన్నాభిప్రాయాలున్నాయి. కొందరు ఈ తిరుగుబాటును ప్రజల తిరుగుబాటు అని, మొదటి స్వాతంత్ర్య సమరమనీ మరికొందరు ఇది కేవలం అసంతృప్తులైన సిపాయిల తిరుగుబాటు మాత్రమే అనీ అభిప్రాయపడ్డారు. ఈ తిరుగుబాటును గురించి విశ్లేషిస్తూ చరిత్రకారులు ఇది ప్రజాదరణ లేని సిపాయిలపితూరి అని, నల్లవారికి తెల్లవారికి మధ్య చెలరేగిన జాతి పోరాటమని, ప్రాచ్యపాశ్చాత్య సంస్కృతుల మధ్య జరిగిన సంఘర్షణ అని, ప్రథమ స్వాతంత్ర్య సమరమని పేర్కొనడం జరిగింది.

ప్లాసీ యుద్ధపు శతవార్షికం కూడా సిపాయిలను తిరుగుబాటుకు పురిగొల్పింది. సరిగా వార్షిక తేదీ నాటికే బ్రిటిషు పాలనను కూలద్రోయాలన్న ఉత్సాహం సిపాయిలలో అంకురించింది గాని వారిని సమైక్యంగా నడిపించే నాయకత్వమో, ఏకోన్ముఖత్వమోలేక తిరుగుబాటు విఫలమైంది.

దేశంలో పలు ప్రాంతాల నుండి తిరుగుబాటు లక్ష్యంతో సిపాయిలు ఢిల్లీకి చేరుకున్నారు. ఆ సమయానికి జమీందార్లు బ్రిటిష్‌వారి మీద పగబూని భూమి పన్నులు చెల్లించడాన్ని ఆపడంతో ఢిల్లీలో ఆహారాది వసతులకు తీవ్రమైన కొరత ఏర్పడింది. దానితో సిపాయిలు ఎక్కువ కాలం బ్రిటిష్ వారిని ఎదిరించడానికి శారీరకంగానూ, మానసికంగానూ వీలు లేకపోయింది. అప్పటికీ సిపాయిలు ఒక 'అధికారిక సమితి'(Jalsa)ని ఏర్పరచుకుని సిపాయిల తరుపున అరుమందినీ, పౌరుల తరుపున నలుగురినీ ప్రతినిధుల్ని నియోగించుకున్నారు. కాని ఈ సమితి ఏ క్లిష్ట పరిస్థితినీ ఎదుర్కోలేక పోయింది. కార్ల్‌మార్క్స్ అన్నట్లు క్రమశిక్షణను ఛిన్నాభిన్నం చేసి, తమపై అధికారులనే హతమార్చి, తిరగబడే సిపాలు తమను నడిపించడానికి సర్వస్వాధికారంగల నాయకుణ్ణి ఎలా ఎంచుకోగలరు? అన్నాడు.

వారు ఢిల్లీలో ఎర్రకోటను(Red Fort) పట్టుకుని, స్వయం రక్షణకు(defensive) ప్రాముఖ్యాన్ని ఇచ్చారు గాని, తిరుగుబాటు జరగని చోట్లకు వెళ్ళి ప్రజాసామాన్యంలో తిరుగుబాటు సందేశాన్ని ఇవ్వడమూ, వారిలో చైతన్యాన్ని తీసుకురావడమూ వారి లక్ష్యం కాలేదు.

బెంగాల్‌లోనూ, పంజాబులోనూ ఆంగ్లేయులు తిరుగుబాటును అణచివేశారు. సిక్కులు సిపాయిలకు ఆక్రమణదారులు (occupation forces)గా భావించి వారికి ఏ మద్దతునూ ఇవ్వలేదు.

ఢిల్లీలో దాదాపు 65 వేలమంది సిపాయిలున్నా, 6 వేలమంది బ్రిటీష్ సైనికుల్ని వారు తరమగొట్టలేక పోయారు. వీరి తిరుగుబాటును అణచివేసి ఢిల్లీని మళ్ళీ వశం చేసుకున్న ఆంగ్లేయులు సిపాయిల పట్ల పగను అమానుష చర్యల ద్వారా తీర్చుకున్నారనీ, ఆ హింసాకాండలో మిత్రులూ, శత్రువులూ అనే తేడా లేకుండా వారు నాదిర్షాను కూడా మించారనీ బొంబాయి గవర్నర్ ఎలిఫిన్‌స్టన్ వ్రాశాడు. జనరల్ నీల్ వారణాసి, అలహాబాద్ ప్రజలనూ, ఢిల్లీలో సిపాయిలనూ చిత్రవధ చేశాడు.

ఈ తిరుగుబాటును గురించి వివరిస్తూ జాన్ లారెన్స్, సిలీ మొదలయిన రచయితలు, ఇది సిపాయిల తిరుగుబాటు మాత్రమే అని, దానికి దేశ ప్రజల తోడ్పాటు లేదని ఆనాటి ప్రభుత్వానికి వ్యతిరేకంగా దేశీయ సైన్యం చేపట్టిన విద్రోహ చర్యఅని వర్ణించారు. అవి బ్రిటిష్ విధానాలవల్ల నష్టపోయినవికావున కొన్ని సంస్థానాలు ప్రభుత్వం పట్ల కక్ష పూని తిరుగుబాటులో పాల్గొన్న కారణంగా ప్రభుత్వం తిరుగుబాటు నణచివేసి, తన విధ్యుక్త ధర్మాన్ని నెరవేర్చిందని వాదించారు. ఇది సైనిక తిరుగుబాటుగా ఆరంభమైనప్పటికీ, అన్ని ప్రాంతాల్లో ఇది సైన్యానికి మాత్రమే పరిమితం కాలేదు. పైగా సిపాయిలందరూ ఇందులో పాల్గొనలేదు. వారు ప్రభుత్వానికి మద్ధతు ఇచ్చి దాని అణచివేతకు తోడ్పడ్డారు. తిరుగుబాటు దార్లలో అన్ని వర్గాల ప్రజలు చేరారు. అయోధ్య, బీహార్ రాష్ట్రాల్లో ప్రజలు అధిక సంఖ్యలో పాల్గొన్నారు. 1858-59లో సైనికులతో పాటు వేల సంఖ్యలో ప్రజలను కూడా అపరాధులుగా విచారణ చేయడం, శిక్షించడం ఇందుకు నిదర్శనంగా పేర్కొనవచ్చు. 1857-58లో జరిగిన తిరుగుబాటులను గురించి ప్రస్తావిస్తూ, టి.ఆర్. హోమ్స్(T.R. Holmes)తో బాటు మరికొందరు బ్రిటిష్ చరిత్రకారులు దీన్ని, నాగరికత, అనాగరికతల మధ్య జరిగిన సంఘర్షణగా పేర్కొన్నారు. ఈ వివరణ ద్వారా ఆంగ్లేయుల సంకుచితత్వం జాతి దురహంకారం వ్యక్తమవుతుంది. తిరుగుబాటులో పాల్గొన్న రెండు వర్గాలు, అటు భారతీయులు, ఇటు బ్రిటిష్ వారు విపరీత చర్యలు అవలంబించారు. ఎవరికి ఏవిధంగా అనుకూలిస్తే వారు ఆ విధంగా క్రూర చర్యలను చేపట్టారు. ఆధునిక భారతీయ చరిత్రలో సిపాయిల తిరుగుబాటు ఒక వైవిధ్య భావాల, వైవిధ్య అభిప్రాయాల సంఘటనల మాలికగా అభివర్ణించవచ్చు. రాజకీయ ప్రాముఖ్యంగల ఈ తిరుగుబాటు ప్రజల వద్దకు వెళ్ళలేకపోయినా, సమకాలీన దశలో పెంపొందిన కొన్ని సంస్కరణ విధానాలు భారత జాతీయ స్ఫూర్తికి బీజావాపనం చేశాయి.

2
సాంఘిక, మత సంస్కరణోద్యమాలు

19 వ శతాబ్ది నుంచే విద్యావంతులైన భారతీయుల్లో ఆత్మవిమర్శ, మత సంస్కరణాభిలాష ప్రారంభమైనాయి. పాశ్చాత్య విద్యా భావాలు ఇందుకు తోడ్పడ్డాయి. హిందువులు ముస్లిమ్‌లు కూడా మత సంస్కరణలను కోరుకున్నారు. ఈ రెండు మతాలలో పేరుకొని పోయిన దురాచారాలు, కర్మకాండలు, మూఢనమ్మకాలను తొలగించి, మతాన్ని సంస్కరించే ప్రయత్నాలు మత సంస్కరణలుగా రూపొందాయి. వీటి ప్రభావంతో వ్యక్తి స్వేచ్ఛ, జాతీయాభిమానం పెంపొందాయి. ఈ సంస్కరణ ప్రయత్నాలు రెండు రకాలుగా పురోగమించాయి. రాజారామ్ మోహన్‌రాయ్, రవీంద్రనాథ్ ఠాగూర్, కేశవచంద్రసేన్, రానడే, విద్యాసాగర్, సయ్యద్ అహమ్మద్ ఖాన్ వంటివారు, ఉదారవాదం, హేతువాదంతో కూడిన సంస్కరణలను ప్రోత్సహించారు. దయానందసరస్వతి, రామకృష్ణ పరమహంస వంటివారు ప్రాచీన సంప్రదాయాలను పునరుద్ధరించడం ద్వారా మత సంస్కరణలు జరగాలని కోరుకున్నారు. సంస్కరణవాదులందరిపైన, పాశ్చాత్య ప్రభావం ప్రత్యక్షంగా, పరోక్షంగా పడింది. అందువల్ల వారి నాయకత్వంలో మత, సాంఘిక, సంస్కరణ కార్యకలాపాలు ఏక కాలంలో కొనసాగాయి.

19 వ శతాబ్దిలో ప్రారంభమైన సంస్కరణోద్యమాల్లో హిందూ సంస్కరణోద్యమం ప్రధానమైంది. ఈ ఉద్యమ ఫలితాలు, ఆధునిక చరిత్రలో, సాంఘిక, రాజకీయ పరిణామాలుగా ఎంతో ప్రభావాన్ని సంతరించుకున్నాయి.

ఆనాటి వరకు ఏర్పడిన రాజకీయ ఒడిదొడుకుల ఫలితంగా, హిందూ మతంలో ఎన్నో మార్పులు జరిగాయి. మూఢనమ్మకాలు, తీవ్రమైన కర్మకాండలు, వర్ణవిభేదాలు, కరడుగట్టిన మత ధోరణులవల్ల ఎన్నో దురాచారాలు ఏర్పడ్డాయి. విగ్రహారాధన, సతీసహగమనం, బాల్య వివాహాలు నిరక్షరాస్యత, బహుభార్యాత్వం, మద్యపానం, భోగం మేళాల వంటి దురాచారాలు విస్తృతంగా వ్యాపించి సమాజాన్ని కలుషితం చేశాయి.

18 వ శతాబ్దిలో బ్రిటిష్ పరిపాలన ఏర్పడిన తర్వాత క్రైస్తవ మత ప్రచారకులు, తమ మత వ్యాప్తికై, మత మార్పిడి కార్యక్రమాన్ని చేపట్టారు. 19 వ శతాబ్దపు తొలిదశలో క్రైస్తవ మతం,

హిందువులను ఆకర్షించసాగింది. దీంతో క్రైస్తవ మత వ్యాప్తికి, అనుకూల వాతావరణం ఏర్పడింది. దీన్ని నిరోధించడానికి, సమాజంలోని లోపాలను తొలగించి మత రక్షణకై సంస్కరణోద్యమాలు ప్రారంభమయ్యాయి. ఈ ఉద్యమాలను మేధావులు, సంస్కర్తలు తమతమ సంస్థల ద్వారా కొనసాగించి హిందువులను చైతన్యవంతులుగా చేశారు.

19 వశతాబ్దిలో ప్రారంభమైన మత సంస్కరణోద్యమాల్లో బ్రహ్మసమాజం, ఆర్యసమాజం, దివ్యజ్ఞాన సమాజం, రామకృష్ణ మిషన్ ప్రముఖ పాత్ర నిర్వహించాయి. మతంతో బాటు, సాంఘిక దురాచారాలను నిర్మూలించడమే తమ ధ్యేయంగా అవి పురోగమించాయి. రాజారాంమోహన్‌రాయ్, ఈశ్వరచంద్ర విద్యాసాగర్, రానడే, రాజ్‌నారాయణ బోస్ మొదలైనవారు బ్రహ్మసమాజాన్ని స్థాపించి, మత సాంఘిక సంస్కరణోద్యమాలను నిర్వహించారు. స్వామి దయానంద సరస్వతి ఆర్యసమాజాన్ని, వివేకానందుడు రామకృష్ణ మఠాన్ని స్థాపించాడు. వీరితో పాటు మన దేశ సంస్కృతిని పునరుద్ధరించడానికి, మన వారిలో జాతీయ చైతన్యాన్ని ప్రేరేపించడానికై కృషి చేసిన విదేశీయుల్లో అనిబీసెంట్ ప్రముఖ పాత్ర నిర్వహించింది. ఆమె హోంరూల్ ఉద్యమాన్ని నడపడమేగాక, భారతీయ మహిళల అభివృద్ధికై, వారిలో జాతీయ చైతన్యాన్ని కలిగించడానికి విశేషమైన కృషి చేసింది.

బ్రహ్మ సమాజం

బ్రహ్మసమాజాన్ని, బెంగాల్ రాష్ట్రంలో 19 వ శతాబ్దారంభంలో రాజారామ్‌మోహన్‌రాయ్ స్థాపించాడు. ఆ తరవాత మహర్షి దేవేంద్రనాథ్ మొదలైనవారు దాన్ని దేశమంతటా విస్తరించడానికి కృషి చేశారు.

రాజారామ్ మోహన్ రాయ్ 1774 లో బెంగాల్ రాష్ట్రంలో రాధానగర్‌లో సంపన్న బ్రాహ్మణ కుటుంబంలో జన్మించాడు. తన 16 వ ఏటనే సత్యాన్వేషణకై ఉత్తర హిందుస్తాన్ అంతా తిరిగి, హిమాలయ ప్రాంతాలను దర్శించాడు. అక్కడ బౌద్ధ మత సిద్ధాంతాలను తెలుసుకున్నాడు. అప్పటికే అతడు తంత్ర శాస్త్రం, హిందూ, ఇస్లాం మత సిద్ధాంతాలు క్షుణ్ణంగా అభ్యసించాడు. తన తండ్రి మరణానంతరం, 1898 లో ఈస్టిండియా కంపెనీ ఉద్యోగి డిగ్బె అనే పాశ్చాత్య ప్రముఖుని వద్ద దివాన్‌గా చేరి, అతని ప్రభావం వల్ల ఆంగ్ల విద్యనభ్యసించాడు. డిగ్బె, ఇంగ్లాండ్ కు వెళ్ళిపోయిన తర్వాత కలకత్తాలో నివాస మేర్పరుచుకుని, సాంఘిక మత సంస్కరణల కార్యక్రమాన్ని చేపట్టాడు. క్రైస్తవ మత ప్రచారాన్ని అరికట్టడానికై, హిందూమతంలోని గొప్పతనాన్ని తెలియచేస్తూ. క్రైస్తవ మత లోపాలను తెలియబరచి, క్రైస్తవ మత బోధకుల మత మార్పిడి ప్రచారాన్ని ఎదుర్కొన్నాడు. తనను క్రైస్తవ మతంలో చేరడానికి ప్రోత్సహించిన మత ప్రచారకుల కృషిని విఫలం చేశాడు.

క్రీ.శ. 1815 లో ఆత్మీయ సభను స్థాపించి, 1828 లో దానినే బ్రహ్మ సభగా మార్చి, సాంఘిక, మత సంస్కరణలకు, భారతీయ సంస్కృతిక పునరుజ్జీవన ఉద్యమానికి శ్రీకారం చుట్టాడు. వేదాల సారమైన ఏకేశ్వరోపాసనను ప్రాతిపదికగా తీసుకుని, ఈశ్వరుడొక్కడేనని బహుదేవతారాధన కూడదని, విగ్రహారాధన అవసరం లేదని, ఈశ్వరుణ్ణే మానసికంగా ఆరాధించాలని ఈ సమాజం ఉద్భోధించింది. ఈ అంశాలను ప్రజలకు విశదంగా తెలియ పరచడానికి, వేదాంత కళాశాలను స్థాపించాడు. సమాజ సభ్యుల ఆరాధనకు, ఉపాసనకు క్రీ.శ. 1830 లో బ్రహ్మ మందిరాన్ని నిర్మించాడు. భగవంతుడు ఒకడేనని, అతడు సర్వాంతర్యామి, నిరాకారుడు, శాసనకర్త, సత్య స్వరూపుడని, మానవుడు జీవాత్మ స్వరూపుడని బ్రహ్మసమాజం విశ్వసించింది. అవతారవాదాన్ని అది ఆమోదించలేదు. మానవునికి, దేవునికి మధ్య పురోహితుల మధ్యవర్తిత్వాన్ని ఆ మతం అంగీకరించలేదు. బ్రహ్మోపాసన వల్ల, సామూహిక ప్రార్థనల వల్ల, ఐకమత్యం, సహనం సోదరభావం పెంపొందుతాయని ఆ మతస్థులు నమ్మేవారు. గ్రంథప్రమాణాలను, విగ్రహారాధనలను అంగీకరించలేదు. వీరు మద్యం సేవించడాన్ని వ్యతిరేకించారు. వీరు కుల మత విచక్షతలను పాటించలేదు. మానవులందరు ఒకే కుటుంబానికి చెందిన వారని విశ్వసించారు. విచక్షణా రహిత వినుర్శలను వారు వ్యతిరేకించారు. వర్ణాంతర, వితంతు వివాహాలను ప్రోత్సహించారు. బాల్యవివాహాలు, బహుభార్యాత్వం, దేవదాసీ విధానాలను విమర్శించారు. బ్రహ్మసమాజపు తొలి సమావేశానికి హిందువులు, క్రైస్తవులు, ముస్లింలు కూడా హాజరయ్యారు. బ్రహ్మమందిర స్థాపన లక్ష్యాలను తెలియ చేస్తూ రాసిన ప్రకటన పత్రంలో విశ్వకర్త, విశ్వరక్షకుడైన భగవంతుని ధ్యానించడానికి, దాన నీతి, దయ, భక్తి, ధర్మాలను అభివృద్ధి పరచడానికి, ఐకమత్యం పరిపుష్టి పొందడానికై తోడ్పడే ప్రసంగాలు మాత్రమే ఇక్కడ జరగాలని నిర్దేశించారు.

పూర్వం కబీర్, నానక్, తులసిదాస్‌ల వంటి సంస్కర్తలు తల పెట్టిన కార్యక్రమాలకు, నూతన దృక్పథం కలిగించిందని చెప్పవచ్చు. రాజారామ్‌మోహన్ రాయ్ తన అభిప్రాయాలను సంబంధ కౌముది అనే బెంగాలీ వార పత్రిక ద్వారా, .మిరాతుల్ అక్బార్. అనే పర్షియన్ భాషలో ఉన్న వారపత్రిక ద్వారా విస్తృతంగా ప్రచారం చేశాడు. క్రీ.శ. 1832 లో నామ మాత్రపు ఢిల్లీ చక్రవర్తి రెండో అక్బర్ ఇతనికి “రాజా” అనే బిరుదు ప్రసాదించి ఇంగ్లాండ్ రాజు దగ్గరకు రాయబారిగా పంపాడు. మేధావులైన ఆంగ్లేయుల స్నేహం అతనిలో అభ్యుదయ భావాలను కలిగించింది. ఇస్లాం మత సారాంశాన్ని “తుహాఫతుల్ మువాహద్దీన్” A gift to Monotheis అనే గ్రంథాన్ని రచించి, ఏకేశ్వరోపాసన, ప్రతి మత సిద్ధాంతమని తెలియ చేశాడు. మతాల సారాంశం ఒక్కటేనని, ఉపనిషత్తులు, బైబిల్, కురాన్‌ల నుంచి ఉదాహరించాడు. దేశం సర్వతోముఖాభివృద్ధి చెందాలని రాజారామ్‌మోహన్ రాయ్ కాంక్షించాడు. సాంఘిక విద్యారంగంలో అనేక సంస్కరణలు చేపట్టాడు. సంఘాన్ని

భ్రష్టుపట్టించే దురాచారాలైన సతీసహగమనాన్ని రూపుమాపడానికై విలియం బెంటింక్ సహాయపడి, సతీ సహగమన విషేధ చట్టాన్ని 1829 లో ఆమోదింపచేశాడు. ప్రగతి నిరోధక శక్తులను, సనాతన వాదులను ధైర్యంగా ఎదుర్కొని, మానవత్వం ప్రకృతి సిద్ధమైన వ్యక్తి హక్కులను సమర్థించాడు. సతీసహగమన సంప్రదాయాన్ని వ్యతిరేకిస్తూ రెండు ప్రామాణిక గ్రంథాలను ప్రకటించాడు. భారతదేశంలో ఆంగ్ల విద్యను ప్రవేశపెట్టడంలో రాజారామ్‌మోహన్‌రాయ్ ప్రభుత్వానికి సహకరించాడు. బహుభార్యాత్వం, బాల్య వివాహాలు, కన్యాశుల్కం, వర్ణ వ్యవస్థను తీవ్రంగా వ్యతిరేకించాడు. పత్రికా స్వాతంత్ర్యాన్ని సమర్థించాడు. శిస్తులను పెంచవద్దని, రైతుల హక్కులను కాలరాయవద్దని ప్రబోధించాడు. బ్రిటిష్ వారి ఆర్థిక దోపిడీ విధానాన్ని, న్యాయస్థానాల్లో చూపే జాతి వివక్షతను నిర్మూలించాలనీ, భారతీయులను ప్రభుత్వోద్యోగాలలో నియమించాలని పట్టుబట్టాడు. అతడు ఎలాంటి రాజకీయ సంస్థను స్థాపించలేదు. వ్యక్తిగత హక్కుల కోసం మాత్రమే పోరాడాడు. అందువల్ల రామ్ మోహన్ రాయ్ బెంగాల్‌లో హిందూ పునరుజ్జీవన ఉద్యమానికి పితామహుడుగా గుర్తింపు పొందాడు. హిందూ సమాజాన్ని సంస్కరించి, మతం పేరిట జరుగుతున్న అన్యాయాలను రూపుమాపి హిందూ సమాజాన్ని సంఘటిత పరచి ఉన్నత స్థాయిలో నిలపడానికి ఎంతో కృషి చేశాడు. వేదాలు, ఉపనిషత్తులలోని మూలసత్యాలను, వెలికితీసి, వినూత్న మత భావనలకు జీవం పోశాడు. ఇస్లాం, క్రైస్తవ మతాల సత్యాలను గౌరవించి భారతీయ సాంస్కృతిక జాగృతికి మూల పురుషుడయ్యాడు. అతని మరణానంతరం, దేవేంద్రనాథ్ ఠాకూర్, కేశవచంద్రసేన్‌లు క్షీణిస్తున్న బ్రహ్మ సమాజాన్ని పునరుద్ధరించి సాంఘిక మత సంస్కరణల కృషి కొనసాగించారు. ఢిల్లీ చక్రవర్తి రెండవ అక్బర్ రాయబారిగా వెళ్ళిన రాజారామ్‌మోహన్ రాయ్ ఇంగ్లాండులో 1833 సెప్టెంబర్ 27, న మరణించాడు.

రామ్ మోహన్ రాయ్ తరవాత పండిత రామచంద్ర విద్యా వాగీశ్‌బ్రహ్మసమాజ ఉద్యమానికి నాయకత్వం వహించాడు. ఈ కాలంలో బ్రహ్మ సమాజం పలుకుబడి తగ్గి, బలహీన పడింది. ఇది కేవలం ద్వారకానాథ్ ఠాగూర్ ఆర్థిక సహాయంతో నామ మాత్రంగా ఉండి పోయింది. బ్రహ్మ సమాజపు ఉనికిని కాపాడి, ఆ ఉద్యమాన్ని ముందుకు సాగించిన వారిలో ముఖ్యుడు మహర్షి దేవేంద్రనాథ్ ఠాగూర్ (విశ్వకవి రవీంద్రుని తండ్రి). మహర్షి దేవేంద్రనాథ్ టాగూర్, ఈశ్వరుడు విశ్వవ్యాపకుడని నమ్మినవాడు. క్రీ.శ. 1839 "తత్త్వబోధిని" అనే సభను "తత్త్వబోధిని" అనే మాసపత్రికను స్థాపించి, వాటి ద్వారా బ్రహ్మమత బోధనలను వ్యాప్తి చేశాడు. ఈశ్వర చంద్ర విద్యాసాగర్, రాజేంద్రలాల్ మిత్రాల వ్యాసాలు కూడా ఈ పత్రికలలో ప్రచురితమయ్యేవి. అంతేగాక వేదాంత శాస్త్రాలను బోధించడానికి "తత్వబోధిని" పాఠశాల నొకదానిని స్థాపించి, బ్రహ్మసమాజం పాటించ వలసిన ధర్మసూత్రాలనన్నింటిని క్రోడీకరించి "బ్రహ్మ ధర్మము" అనే ప్రామాణిక గ్రంథాన్ని

ప్రచురించాడు. బ్రహ్మ సమాజంవారు జ్ఞాన సంపాదనకు, సత్ప్రవర్తనకు, ప్రార్థనకు ప్రాముఖ్యతనిచ్చారు. ఇతడు బ్రహ్మసమాజపు ఔన్నత్యాన్ని దేశం నాలుగు మూలలా తిరిగి ప్రచారం చేయలేదు.

కేశవ చంద్రసేన్: మహర్షి దేవేంద్రనాథ్ ఠాగూర్ శిష్యుడైన కేశవ చంద్రసేనుడు దేశం నలుమూలలా తిరిగి బ్రహ్మమత సిద్ధాంతాలను ప్రచారం చేశాడు. దేవేంద్రనాథుడు మత సంస్కరణలకు మాత్రమే ప్రాధాన్యతనివ్వగా కేశవచంద్రసేనుడు సాంఘిక సంస్కరణలకు కూడా ప్రముఖ స్థానాన్ని కల్పించాడు. సంఘంలో మార్పురానిదే మత సంస్కరణలు తేవడం కష్టమని భావించాడు. ఈ భేదాభిప్రాయాలవల్ల బ్రహ్మ సమాజంలో రెండు వర్గాలు ఏర్పడ్డాయి. ఠాగూర్ సమాజానికి బ్రహ్మ సమాజమని, కేశవ చంద్ర సేనుని సమాజానికి భారత వర్షీయ బ్రహ్మసమాజమనే పేర్లు వచ్చాయి. కేశవ చంద్రసేనుడు యువకుడు. అద్భుత ప్రజ్ఞావంతుడు. 24 సంవత్సరాల వయస్సులోనే బ్రహ్మసమాజ మతాచార్యునిగా నియమితుడయ్యాడు. తన బోధనల ప్రభావంతో తాగుబోతులను సైతం మార్చి, బ్రహ్మ సమాజంలో చేర్చుకున్నాడు. ఈ విధంగా ఈశ్వరుని ప్రభావం చెడునడతకలవారిపై కూడా ప్రసరించటం చెప్పుకోతగ్గ విశేషం.

వివిధ మతాల వారి మధ్య సమన్వయం సాధించి ఐక్యతను సాధించాలనేదే ఇతని ఆకాంక్ష. తాను స్థాపించిన భారత వర్షీయ సమాజ ప్రార్థనా ప్రణాళికలో హిందూ, బౌద్ధ, క్రైస్తవ, మహమ్మదీయ, యూదు, చైనీయుల మత గ్రంథాల నుంచి ముఖ్య అంశాలను చేర్చి వాటికి ఓ వినూత్నతనూ, విశిష్టతనూ కల్పించాడు. వీటన్నింటిని సామాన్య ప్రజలకు తెలియ చేసేట్లుగా బెంగాలీ భాషలోకి అనువదింప జేశాడు. కేశవచంద్రసేనుడు సంఘసంస్కరణకై అనేక సంస్కరణలను ప్రబోధించాడు. మద్యపాన నిషేధాన్ని ప్రోత్సహించాడు. క్రీ.శ. 1872లో స్వదేశస్థుల వివాహం చట్టాన్ని, అమలు పరచడానికి తోడ్పడ్డాడు. ఈ చట్టం ప్రకారం వివాహం చేసుకోదలచినవారు తమ తమ మతాలను ప్రకటించకుండా వివాహాలు చేసుకోవచ్చు. ఇది వర్ణ విభేదాలను తొలగించి, వర్ణాంతర వివాహాలకు మార్గం కలిగించింది. ఈ చట్టం ద్వారా బాల్య వివాహాలను నిషేధించారు. బహుభార్యాత్వం శిక్షార్హమైంది. వితంతు వివాహాలు, వర్ణాంతర వివాహాలు అంగీకృతమయ్యాయి. కేశవచంద్రసేన్‌ను బాలికల వివాహ వయస్సు 14 సంవత్సరాలుండాలనే ఒక బిల్లును తయారు చేయించాడు. కానీ తాను మాత్రం తన కుమార్తె రమాబాయి వివాహం 14 సంవత్సరాలు రాక పూర్వమే, కూచ్‌బీహార్ రాజుతో జరిపించి తాను ప్రచారం చేసిన సిద్ధాంతానికి తానే వ్యతిరేకంగా వ్యవహరించాడు. అందువల్ల అతని అనుచరులు తిరగబడి, ఆనంద్‌బోస్ నాయకత్వంలో 1878 లో సాధారణ బ్రహ్మ సమాజమనే పేరుతో, ఒక కొత్త సంస్థను స్థాపించారు. కేశవ చంద్రసేన్ చేసిన సేవలో ప్రముఖమైన అంశం- దక్షిణ

భారత దేశంలో ప్రప్రథమంగా బ్రహ్మ సమాజం స్థాపించడం. 1864 లో మద్రాస్ నగరంలో అతని గంభీరోపన్యాసం విని ముగ్ధులైన అనేకులు బ్రహ్మ ధర్మాల పట్ల ఆకర్షితులయ్యారు. వారిలో ప్రముఖ రాజకీయ నాయకుడు, రాజగోపాలాచారి, గొప్ప న్యాయవాది, సుబ్బరాయలు శెట్టి ముఖ్యులు. వారు మద్రాస్ నగరంలో స్థాపించిన "వేద సమాజం" శ్రీధరనాయుడనే యువ నాయకుడు, బ్రహ్మ ధర్మంతో ప్రభోదితుడై దాన్ని "దక్షిణ భారత బ్రహ్మ సమాజం"గా రూపొం దించాడు. అదే విధంగా బొంబాయి రాష్ట్రంలో, ఉత్తర భారతదేశంలో కూడా బ్రహ్మ సమాజ శాఖలు ఏర్పడ్డాయి. ఈ విధంగా సేన్ నాయకత్వంలో "బ్రహ్మసమాజం" కార్యకలాపాలు అఖిల భారత ఉద్యమంగా రూపొందాయి. అటువంటి వానిలో ఎంతో పరిగణనీయమైన ప్రగతి ఆంధ్రరాష్ట్రంలోని బ్రహ్మ సమాజ కార్యకలాపాల విస్తరణలో చూడగలము.

ఆంధ్రలో బ్రహ్మ సమాజ విస్తరణ: రఘుపతి వెంకయ్యనాయుడు, కందుకూరి వీరేశలింగం పంతులు బ్రహ్మసమాజ కార్యకలాపాలలో ఎంతో కృషి చేశారు. క్రీ.శ. 1878 లో మన్నవ బుచ్చయ్య పంతులు అనే ఆంధ్రుడు బ్రహ్మ సమాజ సిద్ధాంతాలవల్ల ఆకర్షితుడై విశేషంగా కృషి చేసి, అనేక మంది సభ్యులను చేర్చాడు. ఉత్తర సర్కార్ లోని రాజా గజపతి రావు అనే భూస్వామి ధన సహాయంతో ఒక బ్రహ్మ సమాజ భవనాన్ని కూడా నిర్మించాడు. ఈ ఉద్యమాన్ని మరింత ప్రభావవంతం చేయడంలో ఇతని శిష్యుడు రఘుపతి వెంకటరత్నం నాయుడు ప్రముఖ పాత్ర వహించాడు. నాయుడు గారి తండ్రి సైనికోద్యోగి కావడం వల్ల ఉత్తర భారతదేశంలోని అనేక ప్రాంతాల్లో వీరి విద్యాభ్యాసం జరిగింది. నాయుడుగారు మెట్రిక్యులేషన్ పరీక్ష హైద్రాబాద్‌లో ఉత్తీర్ణులయ్యారు. తెలుగు, ఆంగ్ల భాషలతో బాటు ఉర్దూ భాషలో కూడా ప్రావీణ్యత సంపాదించారు. వెంకటరత్నం నాయుడుగారు ఉత్తర భారతదేశంలో చాందా వద్ద ఉన్నప్పుడు బ్రహ్మ ధర్మ బీజాలు అతనిలో నాటుకున్నాయి . 1805-1919 వరకు కాకినాడలో పిఠాపురం మహారాజా వారి కళాశాలలో ప్రధానాచార్యునిగా పదవి నిర్వహించే కాలంలో బ్రహ్మసమాజోద్యమం విస్తృతంగా వ్యాపించింది. కాకినాడ ఈ ఉద్యమానికి ప్రధాన కేంద్రమైంది. నవ యువకుల దృష్టిని భారతీయ సంస్కృతి వైపు మళ్ళించడం ద్వారా, విద్యార్థులను నీతి పరులుగా, జాతీయ వీరులుగా చేయాలని సంకల్పించాడు. దళితులైన నిమ్నజాతుల వారికి ఉచితంగా విద్యాదానం చేసి, వారిని ఇతర మతాలలో చేరకుండా కాపాడి భారతీయ సంస్కృతి వైశిష్ట్యాన్ని రక్షించాడు. పిఠాపురం రాజా వారిచేత అనేక ధర్మ సంస్థలకు ఆర్థిక సహాయం చేయించాడు. బ్రహ్మధర్మ ప్రచారక నిధిని ఏర్పాటు చేసి, దాని ద్వారా బ్రహ్మ మందిరం, అనాథ శరణాలయాన్ని కాకినాడలో నెలకొల్పాడు. పొగత్రాగడం, కల్లు తాగడం నిషేధించే కార్యక్రమాలు, హరిజనోద్ధరణ, స్వదేశీ వస్తువుల వాడకం, కళావంతుల సంస్కరణల వంటి నిర్మాణాత్మక కార్యక్రమాలకు పునాది వేసి, కాంగ్రెస్ వారు అర్థ శతాబ్దం తరవాత చేపట్టిన

కార్యక్రమాలకు మార్గదర్శకులయ్యారు. మహర్షి వెంకటరత్నంనాయుడు గారి సేవలను ప్రశంసిస్తూ కంభంపాటి రామశాస్త్రిగారు, నాయుడుగారు అవలంబించింది భక్తి పూరితమైన కర్మయోగమని, వీరి పవిత్రత, విశ్వాసం, ధైర్యం, ఆత్మ గరిమ అప్రతిమానం అని రాశారు. నాయుడుగారి జీవితం భక్తి రససింధువు.

కందుకూరి వీరేశలింగం పంతులు: ఆంధ్రలో బ్రహ్మ సమాజ సిద్ధాంతాల పునాదులపై సంఘసంస్కరణలనే మహోన్నత సౌధాన్ని నిర్మించిన వాడు కందుకూరి వీరేశలింగం పంతులుగారు. ఇతనికి బ్రహ్మ సమాజ సిద్ధాంతాలపై అధిక విశ్వాసం ఉండేది. ఆంధ్రలోని రాజమహేంద్రవరం కేంద్రంగా, ఇతని సంస్కరణోద్యమం కొనసాగింది. శృతి, స్మృతి, పురాణాదుల ప్రమాణాలను ఉదాహరిస్తూ, వితంతు వివాహాలు ధర్మబద్ధమని అతడు ప్రబోధించాడు. మూఢనమ్మకాలను, సనాతనమైన అభిప్రాయాలను ఖండించాడు. వితంతు వివాహాలను జరిపించడంతోపాటు, రాజమండ్రిలో వితంతు శరణాలయాన్ని స్థాపించాడు. బాల్య వివాహాల నిషేధం, వితంతువు పునర్వివాహాలు, స్త్రీ విద్యను ప్రోత్సహించాడు. 'వివేకవర్ధిని' అనే మాసపత్రికను స్థాపించి దాని ద్వారా తన సంస్కరణలను ప్రచారం చేశాడు. 'హితకారిణి సమాజం' అనే సంస్థ పేరిట ఒక సమాజాన్ని స్థాపించి స్త్రీ విద్యను ప్రోత్సహించాడు. 1893లో బ్రిటిష్ ప్రభుత్వం సంస్కరణలను శ్లాఘిస్తూ, "రావు బహదూర్' అనే బిరుదుతో అయనను సత్కరించింది. బ్రహ్మ సమాజంవారు యావద్భారత దేశంలో కొనసాగించిన సంస్కరణలు ప్రశంసనీయమైనవి. సనాతన వాదుల నుంచి ఎన్నో అడ్డంకులను, వ్యతిరేకతలను ఎదుర్కొన్నారు. సంఘ బహిష్కారానికి భయపడకుండా తమ ఉద్యమాన్ని కొనసాగించారు. ఆంధ్రదేశంలో గాని, లేదా ఇతర ప్రాంతాల్లోగాని వారు దేనికీ భయపడక, ప్రతికూల శక్తులు కలిగించే హింసకు ఓర్చి తమ నైతిక బలంతో ఉద్యమాన్ని కొనసాగించి, ఈనాటి సంఘ సంస్కరణలకు పునాదులు వేశారు. జాతీయ జీవనానికి ప్రబలశత్రువైన కుల తత్త్వాన్ని ఖండించగల ధైర్య సాహసాలను జాగృతం చేశారు. అనాథ శరణాలయాలను నెలకొల్పి, అస్పృశ్యతను నిరసించి, నిమ్నజాతుల అభివృద్ధికి పాటుపడ్డారు. ఈశ్వరుడు సర్వాంతర్యామిఅనీ, మానవ హృదయాంతరాళం దైవాన్ని దర్శించాలనే కుతూహలాన్ని పెంపొందించి, ఆధ్యాత్మిక సామూహిక ఉపాసనల ద్వారా, ఈశ్వర భక్తి భావనలు పెంపొందించి తరించాలనే లక్ష్యాన్ని ముందు నిల్పారు.

బెంగాల్‌లో బ్రహ్మ సమాజం కార్యకలాపాలు: బ్రహ్మ సమాజం ప్రజలలో నూతన చైతన్యం కల్పించి, జాతీయభావాన్ని ప్రజ్వరిల్ల చేయడంతో ప్రముఖ స్థానాన్ని ఆక్రమించింది. కేశవ చంద్రసేనుని ప్రసంగాలవల్ల ప్రభావితుడైన శశిపాద బెనర్జి, బెంగాల్‌లో 1873లో సాధారణ ధర్మసభ అనే మత సంఘాన్ని స్థాపించాడు. అతడు బ్రహ్మమతస్థుడుగా గాక, సంస్కరించబడిన అభ్యుదయ హిందువుగా గుర్తింపు పొందాడు. బ్రహ్మ సమాజంతో దగ్గర సంబంధాలు పెట్టుకున్నాడు. స్త్రీ విద్యను ప్రోత్సహించి,

బారా నగర్‌లో, బాలికల పాఠశాలను, కలకత్తా మహిళా విద్యాలయాన్నీ నిరుపేద కార్మికుల విద్య కార్మికులకు రాత్రి పాఠశాలను స్వయంగా నిర్వహించాడు. 'శ్రమజీవిని' అనే మొదటి కార్మిక పత్రికను ప్రచురించాడు.

మొదటి భార్య మరణానంతరం, ఒక వితంతువును పెళ్ళాడి ఆమె సహకారంతో అనేక సంస్కరణలు చేపట్టాడు. 1887 లో కలకత్తా నగరంలో ప్రప్రథమ వితంతు శరణాలయాన్ని స్థాపించి, అనేక వితంతు సంస్కరణలకు మూల పురుషుడయ్యాడు.

ఆర్యసమాజం

భారతీయుల జీవనంలో నేటికి కూడా ఒక శక్తివంతమైన మత ఉద్యమంగా ఆర్య సమాజం తన ఉనికిని కొనసాగిస్తున్నది. బ్రహ్మ సమాజం లాగా ఆర్య సమాజం కూడా ఏకేశ్వరోపాసనకు ప్రాముఖ్యమిస్తుంది. ఈ సమాజాన్ని స్వామి దయానందసరస్వతి స్థాపించాడు. ఆయనను జన్మ నక్షత్ర నామంతో మూల్జీ అని, శివభక్తుడు కావడంవల్ల మూల శంకరుడని పిలిచేవారు. దయానంద సరస్వతి క్రీ.శ. 1824లో కథియావాడ్‌లోని మొర్వి ప్రాంతంలో శైవ, బ్రాహ్మణ కుటుంబంలో జన్మించాడు. సత్యాన్వేషణకై 15 సంవత్సరాలు దేశపర్యటన చేసి, శృంగేరి మఠానికి చెందిన పరమానంద సరస్వతి వద్ద దీక్షను స్వీకరించి సన్యాసిగా మారి దయానంద సరస్వతి అని పేరు మార్చుకున్నాడు. మధురలో స్వామి విరజానంద వద్ద, వేదాలలో గల సత్యాలను తెలుసుకున్నాడు. ఆయన కోరిక మేరకు, జీవితాంతం సన్యాసిగా మిగిలి పోయి వేదాలను ప్రచారం చేయడానికి, హిందూమత సంస్కరణకు నిర్విరామకృషి జరిపాడు. క్రైస్తవ, మహ్మదీయ, మత ప్రచారం వల్ల అనేక మంది హిందువులు తమ మతాన్ని విడిచి, ఆ మతాల్లో చేరుతూ ఉండేవారు. వారిని తిరిగి హిందూ మతంలో చేర్చుకోవడానికి, పూర్వ హిందూ సంప్రదాయాలకు ఆధునిక వైజ్ఞానిక విషయాలకు సమన్వయం కల్పించి, నూతన సంస్కరణోద్యమం మూలంగా హిందువులలో భగవంతుడొక్కడే అనే జ్ఞానాన్ని, ఏకేశ్వరోపాసన, సంఘీభావం నెలకొల్పడానికై పూనుకున్న సంస్థ ఆర్య సమాజం, గొప్ప ప్రపంచమతాల్లో హిందూ మతం ఒక గొప్ప మతం అని చాటి, వేదాలలో చెప్పిన మత సామాజిక వ్యవస్థ స్వచ్ఛత గుర్తించి, వేదాల ప్రాతిపదికపై సమాజఉద్ధరణకోసం యత్నించింది. హిందువుల అన్యమత ప్రవేశం ఎక్కువగా ఉన్న ప్రదేశం ఆర్య సమాజ ప్రభావం ఎక్కువగా ఏర్పడింది. 1872 లో దయానందుడు కలకత్తా ప్రయాణం చేశాడు. అక్కడ సుమారు 4 నెలల పాటు ఉపన్యాసాలు చేస్తూ మత చర్చలలో పాల్గొన్నాడు. బ్రహ్మ సమాజ నాయకులైన దేవేంద్రనాథ్ ఠాగూర్, కేశవ చంద్ర సేన్‌లతో మత విషయాలు చర్చించాడు. వారి సలహా ప్రకారం తన సందేశాన్ని ప్రచారం చేయడానికి హిందీ భాషను విస్తృతంగా వాడాడు.

దయానందుడు తన ప్రచార కార్య సిద్ధి కోసం 1875 లో బొంబాయిలో ఆర్య సమాజం అనే పేరుతో ఒక వైదిక మత ప్రచార సంఘాన్ని స్థాపించాడు. ఆర్య సమాజ సిద్ధాంతాలకు అధిక ప్రజాదరణ లభించింది. దయానందుడు లాహోర్‌లో కూడా ఆర్య సమాజ శాఖను ప్రారంభించాడు. అనతి కాలంలోనే ఆర్య సమాజ శాఖలు పంజాబ్, రాజస్థాన్, ఉత్తర ప్రదేశ్ లలోనే కాక ఇంకా ఉత్తర భారత దేశంలో వివిధ ప్రాంతాల్లో ఏర్పడ్డాయి.

ఆర్య సమాజం వేదాలకు అత్యంత ప్రాధాన్యత కల్పించింది. వేదాలకు తరలి పొండి "Back to Vedas" అని దయానందుడు ప్రజలను కోరాడు. ఇతని ప్రకారం దేవుడొక్కడే, అతడు నిరాకారుడు, జనన మరణాలు లేనివాడని, అటువంటి వానిని అందరూ పూజించాలని దయానందుడు ప్రజలను కోరాడు. అతణ్ణి సత్యమార్గం ద్వారా తెలుసుకోవచ్చు. వేదం సత్యజ్ఞానాన్ని తెలిపే గ్రంథం. స్త్రీ పురుష వివక్షత లేకుండా అందరూ దానిని అధ్యయనం చేయవచ్చు. ప్రతివాడు చెడును మాని మంచినే గ్రహించాలి. అసత్యాన్ని వదిలి సత్యాన్ని స్వీకరించాలి. మానవులంతా విశ్వమానవ శ్రేయస్సుకై పాటు పడాలి. వేదాలు ప్రామాణిక గ్రంథాలు వాటిలో విగ్రహారాధన గూర్చి వివరించ లేదు. ఈశ్వరుడు సర్వవ్యాపకుడు, నిరాకారుడు కాబట్టి విగ్రహారాధన ప్రామాణికం కాదు. అందువల్ల విగ్రహారాధన చేయరాదు. అదేవిధంగా జాతి, కుల భేదాలు మానవ కల్పితాలు. అందువల్ల అవి అంగీకార యోగ్యం కావు. మానవులందరూ పరమేశ్వరుని బిడ్డలు. కాబట్టి వారిలో ఎటువంటి భేదాలు ఉండకూడదు. ఆర్య సమాజీయులు అవతార సిద్ధాంతాన్ని, తీర్థ యాత్రలను, క్రతు కర్మకాండలను వ్యతిరేకించారు.

దయానందుడు రాసి ప్రచురించిన గ్రంథాలు, కరపత్రాలు, ఆర్య సమాజ సిద్ధాంతాల వ్యాప్తికి బాగా దోహదం చేశాయి. ఆయన రచనలన్నింటిలో అతి ప్రధానమైంది సత్యార్థ ప్రకాశిక – ఇది ఆర్య సమాజీయులకు ప్రామాణిక గ్రంథం – వేదాలకు ఆయన రాసిన భాష్యమే ఆ గ్రంథమని చెప్పవచ్చు. ఇది ధర్మ సంబంధమైన విజ్ఞాన సర్వస్వం- ఇందులో దేశ దేశాంతరాల మతాలన్నింటిని సున్నితంగా విమర్శించాడు. అంతేగాక వైదిక ధర్మ శ్రేష్టత్వం కూడా దీనిలో నిరూపితమైంది. ఈ గ్రంథాన్ని అనేక విదేశీ భాషల్లోకి అనువాదం చేశారు. దీని ఆధారంగా ఆర్య సమాజం వేద మూలక ధర్మాలను ప్రబోధించే సంస్థగా రూపొందింది. ఆర్య సమాజం సామాజిక దురాచారాలను తీవ్రంగా ఖండించింది. వర్ణ వ్యవస్థ, అస్పృశ్యత, బాల్య వివాహాలు వేదకాలంలో లేవని వాటిని ప్రస్తావించే పురాణాలు, గ్రంథాలు ప్రామాణిక గ్రంథాలు కానందున అవి ఆమోదయోగ్యం కావని ప్రకటించారు. వితంతు వివాహాలు, విదేశీయానం, మహిళాభ్యుదయం, స్త్రీ విద్య, వారి వివాహ వయోపరిమితి 16 సంవత్సరాలు నిండిన తరవాతనే ఉండాలని ప్రబోధించాడు. 1882 లో గోరక్షణ సభను స్థాపించి గోవధను వ్యతిరేకిస్తూ ప్రచారం చేశాడు. దురదృష్టవశాత్తు జీవకారుణ్య దృష్టితో ఆరంభించిన

ఈ ఉద్యమాన్ని ఇస్లాంమతస్థులు అపార్థం చేసుకోవడం వల్ల హిందువులు, ముస్లిమ్‌ల మధ్య సంఘర్షణలు జరిగాయి. దీన్ని ముస్లిమ్‌లు తమను అవమానించడానికై హిందువులు చేపట్టారని భావించారు.

హిందూ మతంలో సమైక్యత సాధించడానికి ఆర్య సమాజం, దయానందుని నాయకత్వం లోని .శుద్ధి. సంఘం తన ఉద్యమాన్ని ఆరంభించింది. హిందువులు తమ మతాన్ని వదలి ఇతర మతాలలో చేరకుండా ఉండేటట్లు, బలవంతాన ఇతర మతాలను స్వీకరించిన హిందువును తిరిగి హిందూ మతంలో చేర్చుకోవడానికి, హైందవేతరులు హిందూమతంలో చేరడానికి కృషి జరిగింది. ఈ ఉద్యమంలో స్వామి శ్రద్ధానంద లాలాహంస్ రాజ్‌లు తీవ్రంగా కృషి చేశారు. దయానందుడు భారతీయుల అభివృద్ధికై, స్వేచ్ఛ స్వాతంత్ర్యం, ప్రజాస్వామ్యం ఆవశ్యకం అని భావించాడు. దేశ ప్రజల ఆర్థిక ప్రగతికి ఇవి అవసరమని ఉద్ఘాటించాడు. బ్రిటిష్‌వారి మంచి ప్రభుత్వంకంటె భారతీయుల స్వపరిపాలన ఎంతో మంచిదని అన్నాడు. ప్రాచీన వైభవం ప్రాతిపదికగా, నేటి భారత దేశ పునర్నిర్మాణం జరగాలని సూచించాడు. జాతీయ నాయకులైన లాలా లజపతిరాయ్, బాల గంగాధర్ తిలక్, అరవింద ఘోష్‌లు దయానందుని బోధనలకు ఉత్తేజితులయ్యారు.

భారతీయ యువకులను విద్యాధికులను చేయాలని, అందుకోసం మంచి నైతిక శ్రేయస్సును కోరే విద్య అవసరమని గుర్తించాడు. ఆయన మరణానంతరం 'దయానంద్ ఆంగ్లో వేదిక ధర్మ కర్తృత్వ సంస్థ' ఆధ్వర్యంలో లాహోర్‌లో "దయానంద్ ఆంగ్లవైదిక కళాశాల" (D.A.V. College) ను స్థాపించి హిందూ సాహిత్యం, హిందూ సంస్కృతి, తత్త్వ శాస్త్రాలు, సంస్కృతం, వేదాలు, ఆంగ్ల విద్య మొదలైనవి కళాశాలలో బోధించేవారు. సాంకేతిక విద్యకు కూడా ప్రోత్సాహం లభించింది. పాశ్చాత్య విద్యను వ్యతిరేకించినవారు గురు కులాలను స్థాపించుకున్నారు. డెహ్రాడూన్, జలంధర్, హరిద్వార్, గుజ్రాన్‌వాలా, ఫరూఖాబాద్‌లలో కూడా విద్యాలయాలు స్థాపించి విద్యావ్యాప్తికి కృషి చేశారు. దయానంద్ సరస్వతి స్థాపించిన ఆర్య సమాజానికి సర్వస్వాన్ని అర్పించిన వారిలో స్వామి శ్రద్ధానంద్, లాలా లజపతిరాయ్‌లు ముఖ్యులు. బ్రహ్మ సమాజంలో ఏర్పడినట్లే ఆర్య సమాజంలో కూడా రెండు చీలికలు ఏర్పడ్డాయి. మొదటి వర్గంవారు కేవలం గురుకులం వారు, వారి ఆదర్శం కేవలం వేదోద్ధరణం. బ్రహ్మచర్యంతో కూడిన విద్యా ప్రచారం, శాకాహారం వీరి ఆశయాలు. వీరిలో పండిత గురుదత్, శ్రద్ధానందస్వామి, లాలా దేవ్‌రాజ్ మొదలయిన వారు ప్రముఖులు.

రెండో వర్గంవారు పై ఆశయాలతోపాటు సంఘ సంస్కర్తలు - ఆధునిక పరిజ్ఞానానికి మూలమైన సంఘోద్ధరణ వారి ఆశయం. వీరిలో లాలా శయనదాస్, లాలా దేవరాజ్, లాలా లజపతిరాయ్ ముఖ్యులు. లజపతిరాయ్ ఆర్య సమాజానికి అమూల్యమైన సేవలందించాడు.

దీన దరిద్ర జనులనుద్ధరించడానికి ఎంతో కృషి చేశాడు. కరువు కాటకాల కాలంలో క్షామ బాధితులైన పేద ప్రజలకు ఆహార పదార్థాలు అందచేసి, వారిని తమ మతంలో చేర్చుకోవడానికి క్రైస్తవ మిషనరీ ప్రచారకులు ప్రయత్నించేవారు. ఈ సందర్భాల్లో లజపతిరాయ్ తన సహచరులతో క్షామ బాధితులకు ఎంతో సహాయం అందించి, మతం మార్పిడి ఎర నుంచి బీదసాదలను కాపాడాడు. అప్పటివరకు తమకు ఎదురులేదని భావించిన మిషనరీలకు తీసిపోని విధంగా సహాయపడి ప్రజలను ఆదుకున్నాడు. అనేక అనాథశరణాలయాలను స్థాపించి, అనాథలైన హిందువులను మిషనరీల సహాయం కోరే దురవస్థ నుంచి తప్పించాడు

ఆర్య సమాజం భారత దేశంలో హిందీ భాష ప్రాముఖ్యతను, వేద ధర్మపు ఆధిక్యతను ప్రచారం చేసి, భారతదేశంలో, ధార్మిక రాజకీయ, నైతిక జాగృతినుద్దీపింపచేసి ప్రజలలో చైతన్యాన్ని కలిగించింది. జాతీయోద్యమంలో పాల్గొనడానికి ఉద్యుక్తులను చేసింది. ఆర్య సమాజాన్ని దయానందుని మరణానంతరం వ్యాపింపచేసిన వాడు మున్షీరామ్. ఇతడు 1916 లో సన్యసించి, జీవితాంతం ఆర్య సమాజ సిద్ధాంతాల వ్యాప్తికి, విద్యావ్యాప్తికి ఎంతో కృషి చేశాడు. ఇతడే స్వామి శ్రద్ధానందగా ప్రసిద్ధుడయ్యాడు. అదే విధంగా లాలా హంస్‌రాజ్, పంజాబ్ కేసరిగా పేరొందిన లాలా లజపతిరాయ్ ఆర్యసమాజోద్యమంలో పని చేసి ఆ తరవాత రాజకీయాలలో ప్రవేశించి, స్వాతంత్ర్య సమర వీరుడిగా ప్రముఖపాత్ర నిర్వహించారు. ఆర్య సమాజ ఉద్యమ ప్రభావం దక్షిణ భారత దేశంలో అతి తక్కువ అని చెప్పవచ్చు.

ఆర్య సమాజం హిందువుల ఆలోచనాధోరణిని, హిందూ మతాన్ని,. హిందువుల జీవన విధానాన్ని సంస్కరించడానికి కృషి చేసింది. హిందువులలో ఆత్మగౌరవాన్ని, ఆత్మవిశ్వాసాన్ని పెంపొందించింది. ఆర్య సమాజపు సందేశం చేత సామాన్య ప్రజానీకం కూడా ప్రభావితమైంది. ఈ విధంగా ఆర్య సమాజోద్యమం, ఒక గొప్ప హిందూమత పునరుద్దీపన మహోద్యమంగా పేరొందగా, దాని స్థాపకుడైన దయానందసరస్వతి మహా ప్రవక్తగా చరిత్ర ప్రసిద్ధి పొందాడు.

దివ్యజ్ఞాన సమాజం (థియోసాఫికల్ సొసైటీ)

19 వ శతాబ్దంలో స్థాపించిన సంస్థలన్నింటిలో ప్రాచీన భారత దేశ సంస్కృతిని, దాని గొప్పదనాన్ని పునరుద్ధరించడం ద్వారా, ప్రజలలో మత, సాంఘిక సంస్కరణలతోపాటు విద్యా విజ్ఞానాభివృద్ధికి కృషి చేసిన మహోన్నత సంస్థ దివ్య జ్ఞాన సమాజం. దీన్ని ప్రప్రథమంగా అంతర్జాతీయ సోదర భావాన్ని పెంపొందించడానికి, 1875 లో అమెరికా లోని న్యూయార్క్ నగరంలో, మేడంబ్లావెట్‌స్కీ, కల్నల్ హెన్రీ స్టీల్ అల్కాట్ స్థాపించారు. వారు 1879 లో భారత దేశం వచ్చి,

మద్రాస్ సమీపాన, అడయార్ దివ్యజ్ఞాన సమాజ కేంద్రాన్ని ఆరంభించారు. బ్లావట్స్కీ మరణానంతరం, అల్కాట్ ఆ సమాజానికి అధ్యక్షుడై, 1907 లో మరణించే వరకు ఆ పదవిలో కొనసాగాడు. ఈ సంస్థను ఇంగ్లీషులో థియోసాఫికల్ సొసైటీ అంటారు. థియోస్. అంటేదైవం .సోఫియా. అంటే జ్ఞానం. అందువల్ల దీనికి దివ్యజ్ఞాన సమాజమని పేరు. భారత దేశంలో దివ్యజ్ఞాన సమాజ కార్యక్రమాలను, 1893 సంవత్సరం నుంచి, అనీబిసెంట్ చురుకుగా కొనసాగించింది. బ్లావట్స్కీ రాసిన. రహస్య సిద్ధాంతం. అనే గ్రంథాన్ని చదివి వాటివల్ల ప్రభావితమై దివ్య జ్ఞాన సమాజంలో చేరింది. హిందూ ఆచార వ్యవహారాలను, కట్టుబాట్లను పాటిస్తూ, ఈమె వారిలో ఒకరిగా మెలుగుతూ, సమాజ కార్యకలాపాలను చేపట్టింది. గత జన్మలో తాను బ్రాహ్మణ జన్మగల దానిగా అభిప్రాయపడింది. దివ్యజ్ఞాన సమాజం మూడు లక్ష్యాలతో తన కార్యక్రమాలను నిర్ణయించుకుంది.

1.విశ్వమానవ సౌభ్రాతృత్వం, అంటే జాతి, మత, కుల, వర్గ విబేధాలు లేకుండా స్త్రీ పురుష విచక్షణ లేకుండా, అందరు సోదరులనే భావాన్ని కల్పించాలి. 2.అన్ని మతాల లక్ష్యమొక్కటేనని, వాటిలోని తత్త్వ విజ్ఞానాలు తెలుసుకోవడానికి వాటిని అధ్యయనం చేయాలి. 3. కనబడకుండా అవ్యక్తంగా ఉండే ప్రకృతి ధర్మాలను, మానవులలో అంతర్గతంగా నిగూఢంగా ఉన్న శక్తులను పరిశోధించాలి. వీటిని సమన్వయపరచి విశ్వమానవ సోదరభావం సాధించాలనేదే దీని ముఖ్య ఆశయం. దీని ముఖ్య కార్యాలయం 1879 లో న్యూయార్క్ నుంచి బొంబాయికి, 1882 లో బొంబాయి నుంచి అడయార్ (మద్రాస్) కు మార్చారు. దివ్యజ్ఞాన సమాజంలో, విద్యాధికులు, సంఘసంస్కర్తలు రాజకీయ వేత్తలు, సభ్యులుగా చేరి భారత దేశోద్ధరణకు పూనుకున్నారు. 1882 సంవత్సరంలో మద్రాస్‌లో జరిగిన వార్షికోత్సవ సమ్మేళనంలో పాల్గొన్న ప్రముఖుల్లో ఏడుగురు సభ్యులు ప్రత్యేకంగా సమావేశమై, భారత జాతీయ ప్రతినిధుల సభను ఏర్పాటు చేయాలని సంకల్పించుకున్నారు. అదే జాతీయ కాంగ్రెస్ స్థాపనకు తొలి మెట్టుఅని, అనీబిసెంట్ అభిప్రాయపడింది. అనీబిసెంట్ కృషి ఫలితంగా, ఈ సమాజ సందేశం దేశమంతటా పాకింది. వంద దివ్యజ్ఞాన సమాజ శాఖలు ఏర్పడ్డాయి. సమాజ సభ్యులు హిందూమత రక్షణ బాధ్యతను స్వీకరించి, క్రైస్తవ మిషనరీలను తీవ్రంగా విమర్శించారు. అనీబిసెంట్ ఉపన్యాసాలు "భారతదేశమా మేలుకో"(Wake up India) అనే గ్రంథంగా ప్రచురించారు. అనీబిసెంట్ పాశ్చాత్య విద్య, సాంకేతిక విజ్ఞానంతో బాటు, మతం దైవభక్తి విద్యలో భాగంగా ఉండాలని భావించి బెనారస్ హిందూ కళాశాలను స్థాపించింది. ఇక్కడ కుల, మత, వర్గ విభేదాలు లేకుండా అందరికి విద్యను బోధించారు. 1916 లో ఇది బెనారస్ విశ్వవిద్యాలయంగా రూపొందింది. వెనుకబడిన తరగతుల వారికోసం ప్రత్యేకంగా ఆల్కాట్ పంచమ పాఠశాలను, మదనపల్లి దివ్య జ్ఞాన కళాశాలను స్థాపించారు. అనీబిసెంట్, ఉమెన్స్ ఇండియన్ అసోసియేషన్‌కు ప్రధమ అధ్యక్షురాలై, స్త్రీలకు పురుషులతో సమాన

ఓటు హక్కు ఉండాలని, బాల్య వివాహాలురద్దు చేయాలని, వితంతువివాహాలను సమ్మతించాలని, కుల వ్యవస్థ, మూఢనమ్మకాలను తొలగించాలని అభిప్రాయపడింది. భారతదేశంలో తిలక్‌తో కలిసి, హోమ్‌రూల్ ఉద్యమాన్ని తన పత్రికలైన 'కామన్‌వీల్.' 'న్యూ ఇండియా' ల ద్వారా కొనసాగించింది. 1917 లో అనీబిసెంట్ భారత కాంగ్రెస్ అధ్యక్షురాలై, సంఘ సంస్కరణలతోపాటు, రాజకీయ స్వేచ్ఛ, స్వాతంత్ర్యాలకై ఎనలేని కృషి చేసింది. అనీబిసెంట్ తర్వాత ప్రముఖ విద్యావేత్త, జి. యస్. అరుండేల్ దివ్యజ్ఞాన సమాజానికి అధ్యక్షుడై సంఘ సంస్కరణలతోపాటు కార్మిక ఉద్యమాన్ని కూడా కొనసాగించాడు. దివ్యజ్ఞాన సమాజం, అంతర్జాతీయ సోదర భావాన్ని పెంపొందించడంతోపాటు, ప్రకృతిలోని, మానవునిలోని, అంతర్గత శక్తులను పరిశోధించి, శాస్త్రీయ, సాంకేతిక, తత్త్వ, వైదిక సాహిత్యాల అధ్యయనం వల్ల భారతీయ సాంస్కృతిక వైభవాన్ని పునరుద్దీపింపచేసింది. నిద్రాణమైన భారత జాతిని మేల్కొల్పి వారిలో ఆత్మ గౌరవాన్ని వెలిగింపచేసి, జాతీయతా భావోద్దీప్తికై మరువరాని సేవ చేసింది. ఈ విధంగా దివ్యజ్ఞాన సమాజం, సంఘ సంస్కరణకు, సాంస్కృతిక పునరుద్ధరణకు ఎంతో సహాయపడింది.

రామకృష్ణ మఠం

ప్రాచ్య, పాశ్చాత్య నాగరికత సమ్మేళనం కోసం రామకృష్ణ పరమహంస పేరుతో, అతని ప్రియ శిష్యుడైన, స్వామి వివేకానందుడు రామకృష్ణమఠాన్ని స్థాపించాడు. 19 వ శతాబ్దంలో భారత జాతీయ సంస్కృతిని పునరుజ్జీవితం చేయడానికి, అనేక సంస్థలు, వ్యక్తులు కృషి చేశారు. ముఖ్యంగా మధ్య తరగతి మేధావులు, క్రైస్తవ మత వ్యాప్తిని అరికట్టి, హిందూమతాన్ని రక్షించుకోవాలని నిశ్చయించుకున్నారు. అదేవిధంగా హిందూమత ధర్మాలను ప్రజలకు తెలియ చేయడానికి రామకృష్ణ పరమహంస పూనుకున్నాడు. ఇంతకు పూర్వపు మత సంస్కర్తలు పాశ్చాత్య జ్ఞానం కలిగిన వారు ఏదో ఒక రకంగా పాశ్చాత్య నాగరికతతో సంబంధం కలిగినవారు. కాని రామకృష్ణ పరమహంస పల్లెటూరికి చెందినవాడు. పాఠశాలకు పోయి విద్యాభ్యాసం చేయలేదు. పెద్ద పరీక్షలలో ఉత్తీర్ణుడు కాలేదు. యథార్థ జ్ఞానం తెలపని విద్య తన.కవసరం లేదని భావించిన మహనీయుడు. తనకు పొట్టకూటి, నీచవిద్య అవసరం లేదనీ, భగవత్ సాక్షాత్కారం కలిగించి, శాశ్వత ఆనందం ఇచ్చే బ్రహ్మవిద్య అవసరమని భావించాడు. అతడు దక్షిణేశ్వరంలో(కలకత్తా) స్థిర నివాసం ఏర్పరుచుకుని, కాళికాదేవికి పరమ భక్తుడై, జ్ఞానార్జనం చేశాడు. ప్రజల్లో జ్ఞానోదయం, నూతన వికాసం కలగడానికి తన అమూల్య సందేశాన్ని అందించాడు. అతని మార్గదర్శకత్వంలో సర్వమత సమతా భావన, సామాజిక సేవా తత్పరతలు వృద్ధిపొందాయి. మహత్తరమైన అతని, ఆధ్యాత్మక శక్తి భారతీయుల్లో విశాల భావాలను పెంపొందించింది.

రామకృష్ణుని తొలినామం, గదాధర చటోపాధ్యాయుడు - బెంగాల్‌లోని ఒకపల్లెటూరిలో, బీద బ్రాహ్మణ అర్చకుల కుటుంబంలో జన్మించాడు. 1856 లో దక్షిణేశ్వరంలో రాసమణిదేవి నిర్మించిన కాళికాలయంలో అర్చకత్వం స్వీకరించాడు. కాళీమాతకు మహాభక్తుడు. అతని దృష్టిలో కులమత భేదాలకు తావులేదు. ఆయన హిందూ ముస్లిమ్, క్రైస్తవుల మధ్య, విద్యావంతులు, నిరక్షరాస్యుల మధ్య, ధనవంతులు బీదల మధ్య, గ్రామీణ నగరవాసుల మధ్య అంతరాలు పాటించలేదు. రామకృష్ణుని బోధనలు అన్ని వర్గాలకు చెందిన వారిని ఆకర్షించాయి. వారిలో సాహితీ ప్రియులు, సంస్కార భావాలు గలవారు విశేషంగా ఆకర్షితులయ్యారు. మైకేల్ మధుసూదన్ దత్, ఈశ్వర చంద్ర విద్యాసాగర్, దేవేంద్రనాథ్ టాగూర్ వంటి మహనీయులు ఇతని బోధనల నుంచి స్ఫూర్తి పొందారు.

అన్ని మతాలు భగవంతుని చేరడానికి భిన్న మార్గాలు. ఆరాధనా పద్ధతులన్నీ ఆ భగవంతుని కొలవటానికి ఏర్పడిన విభిన్న పద్ధతులని ప్రబోధించాడు. తాను స్వయంగా ఇస్లాం, క్రైస్తవ మతోపాసనా పద్ధతులను అనుసరించాడు. వివిధ మతాచార్యులతో స్వేచ్ఛగా చర్చలు జరిపాడు. అతనిలో భక్తి భావనలు పెల్లుబికాయి. దీనమానవ సేవ పరమధర్మంగా భావించాడు. పీడిత జనానీకంలో అతడు దైవత్వాన్ని దర్శించాడు. 'మానవసేవే మాధవసేవ' అనే సూక్తికి ఆచరణ రూపం కల్పించాడు. ధర్మ వ్యాపనమే అసలైన మతం, సర్వమతాలు పరమార్థ ప్రాప్తికి మార్గాలు. అందుకు స్వధర్మం విడువ వలసిన అవసరం లేదు. అదే విధంగా ఇతర మతాలను ద్వేషించకూడదు. భారతీయులు తమ మత సంస్కృతిని విడవ వలసిన అగత్యం లేదని చెప్పాడు. ఈ విధంగా హిందూ మత ధర్మాలను అపహాస్యం చేసే క్రైస్తవ మత ప్రచారకుల బోధనలను తిప్పికొట్టారు.

క్రైస్తవ మత ప్రచారకులు హిందూ మతంపై చేసిన అపహాస్యాలను తన దివ్యజ్ఞానంతో తపస్సంపన్నతతో ఎదుర్కొన్నాడు. భారతీయులందరు దైవ భక్తితో, దేశాభిమానులై, సంఘసేవకులై, స్వాతంత్ర్య సిద్ధికి అవసరమైన త్యాగబుద్ధిని సంపాదించుకోవాలని ప్రబోధించాడు. ఈ విధంగా రామకృష్ణ పరమ హంస భారతీయులకు ఆదర్శ ప్రాయుడయ్యాడు. రామకృష్ణుని బోధనలు హైందవ మత పునరుజ్జీవనానికి బలమైన, నైతిక ఆధ్యాత్మిక పునాది వేశాయి. ప్రజల్లో ఆత్మ గౌరవం, ఆత్మ విశ్వాసాన్ని కలిగించి, కుల మత భేదాలను తొలగించడానికి తోడ్పడ్డాయి. రామకృష్ణుడు, కుల ప్రమేయం లేకుండా ఆంగ్ల విద్యాధికులైన యువకులను ఆంతరంగిక వర్గంలో శిష్యులుగా చేర్చుకున్నాడు. వారు తమ గురుదేవుని వ్యక్తిత్వం నుంచి స్ఫూర్తి పొంది, తమ జీవిత కాలాన్ని, సమాజసేవకు ఆధ్యాత్మిక ప్రచారానికి అంకితం చేశారు. వారిలో వివేకానందునిగా జగత్ప్రసిద్ధిగాంచిన, నరేంద్ర దత్తుడు ప్రముఖుడు.

వివేకానందుడు: స్వామి వివేకానందుడు రామకృష్ణ పరమహంస ప్రియ శిష్యుడు. అతడు భారత వర్ష పునర్నిర్మాణ కర్తలందరికి మార్గదర్శకుడు. అతని అసలు పేరు నరేంద్రనాథ్ దత్. క్రీ.శ. 1863 లో కలకత్తా నగరంలో జన్మించాడు. బాల్యం నుంచి చురుకైనవాడు. ఏ విషయాన్నైనా ఒకసారి చెప్తేచాలు దాన్ని పొల్లుపోకుండా అప్ప చెప్పేవాడు. అతనికి రామాయణ శ్రవణంపై ఎంతో మక్కువ. 1880 లో కలకత్తా రాష్ట్రీయ కళాశాలలో న్యాయశాస్త్ర అధ్యయనం చేస్తున్నప్పుడే సాంఘిక పరిణామాలు అతని దృష్టిని ఆకర్షించాయి. తండ్రి హఠాన్మరణంతో, అతని కుటుంబం ఘోర దారిద్ర్యాన్ని ఎదురుకోవలసి వచ్చింది. వివేకానందుని తల్లి, అతని ప్రగాఢ దైవభక్తిని శంకిస్తూ, తాను నమ్మిన భగవంతుడు తనకేమి మేలు కలిగించాడు చెప్పమని నిలదీసింది. దానితో నరేంద్రుడు దేవుని ఉనికిని సంశయించాడు. రామకృష్ణ పరమహంస తలుచుకుంటే కుటుంబ దారిద్ర్యం తొలగిపోతుందని భగవదనుగ్రహం తప్పక లభిస్తుందని నమ్మి అతని వద్దకు వెళ్ళాడు. ఆనాటి నుంచి వివేకానందుడు భక్తి జ్ఞాన మార్గాలు అవలంబించడం, భగవంతుడనుగ్రహించడం, కుటుంబానికి దారిద్ర్య బాధ తొలగిపోవడం జరిగింది. అప్పటి నుంచి సర్వసంగ పరిత్యాగిఅయినాడు. బ్రహ్మ సామాజికులతో చేరి ఒకప్పుడు వివేకానందుడు విగ్రహారాధనను విమర్శించాడు. కాని రామకృష్ణ పరమహంస విశిష్ట బోధనలవల్ల నిరాకార సచ్చిదానంద బ్రహ్మం, ఉపాసకుని భక్తి ఫలితంగా వివిధ రూపాలు దాల్చునట్లుగా, ఆకారం లేని నీరు మంచుగా ఏర్పడినట్లుగా, విగ్రహాది చిహ్నాలు యదార్థ భగవత్స్వరూప సాక్షాత్కారానికి తోడ్పడతాయని తెలుసుకున్నాడు. అప్పటి నుంచి బ్రహ్మ సామాజికులు, వివేకానందుడు మొదలైనవారు అంతవరకూ తాము నిరసిస్తూ ఉన్న విగ్రహారాధనలో విశేషార్థం ఉన్నదని గ్రహించారు.

తన ఆశయాలను సాధించడానికి రామకృష్ణుని సందేశాన్ని దేశ దేశాలకు, మారుమూల ప్రాంతాలకు వ్యాపింప చేయడానికి శాస్త్రోక్తంగా రామకృష్ణుని పేరిట శ్రీరామకృష్ణ మఠ ప్రతిష్ఠచేశాడు. ఈ మఠం సకల విద్యలకు, సాధనాలకు నిలయమైనదిగా ఉండాలని భావించాడు. ప్రాచీన గురుకుల పద్ధతిపై విద్యాలయాలు స్థాపించి, వ్యాకరణం, వేదాంతం, కళలు, వేదశాస్త్రాలు, సాహిత్యం, ఆంగ్లం బోధించేటట్లుగా ఏర్పాటు చేశాడు. ఇక్కడి విద్యార్థులు బ్రహ్మచారులు. వారికి భోజనాది సౌకర్యాలు సమకూరుస్తుంది. ఐదు సంవత్సరాల శిక్షణానంతరం విద్యార్థులు గృహస్థ జీవనం అవలంబించడానికి గాని, సన్యాసం స్వీకరించడానికి గాని నిర్ణయించుకోవచ్చు. విద్యావిషయాల్లో జాతి భేదాలుండవు. ఈ మఠం సర్వమత సమన్వయ నిలయం. మానవసేవే మాధవసేవ అనేది ఈ మత సిద్ధాంతం.

1893లో చికాగో నగరంలో జరిగిన సర్వమత మహాసభలో పాల్గొని తన అనర్గళ గంభీరోపన్యాసం ద్వారా, వివేకానందుడు భారతదేశపు మహోన్నత ఆధ్యాత్మిక సంపదను, ప్రపంచ

మత ప్రతినిధులకు విడమరిచి చెప్పాడు. దీంతో హిందూమత ఔన్నత్యం ప్రపంచానికి తెలియ వచ్చింది. ఎంతోమంది పాశ్చాత్య మేధావులు వివేకానందుడికి శిష్యులయ్యారు. అమెరికాలో అనేక ప్రాంతాల్లో రామకృష్ణమఠం శాఖలు ఏర్పడ్డాయి.

లక్షలాది పీడిత ప్రజానీకానికి వివేకానందుని ప్రబోధనలు అమృతధారల వంటివి. ప్రజలందరిలోను పరమాత్మ స్వరూపుడున్నాడని, ప్రతి వ్యక్తిలో మహోన్నత స్థానాన్ని పొందగల శక్తి సామర్థ్యాలున్నాయని విశ్వసించాడు. మత విషయాలలో సర్వసమానత్వం, సాంఘిక దురాచారాల నిర్మూలన, అందరికీ విద్యా సౌకర్యాలు కల్పించడం వంటి ఉన్నత ఆశయాల సాధనకు కృషి జరిగింది. భారతదేశంలోని అనేక ప్రాంతాల్లో ఈ మఠం శాఖలు నెలకున్నాయి.

ఈ మఠాలు, విద్యాలయాలను, అనాథశరణాలయాలను, శ్రామిక జన సేవాశ్రమాలను , వైద్యశాలల వంటి సేవా సంస్థలను స్థాపించి, జాతిమత భేదాలను పాటించక విస్తృతమైన సేవలనందిస్తున్నాయి. భూకంపాలు, తుఫానులు, వరదలు, అగ్ని ప్రమాదాలు, అంటు వ్యాధులు, మొదలైన ప్రకృతి వైపరీత్యాల కాలంలో రామకృష్ణ మఠ సేవాశ్రమ సాధువులు పీడిత ప్రజానీకానికి ఎన్నో రకాలుగా సేవలనందిస్తూ, వారి మన్ననలను పొందుతున్నారు.

1897 లో స్వామి వివేకానందుడు స్థాపించిన రామకృష్ణ మిషన్ మహావృక్షం దేశ విదేశాల్లో, శాఖోపశాఖలుగా విస్తరించి, తన సేవా కార్యక్రమాల ద్వారా విశ్వమానవ సౌభాగ్యానికి అంకితమైంది. ఈ సంస్థ ప్రధానా శయాలుగా ప్రపంచం లోని వివిధ మతాలకు చెందిన ప్రజల మధ్య సౌభ్రాతృత్వాన్ని పెంపొందించడం, పీడిత, దళిత జనుల, భౌతిక, ఆధ్యాత్మికాభివృద్ధికి కృషి చేయడం, విద్యా విజ్ఞానం, కళలు, పరిశ్రమలను అభివృద్ధి చేయడం, రామకృష్ణుని ముఖ్య బోధనలైన వేదాంత తత్త్వాన్ని సర్వధర్మ సమ భావాన్ని ప్రచారం చేయడం ద్వారా, వివిధ దేశాల ప్రజల మధ్య సరియైన అవగాహన సృష్టించడం ముఖ్యమైనవి. ఈ సంస్థ శాఖలు దేశంలోనూ, విదేశాలలోనూ ఉన్నాయి. 1063 నాటికి అమెరికాలో న్యూయార్క్, బోస్టన్, వాషింగ్టన్, ఫీన్స్‌బర్క్, శాన్‌ఫ్రాన్సిస్కో మొదలైన నగరాల్లో ఏర్పడ్డాయి. ఈ కేంద్రాల ద్వారా మతం, సంస్కృతి మొదలయిన విషయాలపై అవగాహన కల్పిస్తూ, ఆధ్యాత్మికంగా ప్రభావితం చేస్తున్నాయి.

ముస్లిమ్‌ల మత సంస్కరణోద్యమం

ముస్లిమ్ సాంస్కృతిక పునరుజ్జీవనం, సామాజిక మత సంస్కరణలకై సర్ సయ్యద్ అహమద్‌ఖాన్, అలీఘర్‌లో ఉద్యమాన్ని ఆరంభించాడు. దేశంలోని ముస్లిమ్‌ల మత ఆర్థిక రాజకీయ సాంస్కృతిక జీవనంలో పాశ్చాత్య విద్యా నాగరికతల ఆధారంగా సంస్కరణలు చేయడం ఈ ఉద్యమ

లక్ష్యం. 19 వ శతాబ్దంలో మొగల్ సామ్రాజ్యపతనానంతరం ముస్లింలు తమ రాజ్యాధికారాన్ని కోల్పోయి నిరాశా నిస్పృహలకు లోనయ్యారు. వీరిలో ఉన్నత వర్గానికి చెందిన ముస్లిమ్ ప్రభువులు ఉద్యోగాల్లోగాని, వర్తక వ్యాపారాల్లోగాని హిందువులతో పోటీ పడలేదు. వీరిలో ఉదాసీనత ప్రబలింది. తోటి భారతీయులైన హిందువులు, జ్ఞాన సముపార్జన, ధన సముపార్జనలో ముందడుగు వేయగా మహ్మదీయులు ఆర్థిక ఇబ్బందులకు లోనై, నైతికంగా బలహీనులయ్యారు. 1857 తిరుగుబాటుకు ప్రధానంగా ముస్లిమ్‌లే బాధ్యులని బ్రిటిష్ పాలకులు భావించి, ముస్లిమ్ వ్యతిరేక విధానాన్ని అవలంభించారు. దీంతో ముస్లిమ్‌ల కష్టాలు అధికమయ్యాయి. ఈ పరిస్థితుల నుంచి ముస్లింలను రక్షించి వారిని ఉద్ధరించడానికి సర్ సయ్యద్ అహ్మద్ ఖాన్ తీవ్రంగా కృషి చేశారు. 1860-61 లో 'విధేయులైన భారతీయ మహమ్మదీయులు' 1863 లో 'తిరుగుబాటుకు కారణాలు' అనే రెండు వ్యాసాలను ప్రకటించి, బ్రిటిష్ వారి అనుమానాలను తొలగించడానికి యత్నించారు. మహమ్మదీయుల్లో పాశ్చాత్య భావాలు వ్యాపించడానికి, అనేక విధాల శ్రమించాడు. ఖురాన్, బైబిల్‌ల మధ్య వ్యత్యాసం లేదనే సత్యాన్ని ముస్లిమ్‌లు గుర్తించాలని, క్రైస్తవులు ముస్లిమ్‌ల మధ్య సయోధ్యకు విందులు వినోదాలు ప్రోత్సహించాడు. ఆంగ్ల పాఠశాలలను స్థాపించి, ఆంగ్ల విద్య అభ్యసించేటట్లు చేశాడు. ప్రజలను విజ్ఞానవంతుల జేయడానికి వ్యవసాయ పద్ధతులను మెరుగుపరచడానికి ఘాపూర్‌లో 1865 లో "శాస్త్రీయ సంస్థను" ఏర్పాటు చేశాడు. (సైంటిఫిక్ సొసైటీ) - ఈ సంస్థ ఆధ్వర్యంలో పత్రికా రచన, పాశ్చాత్య గ్రంథాలను ఉర్దూలోకి అనువదించడం జరిగింది. ఈ విధంగా అలీఘర్ ముస్లిమ్‌ల రాజకీయ వైజ్ఞానిక, కార్యకలాపాలకు కేంద్రమైంది. 1869 లో ఇంగ్లండ్ నుంచి తిరిగి వచ్చిన సర్ సయ్యద్ ముస్లిమ్‌ల దృక్పథంలో మార్పు తేవడానికి, అనేక సంస్కరణల కార్యక్రమాలను చేపట్టాడు. మత విషయాలను బాహాటంగా, స్వేచ్ఛగా ప్రకటించే హక్కు ఉన్నదని ఉద్ఘాటించి, మూఢ విశ్వాసాలను తొలగించి, పాశ్చాత్య విద్యా వ్యాప్తికై కృషి చేశాడు. మహమ్మదీయ సంఘసంస్కరణ 'తహరీఖ్ ఉల్ అఖ్లాఖ్' అనే పత్రికను ప్రారంభించి, వారిలో చైతన్యాన్ని కల్పించాడు. తమ విషయాల్లో సత్యాన్వేషణ, సచ్ఛీల స్థాపన, ఆధునిక విజ్ఞాన శాస్త్ర బోధన సాధించడానికి అనేక పాఠశాలలు, విజ్ఞాన సంస్థల నేర్పాటు చేశాడు. 1875 లో ఇతడు ఏర్పాటు చేసిన అలీఘర్ ఆంగ్లో ఓరియంటల్ కళాశాల, ముస్లిమ్‌లకు ఆంగ్ల విద్య బోధనతో బాటు విజ్ఞాన సముపార్జనకు ఎంతో కృషి చేసింది. 1890 నాటికి ఆ సంస్థ అలీఘర్ విశ్వవిద్యాలయంగా రూపొందింది.

అలీఘర్ ఉద్యమం కాలక్రమంగా ముస్లింలలో విజ్ఞానాన్ని కలిగించిధి. దీనివల్ల మహమ్మదీయ సాంస్కృతిక సమైక్యతకు మార్గం సుగమమైంది. సంవత్సరానికొకసారి నిర్వహించే 'అఖిల భారత ముస్లిం విద్యాసమావేశం'(All India Muslim Educational Conference)

పాశ్చాత్య విద్యా విజ్ఞాన సముపార్జనకు దోహదం చేసింది. చారిత్రక పరిశోధనలు, ప్రాచీన సాహిత్య పరిరక్షణ చేయడమేగాక, పేద ముస్లిమ్ విద్యార్థులకు ఉపకారవేతనాలిచ్చి వారిలో విద్యావికాసానికి యత్నించింది. సర్ సయ్యద్ అహమద్ ఖాన్ తన మత సంస్కరణలను ఖురాన్ బోధనలకు అనుగుణంగా ఉండాలని ప్రకటించాడు. ఇస్లాం మత గ్రంథమైన ఖురాన్ హేతు బద్ధమైందని, అందులోని సత్యాలను తెలుసుకోవడానికి 'ఖురాన్ వైపుకు మరలండి'(Back to Khuran) అనే పిలుపునిచ్చాడు. ప్రాపంచిక జీవితానికి ప్రాముఖ్యతనీయరాదనే ముల్లాల భావనలను తిరస్కరించాడు. అందువల్ల అయన్ని ఇస్లాం మతంలోని విప్లవ ప్రేరకుడుగా పరిగణించారు. పాతపద్ధతులు, గుడ్డినమ్మకాలు, మూఢసంప్రదాయాలు ఇస్లాం మతానికి వ్యతిరేకాలనీ వీటిని నమ్మడం వలననే ముస్లిమ్‌లు పతన మైనారని చెప్పాడు. బహుభార్యాత్వం, విడాకులు, పరదా పద్ధతిని సమర్థించాడు. భారతదేశంలో అధిక సంఖ్యాకులైన హిందువులు స్వాతంత్ర్యం వచ్చిన తరవాత, అల్ప సంఖ్యాకులను నిర్లక్ష్యం చేస్తారని అందుచేత మత కుల వైషమ్యాలు ఉన్నంతకాలం, ప్రజాస్వామ్య విధానంతో ఎన్నికల వల్ల ఏర్పడే పార్లమెంటరీ వ్యవస్థను సమర్థించే కాంగ్రెస్‌ను ప్రతిఘటించాడు. పోటీ పరీక్షల పద్ధతిని సమ్మతించలేదు. కాలక్రమంగా ఆంగ్లేయుల పట్ల ముస్లిమ్‌ల వైఖరి మారింది. ముస్లింలు ఇల్బర్ట్ బిల్లును అబ్బన్ ప్రాంతీయ భాషా పత్రికల చట్టాన్ని, బెంగాల్ విభజనను సమర్థించి, ఆంగ్లేయులకు సన్నిహితులయ్యారు. 1883 నాటి అలీఘర్ కళాశాల, ప్రథమ ప్రధానోపాధ్యాయుడు థియోడర్ బెక్ ప్రోత్సాహంతో మహ్మదీయ రక్షణ సమితి ని అలీఘడ్‌లో స్థాపించారు. వారే 1906 లో జాతీయ కాంగ్రెస్‌కు పోటీగా ముస్లింలీగ్ ను స్థాపించారు. ఈ సంస్థ బ్రిటిష్ ప్రభుత్వం పట్ల విధేయత ప్రకటించి, ప్రభుత్వ విధానాలను సమర్థిస్తూ, చివరకు ముస్లిమ్‌ల రాజకీయ ప్రయోజనాలను సంరక్షించే సంస్థగా ఏర్పడింది. అలీఘర్ ఉద్యమం పటిష్టమైన ఉద్యమంగా రూపొంది, ఇస్లాంను శక్తివంతం చేసింది. ముస్లిమ్‌ల సాంస్కృతిక పునరుజ్జీవన ఉద్యమానికి సారధిగా అహ్మద్‌ఖాన్ పేరు పొందాడు. అతని ఉద్యమం వల్ల మధ్య తరగతి భారతీయ ముస్లిమ్‌లో చైతన్యం కలిగి వారిలో సమైక్యత పెంపొందింది. మొదట్లో ఇతని ఉపన్యాసాలు మత తత్త్వ ధోరణిలేకుండా ఉండేవి. కాని 1888 తరవాత అతని భావాలలో మార్పు కలిగింది. హిందువులు, ముస్లింలు రెండు భిన్న జాతుల వారని అతడు, మీరట్ ఉపన్యాసంలో పేర్కొన్నాడు. ఈ సిద్ధాంతం ముస్లింలలో వేర్పాటు వాద శక్తులను ప్రేరేపించి, ముస్లిమ్‌లకై ప్రత్యేక రాష్ట్రం కావాలని కోరుకున్నారు. చివరకు 1947 లో భారత దేశ విభజన ఈ ప్రాతిపదికపైనే జరిగింది.

సంప్రదాయ విద్యాభిమానులైన ముస్లిం మత బోధకులు, ముస్లిం దేశభక్తులు, అహ్మద్ ఖాన్ అభిప్రాయంతో ఏకీభవించలేదు. మొదటి నుంచి ముస్లిమ్ ప్రజలలో ఉలేమాలకు గణనీయమైన స్థానం ఉండేది. బ్రిటిష్ అధికార స్థాపనతో వారు బాధపడ్డారు. అయితే తిరిగి ముస్లిమ్

రాజకీయాధికారం స్థాపించవచ్చునని వారు విశ్వసించారు. షావలీ ఉల్లా నాయకత్వంలో వారు ఢిల్లీలో ఒకపాఠశాలను స్థాపించి ముస్లిమ్‌లను నీతిమంతులుగా, ఖురాన్‌ను సంపూర్ణంగా విశ్వసించే వారిగా తీర్చి దిద్దాలని కృషి చేశారు. 1803 బ్రిటిష్ వారు ఢిల్లీని అక్రమించిన తర్వాత షావలీ ఉల్లా కుమారుడు, షా అబ్దుల్ అజీజ్ బ్రిటిష్ వారిపై జిహాద్, మత యుద్ధాన్ని ప్రకటించాలని, ముస్లింలను ఆదేశించాడు. ఈ ఉద్యమానికి బరెలికి చెందిన సయ్యద్ అహ్మద్ నాయకుడయ్యాడు. 1857 తిరుగుబాటు సమయంలో వీరిలో కొందరు బ్రిటిష్ వారికి వ్యతిరేకంగా పోరాడారు. 1857 తిరుగుబాటులో పాల్గొన్న ఉలేమాలకు దేవబంద్ కేంద్రమైంది. వీరు 1867 లో మహమ్మద్ ఖాసిం నానాతావి, రషీద్ అహమద్ గంగోవాల కృషితో, దారుల్ ఉలూం అనే ప్రముఖ విద్యా సంస్థను స్థాపించారు. ఈ సంస్థలో ఖురాన్ బోధనలు, ఇస్లాం మత సంస్కృతులు బోధించడం ద్వారా ముస్లింలను సంఘటితపరిచే యత్నాలు జరిగాయి. బ్రిటిష్ ప్రభుత్వానికి సహాయాన్ని నిరాకరించడం ద్వారా బ్రిటిష్ పాలనను వ్యతిరేకించారు. ముస్లిం మత విశిష్టతను పునరుద్ధరించడానికి, విదేశీపాలకులను తరిమి వేయాలని ప్రచారం చేశారు. దేశంలో రాజకీయ సమైక్యత, సాధించడానికి, భారత జాతీయ కాంగ్రెస్ జరుపుతున్న ప్రయత్నాలను వారు సమర్థించారు. ఈ పాఠశాల (స్కూల్) అభివృద్ధికి, షిబ్లి, నుమాని, మహ్మద్ ఆల్‌హసన్, హుసేన్ అహ్మద్ మదినీ, ఒ బైదుల్లా సింధి కూడా కృషి చేశారు. దేవబంద్ మత నాయకులు జాతీయోద్యమంలో ప్రముఖ పాత్రవహించారు. ముస్లింలీగ్, ప్రత్యేక పాకిస్థాన్ డిమాండ్‌ను వీరు వ్యతిరేకిస్తూ, హిందూ ముస్లిమ్ ఐక్యతకై కృషి చేస్తూ, జాతీయతాభావ స్ఫూర్తిని వెలిగింపచేశారు.

పారశీమత సంస్కరణోద్యమం

క్రీ.శ. 8 వ శతాబ్దిలో అరబ్బులు పర్షియాను ఆక్రమించి, ఇతర మతస్తులను(పారశీకులు) బాధించడం వల్ల వారు గుంపులు గుంపులుగా గుజరాత్‌కు వలసవచ్చారు. వారు మొదట్లో బొంబాయి పట్టణంలో స్థిరపడ్డారు. 19, 20 శతాబ్దాల్లో వారు వర్తక వాణిజ్య, సాంఘిక, రాజకీయ రంగాల్లో ప్రముఖ పాత్ర నిర్వహించారు. వారు అనేక సామాజిక సంక్షేమ సంస్కరణలు చేపట్టి సమాజాభివృద్ధికై పాటుపడ్డారు. హిందూ కుటుంబాల ఆచార వ్యవహారాలు వారికి అలవడ్డాయి. బాల్య వివాహాలు, బహుభార్యాత్వం, పరదాపద్ధతి వంటి దురాచారాలు వ్యాపించాయి. వారికి వంశపారంపర్యమైన పురోహితులుండేవారు. మత సాంఘిక సమస్యల పరిష్కారం పంచాయితులు పరిష్కరించేవి. విద్యా విజ్ఞానాలు తక్కువే అయినా వారు వర్తక వాణిజ్యాలలో అభివృద్ధి సాధించారు. బెంగాల్ పునరుజ్జీవనోద్యమ ప్రభావం వల్ల, వారు బొంబాయిలోని ఎలిఫిన్‌స్టన్ కళాశాల లో విద్యాభ్యాసం చేసి ఆధునిక భావాలను సంతరించుకున్నారు. క్రీ.శ. 1849లో బాలికల విద్యాభివృద్ధి

కోసం ఒక పాఠశాల ఏర్పాటు చేసి, 1858 లో పార్శీ బాలిక పాఠశాల సంఘాన్ని స్థాపించారు. విద్యా విజ్ఞానాల వల్ల ప్రభావితులైన వీరు క్రీ.శ. 1851లో "రహ్నుమాయెమజ్ దయానన్' సభ(Rahnumai Maz Dayanan Sabha) అనే పేరుతో మతసంస్కరణ సంఘాన్ని నౌరోజి ఫరందొజి నాయకత్వంలో ఏర్పాటు చేశారు. పార్శీల సామాజిక స్థాయి పెంచడానికి ప్రాచీన జొరాష్ట్రియన్ మత పవిత్రతను పునరుద్ధరించడానికి ఈ సంఘం ఏర్పడింది. దాదా భాయి నౌరోజి, జె.బి. వాబా, ఫరందొజి, సర్దిన్ షామనోజ్జి ఈ సంస్కరణలను ప్రోత్సహించారు. క్రీ.శ. 1851లో "స్త్రీబోధ్." "దస్త్‌గఫ్తర్' పత్రికల ప్రచురణ ద్వారా ప్రసంగాలు, బహిరంగ సభల నిర్వహణ ద్వారా ప్రజలను జాగృతం చేయడానికి ప్రయత్నించారు. సనాతన మత వాదులు సంస్కరణలను వ్యతిరేకించినప్పటికీ, వారు పట్టువిడువక సంస్కరణల యత్నాలు కొనసాగించారు. దాదాబాయినౌరొజి,, షాపూర్‌జీల కృషివల్ల "వితంతు వివాహ సంఘాన్ని" స్థాపించారు. క్రీ.శ. 1865 లో ప్రత్యేక పార్శీ వివాహ విడాకుల చట్టం ద్వారా, పార్శీలలో ఇద్దరు భార్యలను పెండ్లాడే పద్ధతిని నిషేధించి, స్త్రీలకు చట్టపరమైన రక్షణ కల్పించారు. పార్శీల సాంఘిక సంస్కరణలకై రుస్తుంజీ కామా గొప్ప సేవ చేశాడు. విదేశాల పర్యటనానుభవాలతో, మూలగ్రంథాలను పరిశోధించి, మూఢనమ్మకాలను తొలగించడానికి కృషి చేశాడు. పురోహితులను మత గ్రంథాలలో శిక్షణనిచ్చే కార్యక్రమాన్ని ఆరంభించాడు. ఈ విధంగా జరిగిన సంస్కరణల ఫలితంగా పారశీక సమాజంలో గొప్ప పరివర్తన కలిగింది. స్త్రీలకు కొంత స్వేచ్ఛ లభించింది. స్త్రీ పురుషులు కలిసి భోజనం చేయడం, స్త్రీలు విద్య నేర్చుకోవడం వంటి అవకాశాలు కల్పించారు. ఐరోపా దేశస్థులతో వైవాహిక సంబంధాలేర్పరుచుకున్నారు. మలబారి సేవా సదన్ స్థాపించి స్త్రీలకు పిల్లలకు అభివృద్ధి కార్యక్రమాలు నిర్వహించారు. క్రీ.శ. 1910 లో పార్శీ మహాసభ జరిగింది. పురోహితులకు విద్యనేర్పడం, ఆధునిక సాంకేతిక పారిశ్రామిక పరిజ్ఞానం అందించడం వంటి కార్యక్రమాలు చేపట్టారు. 4 సంవత్సరాల్లో దాని సభ్యత్వం 500కు పెరిగింది. సమాజవృద్ధి నిర్వహణలో రెండు వర్గాలు ఏర్పడ్డాయి. అభ్యుదయ వర్గంలో ఫిరోజ్‌షా మెహతా, టాటా, హెచ్. ఎ. వాడియా వంటి వారు పాల్గొన్నారు. "దిపారిశీ" అనే పత్రికను నడిపి, పారశీ మత సంరక్షణకై వీరు పాటుపడ్డారు. ఛాందస వర్గానికి చెందినవారు మూఢనమ్మకాలు పాటిస్తూ విగ్రహారాధన ప్రాచీన సంప్రదాయాలను ప్రోత్సాహించారు. ఈ సంస్కరణల ప్రభావం వలన ప్రేరణ పొందిన, పారశీ నాయకులు స్వాతంత్ర్య సమరంలో పాల్గొన్నారు. దాదాభాయినౌరోజి "పావర్టీ ఆన్ బ్రిటిష్ రూల్' గ్రంథాన్ని రచించి జాతీయతా భావాన్ని దీపింప చేశాడు. దాదాబాయి నౌరోజి, "ఫిరోజ్‌షా మెహతా". "దిన్‌షా మెహతా" భారత జాతీయ కాంగ్రెస్‌కు అధ్యక్షులుగా పని చేశారు. వారు కాంగ్రెస్ నిర్వహించిన అనేక ఉద్యమాలలో పాల్గొని, స్వాతంత్ర్య సమరయోధులుగా పరిగణన పొందారు. వీరిలో ఖుర్షీద్ నారిమన్ బొంబాయిలో ఉప్పుచట్టాన్ని ఉల్లంఘించిన మొదటి బొంబాయి పౌరుడిగా ప్రసిద్ధి చెందాడు.

సిక్కు మత సంస్కరణోద్యమం

గురునానక్ స్థాపించిన సిక్కు మతం పంజాబ్ ప్రాంతాల్లో విస్తరించింది. 18 వ శతాబ్దారంభం గురుగోవింద్ సింగ్ సిక్కు, రాజకీయ స్వాతంత్ర్యం కోసం ప్రయత్నించి, మొగల్ చక్రవర్తు బహదూర్‌షా, ఫరూఖ్‌షియార్ ఆగ్రహానికి గురయ్యారు. అనేక మంది శిక్కుమతస్థులు నిర్దాక్షిణ్యం చంపబడ్డారు. ఈ సంఘటనలు శిక్కు మతస్థులలో ఐకమత్యాన్ని కలిగించి, మిసల్స్ అనే పేరు వారిని సంఘటిత పరిచాయి. రంజీత్ సింగ్ నాయకత్వంలో వారు రాజకీయంగా బల పంజాబ్‌లోసిక్కు రాజ్యాన్ని స్థాపించారు. సిక్కు ప్రభుత్వకాలంలో డోగ్రాలు , బ్రాహ్మణు ప్రాబల్యం సంపాదించి, హిందూ కర్మకాండలను, పూజా విధానాలను ప్రవేశపెట్టారు. ఈ విధం ఏర్పడిన మూఢాచారాలు, కర్మకాండలు, సామాజిక దురాచారాలు, భాయిదయాళ్‌సింగ్‌ను కల పరిచాయి. అతడు తన నివాసాన్ని రావల్పిండికి మార్చి, సిక్కు మత వ్యతిరేక దురాచారాల బహిరంగంగా ఖండించాడు. విగ్రహారాధన, కర్మకాండలను విడిచి పెట్టమని వివాహాలను ఆన పద్ధతిన జరిపించుకోవాలని, నిరాకారుడైన భగవంతుని మాత్రమే పూజించాలని ప్రబోధించాడ అతని అనుచరులను 'నిరంకారీలు' అంటారు. భాయి దయాళ్ మరణానంతరం అతని కుమారు బాబాదర్బార్ సింగ్ నిరంకారి ఉద్యమానికి నాయకుడయ్యాడు. పంజాబ్‌లో విస్తృతంగా పర్యటిం పురోహితులు ప్రాబల్యం తగించటంతో పాటు, "ఆనందవివాహ" పద్ధతిని ప్రోత్సహించాడు. కార్యక్రమాలను కొనసాగించడానికి సలహాదార్లను నియమించాడు. వేలాది మంది శిక్కు ఆదరాభిమానాలను పొందాడు. నిరంకారీల కృషి ఫలితంగా క్రీ.శ. 1909లో ప్రభుత్వ ఆనందవివాహ శాసనాన్ని ఆమోదించింది. నిరంకారీలు గురునానక్ బోధనలను ఆచరణలో పెట్టడ ఆడంబరాలు లేకుండా వివాహాలు జరిపించడం వల్ల పంజాబ్‌లో నామ్‌దారీ, ఆరౌలీ ఉద్యమా ఆరంభమయ్యాయి. దర్బారాసింగ్ నిరంకారీ బోధనలతో ప్రభావితుడైన భోయిరాంసింగ్ నామ్‌దా ఉద్యమాన్ని ఆరంభించాడు. గురువుల బోధనలను సంపూర్ణంగా విశ్వసించడం వల్ల చాలా మం శిక్కులు ఈ మార్గాన్ని అనుసరించారు. వారు దేవుని పవిత్ర నామాన్ని ఎప్పుడూ వల్లించడం చే నామధారులుగా పిలువబడ్డారు. భాయి రాంసింగ్ నామ్‌దారీ ఉద్యమాన్ని ఆరంభించాడు. గురువు బోధనలను సంపూర్ణంగా విశ్వసించడంవల్ల చాలా మంది సిక్కులు ఈ మార్గాన్ని అనుసరించార వారు దేవుని పవిత్ర నామాన్ని ఎప్పుడూ వల్లించడం చేత నామ ధారులు అని పిలిచారు. భాయ రాంసింగ్ వర్ణ భేదాలను విస్మరించి, కులాంతర వివాహాలను వితంతు వివాహాలను సమర్థించాడ వరశుల్కం, శిశు హత్యలు, విగ్రహారాధన, మత్తు పదార్థాల వాడకాన్ని విసర్జించాలనీ, ఎప్పుడ సత్యాన్నే పలుకుతూ, ఆడంబరాలకు దూరంగా ఉండాలనీ, ఆనంద పద్ధతిలో వివాహాల జరుపుకోవాలని బోధించాడు. 1849లో బ్రిటిష్ వారు పంజాబ్‌ను ఆక్రమించుకోవడం వ

ామదారీలు, బ్రిటిష్ వారికి వ్యతిరేకులయ్యారు. బ్రిటిష్ ప్రభుత్వంవారిని ఎన్నో నిర్బంధాలకు ురి చేసింది. అయినప్పటికీ నామదారీల ఉద్యమం ఆగిపోలేదు.

దేవుని నామాలను త్వరత్వరగా ఉచ్చరించే సిక్కు వర్గాల వారిని కూకాలు అనేవారు. వీరి ూజా పురస్కారాదులకు, విగ్రహారాధన, కర్మకాండవంటి ఆచారాలను వ్యతిరేకించారు. వీరు ేవాలయాలను స్మశానాలను, సమాధులను ధ్వంసం చేసేవారు. 1868 లో ఈ ఉద్యమం ఆగిపోయినప్పటికీ, ఈ వర్గం వారిలో కొందరు గోవధను వ్యతిరేకిస్తూ అనేకమంది కసాయి వారిని ్యత్య చేశారు. ప్రభుత్వం వారు ప్రతిస్పందించి, కూకావర్గం వారిని తిరుగుబాటు దారులుగా ్రకటించి కఠిన శిక్షలకు గురి చేసింది. ఈ నిషేధం 1922 వరకు గొనసాగింది.

క్రైస్తవ మత ప్రచారకుల మత మార్పిడి చర్యలు సిక్కు మతస్తులలో భయాందోళనలు ులిగించాయి. మత మార్పిడి నుంచి తమ మతాన్ని కాపాడుకోవడానికి సిక్కు నాయకులు అమృత్‌సర్‌లో సింగ్‌సభ ఏర్పాటు చేసి, సిక్కు మత ప్రాచీనపవిత్రత తిరిగి పొందడానికి పూనుకున్నారు. సిక్కుల చారిత్రక గ్రంథాలను ప్రచురించడం ద్వారా పంజాబీ భాషలో వార్తా పత్రికలు ప్రవేశపెట్టి, సిక్కుమతం నుంచి విడిపోయిన వారిని తిరిగి సిక్కుమతంలో చేర్చుకునేటట్లు వీరు కృషి చేశారు. సిక్కుల విద్యా ప్రణాళిక కూడా ఆంగ్లేయుల తరహాలో ఉండేటట్లు ఏర్పాటు చేశారు. 1873 లో సింగ్ సభ తొలి సమావేశం జరిగింది. సిక్కులు సాంఘిక దురాచారాలను ఖండించి, పాశ్చాత్య విద్యను సమర్థించారు. ఈ ఉద్యమానికి బ్రిటిష్ ప్రభుత్వం ఆశీస్సులు లభించాయి. చైతన్యవంతులైన సిక్కులు గురుద్వారాలపై ప్రజాస్వామిక తరహా నియంత్రణ, నిర్వహణలు ఉండాలని కోరుకొన్నారు. వారు అమృత్‌సర్‌లోని కొన్ని గురుద్వారాలను ఆక్రమించారు. క్రీ.శ. 1920 లో అకాలిదళ్ ఆవిర్భవించింది. అవినీతి పరులైన మహంత్‌లను తొలగించి, శిక్కు మతసంస్థలను, హిందూ మత ప్రభావాల నుంచి కాపాడి, సిక్కు సమాజాభివృద్ధికై ఈ సంస్థ పురోగమించింది. సిక్కు గురుద్వార్‌ల నిర్వహణకై శిరోమణి గురుద్వార్ ప్రబంధక కమిటి (S.G.P.C.) ఏర్పడింది. మహంత్‌ల అక్రమాల నుంచి మతాన్ని కాపాడటానికి వీరు ఉద్యమాన్ని నడిపారు. కొందరు పాత పురోహితులు వీరిని వ్యతిరేకించి ప్రభుత్వంతో కుమ్మక్కై నూటముప్పై మంది అకాలీ కార్యకర్తలను హత్య చేశారు. ఈ సంఘటన సి క్కు మత సంస్కరణోద్యమాన్ని మరింత తీవ్రతరం చేసింది. చివరకు 1925లో పంజాబ్ శాసన సభ గురుద్వార శాసనం ఆమోదించి గురుద్వారాల నిర్వహణాధికారాన్ని ఎస్.జి.పి.సి. (సిక్కు గురుద్వార ప్రబంధక కమిటి) లకు అప్పగించింది. కాని, అకాలీదళ్‌ను ప్రభుత్వ వ్యతిరేక సంస్థగా ప్రకటించింది. మత ఉద్యమంగా ఆరంభమైన గురుద్వార ఉద్యమం,

రాజకీయ ఉద్యమంగా మారింది. మధ్యతరగతి వారు ఈ ఉద్యమానికి ప్రధాన పాత్ర పోషించారు. అకాలీదళ్ కాంగ్రెస్‌తో కలిసి, 1920 లో బ్రిటిష్‌వారికి వ్యతిరేకంగా శాసనోల్లంఘనోద్యమంలో పాల్గొన్నది. ఈ విధంగా దేశ స్వాతంత్ర్యానికై జరిపిన పోరాటంలో కాంగ్రెస్ అకాలీదళ్ కలిసి, 1935 వరకు మిత్రులుగా సంఘటిత పోరాటం జరిపారు. 1935 తర్వాత బ్రిటిష్ వారిని విభజించి పాలించే విధానం వల్ల ప్రభావితులై అకాలీదళ్‌వైఖరి మార్పుకు లోనయింది. సంస్కరణవాదులను, సాంఘిక న్యాయం, సమానత్వం, మానవత్వం వంటి నైతిక విలువలు ఉత్తేజ పరిచాయి. వారు మత ఛాందసత్వం, మూఢాచారాలు, సంఘదురాచారాలను ముక్తకంఠంతో వ్యతిరేకించారు. వారి కృషి ఫలితంగా 19 వ శతాబ్దంలో కొన్ని సంఘ దురాచారాలను నిషేధిస్తూ, ప్రభుత్వ శాసనాలు వెలువడ్డాయి. ఇవి ఉన్నత కులాల వారికే లాభాన్ని కలిగించాయి. 20 వ శతాబ్దంలో కొన్ని సంఘంలోని దురాచారాలను నిషేధిస్తూ, ప్రభుత్వ శాసనాలు వెలువడ్డాయి. ఇవి ఉన్నత కులాల వారికే లాభాన్ని కలిగించాయి. 20 వ శతాబ్దంలో నిమ్నజాతుల వారి సముద్ధరణకై విశేషమైన కృషి జరిగింది. ఇందుకై ఎన్నో శాసనాలు చేశారు. ఈ శతాబ్దిలోనే సాంఘిక, మత సంస్కరణలు జాతీయోద్యమంలో అంతర్భాగమయ్యాయి. సంస్కరణల ఉద్యమం కాలక్రమంగా బలపడింది. అస్పృశ్యత, మద్యపానం వంటి సాంఘిక దురాచార సమస్యలను, జాతీయ కాంగ్రెస్ ఉద్యమంలో ప్రధానాంశాలుగా స్వీకరించింది. స్వాతంత్ర్యం సిద్ధించిన తర్వాత వీటిని నిషేధిస్తూ, కాంగ్రెస్ ప్రభుత్వం చట్టపరమైన చర్యలు చేపట్టింది. ఈ విధంగా మత సాంఘిక సంస్కరణలు, జాతీయోద్యమానికి ప్రధాన భూమికలుగా వ్యవహరించి దేశాన్ని, సంక్షేమ రాజ్యంగా, రూపొందించడానికి తోడ్పడ్డాయి.

మత సాంఘిక సంస్కరణోద్యమ ఫలితాలు

18, 19వ శతాబ్దాల్లో తలెత్తిన మత సాంఘిక సంస్కరణోద్యమాలు, సంఘ దురాచారాల నిర్మూలనకు, విద్యావిజ్ఞానాభివృద్ధికి, ఎంతో తోడ్పడ్డాయి. ఈ సంస్కరణల ప్రభావం చేత జాతీయ భావం బలపడింది. కొందరు సంస్కర్తలు ఈ సంస్కరణల నడిపిన ఉద్యమం ద్వారా భారతదేశపు సాంస్కృతిక వారసత్వం పునరుజ్జీవితమైంది.

వివిధ సామాజిక మత, సంస్కరణ ఉద్యమాలు భారతీయులలో మత సంస్కృతుల పట్ల విశ్వాసాన్ని కలిగించాయి. తద్వారా జాతీయతాభివృద్ధికి మార్గమేర్పడింది. ఈ ఉద్యమాల ఫలితంగా అనేక సాంఘిక దురాచారాలు తొలగించడానికి యత్నాలు జరిగాయి. క్రీ.శ. 1829లో

సతీసహగమనం చట్టరీత్యా నిషేధించబడింది. దేవదాసీ వ్యవస్థ అంతరించింది. క్రీ.శ. 1856 లో వితంతు వివాహాలను చట్టరీత్యా అనుమతించారు. 1872 లో లౌకిక వివాహాలను, శాసన రీత్యా ఆమోదించారు. దీనివల్ల కుల మతాంతర వివాహాలకు ప్రోత్సాహం లభించింది. స్త్రీ విద్యాభివృద్ధి కోసం అనేక ప్రయత్నాలు జరిగాయి, ప్రజల్లో పాశ్చాత్య విద్యా విజ్ఞానాన్ని నేర్చుకోవాలనే కుతూహలం ఏర్పడింది. మూఢనమ్మకాలు, గుడ్డి విశ్వాసాలు తగ్గిపోయాయి. హేతు వాద ప్రక్రియకు శ్రీకారం చుట్టారు. పురోహిత వర్గాల ప్రాబల్యం తగ్గింది. మత నమ్మకాలు పూజా విధానాలలో మార్పు వచ్చింది. బహు దేవతారాధన, అంటరానితనం, విగ్రహపూజ, అస్పృశ్యత వంటి దురాచారాలు తగ్గిపోయాయి. బాల్య వివాహాలు, కర్మకాండలు మొదలగు మూఢ విశ్వాసాలు చాలా మట్టుకు తగ్గాయి. హిందూ మత ప్రాశస్త్యం విశ్వవిఖ్యాతమైంది. బహుభార్యాత్వం లాంటి దుస్సంప్రదాయాలను నిరసించారు.

అయినప్పటికీ సంఘంలో ఇంకా పూర్తి మార్పు రాలేదు. ఈ ఉద్యమాలు కేవలం హిందూ మత ప్రాశస్త్యం చాటడం వల్ల హిందూ జాతీయతాభివృద్ధికి మాత్రమే తోడ్పడ్డాయి. మత రహిత జాతీయత, ఇంకా రూపుదిద్దుకోలేదు. కొందరు సంస్కర్తలు రాంమోహన్ రాయ్, దయానంద్ సరస్వతి వంటి వారు వితంతు వివాహాలను వ్యతిరేకించారు. రామకృష్ణ పరమహంస, వివేకానంద వంటి వారు విగ్రహపూజను సమర్థించారు. కేశవ చంద్ర సేన్, తిలక్ వంటివారు తమ కుమార్తెలకు బాల్య వివాహాలు జరిపించారు. రనడే రెండవ భార్యను స్వీకరించాడు. అయినప్పటికీ, మత, సాంఘిక సంస్కరణోద్యమాలు భారత జాతీయతాభివృద్ధికై ఎనలేని కృషి చేసాయని చెప్పవచ్చు.

3

జాతీయోద్యమం -కాంగ్రెస్ పుట్టుక

జాతీయత చాలా సువిశాలమైన పదం. దీనిలో అనేక భావాలు ఇమిడి ఉన్నాయి. ప్రొఫెసర్ హేస్ జాతీయతను, జాతి, దేశభక్తి రెండింటి కలయికతో కూడిన ఒక భావన అన్నాడు. ఒకే చరిత్ర, సంస్కృతి సాంఘిక వ్యవస్థ కలిగి ఒకే ప్రాంతంలో నివసిస్తూ, రాజకీయ ఐక్యత కలిగి ఉన్న మానవ కూటమిని రాజ్యం అంటారు. ఈ రాజ్యంలో నివసించే ప్రజల్లో ఉద్భవించే దేశభక్తిని జాతీయత అనవచ్చు. ఒక్కొక్క జాతికి, ఒక సర్వస్వామ్యం గల ప్రత్యేక రాజ్యం ఉండాలని జాతి హద్దులు, రాజ్యం హద్దులు ఒకటిగా ఉండాలన్నది ఈనాటి రాజకీయ సిద్ధాంతం. జవహర్లాల్ నెహ్రూ అన్నట్లు విదేశీ పాలనలో అలమటిస్తున్న దేశాలలో విదేశీ వ్యతిరేకతను జాతీయత అనవచ్చు. అంతేగాక నిరంకుశత్వానికి వ్యతిరేకంగా ప్రజలు జరిపిన పోరాటాన్ని కూడా జాతీయ ఉద్యమంగా పేర్కోవచ్చు.

18, 19 శతాబ్దాలలో ఐరోపా ఖండంలో, 19, 20 శతాబ్దాలలో ఆసియా, ఆఫ్రికా ఖండాలలోని అనేక దేశాలవారు తమ దేశంలోని పరాయి ప్రభుత్వాల పై తిరుగుబాటు చేసి జాతీయ రాజ్యాలు స్థాపించుకున్నాయి. ఇదే విధంగా భారత దేశంలోని భారతీయులంతా రెండు శతాబ్దాల కాలం ఆంగ్లేయుల పాలనలో అనేక కష్టాలకు గురై, జాతీయోద్యమాన్ని లేవదీసి, స్వాతంత్ర్యం సంపాదించుకున్నారు. ఆసియా ఖండంలో మొట్టమొదటి స్వాతంత్ర్యం సంపాదించిన దేశం భారత దేశం. ఇది మిగతా దేశాలకు మార్గదర్శి అనవచ్చు. భారతదేశం స్వాతంత్ర్యం కోసం పోరాడటం ఇది ప్రథమం కాదు. భారతదేశంపై దండయాత్ర చేసి దేశాన్ని పాలించిన విదేశీయుల నెందరినో ఓడించి, స్వంత ప్రభుత్వాన్ని ఏర్పాటు చేసుకోవడం భారతీయులకు ఆనవాయితిగా ఉంది. చంద్రగుప్తమౌర్యుడు గ్రీకులను తరిమివేయడం, యశోధర్ముడు హూణులను పారద్రోలడం, చాళుక్యులు, విజయ నగర చక్రవర్తులు, మహారాష్ట్రులు, సిక్కులు విదేశీయులైన ఆఫ్ఘనులు, తురుష్కులు, మొగలులను ఎదిరించి, ప్రతిఘటించి, వారి సామ్రాజ్యం విస్తరణను అరికట్టడం, జాతీయోద్యమంగా పేర్కొనవచ్చు. కాని ప్రస్తుతం మనం వ్యవహరించే జాతీయత, జాతీయ రాజ్యం అనే భావాలు ప్రధానంగా 1953 పిదప ఐరోపాలో వచ్చిన పరిణామాల మీద ఆధారపడినవే కాని

అంతకు ముందు ఏ మాత్రం ఏర్పడినవి కావు. అదేవిధంగా ఆంగ్లేయులు, భారతదేశాన్ని ఆక్రమించారు. వారిని ఎదిరించి కష్టపడి, తిరిగి స్వాతంత్ర్యాన్ని సాధించుకోవడం, జాతీయోద్యమం అని చెప్పవచ్చు. ఈ ఉద్యమం పూర్వపు వాటి కన్నా ప్రత్యేకమైంది. ఆంగ్లేయుల కన్నా ముందు దేశాన్ని ఆక్రమించినవారు దేశంలో ఏ ఒక్క ప్రాంతాన్నో తమ ఆధీనంలోకి తెచ్చుకున్నారు. ఇంతకు ముందు ఉద్యమాలలో సామాన్య జనులు పాల్గొన లేదు. స్వాతంత్ర్యసమరం ఏ ఒక్క ప్రాంతానికో పరిమితమై దేశమంతటా వ్యాపించి ఉండేది కాదు. కాని ఆంగ్లేయులు భారత దేశాన్నంత ఆక్రమించిన కారణంగా దేశంలోని ప్రజలందరు తమ స్వాతంత్ర్యాన్ని కోల్పోయారు. అందుచేత అన్ని ప్రాంతాల వారు ఏకమై, స్వాంతంత్ర్యం కోసం పోరాడారు. ఈ ఉద్యమంలో సామాన్య ప్రజలు కూడా ఎక్కువగా పాల్గొన్నారు. వారు యుద్ధం వంటి హింసా పద్ధతులనవలంబించలేదు. పరాయి ప్రభుత్వాన్ని అహింసామార్గంలో ధిక్కరించారు. ఇది సామాన్యజనులు, శాంతియుతంగా పోరాడి, అహింసా మార్గమునవలంభించి, ఆంగ్లేయులను వెళ్ళగొట్టి సాధించిన స్వాతంత్ర్యం - ఈ పోరాటం వంద సంవత్సరాలకు పైగా కొనసాగింది. ఆంగ్లేయులకు ఇతర విదేశీయులకు చాలా భేదం ఉంది. ఇతర దేశీయులు రాజ్యకాంక్షతో వచ్చినవారు. వారు క్రమంగా మనతో కలిసిపోయి మన సంస్కృతిలో ఒకరుగా రూపొందారు. కాని ఆంగ్లేయులు ఆ విధంగా గాక మన రాజ్యాలను స్వాధీనం చేసుకుని, ఇక్కడ ధనాన్ని స్వాతంత్ర్యాన్ని తమ స్వాధీనం చేసుకున్నారు. ఆంగ్లేయులు మన జాతిని సంస్కృతిని హీనంగా చూడటమే గాక, వారి సంస్కృతిని, అలవాట్లను, మన దేశంలో అమలులో పెట్టారు. ఈ మార్పులు సంస్కరణలు, కేవలం బ్రిటిష్ వారి స్వార్థం కోసమే అమలు చేయడానికని ప్రజలకు తెలిసిపోయింది. అందుచేత తాము సమైక్య జాతిగా సంఘటిత పడితే తప్ప తిరిగి స్వాతంత్ర్యం సంపాదించడం కష్టమని తెలుసుకున్నారు. ప్రజలలో జాతీయ చైతన్యం కలిగించడానికి దేశ నాయకులు అనేక ప్రయత్నాలు చేశారు. పత్రికల ద్వారా, సంఘాల ద్వారా, ఉపన్యాసాల ద్వారా ప్రజలకు అసలు విషయాలను తెలియ చేసి, ఆంగ్లేయుల పట్ల విముఖత కలిగించి ప్రజల సహకారంతో ప్రభుత్వాన్ని ఎదిరించడానికి పూనుకున్నారు. క్రీ.శ. 1857 తర్వాత ఈ విధానాన్ని పాటించి స్వాతంత్ర్య సమరం కొనసాగించారు.

జాతీయోద్యమ చరిత్రలో క్రీ.శ. 1857 లో జరిగిన తిరుగుబాటును, మొదటి దశగాను, క్రీ.శ. 1858-1919 మధ్యకాలాన్ని రెండో దశగాను, క్రీ.శ. 1920-1947 మధ్యకాలాన్ని మూడో దశగాను విభజించవచ్చు.

ఆంగ్లేయులు తమ పరిపాలనను విస్తరించి, రాజకీయంగా దేశాన్నంతా ఏకం చేశారు. వారు దేశంలో ఒకే విధమైన ప్రభుత్వం, ఒకే న్యాయాన్ని అమలులో పెట్టారు. భారతీయులు

విశ్వసించే వర్ణ విభేదాలను వారు పాటించలేదు. ఈ విధానం చాలా మందికి నచ్చలేదు. ఆంగ్లేయులు ప్రవేశ పెట్టిన సంస్కరణలు అన్ని ప్రాంతాల్లో ఒకే విధమైన ఫలితాలను ఇవ్వలేదు. అప్పటి వరకు పాలక వర్గంగా ఉన్న మహమ్మదీయులను ఇతర మతాల వారితో సమానంగా చూడడం వల్ల ముస్లింలు వీరికి ప్రబల విరోధులయ్యారు. ఏ విధంగానైనా ఆంగ్లేయులను అధికారం నుంచి తొలగించి తాము కోల్పోయిన స్థానాన్ని తిరిగి పొందాలని వారు ప్రయత్నించారు. 1857 తిరుగుబాటు తర్వాత కూడా, రాజకీయ ప్రాముఖ్యత, ప్రభుత్వోద్యోగాలు ప్రజానీకంలో కొద్దిమందికి మాత్రమే లభించాయి. ఆ ఉద్యోగాల అర్హతలను పెంచి, వాటిని భారతీయులకు అందుబాటులో లేకుండా చేశారు. పోటీ పరీక్షల గరిష్ట వయోపరిమితిని 21 కి తగ్గించి, భారతీయులకు ఉన్నతోద్యోగాల అవకాశం లేకుండా చేశారు. తమ స్వదేశమైన ఇంగ్లండ్‌లో, ప్రభుత్వంపై తిరుగుబాటు చేసి ప్రజాస్వామ్యాన్ని స్థాపించుకొన్న ఆంగ్లేయులు, భారతదేశంలో నిరంకుశ పాలన కొనసాగించడం వల్ల, బ్రిటిష్ వారు ప్రారంభించిన విద్యావిధానంలో తగినంత ప్రభావాన్ని పొందిన భారతదేశంలోని విద్యాధికులు అసంతృప్తిని, ఆందోళనను పొందారు.

19 వ శతాబ్దిలో ఐరోపా దేశాలలో ప్రజలు విప్లవాలు లేవదీసి, స్వాతంత్ర్యం సంపాదించి ప్రజాస్వామ్యాన్ని నెలకొల్పడం భారతీయుల్లో విశేషమైన స్పందనకు కారణమైంది. మధ్య తరగతి ప్రజల్లో చాలా మంది ఆంగ్ల విద్యను నేర్చుకొన్నారు. వారిలో చాలా మంది ఆంగ్ల గ్రంథాలు చదివి, రాజకీయాల్లో తామెంత నష్టపోయారో తెలుసుకొన్నారు. ఐరోపాదేశాల వారు విప్లవాలు లేవదీసి ప్రజాస్వామిక ప్రభుత్వాలను స్థాపించుకోవడం, వారిని చాలా ప్రభావితం చేసింది. ఇంగ్లండ్‌లో 19 వ శతాబ్దంలో స్వాతంత్ర్యం, ప్రజల హక్కులు, ప్రజల చేత నిర్వహించబడే ప్రభుత్వాలు, పాలకులకు పాలితులకు మధ్య అగాధం ఉండరాదనే సిద్ధాంతాలు విస్తృతంగా వ్యాపించాయి.

ఆ సిద్ధాంతాలను సమర్థించిన నాయకులే, భారతదేశం విషయంలో, వాటిని, వ్యతిరేకించడాన్ని భారతీయులు అర్థం చేసుకొన్నారు. ఆంగ్లేయులకు ఈ దేశం, బానిస దేశంగా ఉండడం విద్యాధికులైన భారతీయులకు కోపకారణమైంది. వీరు దేశ ప్రజల్లో రాజకీయ విప్లవాలను లేవదీయడానికి ముందు, రాజకీయ చైతన్యం కలిగించటానికి పూనుకొన్నారు. క్రీ.శ 1857 తర్వాత జాతీయోద్యమం అంకురించడానికి ఇది ఒక కారణమని చెప్పవచ్చు.

ఆర్థిక కారణాలు :–

1757లో ప్లాసీ యుద్ధానంతరం, క్రమక్రమంగా బ్రిటిష్ ప్రాబల్యం దేశమంతటా విస్తరించింది. సైనిక శక్తితో, కుయుక్తి, కుట్రలతో బ్రిటిష్‌వారు తమ రాజకీయాధికారాన్ని

దేశమంతటా వ్యాపింప చేశారు. వారు తమ ఆధిపత్యాన్ని కేవలం స్వీయ ప్రయోజనాల లక్ష్య సాధనకు వినియోగించారు. ప్లాసీ యుద్ధానికి పూర్వమే, ఈస్టిండియా కంపెని, ధన సంపాదనమే తన ధ్యేయంగా పెట్టుకుని, భారతీయ వస్తువులను తక్కువ ధరలకు కొని, అతి ఎక్కువ ధరలకు అమ్మటానికై కృషి చేసింది. ఇతర సంస్థలు కూడా తమతో పోటి పడకుండా వ్యాపారంపై గుత్తాధిపత్యాన్ని పొందింది. వ్యాపార వనరులను కొనసాగించడానికి తమ ఆధిపత్యాన్ని స్థిరపరచుకోవడానికి, సైన్యాన్ని, నౌకాదళాన్ని, పటిష్ఠం చేసుకుని అనేక యుద్ధాలు చేసింది. సైనిక, ప్రాధాన్యత గల రేవు పట్టణాలైన బొంబాయి, మద్రాస్, కలకత్తాలలో ప్రెసిడెన్సి కేంద్రాలను స్థాపించి, స్థానిక పన్నులు విధించి తన రాజకీయ విస్తరణ కార్యక్రమానికి శ్రీకారం చుట్టింది. సుసంపన్నమైన భారతదేశంలో, రాజకీయాధికారాన్ని హస్తగతం చేసుకుని, తమ పెట్టుబడిదారీ విధానం ద్వారా; అధిక లాభాలు సంపాదించుకోవడానికి అనువైనదిగా భావించింది. అందువల్ల వ్యాపారంపై గుత్తాధికారంతో పాటు, అర్థిక వనరులపై ఆధిపత్యాన్ని, సాధించడానికి ప్రయత్నం చేసింది. ఈ విధంగా సంపాదించిన అధిక ధనాన్ని స్వదేశానికి చేర వేసింది. కంపెనీ ఉద్యోగులు, వర్తకులు, స్థానిక ప్రభువుల, జమీందార్ల నుంచి అక్రమంగా సంపాదించిన ధనంలో అధిక భాగాన్ని స్వదేశానికి పంపించింది. ఈ విధంగా, ఇంగ్లాండ్ కు చేరిన భారతీయ ధనం బ్రిటిష్ పెట్టుబడి దారి విధానం అభివృద్ధి చెందడానికి తోడ్పడింది.

ఆంగ్లేయుల పరిపాలనా ఫలితంగా స్వదేశీ పరిశ్రమలు అంతరించాయి. దేశమంతా విదేశీ వస్తువులతో నిండి పోయింది. పరిశ్రమలలో ఉత్పత్తికి ఉపయోగించే యంత్రాలతో చేతి వృత్తుల వారు వాడే పరికరాలు పోటీకి నిలువలేకపోయాయి. ఇదిగాక విదేశీ సరుకులకు ప్రత్యేక సౌకర్యాలు కలిగించారు. స్వేచ్ఛా వ్యాపారాన్ని అమలు పరచి స్వదేశీ సరుకులపై, ఉత్పత్తి సుంకాలు విధించడం వల్ల, దేశీయ పరిశ్రమలు క్షీణించిపోయాయి. చేతిపనివారు వ్యవసాయమో, కూలీపనులో చేసుకుని జీవించ వలసి వచ్చింది. పెద్ద పెద్ద పరిశ్రమలైన, తేయాకు, జనుపనార, కాగితం, రైళ్ళు మొదలైన పరిశ్రమలన్నీ ఆంగ్లేయుల ఆధీనంలో ఉండేవి. విధిలేక స్వదేశీ పారిశ్రామిక వృత్తి పనుల వారు తక్కువ కూలీ డబ్బులతో విదేశీయ యాజమాన్యంలో గల పరిశ్రమల్లో పనిచేయవలసి వచ్చింది. వారికి అక్కడ ఎలాంటి సౌకర్యాలు ఉండేవి కావు. అనారోగ్యకరమైన దుర్భర పరిస్థితుల్లో, అర్థాకలితో అలమటిస్తూ, జీవచ్ఛవాలుగా బ్రతికే వారు. దీనికంతా విదేశీపాలనే మూల కారణమని, దేశానికి స్వాతంత్ర్యం లభిస్తేనే తమకు విముక్తి కలుగుతుందని వారు విశ్వసించారు. పేదరికంతో బాటు నిరుద్యోగసమస్య, భారతీయులకు పెద్ద ఉద్యోగాలు దొరకకపోవడం వల్ల, భారత ప్రజలలో ఆంగ్లేయ ప్రభుత్వం పట్ల తీవ్రమైన అసంతృప్తి పెరిగింది.

1857 తిరుగుబాటు తర్వాత, సైన్యంలో ఆంగ్ల సైనికుల సంఖ్యను పెంచారు. భారతీయులను ఫిరంగి దళాల నుండి తొలగించారు. క్రమక్రమంగా సైన్యంలో మోప్లాలను,

గూర్ఖాలను, పంజాబీలను అధికంగా చేర్చుకోవడం ఆరంభించారు. ఈ విధంగా సైన్యంలో చేరి అధికంగా బాగుపడే అవకాశం భారతీయులలో అధికులకు లేకుండా పోయింది. వీటికితోడు 1858 తర్వాత కరువు కాటకాలు ఎక్కువయ్యాయి. పూర్వం రోజుల్లో కరువు కాటకాలు వచ్చినప్పుడు రాజులు ప్రజలను ఆదుకునేవారు. పంటలు బాగా పండిన రోజులలో ఆహార ధాన్యాలను నిలువ చేసి, కరువు కాటకాలలో వాటిని వాడుకునేవారు. ఆంగ్లేయుల కాలంలో, రోడ్లు, రైళ్ళ సౌకర్యాలు కలిగించడం వల్ల, ఆహార ధాన్యాలను ఒక చోటి నుంచి మరో చోటికి తరలించడంవల్ల, ఏ వస్తువు నిలువ ఉండేది కాదు. క్షామాలు వచ్చినప్పుడు ఇవి ప్రజలకు లభ్యమయ్యేవి కావు. అడవులన్నీ ప్రభుత్వ నియంత్రణకు రావడం వల్ల పశువులకు మేత కూడా దొరికేది కాదు. నిత్యావసర వస్తువుల ధరలు విపరీతంగా పెరిగి ప్రజలకు బాధాకరంగా పరిణమించాయి. పన్నులు పెంచడం వల్ల మరింత భారం ఎక్కువైంది. 1860 నుంచి 1905 అంటే 45 సంవత్సరాల కాలంలో వస్తువుల ధరలు నాలుగింతలు పెరిగాయి. కానీ, ప్రజల ఆదాయం నాల్గోవంతు కూడా పెరగలేదు. 19వ శతాబ్దం ఆఖరి భాగంలో సగటున, వార్షిక ఆదాయం ఏడాదికి 30 రూపాయలు మాత్రమే. ఈ విధంగా దేశంలోని ఆర్థిక పరిస్థితులు జాతీయోద్యమం ఉధృతంగా కొనసాగడానికి తోడ్పడ్డాయి.

మత సాంఘిక కారణాలు

జాతీయోద్యమం ఆరంభం కావడానికి మత సాంఘిక కారణాలు కూడా తోడ్పడ్డాయి. ఆంగ్లేయులు రాజకీయాల్లోనే కాకుండా, మత, సాంఘిక వ్యవస్థలలో కూడా మార్పులు తెచ్చారు. ప్రజల సాంస్కృతిక జీవనంలో కూడా మార్పులు తేవడానికి యత్నించారు. సతీసహగమనం, బాల్య వివాహాలు, శిశు హత్యలు మొదలైన వాటిని నిర్మూలించడానికై శాసనాలు చేసి, క్రైస్తవ మత వ్యాప్తిని ప్రోత్సహించారు. అనేకమంది భారతీయులను, ముఖ్యంగా దళితులైన నిమ్నజాతి వారలను క్రైస్తవ మతంలోకి మార్చారు. కానీ హిందుమత సంస్కర్తలు, భారతీయ సంస్కృతిని పునరుద్ధరించి, దాని ఔన్నత్యాన్ని కాపాడుకోవడానికి పూనుకున్నారు. దీనికి హిందూ మత సంస్కరణోద్యమాలైన, బ్రహ్మసమాజం, ఆర్య సమాజం, దివ్యజ్ఞాన సమాజం, రామకృష్ణ మఠాలు విశిష్టమైన సేవలు అందించాయి. ఇవి కుల మత వర్ణవిభేదాలను తొలగించి, అందరిని ఏకం చేయడానికి తోడ్పడ్డాయి. వీటి ప్రబోధాలు ప్రజల్లో నూతన చైతన్యం కలిగించడమే గాక, ఆంగ్లేయులను ద్వేషించేటట్లు చేశాయి.

విదేశీయులు కూడా ప్రాచీన మత ధర్మాల పట్ల ఆకర్షితులయ్యారు. వారు భారతీయుల ముఖ్య గ్రంథాలను తమ భాషలోకి అనువదించడమేగాకుండా మన సంస్కృతి గొప్పదనాన్ని నిరూపించారు. దీనితో భారత జాతీయతా వికాసానికి శోభకలిగింది. రాజా రామ్ మోహన్ రాయ్, స్వామి దయానంద సరస్వతి, రామకృష్ణ పరమహంస, స్వామి వివేకానంద మొదలైనవారి ప్రబోధనలు

ప్రజల్లో దేశభక్తిని కలిగించాయి. ఈ విధంగా వినూత్న విజ్ఞానంతో చైతన్యవంతులైన ప్రజలు జాతీయతా భావంతో స్ఫూర్తి చెందినవారు కావడం వల్ల వీరిలో దేశభక్తి, స్వాతంత్ర్య కాంక్ష ప్రజ్వరిల్లింది. వారు దేశ స్వాతంత్ర్య సిద్ధికి అవసరమైన త్యాగాలు చేయడానికి సైతం సంసిద్ధులై, ఆదర్శప్రాయులయ్యారు.

పాశ్చాత్య విద్య

ప్రాచీన కాలంలో, మధ్యయుగంలో కూడా భారత ఖండంలో విద్యా విజ్ఞానాలు అభివృద్ధి చెంది ఉండేవి. ఇవి బ్రిటిష్ అధికారం ఏర్పడే నాటికి క్షీణదశకు చేరుకున్నాయి. టోల్స్, చౌపాన్ అనే విద్యాలయాలు మత ప్రాతిపదికపై కుతూహలం కలిగి ఉండేవారు. ముస్లిమ్‌లు విద్యార్జన కు అంత శ్రద్ధ చూపలేదు. ఈ పరిస్థితులలో ఆంగ్లేయుల అధికార స్థాపన జరిగిన తర్వాత, ఆంగ్లవిద్య భారతీయులను చైతన్యవంతులుగా చేయడంలో ప్రముఖ పాత్ర వహించింది. ఆంగ్ల విద్యాభివృద్ధికై, క్రైస్తవ మిషనరీలు ఆధునిక భావాలు గల భారతీయులు, ప్రముఖ సంస్కర్తలు తీవ్రంగా కృషి చేశారు.

క్రైస్తవ మత ప్రచారానికై మిషనరీలు అనేక పాఠశాలలు ప్రారంభించి ఆంగ్లవిద్యతో పాటు, ప్రాంతీయ భాషల అభివృద్ధికి కృషి చేశాయి. హిందూమత సంస్కరణలకై ఏర్పడిన బ్రహ్మ సమాజం, ఆర్య సమాజం, రామకృష్ణ మఠంతో బాటు, ముస్లింల విద్యాభివృద్ధికై, అలీఘర్ ఉద్యమం తీవ్రంగా కృషి చేశాయి. ఇవేగాక అగర్‌కర్, కార్వే, తిలక్, గోఖలే, మాలవ్య మొదలైన అభ్యుదయ వాదులు, మేకాలే, ఎలిఫిన్‌స్టన్ వంటి ఆంగ్లేయులు, మేధావులు విద్యావృద్ధికై ఎనలేని కృషి చేశారు. వారన్ హేస్టింగ్స్, జొనాథాన్, డంకన్ అనే రెండు కళాశాలలు స్థాపించినప్పటికీ వీటిలో ఆంగ్ల విద్య ప్రవేశ పెట్టలేదు.

క్రీ.శ. 1813 లో చార్టర్ చట్టం ద్వారా తొలిసారిగా సంవత్సరానికి ఒక లక్ష రూపాయలు, భారతీయుల విద్యాభివృద్ధికై ఖర్చు చేయాలని నిర్ణయించారు. ఈ డబ్బును ప్రాచ్య భాషలైన సంస్కృతం, అరబ్బి భాషలను బోధించడానికి ఉపయోగించాలని, మన్రో, ఎలిఫిన్‌స్టన్ మొదలైనవారు కోరారు. కాని మెకాలే, రాజారాం మోహన్‌రాయ్ వంటి అభ్యుదయ వాదులతో కలసి ఆంగ్ల విద్యను బోధించడానికి నిర్ణయించారు. వీరి వాదనలతో ఏకీభవించిన విలియం బెంటింక్ 1835 లో ఆంగ్ల విద్యను ప్రవేశ పెట్టాడు. దీంతో ఆంగ్ల విద్యా బోధన చట్ట రూపంగా, రూపుదిద్దుకున్నది. 1854 లో ఉడ్స్ కమీషన్ నివేదిక, ఆధునిక విద్యకు నాంది పలికింది. ఈ నివేదికలో ఆంగ్ల భాష బోధనా భాషగా ఉండాలని, పాశ్చాత్య విద్యను బోధించాలని, పాఠశాలల్లో మాత్రం, ఆంగ్లంతో బాటు ప్రాంతీయ భాషల్లో బోధన జరగాలని సూచించడం జరిగింది. క్రీ.శ. 1904 లో యూనివర్సిటీ చట్టం ప్రవేశపెట్టడంతో ఆంగ్ల భాష బోధనా భాషగా ఏర్పడ్డ కళాశాల విశ్వవిద్యాలయాల సంఖ్య

పెరిగింది. పాశ్చాత్య విద్య నేర్చిన వారి సంఖ్య కూడా పెరిగింది. దీనివల్ల సాంస్కృతిక, రాజకీయ, రంగాలపై పాశ్చాత్య ప్రభావం పడింది. ఆంగ్లభాష వాడుక భాషగా మారింది. పాశ్చాత్య నాగరికతచే ప్రభావితులైన భారతీయులు నవ భారత నిర్మాణానికై కృషి ప్రారంభించారు. మెకాలే ప్రవేశపెట్టిన ఆంగ్ల విద్యా విధానం వల్ల, విజ్ఞానశాస్త్రాభివృద్ధి పెరిగింది. పాశ్చాత్య విద్యలు నేర్చిన భారతీయులు ఐరోపా దేశాల్లో పర్యటించి, అక్కడి జీవిత విధానాల చేత ఆకర్షితులయ్యారు. ఈ భావాలు భారతీయ కులమత, జాతీయ ధృక్పథంలో మార్పులు తెచ్చాయి. ఆంగ్ల సాహిత్యాన్ని, ఆంగ్ల చరిత్రను చదివిన భారతీయులు, పాశ్చాత్య సంస్కృతులను అవగాహన చేసుకోగలిగారు. పాశ్చాత్య మేధావులు, విద్యావేత్తలైన, డెమోక్రటిస్, ప్లేటో, అరిస్టాటిల్, స్పినోజా, డెకార్టస్, కాన్ట్, హేగల్, స్పెంగులర్ కారల్ మార్క్స్, వోల్టెయిర్ వంటి వారి రచనలను చదవడం వల్ల జాతీయతా భావాలు గుర్తించి, ఉద్యమాలను గురించి తెలుసుకోగలిగారు. 18 వ శతాబ్దంలో జరిగిన ఉద్యమాలను గురించిన అవగాహన ఏర్పడింది.

ఆంగ్లవిద్య ప్రజల్లో చైతన్యాన్ని కలిగించి, జాతీయతాభివృద్ధికి మూలకారణమైంది. ఆంగ్ల విద్యవల్ల దురాచారాలు, మూఢనమ్మకాలు, పురాతన భావాలు, మొదలైన వాటిపై వ్యతిరేకత తలఎత్తడమే కాక, రాజకీయ చైతన్యం వెల్లి విరిసింది. ఆంగ్లేయుల జీవన రీతులు, ఆంగ్ల సంస్కృతి లక్షణాలు తెలిపే పుస్తకాలతో బాటు, ఆంగ్ల దిన, పక్ష, మాసపత్రికలు విరివిగా వెలువడ్డాయి.

ఆంగ్ల పరిజ్ఞానం ప్రజాబాహుళ్యంలో రాజకీయ, వాణిజ్య, సాంస్కృతి కేంద్రాలైన నగరాల్లో నివసించే కొద్దిమంది సంపన్న కుటుంబాల వారికే పరిమితమైంది. గ్రామాల్లో పాఠశాలలు ఉన్నప్పటికీ కొద్దిమంది మాత్రమే విద్యనభ్యసించేవారు. ప్రాథమిక స్థాయిలో తూర్పు బెంగాల్‌లో మాధ్యమిక పాఠశాలల్లో తప్ప ఆంగ్ల బోధన ఉండేది కాదు. ఆంగ్ల విద్య నభ్యసించిన నూతన తరంవారు, పాతకాలపు బ్రాహ్మణులు, మౌల్వీల పద్ధతులను అవలంభించలేదు. వారు నూతన విద్యా రీతుల చేత ప్రభావితులై విమర్శనాత్మకవైఖరిననుసరిస్తూ, భావ ప్రకటనలో స్వతంత్రంగా ఆలోచించేవారు. మూఢ విశ్వాసాలను ఖండించారు. ఫలితంగా పాత భావాలు విశ్వాసాలు బలహీన పడ్డాయి. అదే సమయంలో హిందూమత పునరుజ్జీవనోద్యమం ఆరంభమైంది. ప్రతి అంశాన్ని ప్రశ్నించే ధోరణి ప్రబలడం వల్ల నాస్తిక వాదం ఏర్పడుతుందనే భయాన్ని 1866 లో "ఇందు ప్రకాష్" అనే పత్రిక ఆంగ్ల విద్యావిధానం నాస్తికత్వానికి దారి తీస్తుందనే భయాన్ని ప్రకటించింది. నూతన విద్యా వ్యాప్తి, సమాచార సౌకర్యాల విస్తరణ ప్రభావం వల్ల సాంఘిక, మత, రాజకీయ రంగాల్లో మౌలిక మార్పులు సంభవించాయి. కాని అచిర కాలంలోనే, ఈ స్థితి నుంచి బయటపడిన భారతీయ మేధావి వర్గం వారు ఆలోచనలలో, భావ వ్యక్తీకరణలో పాశ్చాత్య విధానాలను ఆశ్రయించినప్పటికీ స్వీయ మత

ధర్మ రక్షణకై మత, సాంఘిక సంస్కరణోద్యమాలు ప్రారంభించారు. కొందరు ఆంగ్ల విద్య నభ్యసించిన మేధావులు, పాశ్చాత్య సంస్కృతి నాగరికతలను, న్యాయ విధానాలను ఇతోధికంగా అభిమానించారు. వారు పాశ్చాత్యుల మానవతా విలువలను గౌరవించారు. ఫ్రెంచ్, ఇంగ్లీష్ హేతువాదులచే అత్యధికంగా ప్రభావితులయ్యారు. వీరు పాశ్చాత్య దేశాలకు చెందిన ప్రతిదానిని ఆదరించి అభిమానించేవారు. క్రమంగా వీరిలో భారతీయ సంస్కృతి విలువ తెలియవచ్చింది. ఆ తర్వాత కొంత కాలానికి వీరికి భారతీయ సంస్కృతి, సాంఘిక కట్టుబాట్లు ఆచార వ్యవహారాల విలువలను తెలుసుకునే ఉద్యమానికి నాయకులయ్యారు. తామే గొప్ప వారమనే తమ సంస్కృతి సర్వోత్కృష్టమైందని ఆంగ్లేయులు భావించడం వల్ల, ఐరోపాకన్న వేరైన నల్లజాతులు కల ప్రాంతాలలో శ్వేత జాతి వారిపై భారం "White Man's Burden" అనే జాత్యంహంకార సిద్ధాంతాన్ని పాటించడం వల్ల భారతీయుల్లో ఈ ప్రతిస్పందన కలిగింది.

ఆంగ్ల పాఠశాలలో, కళాశాలలో చదివిన భారతీయ విద్యార్థుల్లో తీవ్ర జాతీయతా వాదం ఆవిర్భవించింది. విదేశీ పాలన నుంచి విముక్తి పొందాలనే కోరిక వారిలో ప్రబలింది. ఈ భావం చేత ప్రేరితులైన విద్యావంతులు, మేధావులు భారతీయ ఆచార వ్యవహారాలతో, సంప్రదాయాలతో, తదాత్మ చెంది ప్రతి విదేశీ మార్పులను వ్యతిరేకించారు. భారతీయుల నవజీవన నిర్మాణంలో పాశ్చాత్య విద్య ప్రాముఖ్యత ఎంతో వుంది. క్రొత్త ఆలోచనారీతులు సహేతుక విమర్శలు, శాస్త్రీయ పద్ధతుల ననుసరించే పద్ధతి ఆంగ్ల విద్య ప్రభావం వల్లనే కలిగింది. నూతన రాజకీయ, సాంఘిక భావనలకు ఇది ఎంతో తోడ్పడింది. వ్యవస్థీకృత రంగంలో భారీ పరిశ్రమల ఏర్పాటు జరిగింది. రాజకీయ రంగంలో పటిష్టమైన సంస్థలు స్థాపించారు. పౌర జీవన పరిస్థితులు మెరుగుపడ్డాయి. ఈ విధంగా నవభారత నిర్మాణానికై ఆంగ్లవిద్య మూలాధారమై విశిష్ట జాతీయత ఆవిర్భావానికి నాంది పలికింది.

వార్తాపత్రికలు

ప్రజాభిప్రాయాన్ని ప్రతిబింబింప చేయడానికి ఉపయోగపడే ప్రచురణలను వార్తా పత్రికలంటారు. ఇవి వివిధ దశలలో ఏర్పడిన ప్రగతిని జీర్ణించుకుని పరిణతి చెందినవి. మొగల్ పరిపాలనా కాలంలో "వాఖియానవీస్" అనే ఉద్యోగులు దేశమంతా తిరిగి సమాచారం సేకరించి, పత్రాలపై రాసి రాజుకు సమర్పించేవారు. రాజాజ్ఞలు కూడా వార్తాప్రతులుగా రాసేవారు. ఈ వార్తా ప్రతులను "అక్బారాత్" అని అనేవారు.

భారత దేశంలో మొదటి సారిగా వార్తాపత్రికలను ప్రచురించిన వారు ఆంగ్లేయులు. క్రీ.శ. 1780 లో జేమ్ అగస్టస్ వాకి, "బెంగాల్ గజెట్" అను పత్రికను ప్రచురించాడు. 1813 లోనే

జేమ్స్ బకింగ్‌హామ్ "కలకత్తా జర్నల్" అనే పత్రికను స్థాపించాడు. ఈ పత్రికలో ప్రభుత్వాధికారుల పొరపాట్లను నిశితంగా విమర్శించడంతో బాటు అన్ని విషయాలను విపులంగా ప్రకటించే వాడు. ఇతని ఆధ్వర్యంలో పత్రిక ప్రజాభిప్రాయాన్ని తెలిపే సాధనంగా ఏర్పడింది. కాని విమర్శలకు భయపడిన ఈస్టిండియా కంపెని ఈ పత్రిక ప్రచురణను ఆపి వేసింది. రాజారాంమోహన్‌రాయ్ "సంబంధ కౌముది" "మిరాతుల్ అక్బార్" అను పత్రికలను స్థాపించాడు. కొందరు క్రైస్తవ మిషనరీలు 1818 లో "దిగ్దర్శనం" అనే మాసపత్రికను. ఫ్రెంచి ఆఫ్ ఇండియా. అనే దినపత్రికను స్థాపించారు. 1830 లో రాంమోహన్ రాయ్, ద్వారకానాథ్ ఠాగూర్‌లు కలిసి .వంగదూత. .జ్ఞానాన్వేషిణి. .ఎంక్వైరర్. అనే పత్రికలను నిర్వహించారు. 1830 నాటికి బెంగాల్ నుండి మూడు బెంగాలీ పత్రికలు పదమూడు ఇంగ్లీష్ పత్రికలు, వెలువడ్డాయి. ఆనాటి ముఖ్య పత్రికల్లో "రస్తగఫ్తార్" దాదాభాయినౌరోజి సంపాదకీయంలో వెలువడింది. "బొంబాయి దర్పణం" బాలశాస్త్రి ఓం భేకర్ ప్రచురించాడు.

ప్రజల్లో చైతన్యం కలిగించడానికి, జాతీయతా భావాలను వ్యాప్తి చేయడానికి, వార్తా పత్రికలు ముఖ్య పాత్ర నిర్వహించాయి. క్రీ.శ. 1875 నాటికి భారతీయులు నడిపే ఆంగ్లపత్రికలే గాక, దేశ భాషల్లో 475 పత్రికలు వెలువడ్డాయి. ఇవి ప్రజాభిప్రాయాన్ని వెల్లడించడంతో బాటు, ప్రజాస్వామ్యం, స్వయం పాలిత వ్యవస్థ, పారిశ్రామికాభివృద్ధి వంటి అంశాలను చర్చించేవి. దేశం నాలుగు మూలలో ఉన్న జాతీయ నాయకులు, స్వాతంత్ర్య యోధులు తమ పోరాటంలో ఏలాంటి విధానాలు అవలంబించాలో తెలియ చేస్తూ, ప్రభుత్వోద్యోగుల దుర్నీతులు, దౌర్జన్యాలు, లంచగొండితనం వంటి చర్యలను విమర్శించేవి. దేవేంద్రనాధ్ ఠాగూర్, మన్‌మోహన్ ఘోష్‌లు కలిసి "ఇండియన్ మిర్రర్" అనే పత్రికను స్థాపించారు. ఈశ్వరచంద్రుని "సోమ్ ప్రకాశ్", కేశవ చంద్రుని "సులభ సమాచార్" బాగా పేరు పొందిన పత్రికలు – రానడే ఆధ్వర్యాన వెలువడే "ఇందు ప్రకాష్"– తిలక్ ఆధ్వర్యాన వెలువడే "కేసరి," "మరాఠా" అనే పత్రికలు మోతిలాల్ ఘోష్, "అమృత బజార్" పత్రికలకు చక్కటి ప్రజాదరణ లభించింది.

1873 తర్వాత వంగదర్శనం "సాధారణ సమాచార దర్పణం" అనే పత్రికలను స్థాపించారు. 1876 నాటికి మహారాష్ట్రలో అరవై రెండు, బెంగాల్‌లో ఇరవై ఎనిమిది, మద్రాస్‌లో పందొమ్మిది, ఉత్తర, మధ్య ప్రదేశ్‌లలో అరవై పత్రికలు ఉండేవి. ముస్లిం పత్రికలలో రాజారామ్‌మోహన్‌రాయ్ స్థాపించిన "మిరాతుల్ అక్బార్", "జయ్ ఓ హనుమా" వహబొద్దీన్ ప్రచురించిన "మాహే ఆలంఆఫ్రోజ్‌లు" ప్రఖ్యాతి గాంచినవి. సామాన్య ప్రజానీకంలో పేరుపొందిన ఉర్దూ పత్రికల "జమాదుల్ అక్భార్"– "సిరాజుల్ ఆక్బార్.", "ఢిల్లి", "అక్భార్ సయ్యద్.",

"అక్బార్ బనారసీ అక్బార్", "పైసా అక్బార్", "నిజాముల్ అక్బార్", "మహ్రీమనీర్" లు చాలా ముఖ్యమైనవి. ఈ పత్రికలన్ని ఉత్తేజపూరిత రచనలు, వ్యాసాల ద్వారా భారతీయుల్లో నూతన చైతన్యం, స్ఫూర్తి జాతీయతా భావాలను బలపరచాయి. తెలుగుభాషా పత్రికలైన, "వివేక వర్థిని", "సంజీవిని", "సతీహిత బోధిని" అనే పత్రికలను కందుకూరి వీరేశలింగంగారు ప్రచురించి, ఆనాటి సాంఘిక దురాచారాలను ఖండించి వితంతు వివాహాలను స్త్రీ విద్యను ప్రోత్సహించారు. వెంకటరత్నం నాయుడుగారు బ్రహ్మప్రకాశిక అను పత్రికను, ముట్నూరికృష్ణారావు "కృష్ణాపత్రిక" ను, గాడిచర్ల హరి సర్వోత్తమరావు "స్వరాజ్య" పత్రికలను ప్రచురించి ప్రజలనుభవించే బాధలను, సంఘదురాచారాలను ప్రభుత్వ దోపిడి విధానాలను విమర్శిస్తూ ప్రజలను జాతీయోద్యమం వైపు ఉత్తేజ పరచి వారిలో నవ చైతన్యాన్ని జాతీయతను పెంపొందించినవి. ఈ పత్రికలన్ని రాజకీయ ఐక్యత, జాతీయత ఆవిర్భావానికి కృషి చేశాయి.

అతివాద జాతీయతాభావాన్ని వ్యాప్తి చేయడానికి హరిదయాళ్, ద్వారకానాథ్‌లు, న్యూయార్క్ నగరం నుంచి "గదర్" అనే పత్రికను వెలువరించారు. భారతదేశం నుంచి విప్లవ భావాలను ఉద్దీపింపచేసిన "సమాచారదర్పణం" అనే పత్రికను శిశిర్‌కుమార్ ఘోష్ ప్రచురించాడు. "అమృతబజార్" "మాహేఆలం ఆఫ్రోజ్" అనే పత్రికలు బ్రిటిష్‌వారి జాత్యహంకారాన్ని విమర్శించేవి. "జ్ఞానాన్వేషిణి", "విజ్ఞానకామిని", "వంగదర్శనం" వంటి పత్రికలు భారతీయుల్లో విప్లవ భావాలను ప్రజ్వలింపచేసి "జాతీయత" అనే మహోన్నత ఆశయ సాధనకై పునాది వేశాయి.

ఈ పత్రికలన్నీ ఆంగ్లేయుల జాత్యహంకారాన్ని, రంగు విచక్షణతను (నల్ల జాతివారు తక్కువ వారని, తెల్ల జాతుల వారు ఎక్కువని భావించుట) ప్రజలకు విశద పరిచాయి. ఆంగ్లేయులు రంగు భేదాన్ని పాటిస్తూ, భారతీయులను నల్ల వారిని చిన్న చూపు చూసేవారు. న్యాయస్థానాల్లో కూడా శ్వేత జాతీయత పట్ల పక్షపాత దృష్టితో తీర్పులు ఇచ్చేవారు. భారతీయులను ఇంగ్లీష్‌వారి క్లబ్బులకు గాని, వారు ప్రయాణం చేసే రైలు పెట్టెల్లోకి గాని అనుమతించేవారుకాదు. - జాతి వివక్షత రంగు భేదాల వంటి విషయాలను పత్రికల్లో రాసి, ప్రజలకు తెలపడం ద్వారా వారిలో నూతన చైతన్యం, జాతీయ భావాలు బలపడ్డాయి. వార్తాపత్రికల ద్వారా ప్రజలు అనేక విషయాలు తెలుసుకోగలిగారు. కర్జన్ టిబెట్ యుద్ధానికై కొట్లాది రూపాయలు ఖర్చు చేయడాన్ని పత్రికలు తీవ్రంగా విమర్శించాయి. "హిందూపేట్రియాట్" నీలి మందుతో యజమానుల దౌర్జన్యాలను వేలెత్తి చూపింది. "మిర్రర్" అనే పత్రిక, ఆంగ్లేయుల జాత్యహంకారాన్ని తీవ్రంగా విమర్శించింది. ప్రజల హక్కులను సమర్థించింది. శిశిర్‌కుమార్ ఘోష్ బ్రిటిష్ పాలనను వ్యతిరేకిస్తూ దానిని అంతమొందిచడానికి బెంగాలీలందరు అవసరమైతే ప్రాణాలను త్యాగం చేయాలని ప్రబోధించాడు.

క్రిస్టోదాస్‌పాల్ 'హిందూ పేట్రియాట్' అనే పత్రికలో అమెరికన్ల స్వాతంత్ర్య సమరాన్ని, ఉదాహరిస్తూ భారతీయులు కూడా ఆ బాటలో పయనించాలని హితోపదేశం చేశాడు. ఇది భారతీయ ప్రజల్లో దేశభక్తి జాతీయతా భావాలను ఉద్దీపింపచేసింది. మాహేఆలం ఆఫ్రోజ్. న్యాయ నిర్వహణలో బ్రిటిష్ వారి పక్షపాత బుద్ధిని తీవ్రంగా విమర్శించింది. జ్ఞానాన్వేషిణి, విజ్ఞానకౌముది అనే పత్రికలు సైన్సు గురించి తెలియ చేసి, వారి జ్ఞానాభివృద్ధికి తోడ్పడ్డాయి. సురేంద్రనాథ్ బెనర్జి 'బెంగాలీ' అనే పత్రికలో భారతీయలకు ఉన్నతోద్యోగాలు కల్పించాలని కోరాడు. ఆనాటి జాతీయ నాయకుల సందేశాలన్ని పత్రికల ద్వారా ప్రజలకు అందచేయబడేవి. భారత కేసరిగా ప్రసిద్ధిచెందిన తిలక్ 'స్వరాజ్యం నా జన్మహక్కు దాన్ని ఏలాగైన సాధిస్తాను.' అనే సింహగర్జన బ్రిటిష్ పాలకులను దద్దరిల్ల చేసింది. 'బ్రహ్మసంబంధి' అనే పత్రిక కుల భేదాలను ఖండించింది. బంకించంద్రుడు 'వంగదర్శనం' అనే పత్రికలో ప్రచురించిన వ్యాసాలు కూడా భారత ప్రజల వేడిరక్తం, సలసలమరిగేలా చేసాయి. ఈ విధంగా భారతీయులను చైతన్యవంతులను చేయడంలో వార్తాపత్రికలు ప్రముఖ పాత్ర వహించాయి.

భారత దేశంలో జాతీయత, స్వేచ్ఛా స్వాతంత్ర్య భావాలను వ్యాపింప చేసిన సాధనాలలో వార్తా పత్రికలు ప్రధాన స్థానాన్ని ఆక్రమిస్తాయి. 1800 తర్వాత వెలువడ్డ దేశీయ పత్రికలు, ప్రభుత్వ నిరంకుశ విధానాలను వ్యతిరేకిస్తూ, అధికమైన పన్నులను దోపిడీ విధానాన్ని, న్యాయ వివక్షతా బుద్ధిని తీవ్రమైన పదజాలంతో విమర్శించాయి. కరువు కాటకాల కాలంలో ప్రజలను నిర్లక్ష్యం చేయడం, పరిశ్రమలను నిర్లక్ష్యం చేయడం బ్రిటిష్‌నుంచి దిగుమతులను ప్రోత్సహించడం వంటి ప్రజా వ్యతిరేక చర్యలను స్వదేశీ పత్రికలు విమర్శనాత్మకంగా చర్చించాయి. ఈ పత్రికల ప్రచురణల ద్వారా బ్రిటిష్ ప్రభుత్వం పట్ల ద్వేషభావాలు పెరిగాయి. ఈ పత్రికల ద్వారా భారతీయుల్లో జాతీయత, సమైక్యతా భావాలు అభివృద్ధి చెందాయి.

బ్రిటిష్ వారి నిరంకుశ పాలనా విధానాలు, దేశమంతా ఒకే రీతిలో కొనసాగాయి. సమాన కష్టాలు అనుభవించే ప్రజలంతా ఏకమై, పరాయి పాలనను, ఎదుర్కొనడానికి ఉమ్మడిగా ఉద్యమాలు, నిర్వహించడానికి నిర్ణయాలు తీసుకోవడం జరిగింది. వార్తా పత్రికలు, ఈ భావాలను విస్తృతంగా వ్యాపింప చేశాయి. దాంతో స్ఫూర్తి చెందిన యావద్భారత జాతి "జాతీయత" చే ఉద్దీపితమైంది.

తొలి రాజకీయ సంఘాలు

ప్రజల్లో జాతీయ చైతన్యాన్ని కలిగించడానికి అనేక రాజకీయ సంఘాలు ఏర్పడ్డాయి. వాటి స్థాపన వల్ల ప్రజలలో రాజకీయ చైతన్యం, దేశభక్తి, జాతీయతాభావాలు విస్తృతంగా వ్యాప్తి

చెందాయి. భారతదేశంలో బ్రిటిష్ పాలనా కాలంలో రాజకీయ సంస్థలు మూడు దశలలో పురోగమించాయి. 1858 తిరుగుబాటుకు పూర్వం వెలసిన సంస్థలు. రెండోదశలో 1858 నుంచి 1885 వరకు, అనగా సిపాయిల తిరుగుబాటు నుంచి భారత జాతీయ కాంగ్రెస్ ఆవిర్భావం మధ్య కాలంలో వెలసిన సంస్థలు. మూడోదశలో 1885 లో భారత జాతీయ కాంగ్రెస్ ఆవిర్భావం.

1858 కి పూర్వం వెలసిన సంస్థలు

భారత దేశంలో రాజకీయ చైతన్యానికి, మత సంఘ సంస్కరణల ఉద్యమాలకు రాజారాం మోహన్ రాయ్ మూల పురుషుడు. ఇతని కృషి వలన బ్రహ్మ సమాజం, స్థాపితమై అనేక మత సంఘ సంస్కరణల కార్యక్రమాలను చేపట్టింది. బ్రహ్మ సమాజం ఎక్కువ రాజకీయ పరమైన అంశాలకు ప్రాముఖ్యత ఇవ్వలేదు. 1858 కి పూర్వం వెలసిన సంఘాలు, వివిధ ప్రాంతాలలో వేర్వేరు లక్ష్యాలతో ఏర్పడ్డాయి. అవి ప్రాంతీయ సమస్యలను మాత్రమే చర్చించాయి.

బెంగాల్ రాష్ట్రంలో ఏర్పడ్డ సంఘాలు: బెంగాల్ రాష్ట్రంలో "డిరొజియో" నాయకత్వంలో అక్కడ ఉగ్రవాదులు క్రీ.శ. 1828 లో "అకాడిమిక్ అసోసియేషన్" అనే సంఘాన్ని స్థాపించారు. ఈ సంఘం బోధించిన విప్లవ భావాలు ప్రజలను ఆకర్షించలేక పోయాయి. డిరోజియో రాజకీయ విప్లవ భావాలను వివరిస్తూ చరిత్ర కారులు అతడిని సోక్రటిస్‌తో పోల్చారు. ఈ సంఘం వారిని డిరోజియన్లు అనేవారు. వీరు రాజకీయాలతో పాటు, సాంఘిక నైతిక సమస్యలను కూడా చర్చించేవారు. వీరు విప్లవవాదులు కావడం వల్ల వీరు బోధించిన మార్గాలు ప్రజలకు నచ్చలేదు. అందువలన ఈ ఉద్యమం దేశమంతటా విస్తరించలేదు. క్రీ.శ. 1838 లో ధియోడర్ డికెన్స్ నాయకత్వంలో బెంగాల్ భూస్వాముల సంఘాన్ని స్థాపించడం జరిగింది. ఈ సంఘం భూస్వాములు, జమీందార్ల హక్కులను పరిరక్షించడానికి పనిచేసింది. ప్రభుత్వం తమ భూములపై అధిక పన్ను విధించడాన్ని ఇది నిరసించింది. తమ భూములను ప్రభుత్వం అక్రమంగా స్వాధీనపరుచుకోవడాన్ని వ్యతిరేకించింది. ఈ విధంగా దేశంలో తొలి సారిగా, సంఘటిత రూపంలో పనిచేసిన ఘనత దీనికి దక్కింది.

బ్రిటిష్ ఇండియా సంఘం 1843: క్రీ.శ. 1843 లో బెంగాల్‌లో బ్రిటిష్ ఇండియా సంఘాన్ని స్థాపించారు. ఈ సంఘంలో జార్జ్ థాంప్సన్, డెనియల్‌ఓకానల్ వంటి ఆంగ్ల ప్రముఖులు సభ్యులయ్యారు. ఈ సంఘం వారు అన్ని వర్గాల ప్రజల హక్కులకై పోరాడారు. ఈ సంఘంలో ద్వారకానాథ్ వంటి భారతీయ ప్రముఖులు కూడా సభ్యత్వం తీసుకున్నారు.

బ్రిటిష్ ఇండియన్ అసోసియేషన్ - 1851: క్రీ.శ. 1851 లో పై రెండు సంఘాలు, అనగా (బెంగాల్ బ్రిటిష్ ఇండియా సంఘం, బెంగాల్ భూస్వామ్య సంఘాలు) కలిసి బ్రిటిష్ ఇండియన్

అసోసియేషన్ అనే సంస్థ ఏర్పడింది. ఈ సంస్థకు రాధాకాంత్ దేవ్ అధ్యక్షుడయ్యాడు. దేవేంద్రనాధ్ ఠాగూర్, కార్యదర్శిగా వ్యవహరించాడు. మొదటిసారిగా ఈ సంఘం వారు శాసనసభల ప్రతినిధులను ప్రజలు ఎన్నుకోవాలని ప్రతిపాదించారు. వీరు తమ కోరికలను ప్రభుత్వానికి నివేదించి, ప్రజాస్వామ్య పార్లమెంటరీ విధానాలకై తొలి ప్రయత్నం చేశారు.

బొంబాయి ప్రెసిడెన్సీ అసోసియేషన్ 1852: క్రీ.శ. 1852, ఆగస్టు 26 వ తేదీన బొంబాయి ప్రెసిడెన్సీ అసోసియేషన్ ను స్థాపించారు. దీని స్థాపనకై దాదాభాయినౌరోజి, జగన్నాధ్, శంకర్, నౌరోజీ పర్దున్‌జీ, మొదలైన ప్రముఖులు తీవ్రమైన కృషి చేశారు. ఈ సంఘం వారు ప్రభుత్వ పాలన లోని లోపాలను విమర్శిస్తూ, అనేక నిర్మాణాత్మక కార్యక్రమాలను సూచించేవారు. ఈ సూచనలను వారు బ్రిటిష్ పార్లమెంట్‌కు విజ్ఞాపన పత్రం రూపంలో పంపించారు. భారతీయుల విద్యాభివృద్ధికి కృషి చేయాలని, ప్రజాప్రతినిధులతో కూడిన శాసన సభలను ఏర్పాటు చేయాలని భారతీయులకు ఉన్నతోద్యోగాలు ఇవ్వాలని కోరారు.

మద్రాస్ నేటివ్ అసోసియేషన్ 1853: క్రీ.శ. 1853 లో మద్రాస్‌లో, మద్రాస్ నేటివ్ అసోసియేషన్ అనే సంఘాన్ని స్థాపించారు. ఈ సంఘం వారు రైతుల సమస్యలను విశదీకరిస్తూ వారికి కావలసిన సౌకర్యాలను కల్పించాలని ప్రభుత్వాన్ని అభ్యర్థించారు. అదేవిధంగా కార్మికులు, కూలీపనివారల సమస్యలను ప్రధానంగా చర్చించి, వారికి అవసరమైన సౌకర్యాలను కలిగించాలని కోరారు.

ఈ విధంగా 1858 కి పూర్వం ఏర్పడిన సంఘాలు కేవలం ప్రాంతీయ ప్రాతిపదికపై ఏర్పడ్డాయి. అవి తమ తమ ప్రాంతాల సమస్యలను చర్చించి వాటికి పరిష్కారాలు కావాలని అభ్యర్థించాయి. ఈ సంఘాలు కేవలం పరిమిత లక్ష్యాలతో వ్యవహరించటం వల్ల అవి ప్రాంతీయ ప్రయోజనాల సాధనకై పరిమిత లక్ష్యాలతో పని చేశాయి. అఖిల భారత స్థాయి సంఘాల స్థాపన ఇంకా జరగలేదు.

1858 తర్వాత వెలసిన సంఘాలు

లండన్ ఇండియన్ అసోసియేషన్: 1865 మార్చ్ 24 నాడు లండన్ నగరంలో దాదాభాయి నౌరోజీ, డబ్ల్యు.సి. బెనర్జీలు "లండన్ ఇండియన్ సొసైటి" అనే సంఘాన్ని స్థాపించారు. భారతీయులకు జరిగే అన్యాయాలను తెలియచేయడం కోసం ఏర్పడిన ఈ సంఘం 1866 అక్టోబర్ నాటికి "ఈస్టిండియా అసోసియేషన్"గా అవతరించింది. కాలక్రమంగా దీని సభ్యత్వం పెరుగుతూ 1871 నాటికి, 1000 సభ్యులు దీనిలో చేరారు. ఈ సంస్థ శాఖలను దాదాభాయి నౌరోజి

భారతదేశంలో కూడా స్థాపించాడు. ఈ సంస్థ భారతీయుల పరిస్థితులను వారనుభవించే బాధలను వ్యక్తం చేస్తూ వారికి న్యాయం చేకూర్చాలని కోరింది.

పూనా సార్వజనిక సభ 1870: 1870 ఏప్రిల్ 2వ తేదీన జి.వి. జోషి, చింప్లూన్‌కర్‌ల ఆధ్వర్యంలో పూనా నగరంలో .పూనా సార్వజనిక. సభ స్థాపన జరిగింది. 1871 లో ఈ సభ మహాదేవ గోవింద రానడే నాయకత్వంలో సమావేశమైంది. ఈ సమావేశంలో భారతీయుల దుర్భర పరిస్థితులను వివరిస్తూ విక్టోరియా మహారాణికొక వినతి పత్రాన్ని సమర్పించారు.

ఇండియన్ లీగ్ 1875: క్రీ.శ. 1875లో శిశిర్‌కుమార్ ఘోష్ నాయకత్వంలో బెంగాల్‌లో ఇండియన్ లీగ్ అనే సంఘం ఏర్పడింది.

మద్రాస్ మహాజనసభ 1884 : క్రీ.శ. 188 లో ఆనందాచారి, వీర రాఘవాచారి, రంగయ్యనాయుడు మొదలైన వారి నిరంతర కృషి వల్ల మద్రాస్ నగరంలో మద్రాస్ మహాజనసభ స్థాపన జరిగింది.

బాంబే ప్రెసిడెన్సీ అసోసియేషన్ 1885 : క్రీ.శ. 1885, జనవరి నెలలో ఫిరోజ్‌షా మెహతా, బద్రుద్దీన్ తయ్యబ్‌జీ, తెలంగ్‌లు కలసి బాంబే నగరంలో .బాంబే ప్రెసిడెన్సీ అసోసియేషన్. ను స్థాపించారు.

ఈ సంస్థలన్నీ స్థానికమైనవి. ఇవి ప్రాంతీయ సమస్యలను మాత్రమే చర్చించేవి. కేవలం ఆయా ప్రాంతాల ప్రజల అభిప్రాయాలను తెలియ చేసేవిగా ఉన్నందున వాటి లక్ష్యాలు, పరిమితంగా ఉండడం వల్ల వీటి ప్రభావం గొప్పగా ఉండేది కాదు.

భారత జాతీయ కాంగ్రెస్ స్థాపన

మొట్టమొదటి సారిగా అఖిల భారత రాజకీయ సంస్థ స్థాపనకు కృషి చేసినవాడు సురేంద్రనాథ్ బెనర్జీ సురేంద్రనాథ్ ఇంగ్లాండ్‌లో సివిల్ సర్వీస్ పోటీ పరీక్ష నెగ్గినప్పటికీ ఏదో ఒక నెపంతో అతణ్ణి ఉద్యోగం నుండి తొలగించారు. ఇది సురేంద్రనాథ్‌ను తీవ్రమైన బాధకు గురి చేసింది. బ్రిటిష్ పాలకుల అక్రమాలను ఎదుర్కొనటానికై ఆనంద్ మోహన్ బోస్‌తో కలసి, 1876 జూలై 26 వ తేదీన "ఇండియన్ అసోసియేషన్." అనే సంస్థను ప్రారంభించాడు. కుల మత భేధాలను తొలగించడం, హిందూ ముస్లింల సఖ్యతను సాధించడం, దేశంలోని వివిధ రాజకీయ సంఘాలను ఒకటి చేసి సమష్టిగా ప్రజల సమస్యలను పరిష్కరించడం మొదలైన ఆశయాలతో ఈ సంస్థ ముందుకు సాగింది. ఇటలీ స్వాతంత్ర్య యోధుడు "మాజిని" కృషిని తనకు ఆదర్శంగా నిలుపు కున్నాడు.

భారతదేశంలోని వివిధ ప్రాంతాల్లో "ఇండియన్ అసోసియేషన్" శాఖలను స్థాపించి గ్రామీణ ప్రజల్లో కూడా చైతన్యం తేవాలని కృషి చేశాడు. తన కార్యక్రమాలకు యువజనులను, ముఖ్యంగా విద్యార్థులను భాగస్వాములుగా చేశాడు. విద్యార్థులను చైతన్యవంతులుగా చేసి, ఉద్యమానికి బలం కలిగించడం కోసం "విద్యార్థి సంఘం" అనే సంస్థను ప్రారంభించాడు.

భారతీయులు సివిల్ సర్వీస్ పరీక్షల్లో ఎక్కువగా పాల్గొనకుండా చేయడానికి 1877 లో బ్రిటిష్ ప్రభుత్వం వయోపరిమితిని 21 నుంచి 19 సంవత్సరాలకు తగ్గించింది. ఇది భారతీయులను ఉన్నతోద్యోగాల్లో చేరకుండా చేయడానికి తలపెట్టిన చర్య. అందువల్ల సురేంద్రనాథ్ దేశంలోని వివిధ ప్రాంతాల్లో పర్యటించి ప్రభుత్వపు విద్రోహపూరిత చర్యను తన ఉపన్యాసాల ద్వారా తెలియచేశాడు. ఇండియన్ అసోసియేషన్ వివిధశాఖలు ప్రభుత్వపు చర్యను నిరసించాయి. 1877 మే 26 నుంచి సుమారు 1 సంవత్సరం పాటు సురేంద్రనాథ్, ఆగ్రా, అమృత్‌సర్, లాహోర్, మీరట్, అంబాలా, ఢిల్లీ, కాన్పూర్, లక్నో, బెనారస్, బాంబే, మద్రాస్ మొదలగు అనేక పట్టణాల్లో బ్రిటిష్‌వారి కుట్రలు, కుతంత్రాలను గురించి ఉపన్యసించాడు. ఈ పర్యటన యావద్భారత జాతిని ఏకం చేయటానికి తోడ్పడింది. అందువల్ల దీన్ని స్వాతంత్ర్య సమరంలో ప్రధాన ఘట్టంగా వర్ణించారు. ఆ తర్వాత కూడా బ్రిటిష్ నిరంకుశ విధానాలకు ప్రతీకలుగా నిలిచిన- "ఆయుధాల చట్టం", దేశీయ భాషా పత్రికల చట్టం - ("వెర్నాక్యులర్ ప్రెస్ ఆక్టు") లను ఇండియన్ అసోసియేషన్ తీవ్రంగా వ్యతిరేకించింది.

ఉదార భావాలుగల రిప్పన్ ప్రభువు "ఇల్బర్ట్ బిల్లు" ను ప్రవేశపెట్టి భారతీయ న్యాయ మూర్తులు తెల్లవారిని సైతం విచారించడానికి అధికారం కల్పించాడు. ఇది శ్వేత జాతీయులకు మింగుడు పడలేదు. ఆంగ్లేయులు తమ ప్రత్యేకతను కాపాడుకోవడానికి ఒక సంఘాన్ని స్థాపించారు. బిల్లుకు వ్యతిరేకంగా పోరాటం సాగించారు. ఇది భారతీయులకు తీవ్రమైన వ్యథను కలిగించింది. వర్ణ వివక్షత చూపే ఈ చర్యను భారతీయులందరు తమ జాతికి అవమానకరమైందిగా భావించారు. భారతీయులను తీవ్రంగా మనస్థాపానికి గురి చేసిన మరో చర్య "నోంస్" అనే ఆంగ్ల న్యాయాధిపతి ఒక కేసు విచారణ సందర్భంలో దైవ విగ్రహాన్ని పూజా మందిరం నుంచి కోర్టుకు తెప్పించాడు. దీన్ని సురేంద్రనాథ్ తీవ్రంగా విమర్శించాడు. అందుకు కోర్టు అతనికి రెండు మాసాల కారాగార శిక్ష విధించింది. ఈ చర్యను నిరసిస్తూ అనేక హర్తాళ్ళు జరిగాయి. ఇండియన్ అసోసియేషన్‌వారు కలకత్తాలో ఒక బ్రహ్మాండమైన నిరసన సభను నిర్వహించారు. ఈ సభకు హాజరైన సుమారు 1000 మంది ప్రజలు 20 వేల రూపాయలతో ఒక జాతీయ నిధిని ఏర్పాటు చేసుకున్నారు. దీనిని ఆదర్శంగా తీసుకుని అన్ని రాజకీయ సంస్థలను కలిపి, ఒక జాతీయ సభగా ఏర్పాటు చేయాలనే ప్రయత్నాన్ని సురేంద్రనాథ్ ఆరంభించాడు.

1883 డిసెంబర్ 28 న ఇండియన్ అసోసియేషన్ వారు కలకత్తాలో ఒక జాతీయ సభను సమావేశ పరచారు. ఈ సభకు వివిధ ప్రాంతాలనుంచి సుమారు 100 ప్రతినిధులు హాజరయ్యారు. ఈ సభలో పోటీ పరీక్ష వయస్సు 22 సంవత్సరాలకు పెంచాలని, పోటీ పరీక్షలు, ఇంగ్లాండ్, ఇండియాల్లో ఒకేసారి జరగాలనీ, భారతీయులకు ఉన్నతోద్యోగ అవకాశాలు కల్పించాలనీ, శాసన సభలలో ప్రజలకు ప్రాతినిధ్యం కల్పించాలని, ఆయుధచట్టాన్ని రద్దు చేయాలని తీర్మానాలు చేసి ప్రభుత్వానికి పంపించారు.

ఉదారభావాలు గల రిప్పన్‌కు వీడ్కోలు సభలు నిర్వహించి, 140 వీడ్కోలు పత్రాలు సమర్పించి తమ ఐక్యతాభావాన్ని ప్రదర్శించారు. ఇది భారత జాతీయతాభివృద్ధిని ప్రస్ఫుటంగా తెలియచేసింది. 1885 డిసెంబర్ చివరి వారంలో సురేంద్రనాథ్ కలకత్తా నగరంలో రెండో జాతీయ మహాసభను ఏర్పాటు చేశాడు. ఈ సభకు దేశంలోని వివిధ ప్రాంతాల నుంచి ప్రతినిధులు హాజరయ్యారు. వీరిలో ముస్లిమ్‌లు కూడా ఉన్నారు. ఇది పరిణతి చెందిన జాతీయతాభివృద్ధికి సంకేతంగా పేర్కొనవచ్చు. 1885 డిసెంబర్ 28 నుంచి బొంబాయిలో భారత జాతీయ కాంగ్రెస్ సమావేశాన్ని ఎ. ఓ. హ్యూం ఏర్పాటు చేశాడు. ఈ విషయం ఆలస్యంగా తెలిసినందున సురేంద్రనాథ్ 2వ జాతీయ సభను ఆపివేయడానికి వీలు పడలేదు. ఈ విధంగా రెండు జాతీయసభల సమావేశాలు జరిగాయి.

అలెన్ ఆక్టేవియన్ హ్యూమ్(A.O.Hume), క్రీ.శ. 1882 లో, పింఛన్ పొందిన ఆంగ్ల ఉద్యోగి భారత ప్రజలపై అభిమానం కలవాడు. వారి పురోగమనానికి పాటు పడాలని నిశ్చయించుకున్నాడు. భారత ప్రజల అభిప్రాయాలను ప్రభుత్వానికి తెలపడానికి, ఒక జాతీయ ప్రతినిధుల సభను స్థాపించాలని ప్రచారం చేశాడు. ఇండియన్ అధికారిగా తన పదవి నిర్వహణ కాలంలో ప్రజల విద్యాభివృద్ధికి కృషి చేశాడు. పోలీస్ శాఖలో సంస్కరణలు అవసరమని, సారా విక్రయం నిషేధించాలనీ, దేశ భాషా పత్రికలను ప్రోత్సహించాలనీ, ఇతర ప్రజా సౌకర్యాలు కల్పించాలని ఎంతో పట్టుదలతో పని చేశాడు.

క్రీ.శ. 1885 డిసెంబర్ 28 న వివిధ ప్రాంతాలలోని రాజకీయ ప్రతినిధులు బొంబాయి నగరంలో ప్రథమ భారత జాతీయ కాంగ్రెస్, (The Indian National Congress) ను సమావేశపరచారు. కాంగ్రెస్ ఉద్దేశం అప్పట్లో సంపూర్ణ స్వాతంత్ర్యం సంపాదించడం కాదు. ఆనాటి కాంగ్రెస్ లక్ష్యాలు నాలుగు.

1) ఆంగ్ల సామ్రాజ్యంలోని వివిధ ప్రాంతాలలో భారతదేశ సౌభాగ్యానికి పాటుపడే వారందరిని ఏకం చేసి వారి మధ్య మైత్రి కలిగించడం.

2) అనాటి ప్రధాన రాజకీయ సమస్యలపై విద్యావంతులు, మేధావులైన భారతీయులు తమ అభిప్రాయాలను వెల్లడించి, వాటిని చర్చించి, తమ నిర్ణయాలను ప్రభుత్వానికి తెలియచేయడం.

3) దేశాభిమానులందరి మధ్య, స్నేహ భావాలు పెంపొందింప చేసి, రాష్ట్రదురభిమానులను తొలగించి, జాతీయైక్యతాభిప్రాయాలను పెంపొందించడం.

4) దేశీయ రాజకీయ ప్రముఖులు రాబోయే పన్నెండు నెలలో, ప్రజాశ్రేయస్సుకోసం చేయదగిన కార్యక్రమాలను నిర్ణయించడం.

ఈ విధంగా ప్రారంభమైన కాంగ్రెస్ మహాసభకు అన్ని కులాలవారు, అన్ని మతాలవారు, అన్ని భాషలవారు పాల్గొనడం చేత అందరిలోను తాము భారతీయులమనే జాతీయభావం ప్రబలింది.

భారతీయ జాతీయ కాంగ్రెస్ స్థాపనను గురించి పట్టాభి సీతారామయ్యగారు, "కాంగ్రెస్ చరిత్ర" అనే గ్రంథంలో హ్యూమ్ నూతన విద్యావంతులను, రాజకీయ సంఘాలను సంఘటితం చేసి వారి ద్వారా సమస్యల పరిష్కారం కోసం కాంగ్రెస్‌ను స్థాపించాడని ఉత్తర భారతంలో రైతుల విప్లవాలను, ఆందోళనలను దీని ద్వారా అరికట్టాలన్నది అతని కోరిక అని రాశాడు.

రష్యా దండయాత్ర భయం వల్ల తమకు సాయంగా ఒక సంస్థ ఉండాలని ప్రభుత్వం హ్యూమ్ ద్వారా దానిని స్థాపించిందని కొందరి అభిప్రాయం. దివ్య జ్ఞాన సమాజం ప్రభావం వల్ల ఒక సంస్థ ఏర్పాటుకై యత్నాలు జరుగుతుండగా, హ్యూమ్ దాని ప్రాతిపదికపైనే కాంగ్రెస్ సంస్థను ఏర్పాటు చేశాడని కొందరు భావించారు.

కొందరు భావించినట్లుగా కాంగ్రెస్ వైస్రాయ్ డఫిరిన్ కృషి వల్ల ఏర్పడింది కాదు. ఎందుకనగా 1883లోనే హ్యూమ్, జాతీయ సంస్థ ఆవశ్యకతను గురించి తెలియచేశాడు.

హ్యూమ్ ఆంగ్లేయుడు కావడం వల్లనే కాంగ్రెస్ సంస్థ ఏర్పడింది అనే వాదన కూడా బలమైంది కాదు. అదే భారతీయుడైతే ఆంగ్ల ప్రభుత్వం దాన్ని అనుమతించేది కాదని కొందరు అభిప్రాయపడ్డారు. ఈ వాదన కూడా బలమైందిగా కనిపించదు.

మత సాంఘిక సంస్కరణోద్యమాల కారణంగా దేశంలో ఒక నూతన చైతన్యం వికసించింది. మధ్య తరగతివారంతా ఆంగ్ల విద్య, వార్తాపత్రికలవల్ల ప్రభావితులై చురుకైన, బలమైన వర్గంగా 1885 తరువాత ఆవిర్భవించారు. వీరి కృషి వల్ల అనేక రాజకీయ సంస్థలు కలిశాయి.

ముఖ్యంగా సురేంద్రనాథ్ బెనర్జీ స్థాపించిన ఇండియన్ అసోసియేషన్ దినదినాభివృద్ధి

చెందింది. సురేంద్రనాథ్ నిర్వహించిన అఖిల భారత పర్యటన, కలకత్తా నగరంలో నిర్వహించిన రెండు జాతీయ సమావేశాలు ప్రజలలో అద్భుతమైన చైతన్యాన్ని, జాతీయతాభావాన్ని కలిగించాయి. జాతీయ సంస్థ ఏర్పాటుకు అది అనువైన తరుణంగా భావించారు. అయితే జాతీయ సంస్థకు ప్రతిరూపం దిద్దిన ఘనత మాత్రం హ్యూమ్‌దేనని చెప్పవచ్చు. ఈ విధంగా హ్యూమ్ భారత జాతీయ కాంగ్రెస్‌కు కన్నతండ్రి అనడం కన్నా భారతమాత గర్భస్థశిశువైన జాతీయ కాంగ్రెస్‌ను ప్రసవింపచేసిన మంత్రసానితో పోల్చవచ్చు.

ఎ. ఓ. హ్యూమ్ ఆనాటి భారతదేశ పరిస్థితులను క్షుణ్ణంగా అర్థం చేసుకున్నాడు. ప్రజల్లో ప్రబలిన అసంతృప్తిని గూర్చి తెలుసుకున్నాడు. విద్యావంతులైన ఈ వర్గం వారిని ఒక సంస్థగా ఏర్పరచి ప్రభుత్వానికి, వీరికి అనుసంధానం కలిగించాలని కృషి చేశాడు.

దైవికంగా ఏర్పడ్డ ఆంగ్ల పాలన సుస్థిరంగా ఉండాలని కోరిన హ్యూమ్ ప్రభుత్వపాలనలో లోపాలను తెలియచేసే ప్రభుభక్తి గల సంస్థ అవసరమని భావించాడు. బెంగాల్ నాయకులు అతివాదులని భావించినందువల్ల మద్రాస్, బొంబాయి నాయకులతో ఈ అంశాలను చర్చించాడు. 1883 లో వాయిస్ ఆఫ్ ఇండియా అనే పత్రికను స్థాపించి 1885 లో భారత తంతి సమాచార సంఘాన్ని ఏర్పాటు చేశాడు.

ఇల్బర్ట్ బిల్లును వ్యతిరేకించిన ఆంగ్లేయుల రక్షణ సంఘానికి జవాబుగా భారతీయులు కూడా ఒక కేంద్ర సంఘాన్ని స్థాపించుకోవాలని సూచించాడు. "ఇన్నర్ సర్కిల్" అనే సంఘాన్ని స్థాపించి రిప్పన్ వీడ్కోలు సభలను విజయవంతం చేశాడు.

1885 లో సిమ్లా వెళ్ళి జాతీయ సభ నిర్మాణం గూర్చి డఫిరిన్‌తో చర్చించాడు. 1885 డిసెంబర్ చివరి వారం జాతీయ సభ సమావేశం పూనాలో జరుగుతుందని, వసతి సౌకర్యాలు పూనా సార్వజనిక సభ భరిస్తుందని అందరు ప్రముఖులను, సంఘాలకు వర్తమానం పంపాడు. ఆ తర్వాత ఇంగ్లాండుకు వెళ్ళి అక్కడ రిప్పన్, బ్రైరేడ్ మొదలైన వారితో సంప్రదించి జాతీయ సభ ఏర్పాటుకు ఆమోదం పొందాడు. సభా కార్యక్రమాల విశేషాలను కొన్ని ఆంగ్ల పత్రికల్లో ప్రచురింపచేశాడు. ఈ సమావేశ వివరాలు తెలియని సురేంద్రనాథ్ జాతీయమహాసభ రెండవ సమావేశాన్ని ఏర్పాటు చేయడం వల్ల కొంత అయోమయస్థితి ఏర్పడింది. చివరకు ఇంగ్లాండ్ నుంచి తిరిగివచ్చిన హ్యూమ్‌తో భారతీయ నాయకులు చర్చించి, దీనికి కాంగ్రెస్ అనే పేరు పెట్టేటట్లుగా నిర్ణయించారు. కాంగ్రెస్ సమావేశం డిసెంబర్ 28-30ల మధ్య బొంబాయిలో జరగాలని నిశ్చయించారు. ఈ విధంగా ప్రథమ కాంగ్రెస్ సమావేశం, డిసెంబర్ 28, 1885 నాడు బొంబాయి నగరంలో గోకుల్‌దాస్ తేజ్‌పాల్ సంస్కృత కళాశాలలో జరిగింది. ఈ సమావేశానికి బొంబాయి ప్రాంతం నుండి ముప్పైఎనిమిది

మంది పంజాబ్ నుంచి ముగ్గురు మద్రాస్ ప్రాంతం నుంచి ఇరవై ఒక్కరు, ఉత్తర ప్రదేశ్ ప్రాంతం నుండి ఏడుగురు, బెంగాల్ నుంచి ముగ్గురు ఈ విధంగా మొత్తం డెబ్బై రెండుమంది ప్రతినిధులు హాజరయ్యారు. ఈ సమావేశానికి డబ్ల్యు.సి. బెనర్జీ అధ్యక్షత వహించాడు. అధ్యక్షోపన్యాసంలో అవసరమైన సంస్కరణల గూర్చి ప్రస్తావించారు. ఆ తర్వాత భారతీయ ప్రముఖులు రఘునాథ్‌రావు, రానడే, లాలాబైజనాథ్, భండార్కర్, నౌరోజి, తెలంగ్, ఫిరోజ్‌షా మెహతా, రంగయ్యనాయుడు, జి. సుబ్రమణ్యం అయ్యర్ , కేశవ పిళ్ళై మొదలైన వారు తమ అభిప్రాయాలను వెలిబుచ్చారు. వారు తొమ్మిది ముఖ్య తీర్మానాలను ఆమోదించారు.

తీర్మానాలు

1. పరిపాలనా వ్యవహారాలను క్షుణ్ణంగా పరిశీలించటానికి, భారతీయ ప్రతినిధులతో కూడిన రాయల్ కమీషన్‌ను ఏర్పాటు చేయాలి.

2. సెక్రటరీ ఆధ్వర్యంలో గల ఇండియా కౌన్సిల్‌ను రద్దు చేయాలి.

3. వివిధ ఉద్యోగాల పరీక్షలు, ఇంగ్లాండ్, ఇండియాలలో ఏక కాలంలో జరిగాలి. అభ్యర్థుల వయోపరిమితిని 23 సంవత్సరాలకు పెంచాలి.

4. సైనిక ఖర్చులు తగ్గించాలి. ఇందుకోసం ఉద్యోగులను తొలగించకుండా కొంత ఖర్చును ఇంగ్లాండ్ ప్రభుత్వం భరించాలి. మరికొంత ఖర్చును న్యాయమైన పన్నుల ద్వారా రాబట్టాలి.

5. బర్మాను జయించకూడదు. ఒకే వేళ జయించినా భారత దేశంతో కలిపి పాలించకూడదు.

6. కాంగ్రెస్ తీర్మానాలను వివిధ ప్రాంతాలలోని సంస్థలకు చేరవేయాలి. ఆ సంస్థలు కూడా ప్రాంతీయంగా సభలు నిర్వహించి తీర్మానాలు చేయాలి.

7. ద్వితీయ కాంగ్రెస్ సమావేశం, 1886 డిసెంబర్ 28 నుంచి కలకత్తాలో జరగాలి. ఈ విధంగా తొమ్మిది తీర్మానాలతో ప్రథమ జాతీయ కాంగ్రెస్ సమావేశం కేవలం మూడు వందల రూపాయల ఖర్చుతో దిగ్విజయంగా ముగిసింది.

ఈ పరిస్థితుల్లో ప్రారంభమైన కాంగ్రెస్ మహాసభ ప్రతిసంవత్సరం సమావేశమౌతూ ఉండేది. అన్ని రాష్ట్రాల వారు, అన్ని కులాలు, మతాలు, భాషలకు చెందిన వారు ఇందులో పాల్గొనడం చేత, ప్రజలందరిలోను తాము భారతీయులమనే జాతీయతా భావం పెల్లుబికింది.

పాశ్చాత్య నాగరికతకు ఆధునిక కాలంలో ప్రధాన లక్షణాలైన వ్యక్తి స్వాతంత్ర్యం, ప్రజాస్వామ్య భావాలన్ని దేశమంతటా వ్యాపించాయి.

కాంగ్రెస్ మహాసభ పరిపాలన విధానంలోని లోపాలను విమర్శించడం, వాటిని తొలగించటానికి మార్గాలను సూచించడం పరిపాటి అయింది. క్రమంగా కాంగ్రెస్ భారత దేశాన్నంతా ఏకం చేసి స్వాతంత్ర్యాన్ని సంపాదించడంలో ముఖ్యమైన ప్రజావేదికగా మారింది.

కాంగ్రెస్ దేశీయుల భావాలను, కార్యాలను ఒకే చోట కేంద్రీకరించింది. భారత దేశంలోని ప్రజలందరిలోను ఒక విధమైన ఆత్మ చైతన్యాన్ని పెంపొందింప చేసిందని మహాత్మాగాంధిగారు రాశారు.

ఈ విధంగా 1857 తర్వాత ప్రజలలో జాతీయ చైతన్యం కలగ డానికి, ఆంగ్ల ప్రభుత్వంపై విముఖత ఏర్పడడానికి రాజకీయ, మత, ఆర్థిక, సాంఘిక కారణాలతో బాటు, మహా సభలు, సంస్థలు తోడ్పడ్డాయి. వాటన్నింటిలో అఖిల భారత కాంగ్రెస్ మహాసభ చేసిన సేవ జాతీయోద్యమ చరిత్రలో ప్రముఖ స్థానాన్ని ఆక్రమించింది. కాంగ్రెసు కార్యకలాపాలన్నీ ప్రధానంగా రాజకీయ విమర్శలతో కూడి ఉండేవి. రాజ్యాంగ బద్ధమైన, న్యాయ వివేచనతో కూడిన విమర్శ. జాతీయవాదోత్ప్రేరితమైన విమర్శ అనేది క్రమంగా కాంగ్రెస్ కార్యకలాపాలలో పరిణమించాయి. తొలిదశలో పార్థన, అర్జీలు, వ్యతిరేకత తెల్పడం (Pray, Petetion, Protest) అనే భావాలు ప్రధాన పాత్ర వహించగా, మలిదశలో ప్రజావాహిని తోడ్పాటు ఉద్యమంగా మారింది. వాటినే మితవాద, అతివాద, జాతీయతావాదాలు అని వ్యవహరిస్తారు.

4

మితవాద జాతీయోద్యమం 1885-1905

భారత స్వాతంత్ర్యోద్యమాన్ని చరిత్రకారులు మూడు ప్రధాన ఘట్టాలుగా వర్గీకరించారు. అవి

1. 1885-1905 వరకు మితవాద జాతీయోద్యమం
2. 1905-1919 వరకు అతివాద జాతీయోద్యమం
3. 1920-1947 వరకు గాంధీయుగం.

1885-1905 మధ్యకాలాన్ని మితవాద జాతీయోద్యమ దశగా పేర్కొన్నారు. ఈ దశలో కీలక పాత్ర నిర్వహించిన జాతీయ నాయకులలో భారత జాతీయ కాంగ్రెస్ స్థాపకుడైన ఎ. ఓ. హ్యూమ్‌తో పాటు దాదాబాయి నౌరోజి (1825-1917), గోపాల కృష్ణ గోఖలే (1866- 1915), సురేంద్రనాథ్ బెనర్జీ (1844- 1906), మహాదేవ గోవింద రానడే (1842-1901) మొదలైనవారు ముఖ్యులు. వీరి భావాలు, ఆశయాలు తెల్సుకోవడానికంటే ముందుగా మితవాదం అంటే ఏమిటో తెల్సుకోవడం అవసరం.

1885-1905 సంవత్సరాల మధ్యకాలంలో ప్రార్థన, విజ్ఞప్తి, నిరసన మొదలైన పద్ధతుల ద్వారా బ్రిటిష్ వారి విధానాలను వ్యతిరేకించిన కాంగ్రెస్ నాయకుల పద్ధతినే మితవాదం అని నిర్వచించవచ్చు. మితవాదం శాంతియుత, రాజ్యాంగబద్ధమైన పోరాటాన్ని సమర్థించింది. మితవాదులు అన్యాయాన్ని సహించడానికి సిద్ధపడలేదు. కాని అన్యాయాన్ని ఎదుర్కొనడానికై, ఆశయాన్ని సాధించడానికై హింసాత్మక విధానాలను అనుసరించలేదు. మితవాదులు మన దేశానికి స్వాతంత్ర్యం కావాలని కోరలేదు. దేశక్షేమం దృష్ట్యా కొన్ని రాజకీయ, సాంఘిక, ఆర్థిక, పరిపాలన సంస్కరణలు ప్రవేశపెట్టమని మాత్రం బ్రిటిష్ వారిని కోరారు. మితవాదులు బ్రిటిష్ వారి వ్యతిరేకులు కారు. పైగా వీరికి బ్రిటిష్ వారి న్యాయబుద్ధిపట్ల చిత్తశుద్ధిపట్ల, అచంచలమైన విశ్వాసం ఉంది. 1885-1905 మధ్యకాలంలో భారత జాతీయ కాంగ్రెస్ సంస్థ ఆశయాలే మితవాద కాంగ్రెస్

నాయకుల ఆశయాలయ్యాయి. ఆ ఆశయాలు :

1) ఆంగ్ల సామ్రాజ్యంలో వివిధ ప్రాంతాలలో భారత దేశ సౌభాగ్యాన్ని గురించి శ్రద్ధ వహించి పాటుపడే వారందరి మధ్య పరస్పర పరిచయం కలిగించి మిత్రరాజ్యాన్ని పెంపొందిచడం.

2) అనాటి ప్రధాన రాజకీయ సమస్యలపైన విద్యావంతులు, ప్రముఖులైన భారతీయులు తమ అభిప్రాయాలను వెల్లడించి, సంపూర్ణంగా వాటిని చర్చించి, వాటి పరిణత అభిప్రాయాలను అధికారులకు విన్నవించటం.

3) దేశవాసులందరి మధ్య జాతి, మత, కుల, ప్రాంతీయ విభేదాలను తొలగించి జాతీయ సమైక్యతా భావాన్ని పెంపొందించడం.

4) ప్రభుత్వోద్యోగాలలో భారతీయుల ప్రవేశాన్ని సాధ్యమైనంత వరకు పెంచడానికి బ్రిటిష్ అధికారులను ఒప్పించడం.

5) వ్యవసాయ రంగానికీ, ఇతర స్వదేశీ పరిశ్రమల రక్షణకై చర్యలు చేపట్టవలసినదిగా ప్రభుత్వాన్ని కోరటం.

6) భారతదేశంలోనూ, ఇంగ్లాండ్‌లోనూ ఉన్న బ్రిటిష్ ఉన్నతాధికారులతో సత్సంబంధాలు నెలకొల్పటం.

7) కాంగ్రెస్ సంస్థ బ్రిటిష్ సామ్రాజ్యాధినేత పట్ల పూర్తి విశ్వాసంగా వ్యవహరిస్తుందనే అభిప్రాయాన్ని కలిగించడానికి కృషి చేయడం.

8) కాంగ్రెస్ సంస్థలోని నాయకులందరూ, సభ్యులందరూ హింసావాదానికి వ్యతిరేకంగా, శాంతియుత పోరాటానికి అనుగుణంగా వ్యవహరించేట్లు కృషి చేయడం.

ప్రముఖ మితవాద కాంగ్రెస్ నాయకులు

ప్రముఖ మితవాద నాయకులైన ఎ. ఓ. హ్యూమ్, దాదాబాయి నౌరోజీ, గోపాలకృష్ణ గోఖలే, ఫిరోజ్‌షా మెహతా, మహాదేవగోవిందరానడే మొదలైన వారి జీవితాల గూర్చిన కొన్ని ముఖ్య విషయాలను పరిశీలిస్తే మితవాద జాతీయోద్యమం దశ నిజస్వరూపం స్పష్టంగా విశదమవుతుంది.

అలెన్ ఆక్టేవియన్ హ్యూమ్ (A.O.Hume)(1829-1912): క్రీ.శ. 1829, జూన్ 6 న ఇంగ్లాండ్‌లో జన్మించిన ఎ. ఓ. హ్యూమ్ ఉన్నత విద్యావేత్త. ఉదార భావాలకు ప్రతిరూపం. తన ఇరవైయవ

యేట (1849) ఐ.సి.ఎస్. పరీక్షలో ఉత్తీర్ణుడై భారత దేశానికి అధికారిగా వచ్చాడు. అతడు వివిధ పదవులు నిర్వహించి, 1870 నాటికి దేశీయాంగ కార్యదర్శిగా నియమితుడయ్యాడు. భారతీయుల అభిలాషలలో, అందునా ముఖ్యంగా ఆంగ్ల విద్య నభ్యసించిన భారతీయుల కోరికల పట్ల సానుభూతికలవాడు. ఆయన జిల్లా కలెక్టర్‌గా, అసిస్టెంటు జిల్లా మేజిస్ట్రేట్‌గా, జాయింట్ మెజిస్ట్రేట్‌గా తదితర హోదాలలో పనిచేసినపుడు, ఆనాడు ఆచరణలో ఉన్న విద్యా విధానంలో, సంఘసంస్కరణలో, మద్యనిషేధ కార్యక్రమంలో ప్రత్యేక శ్రద్ధ వహించాడు. భారతీయులలో బ్రిటిష్ పరిపాలన పట్ల దినదినం వృద్ధి చెందుతున్న అసంతృప్తిని గుర్తించాడు. బ్రిటిష్ పరిపాలన భారతావని పై సక్రమంగా కొనసాగాలంటే కొన్ని ఉదార సంస్కరణలు ప్రవేశపెట్టవలసిన ఆవశ్యకతను గురించి నాటి వైస్రాయ్ లిట్టన్ (1876-80) కు తెలియ చేశాడు. కాని హ్యూమ్ విన్నపాన్ని వైస్రాయ్ లిట్టన్ గాని ఇతర ఐ.సి.యస్ అధికారులు గాని పట్టించుకోలేదు. 1880 వ సంవత్సరంలో రిప్పన్ కొత్తవైస్రాయ్‌గా భారత దేశానికి వచ్చాడు. హ్యూమ్ అతనికి చేరువయ్యాడు. ఇరువురు ఉదార భావాలే కలవారైనందున హ్యూమ్‌లో కొత్త ఆశలు చిగురించాయి. ఇల్బర్టు బిల్లు వివాదం నుండే హ్యూమ్, రిప్పన్ వివాదాన్ని అపార్థం చేసుకున్న భారతీయ నాయకులను శాంతింప చేశాడు. స్థానిక పరిపాలన విషయంలో రిప్పన్ ప్రవేశ పెట్టిన ఉదార సంస్కరణలు భారతీయ నాయకులకు అతనిపై హ్యూమ్‌పై, సదభిప్రాయాన్ని కల్గించాయి.

బెంగాల్ రాష్ట్రంలో సురేంద్రనాథ్ బెనర్జీ నాయకత్వంలో చురుకుగా పని చేస్తున్న ఇండియన్ అసోసియేషన్(1876)కంటె విశాల భావాలను, ఆశయాలను కలిగిన ఒక అఖిల భారత రాజకీయ సంస్థను నెలకొల్పాలన్న ఆశయంతో 1883-1885 సంవత్సరాల మధ్య కాలంలో ఎ.ఓ. హ్యూమ్ అనేక ప్రయత్నాలు చేశాడు. అతడు 1884 లోస్థాపించిన ఇండియన్ నేషనల్ యూనియన్ సమావేశాన్ని పూనాలో ఏర్పాటు చేయదలిచాడు. కాని మార్చినెల 1885 వ సంవత్సరంలో పూనా పట్టణంలో కలరా వ్యాధి వ్యాపించినందువల్ల, ఆ సమావేశాన్ని పూనాకు బదులుగా 1885 డిసెంబర్ నెలలో బొంబాయి పట్టణంలో జరపాలని నిశ్చయించాడు. చివరికి డిసెంబర్ 28, 1885 నాటికి హ్యూమ్ 1884 లో స్థాపించిన ఇండియన్ నేషనల్ యూనియన్ సంఘమే, భారత జాతీయ కాంగ్రెస్ సంస్థగా ఆవిర్భవించింది. హ్యూమ్ చిరకాల వాంఛ నెరవేరింది. భారత జాతీయ కాంగ్రెస్ సంస్థ తొలి సమావేశం బొంబాయిలోని గోకుల్‌దాస్ తేజ్‌పాల్ సంస్కృత కళాశాలలో ప్రముఖ బెంగాలీ రాజకీయ వేత్త - విద్యావేత్తయైన శ్రీ ఉమేశ్ చంద్ర బెనర్జీ (1844-1906) అధ్యక్షతన జరిగింది. వివిధ రాష్ట్రాల నుంచి డెబ్బయి రెండు మంది ప్రతినిధులు ఈ తొలి సమావేశానికి హాజరయ్యారు. వీరిలో న్యాయవాదులు, వ్యాపారస్తులు, జమీందారులు, పత్రికా సంపాదకులు, ఉపాధ్యాయులు, మత సంఘసంస్కర్తలు మొదలైన వర్గాల వారున్నారు. ఎ.ఓ.

హ్యూమ్ నెలకొల్పిన భారత జాతీయ కాంగ్రెస్ సంస్థ శాశ్వతత్వాన్ని పొందింది. దీనికి కారణం హ్యూమ్‌కు ఆనాడు భారతీయ విద్యావంతులతో ఉన్న సంబంధాలు, అతని ఉదార భావాలు, అతనికి వైస్రాయ్ రిప్పన్, వైస్రాయ్ డఫ్రిన్‌లతో ఉన్న సన్నిహితత్వం. ఈ విధంగా యావత్ భారత స్థాయిలో తొలి రాజకీయ సంస్థను స్థాపించిన హ్యూమ్ చిరస్మరణీయుడు. అతని మితవాద విధానమే మిగతా కాంగ్రెస్ వాదులకు మార్గదర్శకమైంది.

దాదాభాయి నౌరోజీ (1825-1917): భారత రాజకీయాలలో కురువృద్ధునిగా పేరు పొందిన దాదాభాయి నౌరోజీ భారత జాతీయ కాంగ్రెస్ సంస్థ స్థాపకుడైన ఎ. ఓ. హ్యూమ్ సహచరులలో ముఖ్యుడు. గొప్ప విద్యావేత్తగా పేరొందిన యితడు రాజకీయ జీవనంలో మితవాదిగా పేరుబడ్డాడు. 1853 లో బొంబాయి అసోసియేషన్ అనే సంస్థను నెలకొల్పాడు. కొంతకాలం బొంబాయిలోని ఎల్ఫిన్‌స్టన్ కళాశాలలో గణిత, తర్క శాస్త్రాలు బోధించాడు. 1867 లో లండన్‌లో కొంతమంది భారతీయులతో కలిసి తూర్పు ఇండియా సంస్థను స్థాపించాడు. 1892 నాటికి బ్రిటిష్ కామన్స్ సభకు కేంద్ర ప్రిన్స్ బరీ నియోజక వర్గం నుంచి ఎన్నికయ్యాడు. 1892 నుండి 1895 వరకు ఆయన బ్రిటిష్ పార్లమెంట్ సభ్యులు. 1885 నుంచి అతడు ఎ. ఓ. హ్యూమ్ తదితర నాయకులతో కలసి కాంగ్రెస్ కార్యకలాపాల్లో కీలకపాత్ర వహించాడు. 1886 కలకత్తాలోనూ, 1893 లో లాహోర్‌లోనూ, 1906 లో కలకత్తాలోనూ జరిగిన కాంగ్రెస్ వార్షిక సమావేశాలకు ఆయన మూడు పర్యాయాలు అధ్యక్షుడిగా వ్యవహరించాడు. 1906 లో జరిగిన కలకత్తా కాంగ్రెస్ సమావేశంలో అధ్యక్షుడి హోదాలో ఇచ్చిన ఉపన్యాసంలో భారతదేశ రాజకీయ కార్యకలాపాల ధ్యేయం స్వరాజ్యమేనని ప్రకటించాడు. దీనిని బట్టి ఆయన ఉదారవాదం నుంచి ఒక విధమైన తీవ్రవాదం వైపు క్రమేపీ పురోగమించినట్లు విదితమవుతుంది. 1905 వ సంవత్సరం చివరి నాటికి బ్రిటిష్ రాజకీయ వేత్తల విధానాల పట్ల ఆయనకు ఏర్పడిన నిరాశ నిస్పృహలే ఆయనలో వచ్చిన ఈ మార్పుకు కారణమని స్పష్టమవుతుంది.

భారత ప్రజా జీవితంలో దాదాపు ఒక అర్ధశతాబ్ది పాటు ఒక విశిష్ట వ్యక్తిగా దాదాభాయ వెలుగొందాడు. పాశ్చాత్య విద్యనభ్యసించిన అత్యుత్తమ భారతీయులలో దాదాభాయిఒకడు. సాంఘిక, ఆర్థిక, తత్వ రంగంలో ఆయన బెంథామ్, ఆడమ్‌స్మిత్, టి.హెచ్. గ్రీన్ మొదలైన ఉదారవాద పండితుల ఆలోచనలచే ప్రభావితుడయ్యాడు. భారతదేశ పరిస్థితుల దృష్ట్యా, ఉత్పత్తి, సంపద, పెట్టుబడి, జాతీయాదాయం, రాజకీయ విధేయత వంటి సమస్యల మీద క్రమబద్ధమైన ఆలోచన ఇంకా ఆరంభంకాని సమయంలో భారత ఆర్థిక తత్వంపై ఆయన రాసిన గ్రంథం "పావర్టీ అండ్ అన్ బ్రిటిష్ రూల్ ఇన్ ఇండియా" ఎందరో మేధావుల మెప్పు పొందింది. ఈ గ్రంథంలో అతడు ప్రతిపాదించిన సంపద తరలింపు సిద్ధాంతం (Drain Theory) అతనికి భారతదేశ ఆర్థిక రంగంలోనూ,

భారత జాతీయ వాదంలోనూ, విశిష్టత సాధించింది. మితవాద జాతీయోద్యమ దశలో కీలక పాత్ర నిర్వహించిన దాదాభాయి నౌరోజీ తన 91 వ యేట మరణించాడు.

ఫిరోజ్‌షా మెహతా(1845–1915): మితవాద కాంగ్రెస్ నాయకులలో ఒకడైన ఫిరోజ్‌షా మెహతా భారత జాతీయోద్యమ తొలిదశలో (1885-1905) కీలకమైన భూమిక పోషించాడు. మకుటం లేని బొంబాయి మహారాజుగా పేరొందిన ఫిరోజ్‌షా మెహతా ప్రజా జీవనం 1867 వ సంవత్సరంలో ఆరంభమైంది. లండన్‌లో విద్యార్థిగా ఉన్న కాలంలోనే దాదాభాయి నౌరోజీ భావాలచే తీవ్రంగా ప్రభావితుడయ్యాడు. ఇల్బర్ట్ బిల్లు వ్యతిరేక ఉద్యమంలో ప్రముఖ పాత్ర వహించాడు. దాదాభాయి, రానడేలతో పాటు భారత జాతీయ కాంగ్రెస్ స్థాపనలో చురుకైన పాత్ర నిర్వహించాడు. 1885 వసంవత్సరంలో బొంబాయి రాష్ట్ర సంస్థను నెలకొల్పాడు. గొప్ప విద్యావేత్త, న్యాయవాది. 1890 వసం. నాటికి ఫిరోజ్‌షా భారత జాతీయ కాంగ్రెస్ అధ్యక్షుడయ్యాడు. 1889, 1904 లో నూ భారత జాతీయ కాంగ్రెస్ ఆహ్వాన సంఘ అధ్యక్షునిగా ఇతడు బాధ్యతలు నిర్వహించాడు. 1904 లో బొంబాయిలో ఆయన తన ప్రసంగంలో దైవ నిర్ణయమైన భారతదేశంతో బ్రిటన్‌కు గల సంబంధాన్ని గురించి ప్రస్తావించాడు. 1906 నుండి బెంగాల్ విభజనకు వ్యతిరేకంగా ఆరంభమైన వందేమాతరం ఉద్యమకాలంలో లాలాలజపతిరాయ్, బాల గంగాధర తిలక్, బిపిన్ చంద్రపాల్ (ఈ ముగ్గురినే లాల్, బాల్, పాల్ అని సంక్షిప్తంగా వ్యవహరిస్తారు) అనుసరించిన విధానాలను వ్యతిరేకించాడు. శాంతియుత పద్ధతుల ద్వారా విజయం సాధించవచ్చని నమ్మాడు. సూరత్ నగరంలో 1907 వ సంవత్సరంలో జరిగిన చారిత్రాత్మకమైన భారత జాతీయ కాంగ్రెస్ సమావేశంలో ఏర్పడిన చీలికలో మితవాద వర్గానికి నాయకత్వం వహించిన వారిలో ఫిరోజ్‌షా ముఖ్యుడు. ఆంగ్లేయుల పాలన వల్ల భారతీయులకు అన్ని రంగాలలో మేలు జరుగుతుందని గట్టిగా విశ్వసించాడు.

సురేంద్రనాథ్ బెనర్జీ (1848–1925): ఇండియన్ బర్క్స్(Burks)గా ప్రసిద్ధి చెందిన సురేంద్రనాథ్ బెనర్జీ ప్రముఖ బెంగాలీ నాయకుడు. గొప్ప విద్యావేత్తయిన ఇతడు గొప్ప వక్తగా పేరుపొందాడు. 1869 లో ఐ.సి.యస్. పరీక్షలో ఉత్తీర్ణుడై, 1871 నాటికి అసిస్టెంటు మేజిస్ట్రేటు పదవి అలంకరించాడు. నిరాధారమైన ఆరోపణలకు బలియై ఆ ఉద్యోగం నుండి తొలగించబడ్డాడు. 1876 వ సంవత్సరం జూలై 26న కలకత్తాలో భారత సంస్థ (Indian Association) ను నెలకొల్పాడు. దీని స్థాపనలో సురేంద్రనాథ్‌కు ఆనందమోహన్ బోస్ (1846-1905) శివనాథశాస్త్రి తదితరులు సహకరించారు. ఈ సంస్థ ప్రధాన ఆశయాలలో ఒకటి, దేశంలో ప్రాతినిధ్య ప్రభుత్వ స్థాపనకు ఆందోళన చేయడం. డబ్ల్యు.సి. బెనర్జీ ద్వారా ప్రారంభించబడ్డ "బెంగాలీ" అనే పత్రికను సురేంద్రనాథ్ నడిపి తన భావాలను ప్రకటించాడు. ఇల్బర్ట్ బిల్లును వ్యతిరేకించి ఉద్యమాన్ని నడిపి

అరెస్టు అయి జైలు శిక్ష అనుభవించాడు. 1876 లో కలకత్తా కార్పోరేషన్‌కు ఎన్నికై 1899 వరకు ఆ పదవిలో కొనసాగాడు. 1890 వ సంవత్సరంలో సురేంద్రనాథ్ కు ఎ. ఓ. హ్యూమ్ తో పరిచయం ఏర్పడింది. ఇతడు ఎ. ఓ. హ్యూమ్ మొదలగు వారికి సన్నిహితడుగా నిల్చి కాంగ్రెస్ సంస్థ స్థాపించడంలోను, దానిని బాలారిష్టాలు తొలగేంతవరకు రక్షించడంలోను ప్రధాన పాత్ర వహించాడు. 1895 లో పూనాలో జరిగిన 10 వ భారత జాతీయ కాంగ్రెస్ కు అధ్యక్షుడయ్యాడు. తిరిగి 1902 వ సంవత్సరంలో అహ్మదాబాద్‌లో జరిగిన 17 వ భారత జాతీయ కాంగ్రెస్‌కు అధ్యక్షత వహించాడు. మితవాద వర్గానికి చెందిన వాడైనప్పటికీ బెంగాల్ విభజన విషయంలో బ్రిటిష్ ఉద్యోగిస్వామ్యం అనుసరిస్తున్న పద్ధతుల పట్ల అసంతృప్తిని వ్యక్త పరిచాడు. కాబట్టి ఆ అంశంపై అతివాదనాయకులైన లాల్, బాల్, పాల్, అరవింద ఘోష్‌లతో చేయి కలిపాడు. నిష్కళంక దేశభక్తుడైన సురేంద్రనాథ్ బెనర్జీ కాంగ్రెస్ పార్టీ 1916 లో లక్నోలో తిరిగి ఏకం అయినప్పుడు సంతృప్తి పడ్డాడు.

గోపాల కృష్ణ గోఖలే (1866-1915): భారత జాతీయ కాంగ్రెస్ స్థాపకుడైన ఎ. ఓ. హ్యూమ్ సన్నిహితులలో గోపాలకృష్ణ గోఖలే ఒకడు. మితవాద కాంగ్రెస్ నాయకులలో ముఖ్యుడు. గొప్ప విద్యావేత్త. పూనాలోని ఫెర్గూసన్ కళాశాలలో చరిత్ర, ఆర్థిక శాస్త్రాలలో ఆచార్యునిగా పని చేశాడు. మితవాద నాయకులలో ఒక గొప్పవాడైన యితడు గొప్ప విద్యావేత్త. బహుముఖ ప్రజ్ఞాశాలి. జాతీయ కాంగ్రెస్ స్థాపనతో పాటు మితవాద యుగంలో దేశ రాజకీయాలలో కీలక పాత్ర నిర్వహించాడు. రాజకీయ రంగంలో మహాదేవ గోవిందరానడే శిష్యుడయిన ఇతడు ఫిరోజ్‌షా మెహతా అభిప్రాయాలచే ప్రభావితుడయి అతనికి సన్నిహితుడయ్యాడు. బ్రిటిష్ ఉదారవాదంలో గోఖలేకు ప్రగాఢ విశ్వాసం ఉండేది. భారతీయులకు బ్రిటిష్‌వారు తప్పనిసరిగా న్యాయం చేకూర్చుతారని ఆశించాడు. భారతదేశం ఇంగ్లాండ్‌ల మధ్య సామరస్య పూర్వక సహకారం ఉండాలని ఆయన కోరాడు.

గోఖలే మహాశయుడు జూన్ 12, 1905 వ సంవత్సరంలో "సర్వేంట్స్ ఆఫ్ ఇండియా సొసైటిని" స్థాపించాడు. సకల రాజ్యాంగ బద్ధ మార్గాల ద్వారా భారత ప్రజల జాతీయ ప్రయోజనాలను పెంపొందిచడానికి కృషి చేయడం ఈ సంఘం ప్రధాన ఆశయం.

పండిట్ మోతీలాల్ నెహ్రూ మాటల్లో చెప్పాలంటే గోఖలే స్వపరిపాలనా భావన ప్రవక్త. ఉద్యోగస్వామ్యం కేవలం సామర్థ్యంతోనే సంతృప్తి పడక అత్యున్నత పాశ్చాత్య ప్రమాణాల ప్రకారం భారతీయులు తమను తాము పాలించుకునే స్థితికి వచ్చే విధంగా భారతదేశాన్ని పాలించాలని బ్రిటిష్ వారిని కోరాడు.

మితవాద జాతీయ ఉద్యమం పరిసమాప్తమయ్యే దశలో (డిసెంబర్ 1905) వారణాసి

నగరంలో జరిగిన 20 వ జాతీయ కాంగ్రెస్ మహాసభకు అధ్యక్షత వహించిన ఘనత గోఖలేకు దక్కింది. మహాత్మాగాంధీ ఆలోచనా విధానాన్ని ప్రభావితం చేసిన గోఖలే చిరస్మరణీయుడు.

మితవాద జాతీయ కాంగ్రెస్ 20 ఏండ్ల కాలంలో (1885–1905) చేపట్టిన కార్యక్రమాలు– చర్చించిన అంశాలు – సాధించిన విజయాలు :–

భారత జాతీయ కాంగ్రెస్ తన తొలి సమావేశం నాటి నుంచే ఎన్నో అంశాల గురించి చర్చలు ఆరంభించింది. ప్రతి సంవత్సరం వార్షిక సమావేశం జరిపిన వెంటనే ప్రభుత్వానికి ప్రజల అభివృద్ధికై చేపట్ట వలసిన కార్యక్రమాల గురించి ఒక నివేదిక పత్రాన్ని సమర్పించింది. మితవాద జాతీయోద్యమ కాలంలో కాంగ్రెస్ నాయకులు బ్రిటిష్ వారి రాజ్యాంగ బద్ధ పాలన పట్ల, మానవతా విలువల పట్ల ప్రగాఢ విశ్వాసాన్ని వెలిబుచ్చారు. ఆ రోజులలో దాని లక్ష్యం స్వరాజ్య సంపాదన కాదు. కెనడా, ఆస్ట్రేలియాల వంటి ఆంగ్లేయుల వలస రాజ్యాలలో ఉన్న అంతర స్వపరిపాలన కూడా కాదు. ప్రభుత్వ పరిపాలన విధానంలో ఈ కింద పేర్కొన్నటువంటి కొన్ని మార్పులను మాత్రం వారు కోరుకున్నారు. శాసన సభలలో ప్రజలు ఎన్నుకున్న ప్రతినిధుల సంఖ్య ఎక్కువ చేయడం, భారతీయులలో యోగ్యులైన వారిని ఉన్నతోద్యోగాలలో ఎలాంటి వివక్ష లేకుండ నియమించాలి. పన్నుల భారాన్ని తగ్గించాలి, సైనిక వ్యయాన్ని తగ్గించాలి. దేశీయ వస్త్రాలపై సుంకాన్ని తగ్గించాలి.

ఈ ఆశయాలను సాధించడానికి చట్టబద్ధమైన, శాంతియుత మార్గాలనే అవలంబించడానికి కాంగ్రెస్ నాయకులు సిద్ధపడ్డారు. 1885-1905 మధ్యకాలంలో కాంగ్రెస్ నాయకులు ప్రభుత్వాన్ని ఇతర ముఖ్య సదుపాయాలు, అవకాశాలు కోరారు అవి :

1) భారత వ్యవహార కార్యదర్శి సలహామండలిని రద్దుచేయటం

2) ప్రజా ప్రతినిధి సంస్థలను నెలకొల్పటం.

3) భారతీయులకు ఉన్నత ప్రభుత్వ ఉద్యోగాలకు ఎంపికయ్యే అవకాశాలు కల్పించటం.

4) భూమిశిస్తు అధికంగా కాకుండా సమంగా విధించేటట్లు చూడటం.

5) నీటి పారుదల అవసరాలను వృద్ధి చేయటం.

6) జాతీయ విద్యావిధానం అమలు పరచటం.

7) సైన్యంలో కూడా అర్హతలు కల్గిన భారతీయులకు ఉన్నతోద్యోగాలు కల్పించటం.

8) భారతదేశంలో పరిశ్రమలు అభివృద్ధి చేయడం.

9) విదేశాలలోని భారతీయులకు తగిన రక్షణ కల్పించడం.

10) భారతదేశం నుంచి ధాన్యాలను, ముడిపదార్థాలను ఎగుమతిచేయనీయకుండా చూడడం.

11) రైతులు ఎక్కువవడ్డీకి స్థానిక వడ్డీ వ్యాపారస్తుల నుంచి రుణాలు తీసుకోకుండ, ఉండడానికి, వారికి సౌకర్యాలు కల్పించడం, బ్యాంకులు నెలకొల్పడం.

పైన పేర్కొన్న ఆశయాలేవి కూడా ఆంగ్ల ప్రభుత్వాన్ని ఎక్కువ ఇబ్బందిపెట్టేవిగా, కించపరిచేవిగా లేనందువల్ల కాంగ్రెస్ కార్యకలాపాలపట్ల బ్రిటిష్ ప్రభుత్వం ఏలాంటి ఆంక్షలు విధించలేదు. 1886 లో కలకత్తాలో డిసెంబర్ 28న జరిగిన 2వ కాంగ్రెస్ వార్షిక సమావేశానికి సుమారు 440 మంది ప్రతినిధులు దేశంలోని నలుమూలలనుండి హాజరయ్యారు. దీనికి దాదాభాయి నౌరోజీ అధ్యక్షత వహించాడు. ఆనాటి భారత వైస్రాయ్ లార్డ్ డఫ్రిన్ స్వయంగా కొందరు ప్రతినిధులకు స్వాగతం పలికాడు. ఈ సమావేశంలో బెంగాల్ ప్రముఖ నాయకుడు సురేంద్రనాథ్ బెనర్జీ కీలకమైన పాత్ర నిర్వహించాడు. ఈ రెండో వార్షిక సమావేశానికి ప్రేక్షకులను కూడా ఆహ్వానించారు. ప్రతినిధులు చర్చకు లేవనెత్తవలసిన అంశాల గూర్చి ముందుగా తెలియ చేశారు. కలకత్తా సమావేశానికి కూడా ఆశించిన రీతిలో ముస్లిమ్ నాయకులు పాల్గొనక పోవడం ఒక శోచనీయమైన అంశం. కాంగ్రెస్ సమావేశంలో (మూడవ సమావేశంలో) కూడా ముస్లిం ప్రతినిధులు పాల్గొనకుండ అలీఘర్ ఉద్యమ నాయకుడైన సర్‌సయ్యద్ అహ్మద్‌ఖాన్ ముఖ్య భూమిక పోషించాడు. కాని మూడో కాంగ్రెస్ వార్షిక సమావేశం మద్రాస్‌లో 1887 డిసెంబర్‌లో ప్రముఖ ముస్లిమ్ న్యాయవాదియైన బద్రుద్దీన్ త్యాబ్జీ అధ్యక్షతన జరిగింది. దీనికి 607 మంది ప్రతినిధులు హాజరయ్యారు. ఈ సమావేశ అధ్యక్ష ఉపన్యాసంలో బద్రుద్దీన్ త్యాబ్జీ కాంగ్రెస్ పార్టీ అఖిల భారత స్థాయికి చెందిన పార్టీ అనీ, సంకుచిత సంస్థకాదని, కాబట్టి స్వపరిపాలన వంటి ఉన్నత ఆశయాన్ని సాధించడానికి తన తోటి ముస్లిం సోదరులంతా ఐక్యంగా, దీక్షతో కాంగ్రెస్‌లో చురుకైన పాత్ర నిర్వహించాలని, పాల్గొనాలని కోరారు. ఈ మూడో వార్షిక సమావేశంలోనే కాంగ్రెస్ సంస్థకొక రాజ్యాంగాన్ని రూపొందిచవలసిన ఆవశ్యకతను అందరు ప్రతినిధులు అంగీకరించారు. ప్రభుత్వం మాత్రం తొలి మూడు కాంగ్రెస్ వార్షిక సమావేశాలలో కాంగ్రెస్ వారు కోరిన డిమాండ్ల పట్ల సానుభూతితో వ్యవహరించలేదు. కాంగ్రెస్ స్థాపించిన నాల్గవ సంవత్సరం నుంచి బ్రిటిష్ అధికారులు పూర్తిగా దాని విధానాలను వ్యతిరేకించసాగారు. ఏప్రిల్ నెల 30వ తేది 1888 వ సంవత్సరంలో, కాంగ్రెస్ స్థాపకుడైన ఎ. ఓ. హ్యూమ్ బ్రిటిష్ అధికారుల చర్యలను విమర్శిస్తూ అలహాబాద్ లో జాతీయ కాంగ్రెస్ దాని స్థాపన ఆశయాలు అనే అంశంపై బహిరంగ సభలో ఉపన్యసించాడు. అతని అలహాబాద్ ఉపన్యాసం బ్రిటిష్ అధికారులకు కాంగ్రెస్ పట్ల మరింత ఆగ్రహం కలిగించింది. కొందరు బ్రిటిష్ అధికారులు

ఉద్రేకపూరితంగా మాట్లాడారు. కాంగ్రెస్ కార్యకలాపాలను అణిచివేయాలని, ఎ. ఒ. హ్యూమ్‌ను ఇంగ్లాండ్‌కు బలవంతంగా పంపించాలని సూచించారు. ఇది ఆనాటి వాయవ్య రాష్ట్రాల లెఫ్టినెంట్ గవర్నర్ కాంగ్రెస్ సానుభూతి పరుడైన సర్ అక్యూలాండ్ కొల్విన్‌ల మధ్య లిఖిత పూర్వకమైన వాద ప్రతివాదాలకు దారితీసింది. చివరకు కాంగ్రెస్ స్థాపనకు ఎ. ఓ. హ్యూమ్‌ను పూర్తిగా ప్రోత్సాహించిన వైస్రాయ్ లార్డ్ డఫ్రిన్ కూడా తన సానుభూతిని విరమించి, తాను సెంట్ ఆండ్రూస్ డిన్నర్‌కు రాసిన లేఖలో భారత జాతీయ కాంగ్రెస్ సంస్థను ఒక దూరదృష్టి లేని అత్యల్ప, అల్ప సంఖ్యాకుల సంస్థగా వర్ణించాడు. 1) ఇంకా కాంగ్రెస్ నాయకుల ఆశయాన్ని అంత-లోతు తెలియని గొయ్యిలోనికి అడుగువేస్తున్న అవివేకమైన చర్యగా అభివర్ణించాడు (A very big jump into the unknown). లార్డ్ డఫ్రిన్ కాంగ్రెస్ పై చేసిన ఇటువంటి ఆరోపణలు మిగతా సమావేశాలలో నాయకులు తీసుకునే నిర్ణయాలపై, కోరే డిమాండ్లపై ప్రభావం చూపాయి.

భారత జాతీయ కాంగ్రెస్ నాల్గవ వార్షిక సమావేశం ఉత్తర ప్రదేశ్‌లోని అలహాబాద్ నగరంలో డిసెంబర్ 1888 లో కలకత్తాకు చెందిన సుప్రసిద్ధ బ్రిటిష్ వ్యాపారియైన జార్జ్ యూల్ అధ్యక్షతన జరిగింది. ఈ వార్షిక సమావేశం సందర్భంగా కొన్ని ముఖ్య సంఘటనలు జరిగాయి. బ్రిటిష్ అధికారులు అడుగడుగున ఇబ్బందులు కల్గించారు. సమావేశానికి కావలసిన స్థలాన్ని సమకూర్చడంలో పండిత్ అయోధ్యనాథ్ (ఉత్తర ప్రదేశ్ సింహం) విఫలమయ్యాడు. సివిల్, సైనికాధికారులు అతనికి అడ్డుగోడలా నిలిచారు. చివరికి దర్‌బంగా మహారాజు లౌధర్ కాస్టెల్ ఖరీదు చేసి కాంగ్రెస్ సమావేశస్థలిగా అందచేశాడు. మరో ముఖ్య సంఘటన ఉత్తర ప్రదేశ్‌లో ముస్లింల జనాభా అధికంగా ఉన్నందువల్ల, ప్రముఖ ముస్లిం నాయకుడైన సర్ సయ్యద్ అహ్మద్ ఖాన్ బహిరంగంగా కాంగ్రెస్ సమావేశాన్ని వ్యతిరేకిస్తూ రాజా శివప్రసాద్ (ఒక స్థానిక హిందూ జమీందారు) కలిసి కాంగ్రెస్ సంస్థకు పోటీగా యునైటెడ్ ఇండియన్ పేట్రియాటిక్ అసోసియెషన్ ను స్థాపించడం ముస్లిమ్‌లు ఎవ్వరూ కాంగ్రెస్ సమావేశానికి హాజరు కారాదని, అది కేవలం జమీందారుల సంస్థ అని రెచ్చగొట్టాడు. అయినప్పటికీ 200 పైగా ముస్లిం ప్రతినిధులు ఈ సమావేశానికి హాజరయ్యారు. కాంగ్రెస్ నాయకులు ఈ తొలిదశలో ఈలాంటి అనేక ఇబ్బందులను ధైర్యంగా ఎదుర్కొన్నారు. అదే చివరికి కాంగ్రెస్ పేరు ప్రఖ్యాతలు ఇనుమడింప చేసింది. జార్జ్‌యూల్ తన అధ్యక్ష ఉపన్యాసంలో కాంగ్రెస్ స్థాపనను, దాని ఆశయాలను ప్రణాళికను సమర్థించాడు. 1889వ సంవత్సరంలో బొంబాయిలో జరిగిన ఐదవ కాంగ్రెస్ వార్షిక సమావేశానికి ఎ. ఓ. హ్యూమ్ మిత్రుడైన సర్ విలియం వెడ్డన్ బర్న్ అధ్యక్షత వహించాడు. ఈ సమావేశానికి సరిగ్గా 1889 మంది ప్రతినిధులు హాజరయ్యారు. ఈ సమావేశంలో మరో ప్రత్యేకత; బ్రిటిష్ పార్లమెంట్‌లోని హౌస్ ఆఫ్ కామన్స్‌లో సభ్యుడైన చార్లెస్ బ్రాడ్‌లా హాజరు కావడం. ఇతడు ప్రారంభం నుంచి **భారతీయుల పట్ల సానుభూతి**

కల వ్యక్తి. ఇదే సమావేశంలో ప్రాతినిధ్య ప్రభుత్వానికి సంబంధించిన ఒక ప్రణాళికను రూపొందించారు. కాని మతతత్వం బహిరంగంగా వ్యక్తమయ్యింది. ముస్లిమ్ ప్రతినిధి ఒకరు ముస్లిమ్‌లకు ఇంపీరియల్ కౌన్సిల్‌లోను, ప్రావిన్షియల్ కౌన్సిల్‌లోను హిందువులతో సమానంగా సీట్లు ముస్లింలకు రిజర్వు చేయాలని పట్టు బట్టారు. కాని ఆ డిమాండ్‌కు మద్ధతు లభించలేదు. ఈ సమావేశానంతరం కాంగ్రెస్ సంస్థ భారతదేశంలో బ్రిటిష్ ప్రభుత్వం ప్రవేశపెట్టవలసిన రాజకీయ సంస్కరణలను గురించి పార్లమెంట్‌కు, బ్రిటిష్ ప్రజలకు తెల్పడానికి ఒక ప్రతినిధి బృందాన్ని ఇంగ్లాండ్‌కు పంపాలని నిర్ణయించింది. 1890 వ సంవత్సరంలో సురేంద్రనాధ్ బెనర్జీ నాయకత్వంలో కాంగ్రెస్ ఆశయాలను బ్రిటిష్ ప్రజలకు తెల్పడానికి ఒక రాయబారి బృందం పంపబడింది.

సర్. ఫిరోజ్‌షా మెహతా (1845-1915) అధ్యక్షతన భారత జాతీయ కాంగ్రెస్ 6 వ సమావేశం కలకత్తా నగరంలో 1890 లో డిసెంబర్ నెలలో జరిగింది. ఈ సమావేశానికి అన్ని రంగాలకు చెందిన ప్రముఖులు అధిక సంఖ్యలో హాజరయ్యారు. సర్. ఫిరోజ్‌షా తన అధ్యక్ష ఉపన్యాసంలో కాంగ్రెస్ సంస్థపై బ్రిటిష్ అధికారులు, వైస్రాయ్ ఢఫ్రిన్ చేసిన హీనమైన విమర్శలను త్రిప్పి కొట్టారు. కాంగ్రెస్ ఒక మైనారిటీ వర్గానికి ప్రాతినిధ్యం వహించే రాజకీయ సంస్థ కాదని, బ్రిటిష్ అధికారులు వాస్తవాలను గ్రహించే స్థితిలో లేకపోవటం దురదృష్టకరమని ఇక మీదట కూడా కాంగ్రెస్ తన డిమాండ్లను కొనసాగిస్తుందని ప్రకటించాడు. ఆహ్వాన కమిటీ చైర్మెన్ అయిన మన్‌మోహన్ ఘోష్ తన ప్రసంగంలో బ్రిటిష్ వారి విభజించు - పాలించు విధానాన్ని తీవ్రంగా ఖండించాడు. కాంగ్రెస్ సంస్థ అన్ని వర్గాలకు, కులాలకు, ప్రాంతాలకు సంబంధించిన స్పష్టమైన జన బాహుళ్యం, న్యాయబద్ధత కలిగినదని ప్రకటించాడు. ప్రభుత్వ ఉద్యోగులు కూడా కాంగ్రెస్ సమావేశాలకు హాజరు కావడంలో ఏలాంటి తప్పులేదని ప్రకటించారు.

1892 వ సంవత్సరం నాటికి కాంగ్రెస్ డిమాండ్ల పట్ల బ్రిటిష్ ప్రభుత్వాధికారులు కొద్దిగా సానుభూతితో వ్యవహరించారు. భారతీయ నాయకుల కోర్కెలను కొంతవరకైన తీర్చవల్సిన అవసరాన్ని గుర్తించారు. 1892 వ సంవత్సరంలో ఒక శాసన చట్టం చేశారు. దీని ప్రకారం కేంద్ర శాసన సభలోనూ, రాష్ట్ర శాసన సభలోనూ, సభ్యుల సంఖ్యను పెంచారు. వారిలో కొందరిని భారతీయులు పరోక్షంగా ఎన్నుకోవచ్చు. కాని మిగిలిన వారు ప్రభుత్వం చేత నియమితులయినవారు. ఈ నూతన సభ్యులకు ఆదాయ వ్యయాల గురించి చర్చించడానికి వీలు కలిగింది. కాని వాటిపై తీర్మానం చేసి ఓటు వేయడానికి వీలులేదు. పైగా అనుబంధ ప్రశ్నలు వేసే అధికారం కూడా వారికి లేదు. కాబట్టి ఈ చట్టం భారతీయులకు ఎలాంటి సంతృప్తి కల్గించలేదు. అయినప్పటికీ, 1892 వ సంవత్సర శాసన చట్టం భారత జాతీయ కాంగ్రెస్ మితవాద నాయక త్రయంలో సాధించిన తొలి

విజయంగా పేర్కొనవచ్చు. ఈ విజయం సాధారణమైనదే అయినప్పటికీ కాంగ్రెస్ నాయకులకు, ప్రజలకు కొండంత ధైర్యాన్ని, ఉత్సాహాన్ని అందించింది. ఇంగ్లాండ్ పార్లమెంట్‌లో సభ్యులుగా ఉన్న ఐర్లాండ్ హోంరూల్ సభ్యులు కూడా దాదాభాయి నౌరోజీ ద్వారా భారత జాతీయ కాంగ్రెస్ కార్యక్రమాలకు మద్దతు ప్రకటించారు. ఈ తొలి విజయాల వల్ల కాంగ్రెస్ తన ముందు కార్యక్రమాలను అహింసా మార్గంలో కొనసాగిస్తూ సాగించింది. ప్రతి సంవత్సరం వార్షిక సమావేశాలకు హాజరయ్యే సభ్యుల సంఖ్య పెరుగుతూ వచ్చింది. అమెరికాస్వాతంత్ర్య సమరమప్పుడు అమెరికన్ కాలనీలలో నివసించే ప్రజలు తమ కాలనీలకు బ్రిటిష్ పార్లమెంటులో ప్రాతినిధ్యమివ్వనిదే పార్లమెంట్ చేసే శాసనాలను అంగీకరించమని, విధించే పన్నులను కట్టమని ఎంత ఘాటుగా చెప్పారో అదే పద్ధతిలో భారత జాతీయ కాంగ్రెస్ ఆధ్వర్యంలో దేశ ప్రజలు భారతీయులకు కూడా తగిన ప్రాతినిధ్యమిస్తేనే గాని ప్రభుత్వంతో సహకరించమని చెప్పారు. కాబట్టి 1892 శాసన సభల చట్టం కాంగ్రెస్ వారు సాధించిన తొలి విజయంగా పేర్కొనవచ్చు.

మితవాద జాతీయ ఉద్యమ నాయకులంటే, వారి కార్యకలాపాలకు ఆయువు పట్టైన కాంగ్రెస్ సంస్థ అంటే 1900 సంవత్సరం నాటికే బ్రిటిష్ అధికారులకు భయం పుట్టింది. అధికావకాశాలు కల్పిస్తే వాళ్ళు తమ ప్రభుత్వంపై తిరగబడతారన్న అనుమానం వారికి ఏర్పడింది. అందుచేత కాంగ్రెస్ కార్యకలాపాలపై, నాయకుల కదలికలపై ఆంక్షలు విధించారు. కాంగ్రెస్ కార్యక్రమాల్లో అధిక సంఖ్యలో ప్రభుత్వ ఉద్యోగులు, మైనారిటీ వర్గాల వారు ముఖ్యంగా ముస్లిమ్‌లు చేరకుండా, పాల్గొనకుండా కుటిలనీతులు, పద్ధతులు అవలంబించారు. కాంగ్రెస్‌లో ఉండి కాంగ్రెస్‌తో చేతులు కలిపి ఆంగ్లేయులను వ్యతిరేకిస్తున్న మహ్మదీయులకు నూతన అవకాశాలు కల్పిస్తామని ఎరచూపి విడదీశారు. అదేవిధంగా ప్రభుత్వ ఉద్యోగులు ఎవ్వరూ కాంగ్రెస్ కార్యక్రమాల్లో పాల్గొనరాదని ఆదేశించారు. కాని మితవాద కాంగ్రెస్ నాయకుల దీక్ష, పట్టుదల చాలా మట్టుకు జాతీయతా భావానికి భంగం కలిగించనివ్వలేదు. 1906 వరకు కాంగ్రెస్‌ను కాదని మరో ప్రత్యేక పార్టీని స్థాపించకుండా మితవాద జాతీయ నాయకులు జాగ్రత్త పడ్డారు. కాని 1905 వ సంవత్సరంలో లార్డ్ కర్జన్ ఆజ్ఞల ప్రకారం బెంగాల్ రాష్ట్రాన్ని రెండుగా విభజింటం, భవిష్యత్తులో కాంగ్రెస్ విభజనకు దారి తీసింది. మితవాద నాయకులు- అతివాదనాయకులు బెంగాల్ విభజన అన్యాయమని, పరిపాలనా సౌలభ్యం కొరకు తలపెట్టింది కాదని, కేవలం ఆ సువిశాల రాష్ట్రంలో నివసిస్తున్న హిందూ ముస్లిమ్‌ల మధ్య అనాదిగా నెలకొని ఉన్న ఐక్యతను దెబ్బతీయడానికి కర్జన్ తలపెట్టిన ప్రత్యక్ష చర్య అని విభజనను వ్యతిరేకించారు. కాని అతివాద నాయకులైన లాల్, బాల్, పాల్ ల నాయకత్వంలో ప్రారంభమైన వందేమాతరం ఉద్యమం మితవాద నాయకుల ప్రాబల్యానికి గొడ్డలి పెట్టులా మారింది.

మితవాదుల విజయాలు–పాత్ర– అంచనా

మితవాద జాతీయనాయకులు 20 ఏళ్ళ కాలంలో తమదైన రీతిలో బ్రిటిష్ విధానాలకు వ్యతిరేకంగా శాంతియుతమైన పోరాటం నడిపి ఈ క్రింది విజయాలను సాధించారు.

1) మితవాద జాతీయ నాయకుల కృషి వలన బ్రిటిష్ పార్లమెంటు 1886 వ సంవత్సరంలో పబ్లిక్ సర్వీస్ కమీషన్‌ను ఏర్పాటు చేసింది.

2) 1892వ సంవత్సరంలో బ్రిటిష్ పార్లమెంటు ప్రకటించిన ఇండియన్ కౌన్సిల్ చట్టం మితవాదులు సాధించిన రెండో విజయం.

3) 1893 వ సంవత్సరంలో బ్రిటిష్ పార్లమెంటులోని కామన్స్ సభలో ప్రవేశపెట్టిన తీర్మానం మేరకు లండన్‌లోనూ, భారతదేశంలోనూ ఒకేసారి ఐ.సి.యస్. పరీక్ష లు నిర్వహించడానికి అధికారులు అంగీకరించారు. ఇది మితవాదులు సాధించిన మూడో విజయం.

4) మితవాద నాయకుల రచనలు, ఉపన్యాసాలు, చర్చలు, ఏర్పాటు చేసిన కొన్ని సంస్థలు దేశవాసుల్లో రాజకీయ పరిపూర్ణత కలిగించాయి. జాతీయతా భావాన్ని మరింత వృద్ధి పరిచాయి.

5) మితవాదుల డిమాండ్ మేరకే బ్రిటిష్ ప్రభుత్వం 1895 వ సంవత్సరంలో వెల్బీ కమీషన్‌ను ఏర్పాటు చేసింది.

6) మితవాద నాయకులలో ఒకడైన దాదాభాయి నౌరోజీ తన పట్టుదల, కార్యదీక్షల మూలంగా 1892 వ సంవత్సరం నాటికి బ్రిటిష్ పార్లమెంట్‌లోని కామన్స్ సభలో స్థానాన్ని పొందాడు. భారతీయుల స్థితిగతులను మెరుగు పరిచేందుకై, ఆ సభలో పోరాడే నిమిత్తం ఆయన కేంద్రప్రిన్స్‌బరి నియోజక వర్గం నుంచి ఎన్నికయ్యాడు. 1892 నుంచి 1895 వరకు ఆయన బ్రిటిష్ పార్లమెంటు సభ్యుడు. ఇంగ్లాండ్‌లో తాను సుదీర్ఘకాలం ఉన్నందువలన ఆయనకు బ్రిటిష్ ప్రముఖులైన గ్లాడ్‌స్టన్, బ్రాడ్‌లాఫ్, అర్గిల్ ప్రభువు మొదలైన వారితో పరిచయాలు ఏర్పడ్డాయి. దాదాభాయి, చార్లెస్ బ్రాడ్ లాఫ్‌ల పట్టుదల కారణంగా అన్ని రకాలైన సామ్రాజ్య ప్రభుత్వోద్యోగాలకు ఇంగ్లాండ్ లోనూ భారతదేశంలోనూ ఒకే సమయంలో పరీక్షలు జరగాలని సిఫారసు చేస్తూ ఒక తీర్మానం కామన్స్ సభలో 1893 సంవత్సరంలో ఆమోదం పొందింది. 1897 వ సంవత్సరంలో వెల్బీ కమీషన్‌ను బ్రిటిష్ పార్లమెంటు ఏర్పాటు చేసింది. దీని ప్రధాన లక్ష్యం భారత వ్యయంపై నివేదిక రూపొందించటం,

దాదాభాయి నౌరోజీ వెల్బీ కమీషన్ ముందు సాక్ష్యం ఇచ్చి, కమీషన్‌కు అనేక వినతి పత్రాలు సమర్పించాడు. 1857-58 తిరుగుబాటును అణచివేయడానికి జరిగిన వ్యయభారం మొత్తాన్ని భారత దేశంపై వేయడాన్ని అన్యాయం అని వ్యతిరేకించాడు.

భారతదేశ ఆర్థిక వ్యవస్థను గురించి దాదాబాయికి సంపూర్ణమైన అవగాహన ఉండేది. భారత జాతీయ వాదానికి ఆర్థిక పునాదుల సిద్ధాంతాన్ని నిర్మించింది అతడే. 1901 సంవత్సరంలో తాను రాసిన సుప్రసిద్ధ రచన .పావర్టీ అండ్ అన్ బ్రిటిష్ రూల్ ఇన్ ఇండియా. లో రూపొందించిన "డ్రెయిన్."(Drain) సిద్ధాంతంలో భారత దేశ సహజ వనరులను, సిరి సంపదలను బ్రిటిష్ వారు ఏ విధంగా దోపిడి చేస్తున్నారో ప్రజలకు తెలియ పర్చాడు. బ్రిటిష్ ఆర్థిక సామ్రాజ్య వాదాన్ని, వలసవాదాన్ని తీవ్రంగా తన రచనలో విమర్శించాడు. ప్రజలను చైతన్య వంతుల్ని చేసాడు. గోవింద రానడే, రమేశ్ చంద్రదత్ మొదలైన వారు కూడా దాదాభాయి వాదనతో ఏకీభవించారు. ఈ విధంగా దాదాబాయి నౌరోజీ 1885-1905 మధ్యకాలంలో మితవాదులు సాధించిన విజయాలలో కీలక పాత్ర నిర్వహించాడు.

7) భారత జాతీయ కాంగ్రెస్ సంస్థ స్థాపించబడిన తొలిదశలో బ్రిటిష్ ఉన్నతాధికారులు దాని కార్యకలాపాలను నిరాటంకంగా కొనసాగనిచ్చారు. కాని 1888 నుంచి ఏ బ్రిటిష్ ఉద్యోగి కాంగ్రెస్ కార్యకలాపాలలో పాల్గొనరాదని ఆంక్షలు విధించింది. ఇలాంటి క్లిష్ట పరిస్థితుల్లో కాంగ్రెస్ మితవాద నాయకులు అధైర్య పడలేదు. వారు శాంతియుతమైన, న్యాయబద్ధమైన పోరాటాన్ని కొనసాగించారు. కొన్ని ఆర్థిక, సామాజిక, రాజకీయ ప్రయోజనాలు పొంద గలిగారు.

8) వైస్రాయ్ కర్జన్ బెంగాల్ విభజన ప్రకటన తర్వాత కాంగ్రెస్‌లోకి మితవాద నాయకులు చాలా జాగ్రత్తగా వ్యవహరించారు. 1903, 1904, 1905 సంవత్సరాలలో జరిగిన కాంగ్రెస్ వార్షిక సమావేశాలలో నాయకులు బెంగాల్ విభజన అన్యాయమని, వైస్రాయ్ తన నిర్ణయాన్ని మార్చుకోవాలని కోరారు. వైస్రాయ్‌ను కలుసుకొనడానికి కాంగ్రెస్ నాయకులు చేసిన ప్రయత్నాలు విఫలమయ్యాయి. బ్రిటిష్ పాలనా విధానంలోనూ, బ్రిటిష్ వారి ధర్మంలోనూ, వారి విశ్వాసం యథాతథంగా ఉన్నవి. అందువల్ల గోపాలకృష్ణ గోఖలే, లాలాలజపతిరాయ్‌లను రాయబారులుగా కాంగ్రెస్ ఇంగ్లాండ్‌కు పంపింది. కాని ఫలితం శూన్యమయింది. 1905 డిసెంబర్‌లో వారణాసిలో జరిగిన వార్షిక కాంగ్రెస్ సమావేశంలో గోఖలే తన అధ్యక్ష ఉపన్యాసంలో బహిరంగంగా వైస్రాయ్ కర్జన్ చర్యలను విమర్శించాడు. వెంటనే బెంగాల్ విభజన రద్దు చేయాలని కాంగ్రెస్ తీర్మానించింది.

9) అతివాద నాయకులతో తమకు బెంగాల్ విభజన విషయంలో ఏర్పడిన విభేదాలను తొలగించడానికి కొందరు మితవాద నాయకులు చేసిన కృషి ప్రశంసనీయమైనది. కాని 1907 వ సంవత్సరంలో సూరత్ కాంగ్రెస్ సమావేశంలో కాంగ్రెస్ నుండే అతివాదుల బహిష్కరణ తప్పలేదు. వందేమాతరం ఉద్యమం తీవ్రస్థాయిలో కొనసాగుతున్న సమయంలో మితవాద కాంగ్రెస్ నాయకులు శాంతంగా ఉన్నారు. చివరికి 1909 నాటికి మితవాద నాయకులను తృప్తి పరచడానికి బ్రిటిష్‌వారు మింటో మార్లే సంస్కరణలు ప్రకటించారు. కాని ఈ 1909 చట్టం ప్రకారం ముస్లిమ్‌ల కోసం ప్రత్యేక నియోజక వర్గాలు ఏర్పాటు చేసి బ్రిటిష్ ప్రభుత్వం మొదటి సారిగా హిందూ-ముస్లిమ్ ఐక్యతకు తీరని హాని చేకూర్చింది. కాంగ్రెస్ నాయకత్వంలో జరుగుతున్న జాతీయోద్యమానికి కొంత భంగం కలిగించింది.

10) అతివాదులను కాంగ్రెస్ నుంచి బహిష్కరించిన తరవాత జాతీయ ఉద్యమాన్ని, కాంగ్రెస్ సంస్థను మరోసారి విచ్ఛిన్నం కాకుండా కాపాడిన ఘనత మితవాద నాయకులదే.

11) మితవాదుల విధానాలనే 1916-18 మధ్య కాలంలో కాంగ్రెస్ ఐక్యత తరవాత మిగతా నాయకులు సమర్థించారు. ఈ ఐక్యతే గాంధజీకి 1929 నాటికి నాయకత్వ బాధ్యతలు అప్పగించింది.

ఈ విధంగా మితవాదులు భారత జాతీయ కాంగ్రెస్‌లో, భారత జాతీయ ఉద్యమంలో 1885-1905 మధ్య కాలంలోనూ, ఆ తరవాత కాలంలోనూ తక్కువగా అంచనా వేయడానికి వీలునివ్వని, నిర్మాణాత్మకమైన పాత్రను పోషించారు.

5

జాతీయోద్యమ ప్రగతి 1905-1919

భారతదేశ స్వాతంత్ర్యోద్యమంలో 1905-1919 మధ్యకాలాన్ని చరిత్రకారులు అతివాద జాతీయోద్యమ దశగా పేర్కొన్నారు. ఈ దశలో కీలకపాత్ర నిర్వహించిన జాతీయ నాయకులలో 'పంజాబ్ సింహం' గా పేరొందిన లాలాలజపతిరాయ్ (1865-1928), బాల గంగాధర్ తిలక్ (1856-1920) బిపిన్ చంద్రపాల్ (1858-1932) అరవింద ఘోష్ (1872-1950) ముఖ్యులు. వీరి భావాలు, ఆశయాలు తెలుసుకోవడానికంటే ముందుగా అతివాద జాతీయ వాదం వృద్ధి చెందడానికి దోహదం చేసిన పరిస్థితులు లేదా కారణాలు తెలుసుకోవడం అవసరం.

1. మితవాద జాతీయ నాయకులు తమ విధానాల ద్వారా అనుకున్న ఆశయాలు సాధించలేకపోవటం జాతీయ కాంగ్రెస్‌లోని యువనాయకులైన లాలాలజపతిరాయ్, బాలగంగాధర్ తిలక్, బిపిన్ చంద్రపాల్, అరవింద ఘోష్ మొదలైనవారికి తీవ్ర నిరాశ కలిగించింది. విన్నపాలు, ప్రార్థనలు, విజ్ఞప్తుల ద్వారా బ్రిటిష్ వారి నుంచి ఏలాంటి కోర్కెలు సాధించలేమన్న వారి నిర్ణయం అతివాద ఉద్యమానికి దారితీసింది.

2. మితవాద నాయకుల్లో ఒకడైన దాదాభాయి నౌరోజీ తన సుప్రసిద్ధరచనైన "పావర్టీ అండ్ అన్ బ్రిటిష్ రూల్ ఇన్ ఇండియా" (1901)లో రూపొందించిన 'డ్రెయిన్ సిద్ధాంతం' ఈ యువ కాంగ్రెస్ వాదులను తీవ్రంగా ఆకర్షించింది. భారతదేశ సిరి సంపదలను దోచుకుంటూ, భారతీయులు గర్భ దారిద్ర్యాన్ని అనుభవించేట్లు బ్రిటిష్‌వారు తమ విధానాలను రూపొందించారు. కాబట్టి ఇక ముందు వారి దోపిడి ఆర్థిక విధానాన్ని కొనసాగించరాదని ఈ యువ కాంగ్రెస్ నాయకులు భావించారు.

3. భారతదేశంలో 1858-1900 మధ్యకాలంలో విద్యావంతులలో నిరుద్యోగసమస్య తీవ్రంగా పెరిగింది. అదేవిధంగా బ్రిటిష్ వారు అనుసరించిన కార్మిక విధానాలు కార్మిక వర్గాలకు తీవ్ర నిరాశ కలిగించాయి. ఆ నిరాశే అతివాద ఉద్యమానికి కారణమైంది.

4. 1896 వ సంవత్సరంలో దేశంలోని పలు ప్రాంతాలలో కరువు, ప్లేగు వ్యాధి సంభవించాయి. దీనివల్ల ఎంతో ప్రాణ నష్టం జరిగింది. బ్రిటిష్ ప్రభుత్వం సరియైన రీతిలో ప్రజలకు సహాయం చేయడానికి కృషి చేయలేదు. దీనివల్ల అన్ని వర్గాల్లో తీవ్ర నిరాశా నిస్పృహలు ఏర్పడ్డాయి.

5. 1892 భారత కౌన్సిల్ చట్టంలో చేసిన వాగ్దానాలను కూడా బ్రిటిష్ అధికారులు ఆచరణలో పెట్టలేకపోవటం యువ కాంగ్రెస్ నాయకులకు తీవ్రమైన నిరాశ కలిగించింది.

6. బెంగాల్ రాష్ట్రంలో రాజ్‌నారాయణబోస్, అశ్వినీకుమార్ దత్‌లు, మహారాష్ట్రలో విష్ణుశాస్త్రి చిపులుంకర్ మొదలైన నాయకులు తీవ్రవాద జాతీయ భావాలను ప్రచారంచేసి కాంగ్రెస్ సంస్థలోని యువనాయకులకు మార్గదర్శకులయ్యారు.

7. 1899 వ సంవత్సరంలో లార్డ్ కర్జన్‌వైస్రాయ్‌గా నియమితులయ్యాడు. అతడు మాటల్లో, చేతల్లో కఠోర సామ్రాజ్యవాది. భారతీయుల శక్తి సామర్థ్యాలలో అతడికి ఏ మాత్రం నమ్మకం లేదు. భారత జాతీయ కాంగ్రెస్ సంస్థ పేరు ప్రఖ్యాతులను, మనుగడను సాధ్యమైనంతవరకు తగ్గించి, బెంగాలీల రాజకీయ చైతన్యాన్ని అణచడానికి ప్రయత్నించాడు. పైగా పరిపాలనా సౌలభ్యం, శాంతిభద్రతల పరిరక్షణ అనే సాకుతో బెంగాల్ రాష్ట్రాన్ని రెండుగా విభజించనున్నట్లు 1903 లో ప్రకటించాడు. లార్డ్ కర్జన్ బెంగాల్ విభజన ప్రకటనను బెంగాలీ నాయకులు, ప్రజలు వ్యతిరేకించారు. ఈ ప్రకటనే చివరికి అతివాద జాతీయ కాంగ్రెస్ నాయకులు బ్రిటిష్ వారిని, మితవాద కాంగ్రెస్ నాయకులను తీవ్రంగా విమర్శించడానికి అవకాశమిచ్చింది. 1903, 1904,1905 సంవత్సరాలలో జరిగిన కాంగ్రెస్ వార్షిక సమావేశాలలో బెంగాల్ విభజనను రద్దు చేయవలసిందిగా బ్రిటిష్ వారిని కాంగ్రెస్ నాయకులు కోరినప్పటికీ ఫలితం శూన్యమైంది. 1906 వ సంవత్సరంలో కలకత్తా నగరంలో కాంగ్రెస్ వార్షిక సమావేశం జరిగింది. ఈ సమావేశానికి అధ్యక్షుడుగా ఎవరు ఉండాలి అన్న విషయంపై తీవ్ర విభేదాలు మితవాద- అతివాద కాంగ్రెస్ నాయకుల మధ్య చెలరేగాయి. చివరికి దాదాభాయి నౌరోజిని అధ్యక్షుడిగా ఎన్నుకోవడం వల్ల ఆ సంవత్సరం కాంగ్రెస్ విభజన జరగలేదు. కాని 1907 వ సంవత్సరంలో సూరత్ పట్టణంలో జరిగిన వార్షిక సమావేశంలో కాంగ్రెస్ పార్టీ నాయకులు అతివాదులు- మితవాదులుగా విడిపోయారు. కాని 1905 నుంచే బెంగాల్ విభజనకు వ్యతిరేకంగా ఆరంభమైన వందేమాతరం లేదా స్వదేశీ ఉద్యమంలో అతివాద జాతీయ నాయకులైన లాల్- బాల్- పాల్ ప్రముఖ పాత్ర

నిర్వహించారు. అతివాద జాతీయ వాదం వృద్ధి చెందడానికి బెంగాల్ విభజనకు వ్యతిరేకంగా ఆరంభమైన వందేమాతరం ఉద్యమం అతి సన్నిహిత కారణమయింది.

8. అతివాద జాతీయ కాంగ్రెస్ తమ భావాలను, ఆశయాలను ప్రజలకు, ప్రభుత్వానికి తెలియ చేయడానికి, ప్రచారం చేయడానికి నిర్వహించిన కొన్ని పత్రికలు ముఖ్యంగా తిలక్ ఆధ్వర్యంలో వెలువడిన కేసరి, మరాఠా, బెంగాల్ నుంచి వెలువడిన సంజీవని (కృష్ణకుమార్ మిత్రా), యుగాంతర్, సంధ్య, వందేమాతరం(అరవిందఘోష్, భూపేంద్రనాథ్ దత్, ఎమ్.ఎన్. రాయ్ మొదలయిన వారు నిర్వహించినవి) అతివాద ఉద్యమం వృద్ధి చెంది బలపడడానికి దోహదం చేశాయి. వందేమాతరం పత్రిక సంపాదకుడు అరవిందుడు. యుగాంతర్ సంపాదకుడు భూపేంద్రనాథ్ తమ వ్యాసాల ద్వారా ప్రజల్లో అతివాద భావాలు నాటారు.

9. అతివాద ఉద్యమం వృద్ధి చెంది బలపడడానికి భారత దేశంలో జరిగిన సంఘటనలే కాక, విదేశాలలో జరిగిన సంఘటనలు కూడా కొంతవరకు బాధ్యత వహించాయి. 1905 వ సంవత్సరంలో రష్యా లాంటి పెద్ద దేశంపై జపాన్ లాంటి చిన్న దేశం యుద్ధంలో సాధించిన విజయం భారత యువ జాతీయ వాదులకు ఎంతో ఉత్సాహాన్ని కలిగించింది.

ప్రముఖ అతివాద జాతీయ నాయకులు

ప్రముఖ అతివాద కాంగ్రెస్ నాయకులలో లాలా లజపతిరాయ్ (1865-1928), బాలగంగాధర్ తిలక్ (1856-1920), బిపిన్ చంద్రపాల్ (1858-1932), అరవింద ఘోష్ (1872-1950) పేర్కొన దగినవారు. వీరందరు జాతీయ కాంగ్రెస్ సంస్థ సభ్యులే. దాని స్థాపనను, ఆశయాలను 1900 వరకు హృదయపూర్వకంగా సమర్థించినవారే. కాని మారిన పరిస్థితుల దృష్ట్యా వీరు ఒక నూతన ఆలోచనా సరళిని వృద్ధి చేసుకొని ఒక ప్రత్యేక గుర్తింపు పొందారు. వీరి జీవితాలకు సంబంధించిన కొన్ని ముఖ్య విషయాలను పరిశీలించినపుడే అతివాద జాతీయ ఉద్యమదశ వాస్తవ రూపం స్పష్టంగా తెల్సుకోవడానికి వీలు పడుతుంది.

లాలాలజపతిరాయ్(1865-1928): "పంజాబ్‌సింహం" గా పేరుపొందిన లాలాలజపతిరాయ్, జనవరి 5 వ తేదీన 1865 ఫిరోజ్‌పూర్ జిల్లాలోని, ఘుడికే అనే గ్రామంలో జన్మించాడు. గొప్పధీశాలి అయిన ఇతడు ఆర్య సమాజ సిద్ధాంతాలచే తీవ్రంగా ప్రభావితుడై దేశభక్తుడుగా రూపొందాడు. దయానంద సరస్వతి బోధించిన స్వార్థరాహిత్యం, భయ రాహిత్యం, సేవానురక్తి, జాతీయా దృక్పథం, సంఘసంస్కారం, దీనజనసేవ మొదలయిన సూత్రాలచే తీవ్రంగా ప్రభావితుడైనాడు. ఇటలీ

జాతీయోద్యమంలో కీలకపాత్ర వహించిన మాజినీ (1805-1872) గారిబాల్డీ (1807-1882) ల జీవిత చరిత్రలు చదివి ఆకర్షితుడయ్యాడు. ఇతడు ఉర్దూ, ఆంగ్లం, పంజాబీ, భాషల్లో, మంచి పాండిత్యం ఉన్నవాడు. 1882 వ సంవత్సరంలో న్యాయ శాస్త్రంలో పట్టభద్రుడయ్యాడు. 1888 వ సంవత్సరంలో భారత జాతీయ కాంగ్రెస్ సంస్థలో చేరాడు. ఆ ఏడాది అలహాబాద్‌లో జరిగిన కాంగ్రెస్ మహాసభలో ప్రసంగిస్తూ విద్యా సంబంధమైన, పారిశ్రామిక సంబంధమైన విషయాలకు సముచిత ప్రాధాన్యత ఇవ్వాలని ఆయన కోరాడు. ఇతని భావాలతో తిలక్, బిపిన్ చంద్రపాల్, అరవింద ఘోష్‌లు ఏకీభవించారు.

వైస్రాయ్ కర్జన్ ప్రకటించిన బెంగాల్ రాష్ట్ర విభజన ప్రణాళికను వ్యతిరేకించిన వారిలో లాలా లజపతిరాయ్ అగ్రగణ్యుడు. స్వదేశీ ఉద్యమ నాయకుల్లో ప్రముఖుడు. స్వదేశీ భావాన్ని గురించి ఈ విధంగా అభిప్రాయాన్ని ప్రవచించాడు. "స్వదేశీ అనే దానికి, దేశాభిమానానికి ఏమి బేధం లేదు. మన దేశంలో బాధపడుతున్న వారికి ఇది చాలా ప్రయోజనకారి. ఇది దేశాన్ని సమస్త దుఃఖాల నుంచి విముక్తం చేస్తుందని ఆశిస్తున్నాను. ఈ స్వదేశీ ఉద్యమం మనలో ఆత్మ గౌరవం, ఆత్మవిశ్వాసం,స్వయంపోషకత్వాలైన భావాలను, నిస్వార్థ త్యాగాలను పెంపొందిస్తుంది. ఇవేకాక ఈ ఉద్యమం మానవ ప్రయత్నాన్ని, మానధనాన్ని, మన అవకాశాలను, పరిశ్రమలను, శక్తిసామర్థ్యాలను తెలివి తేటలను, కులమత భేదం లేకుండా దేశంలో సర్వ జనానికి ఎట్లా ఉపయోగ పరచాలో తెలుపుతుంది. మత భేదాలను పోగొట్టి మనలందరిని సమైక్య పరుస్తుంది. మన సమైఖ్య భారతానికి ఈ స్వదేశీ ధర్మమే మత ధర్మంగా ఉండాలి".

లాలా లజపతిరాయ్ బెంగాల్ రాష్ట్ర విభజన 1907 వ సంవత్సరంలో కాంగ్రెస్ మహాసభలో ప్రసంగిస్తూ, ఆంగ్లేయులు మన రాజకీయ ఉద్యమంలో చీలికలు తేవడానికి ప్రయత్నిస్తున్నారు. వారు మనకు కొంతమేలు చేసిన మాట నిజమే. పాశ్చాత్య విజ్ఞానాన్ని మన దేశంలో ప్రవేశ పెట్టి మతాలు, భాషలు, వేషాలు, ఆచారాలు విభిన్నమైనప్పటికీ అందరమూ ఒకటే అన్న భావాన్ని మనలో కలిగించారు. కాబట్టి ఆంగ్లేయులు, కుటిల రాజనీతిని ప్రదర్శించి రాజకీయోద్యమంలో చీలికలు తేవాలని ప్రయత్నిస్తున్న సమయంలో ఈ కుతంత్రాన్ని అతివాదులు, మితవాదులు గ్రహించి విభేదాలు మరచిపోయి ఐక్యంగా పోరాడాలని ఉద్భోదించారు.

లాలాలజపతిరాయ్‌ను వందేమాతరం ఉద్యమ కాలంలో 1907 మే నెలలో అరెస్ట్ చేశారు. గోఖలే, లాలా లజపతిరాయ్ అరెస్టును తీవ్రంగా విమర్శించగా నవంబర్ 1907 లో ప్రభుత్వం అతన్ని విడుదల చేసింది. 1914-19 మధ్యకాలంలో అమెరికా వెళ్ళి అక్కడి నాయకుల సానుభూతిని పొంది, భారతదేశం స్వాతంత్ర్యాన్ని పొందడానికి లాలాలజపతిరాయ్ కృషి చేశాడు.

1920 వ సంవత్సరంలో కలకత్తాలో జరిగిన చారిత్రాత్మక ప్రత్యేక కాంగ్రెస్ మహా సమావేశానికి లాలా లజపతిరాయ్ అధ్యక్షత వహించాడు. రాజ్యాంగబద్ధ ఉదారవాద ఆందోళనా ప్రక్రియలలో ఆయన అందెవేసిన చేయి. తిలక్, బిపిన్‌చంద్రపాల్‌లతో కలిసి స్వరాజ్యం, విదేశీ వస్తు బహిష్కరణ, జాతీయ విద్యా విధానాలను బలపరిచాడు. 1920 వ సంవత్సరం తరవాత గాంధీజీ అహింసాయుత పోరాటాన్ని ఇష్టంలేకున్నా సమర్థించాడు. 1928 వ సంవత్సరంలో సైమన్ కమీషన్‌ను బహిష్కరిస్తూ అక్టోబర్ 30, 1928 లో లాహోర్‌లో జరిగిన ఊరేగింపులో సాండర్స్ అనే బ్రిటిష్ పోలీస్ అధికారి లాఠీ దెబ్బలకు గాయపడి మూడు వారాల తరవాత మరణించాడు.

బాలగంగాధర్ తిలక్ (1856–1920): అతివాద జాతీయ నాయకులలో అగ్రగణ్యుడైన లోకమాన్య బాల గంగాధర్ తిలక్ పూనాకు చెందిన ఒక చిత్‌పవన్ బ్రాహ్మణ కుటుంబంలో 1856 లో జన్మించాడు. గొప్ప ధీశాలి. కార్యధక్షత కలవాడు. తిలక్ గొప్ప విద్యావేత్తగా, పత్రికా సంపాదకుడుగా పేరొందాడు. లాల్- బాల్- పాల్ త్రయంలో మిగిలిన ఇద్దరి కంటే ఎక్కువ ఉద్రేకం కలవాడు. వాస్తవానికి అతివాద జాతీయత భావానికి కర్త ఇతడే. ప్రాచీన భారత దేశ సంస్కృతిపై అమితమైన విశ్వాసం. ప్రేమ ఉన్నవాడు. "భారతీయులకు కావల్సింది స్వపరిపాలనాధికారం లేదా స్వరాజ్యం, కాని సంస్కరణలు కాదని" ఆత్మవిశ్వాసంతో పేర్కొన్నాడు. మహారాష్ట్రలో గణపతి ఉత్సవాలను నిర్వహించటం (1893 నుంచి), శివాజీ ఉత్సవాలను జరపటం (1895 నుంచి) ప్రారంభించి, మహారాష్ట్రులలో ఐక్యతా భావాన్ని మరింత పటిష్టం చేశాడు. 1896–1897 మధ్యకాలంలో దక్కన్‌లో ప్లేగు వ్యాధి, కరువు సంభవించినపుడు తిలక్ అనేక స్వచ్ఛంద సంస్థల సహాయంతో ప్రజాసేవ చేశాడు. ఇతడు 1891 కంటే ముందే తన రాజకీయ, ఆర్థిక, సామాజిక భావాలను ప్రజలకు తెల్పడానికి ఆంగ్లంలో "మరాఠా", మరాఠీ భాషలో "కేసరి" అనే రెండు పత్రికలను ప్రారంభించాడు. 1905 కు పూర్వం, తరువాత ఈ రెండు పత్రికలలో తిలక్ వ్యక్తీకరించిన భావాలు దేశవాసుల్లో నూతనోత్సాహాన్ని కలిగించాయి.

1895 నుంచి 1897 మే వరకు తిలక్ బొంబాయి విధాన మండలి (Bombay Legislative Council) లో అదనపు సభ్యుడుగా ఉన్నాడు. ఈ హోదాలో అతడు బాధ్యతాయుతంగా వ్యవహరించాడు. తన కేసరి పత్రిక ద్వారా సహజహక్కులు, రాజకీయ స్వేచ్ఛ, న్యాయం అనే సందేశాలను దాదాపు 40 సంవత్సరాలపాటు ప్రచారం చేశాడు. వైస్రాయ్ కర్జన్ ప్రవేశపెట్టిన బెంగాల్ విభజనపై తిలక్ తీవ్రంగా స్పందించాడు. జాతీయతా భావానికి కర్జన్ చర్య గొడ్డలి పెట్టని ప్రకటించాడు. బెంగాల్ ప్రజలు ప్రారంభించిన "వందేమాతరం" ఉద్యమానికి తన వ్యక్తిగతంగా, యావత్ మరాఠా ప్రజానీకం తరుపున సానుభూతి, మద్దతు ప్రకటించాడు. వందేమాతరం

ఉద్యమకాలంలోనే "స్వరాజ్యం నా జన్మహక్కు, దానిని సాధించితీరుతాను." అని ప్రకటించాడు. 'కేసరి' పత్రికలో బ్రిటిష్ ప్రజా వ్యతిరేక విధానాలను విమర్శిస్తూ వ్యాసాలు రాసినందున 1908 లో అతన్ని అరెస్ట్ చేశారు. 1908-1914 వరకు 6 ఏళ్ళ పాటు మాండలే జైలులో బందీగా జీవితం గడిపాడు. 1914 జైలు నుంచి విడుదల అయిన తరవాత తిలక్ అతివాద జాతీయ సిద్ధాంతంలో మార్పు వచ్చింది. 1916 లో అనిబీసెంట్‌తో కలిసి హోంరూల్ ఉద్యమాన్ని ప్రారంభించి కొంత వరకు విజయం సాధించాడు. 1907 వ సంవత్సరంలో సూరత్ పట్టణంలో జరిగిన కాంగ్రెస్ వార్షిక సమావేశంలో విభేదాల వల్ల విడిపోయిన కాంగ్రెస్‌ను ఏకం చేయడానికి 1914 నుంచి అనిబీసెంట్ చేసిన కృషికి తిలక్ తన వంతు సహకారాన్ని అందించాడు. 1916లో వీరిద్దరి కృషి ఫలితంగా కాంగ్రెస్ ఐక్యం అయ్యింది. ముస్లింలీగ్ కూడా కాంగ్రెస్‌లో కలిసింది. 1920, ఆగస్టు ఒకటవ తేదీన తుది శ్వాసవిడిచే వరకు (చనిపోయే వరకు) తిలక్ జాతీయోద్యమంలో కీలక పాత్ర పోషించాడు.

బిపిన్ చంద్రపాల్ (1858-1932): అతివాద జాతీయ నాయకులలో మూడో వాడైన బిపిన్ చంద్ర పాల్ బెంగాల్ రాష్ట్ర నివాసి. వయస్సులో తిలక్ కంటే చిన్నవాడు. అసాధారణ వాక్పటిమకూ, నిష్కలంక దేశభక్తికీ పెట్టింది పేరు. ఇతడు గొప్ప విద్యావేత్త, పత్రికా రచయిత, గ్రంథకర్త. సుప్రసిద్ధ బెంగాలీ నాయకులు, విద్యావేత్తలు అయిన బంకిం చంద్ర చటర్జీ, సురేంద్రనాథ్ బెనర్జీల అభిప్రాయాలచే తీవ్రంగా ఆకర్షితుడయ్యాడు. 1887 నుంచి భారత జాతీయ కాంగ్రెస్ సమావేశాలకు హాజరయ్యాడు. అదే సంవత్సరం మద్రాస్ నగరంలో జరిగిన మూడవ కాంగ్రెస్ వార్షిక సమావేశంలో ప్రసంగిస్తూ ఆయుధాల చట్టాన్ని ప్రభుత్వం రద్దు చేయవలసిందిగా గట్టిగా వాదించాడు. 1905 కంటే ముందే ఇంగ్లాండ్ అమెరికాలు సందర్శించి వచ్చాడు..

1903 లో బెంగాల్ రాష్ట్ర విభజన గురించి లార్డ్ కర్జన్ చేసిన ప్రకటన మిగతా బెంగాలీ నాయకుల వలనే బిపిన్ చంద్రపాల్‌ను కూడా తీవ్రంగా ఉత్తేజ పరిచింది. కర్జన్ విధానానికి వ్యతిరేకంగా ప్రారంభమైన వందేమాతరం ఉద్యమం బిపిన్ చంద్రపాల్‌కు కేవలం బెంగాల్‌లోనే కాక ఆంధ్ర మద్రాస్ ప్రాంతాలలో కూడా గొప్ప పేరు తెచ్చింది. అతని ఉపన్యాసాలకు ప్రజలు తీవ్రంగా ప్రభావితులయ్యారు. చివరికి రాజద్రోహ నేరం కింద 1907 లో పాల్ అరెస్టు అయ్యాడు. కాని మార్చి 1908 లో విడుదల అయ్యాడు.

బిపిన్ చంద్రపాల్ తిలక్ లాగా జాతీయ వాదాన్ని సమర్థించాడు. గొప్ప రచయిత. "భారత జాతీయ వాదం," "జాతీయతా సామ్రాజ్యం" అనే గొప్ప రచనలు చేశాడు.

స్వదేశీ ఉద్యమం కొనసాగుతున్న రోజుల్లో ఉత్తేజపూరితమైన ఉపన్యాసాలు చేశాడు. మానవుల

సహజహక్కు సిద్ధాంతాన్ని సమర్థించాడు. ఈ సహజహక్కులు మానవునికి దేవుడు ప్రసాదించినవనీ, రాజ్యం సృష్టించిన రాజ్యాంగ హక్కులు కావనీ, పైగా ఇవి ప్రభుత్వాలనే సృష్టించే హక్కులు అని ఆయన అన్నాడు. జాతీయ విద్యా విధానాన్ని సమర్థించాడు. తాను స్థాపించిన 'వందేమాతరం' పత్రిక ద్వారా- స్వరాజ్య మంత్రాన్ని, లేదా దివ్య సందేశాన్ని ఆయన ప్రబోధించాడు.

అరవిందఘోష్ (1872-1950): అతివాద జాతీయ నాయకులలో చిన్నవాడైన అరవింద ఘోష్ గొప్ప దేశభక్తుడు. గొప్ప తత్వవేత్త. గొప్ప రచయిత. 'దిలైఫ్ డివైన్.', 'సావిత్రి' అతని ప్రముఖ రచనలు. గ్రీకు, లాటిన్ భాషలలోని ప్రాచీన గ్రంథాలను క్షుణ్ణంగా చదివాడు. 1905 నుంచి వందేమాతరం ఉద్యమంలో చురుకుగా పాల్గొన్నాడు. తన రచనల ద్వారా ప్రజల్లో తీవ్ర జాతీయతా భావాన్ని పెంపొందించాడు. 1910 లో అరెస్టు అయ్యాడు. అలీపూర్ జైలులో శిక్ష పూర్తి చేశాడు. బిపిన్ చంద్రపాల్ లాగా అరవిందుడు కూడా, ఒక నూతన జాతిగా భారతదేశ అవతరణ వెనక దైవ సంకల్పం ఉందని విశ్వసించాడు. ఒక ధార్మిక వాదిగా, ఆయన భారత జాతీయవాదం వెనక భగవంతుడు ఉన్నాడని, ఆయనే నిజమైన ఉద్యమ నాయకుడు అని ప్రకటించాడు.

భారతదేశానికి బ్రిటిష్ పాలన లభించడం దైవ ప్రసాదంగా భావించిన మితవాదుల వైఖరిని ఆయన తీవ్రంగా ఖండించాడు. దేశంలో నూతనశక్తి, ఉత్తేజం పెల్లుబుకుతున్నాయనీ, నిస్సహాయ స్థితినీ, నిష్క్రియత్వాన్నీ అంత మొందించవలసిన తరుణం ఆసన్నమైందనీ ఆయన భావించాడు. విదేశీ సామ్రాజ్య వాద పాలన ఫలితంగానే భారతీయులలో కొన్ని లోపాలు చోటు చేసుకున్నాయని చెబుతూ వాటికి స్వస్తి చెప్పి జాతి పునరుద్ధరణకు ఇతోధిక శక్తి ఉత్సాహాలతో కంకణం కట్టుకోవలసిందిగా ఆయన భారత ప్రజలను ఉద్బోధించాడు. ఇతని ఆలోచనా విధానం మితవాద కాంగ్రెస్ నాయకులకు ఆందోళన కలిగించింది. సూరత్‌లో కాంగ్రెస్ చీలిక తరువాత అరవిందుడు మితవాదుల అవకాశవాద వైఖరిని తీవ్రంగా విమర్శించాడు.

బ్రిటిష్ వారి ఆర్థిక సామ్రాజ్యవాదాన్ని అరవిందుడు నిశితంగా విమర్శించాడు. సామ్యవాదాన్ని కూడా సమర్థించలేదు. అయితే సామ్యవాద ఆదర్శాన్ని మాత్రం ఆయన అంగీకరించాడు. అందరికీ సమాన అవకాశం అనే సామ్యవాద లక్ష్యం సంఘటిత సాంఘిక జీవితానికి అత్యంత ప్రశంసనీయమైన ధ్యేయం అని ఆయన భావించాడు. అతివాద నాయకులలో ఒకడైన అరవిందుడు భారతదేశ చరిత్రలో చిరస్మరణీయుడు.

అతివాద జాతీయ నాయకులు స్వరాజ్యం తప్ప మరే ఇతర లక్ష్యానికి అంగీకరించలేదు. సాంఘిక, ఆర్థిక సంస్కరణలు, పరిశ్రమల అభివృద్ధి, జాతి పురుద్ధరణ మొదలైన మితవాద నాయకుల కోర్కెలు అసందర్భమైనవని, అర్థంలేనివని వీరి గట్టి వాదన. స్వరాజ్యం, స్వాతంత్ర్యం

సంపాదించుకొనటం అనేవి మాటలతో కూడిన పనికాదు. దీనికి అన్ని వర్గాల ప్రజల సహకారం, దీక్ష అత్యవసరం. ఇరవై ఏళ్ళ పాటు (1885-1905) కాంగ్రెస్ సంస్థ మితవాద నాయకుల పుణ్యమా అని కేవలం మధ్యతరగతి, మేధావి వర్గాలకే నిలయమైంది. కాని సామాన్య ప్రజలకు అది సన్నిహితం కాలేక పోయింది. ఎప్పుడైతే దేశంలోని సామాన్య వర్గాలు (రైతులు, వర్తకులు, ఇతరులు) ఇందులో చేరరో అప్పటి వరకు బహిరంగ ఉద్యమాలు నిర్వహించలేమని, బ్రిటిష్ ప్రభుత్వానికి గట్టి సవాల్ విసరలేమని వీరు భావించారు. బెంగాల్ విభజనకు వ్యతిరేకంగా వీరు ఆరంభించిన వందేమాతరం ఉద్యమ కాలంలో కాంగ్రెస్ సంస్థ పాత స్వభావాన్ని మార్చి, దాన్ని సామాన్య ప్రజానీకానికి అందుబాటులో ఉండేలా తీర్చి దిద్దడానికి కృషి చేశారు. సామాన్య ప్రజానీకాన్ని ఆకర్షించడానికి తిలక్ మహారాష్ట్రలో గణేష్ ఉత్సవాలు, శివాజీ ఉత్సవాలు నిర్వహించాడు. వీటికి ప్రజల నుంచి మంచి స్పందన లభించింది. బెంగాల్ రాష్ట్రంలో అరవిందుడు, బిపిన్ చంద్రపాల్‌లు దుర్గ, కాళి పూజలను ఘనంగా నిర్వహించి ప్రజలను సమీకరించారు. 1906 లో తిలక్, లాలాలజపతిరాయ్‌లు బెంగాల్ సందర్శించి పలుచోట్ల ఉపన్యసించి, ప్రజలను ఉత్తేజ పరిచారు. మొదటిసారిగా కలకత్తాలోను, ఇతన నగరాలలోను శివాజీ ఉత్సవాన్ని బెంగాలీలు జరిపారు. అప్పుడే స్వదేశీ మేళా నిర్వహించబడింది. తిలక్ దీనిని రాజకీయ పండుగ (Political Festival) గా అభివర్ణించాడు. భారతీయులు తమ స్వాతంత్ర్యాన్ని సంపాదించుకోవడానికి, రక్షించుకోవడానికి విదేశీయులకు వ్యతిరేకంగా హింసను ప్రయోగిస్తే తప్పులేదని, ఈ పద్ధతే అనేక దేశాలు అవలంబించి స్వాతంత్ర్యాన్ని సంపాదించుకున్నాయని అతివాద నాయకులు వాదించారు.

స్వాతంత్ర్యం ప్రతిజాతి ధర్మం, హక్కు, దానిని కాపాడటం, ప్రజల బాధ్యత. ఈ బాధ్యత నిర్వహణలో అవసరమైతే హింసను కూడా ప్రయోగించవచ్చు అని అరవిందుడు అభిప్రాయ పడ్డాడు. ఈ విధంగా ప్రజలలో అనేక విధాలుగా ప్రచారం చేసి ఉత్తమ, మధ్య తరగతుల వారి సహకారం కంటే, సామాన్య జన సహకారంతో వందేమాతరం- స్వదేశీ ఉద్యమాన్ని సఫలం చేయడానికి అతివాద నాయకులు ప్రయత్నించారు.

అయితే విదేశీయుల మీద వెంటనే బల ప్రయోగం చేయడం ఆనాటి పరిస్థితులలో సమంజసమైన పని కాదని అరవిందుని భావన. విదేశీయులు బలవంతులు, విశేష ధన బలం, వస్తుసంపద, ఆయుధబలం కలవారు. కాబట్టి మొదటి మెట్టుగా ప్రజలు విదేశీ వస్తువుల ఉపయోగాన్ని సంపూర్ణంగా బహిష్కరించాలని, స్వదేశీ వస్తువుల వాడకాన్ని ప్రోత్సహించాలని, దీని వలన స్వదేశీ పరిశ్రమలు, చేతి వృత్తులు అభివృద్ధి చెంది ప్రజల జీవన స్థితి మెరుగుపడుతుందని బోధించారు. అదేవిధంగా విదేశీ విద్యావిధానాన్ని త్యజించి, జాతీయ విద్యాలయాలను దేశం నలుమూలలా నెలకొల్పి, ప్రచారం, బోధన క్రమబద్ధంగా జరపాలని అతివాద నాయకులు వాదించారు.

ప్రభుత్వానికి పన్నులు చెల్లించరాదని, దీనివలన బ్రిటిష్ ప్రభుత్వం ఆర్థికంగా బలహీన పడుతుందని కూడా వీరు వాదించారు. అతివాదులు రూపొందించిన విదేశీ వస్తు బహిష్కరణ, స్వదేశీ జాతీయ విద్యా సంస్థల స్థాపన నిర్వహణ బెంగాల్‌తో పాటు దేశంలోని వివిధ ప్రాంతాలలో ఏ రకంగా కొనసాగిందో తెలుసుకోవడం ఈ సందర్భంలో ఎంతైనా అవసరం.

విదేశీ వస్తు బహిష్కరణ

అతివాద నాయకులు సూచించి అమలు జరిపిన విదేశీ వస్తు బహిష్కరణోద్యమ ప్రధాన లక్ష్యం బ్రిటిష్ ఆర్థిక వ్యవస్థను బలహీన పరచటం. కలకత్తా నుంచి ప్రచురించబడే వార్తా పత్రిక సంజీవనిలో ఎడిటరైన శ్రీ కృష్ణకుమార్ మిత్ర జూలై 13, 1905న విడుదలైన ప్రతిలో ముఖ్యంగా మాంచెస్టర్ వస్త్రాలను, లివర్‌పూల్ ఉప్పును వాడటం భారతీయులందరు బహిష్కరించాలని సూచించాడు. అతనితో మిగతా బెంగాల్ నాయకులు ఏకీభవించారు. అన్ని వర్గాల ప్రజలు ఈ బహిష్కరణోద్యమానికి మద్ధతు ప్రకటించారు. బెంగాల్ విభజన ప్రకటన వెలువడగానే (జూలై 19, 1905) ధీజ్‌పూర్, పాబ్నా, ఫరీధ్‌పూర్, జెస్సూర్, ఢాకా, భీర్‌భమ్, బారిసాల్ మొదలైన నగరాలలో జరిగిన నిరసన సమావేశాల్లో ప్రజలు విదేశీ వస్తు బహిష్కరణ ప్రతిజ్ఞ చేశారు. ఆగస్ట్ 7, 1905న కలకత్తా టౌన్‌హాల్‌లో బ్రహ్మాండమైన సభ జరిగింది. ఈ సభలో బ్రిటిష్ వస్తు బహిష్కరణ తీర్మానం ఏకగ్రీవంగా ఆమోదించబడింది. సురేంద్రనాథ్ బెనర్జీ వంటి మితవాద కాంగ్రెస్ నాయకులు కూడా మాంచెస్టర్ వస్త్రాలను, లివర్‌పూల్ ఉప్పును బహిష్కరించవలసిందిగా ప్రచారం చేశారు. విదేశీ వస్తు బహిష్కరణ సందేశం బెంగాల్‌లోని మారుమూల గ్రామాలకు కూడా కారు చిచ్చులా వ్యాపించింది. విదేశీ వస్తు బహిష్కరణ మొదటి దశలో కేవలం విదేశీ వస్త్రాలకు, ఉప్పుకు మాత్రమే పరిమితమైంది. కాని కొద్ది రోజులకే యావత్ విదేశీ వస్తువుల బహిష్కరణ ప్రణాళికలో భాగంగా విదేశీ పాదరక్షలు, సిగరెట్లు, నూలు, సబ్బులు కూడా బహిష్కరించబడ్డాయి.

1905, అక్టోబర్ 16 న, బెంగాల్ రాష్ట్ర విభజన అమలులోకి వచ్చింది. ఆ రోజును, బెంగాల్ ప్రజలు సంతాప దినంగా పాటించారు. తెలతెలవారుతుండగానే వందేమాతరం గానం చేస్తూ స్త్రీలు, పురుషులు, పిల్లలు వీధుల వెంట తిరిగారు. దేశభక్తి గేయాలు పాడుకుంటూ పాదరక్షలు లేకుండా నడుస్తూ వెళ్ళి, గంగలో స్నానాలు చేశారు. తామంతా ఒకే జాతివారమని రుజువు చేయడానికి రవీంద్రనాథుడు చేసిన సూచన మేరకు రక్షాబంధన సంప్రదాయాన్ని పాటించారు. బెంగాల్ అంతటా హర్తాళ్ జరిగింది, ప్రజలు ఉపవాసం చేశారు. సాయంత్రం కలకత్తాలో జరిగిన రెండు బహిరంగ సభల్లో 50 నుంచి 70 వేల వరకు ప్రజలు హాజరయ్యారు. ప్రముఖ బెంగాల్ నాయకులైన ఆనందమోహన్ బోస్, సురేంద్రనాథ్ బెనర్జీ ప్రజా సమూహాన్ని ఉద్దేశించి ప్రసంగించారు.

విదేశీ వస్తువులను పూర్తిగా బహిష్కరించాలని, స్వదేశీ వస్తువుల ఉత్పత్తిని ప్రోత్సహించాలని, పెంచాలని ఉద్ఘోదించారు. స్వదేశీ ఉద్యమాన్ని బలపరచడానికి ఈ సభల్లో 50 వేల రూపాయలు విరాళాల రూపంలో వసూలయ్యాయి.

బ్రిటిష్ వస్త్రాలను బహిరంగ ప్రదేశాలలో తగలబెట్టారు. 1906 ఫిబ్రవరి 27 న కలకత్తాలో కాలేజి స్క్వేర్‌లో, విదేశీ వస్త్ర దహనం జరిగింది. విదేశీ వస్త్ర, వస్తు దుకాణాలను పికెటింగ్ చేశారు, బారిసాల్ లాంటి పట్టణాలలో వర్తకులే, ఐచ్ఛికంగా విదేశీ ఉప్పును బజారులో పారేశారు.

కలకత్తా కస్టమ్స్ కలెక్టర్ సెప్టెంబర్, 1906 లో రికార్డు చేసిన విదేశీ దిగుమతుల వివరాలను, గత సంవత్సరం (ఆగస్ట్, 1905) లో జరిగిన దిగుమతులతో పోల్చితే బహిష్కరణోద్యమం ఫలితంగా నూలు వస్త్రాల దిగుమతిలో 22%, పత్తి దిగుమతిలో 44%, ఉప్పు దిగుమతి 11% సిగరెట్ల దిగుమతులు 55%, పాదరక్షల దిగుమతులు 68% కి తగ్గిపోయినట్లు స్పష్టమవుతున్నది. ప్రత్యేకంగా మాంచెస్టర్ వస్త్రాల డిమాండ్ 32 వేల ప్యాకేజీల నుంచి, 2,500 ప్యాకేజీలకు పడిపోయింది. కలకత్తాలోని మార్వాడీ వ్యాపారులకు, బ్రిటిష్ వస్త్ర యజమానులకు మధ్య తలెత్తిన విభేదాలు కూడా వస్త్రాల దిగుమతి గణనీయంగా పడిపోవడానికి దోహదం చేశాయి. బెంగాల్‌లోని అనేక జిల్లా కేంద్రాలలో, షాహ(Shaha) కులానికి (Community) చెందిన స్థానిక వ్యాపారులు విదేశీ వస్తువులను అమ్మడం ఆపనందువల్ల, తమ లాభాలను దేశభక్తికై వదులుకోనందువల్ల ఉద్యమకారులచే సామాజిక బహిష్కరణకు గురి చేశారు.

విదేశీ వస్తు బహిష్కరణోద్యమం దేశంలోని ఇతర రాష్ట్రాలకు కూడా వ్యాపించింది. తిలక్ పశ్చిమ భారతంలో ముఖ్యంగా పూనా, బొంబాయిలలో ఉద్యమాన్ని ప్రచారం చేశాడు. పూనాలో విదేశీ వస్త్ర దహన కార్యక్రమాన్ని నిర్వహించాడు. స్వదేశీ వస్త్ర పరిశ్రమలను ప్రోత్సహించడానికై పూనాలో స్వదేశీ నేత కంపెనీని స్థాపించాడు. స్వదేశీ వస్తు ప్రచారం కోసం సహకార విక్రయ కేంద్రాలను ప్రారంభించాడు.

పంజాబ్, ఉత్తర భారత దేశంలోని ఇతర ప్రాంతాలలో విదేశీ వస్తు బహిష్కరణ- స్వదేశీ సందేశాన్ని అందించాడు. పంజాబ్ కేసరిగా ఖ్యాతి పొందిన లాలా లజపతిరాయ్. ఢిల్లీలో స్వదేశీ ఉద్యమానికి, సయ్యద్-హైదర్ రజా నాయకత్వం వహించాడు. జమ్ము, ముల్తాన్, రావల్పిండి, కాంగ్రాలలో కూడా స్వదేశీ ఉద్యమం చెప్పుకోదగ్గ రీతిలో జరిగింది.

మద్రాస్ రాష్ట్రంలో చిదంబరం పిళ్ళే ఈ ఉద్యమానికి నాయకత్వం వహించాడు. అతడు మద్రాస్ సమీపంలో ఉన్న ట్యుటికోరిన్ ఓడరేవులో స్వదేశీ స్టీమ్ నావిగేషన్ కంపెనీని స్థాపించాడు.

1905 సెప్టెంబర్‌లోనే, మద్రాస్ బీచ్ వద్ద జి. సుబ్రహ్మణ్య అయ్యర్ అధ్యక్షతన జరిగిన బహిరంగసభలో బెంగాల్ జాతీయోద్యమాన్ని బలపరుస్తూ, విదేశీ వస్తు బహిష్కరణ, స్వదేశీ జాతీయ విద్యా సంస్థల స్థాపన మొదలయిన అంశాలను సమర్థిస్తూ తీర్మానాలు చేశారు. ఈ సమావేశంలో సుప్రసిద్ధ తమిళకవి సుబ్రహ్మణ్య భారతి కొన్ని దేశభక్తి గేయాలు చదివి, మాతృభూమి స్వాతంత్ర్యానికి కృషి చేయవలిసిందిగా ఉద్బోధించాడు.

మద్రాస్ రాష్ట్రంలో అంతర్భాగంగా ఉన్న ఆంధ్ర ప్రాంతంలో వందేమాతరం - స్వదేశీ ఉద్యమానికి మంచి స్పందన, సహకారం లభించింది. వాస్తవానికి ఈ ఉద్యమం ఆంధ్రవాసుల్లో రాజకీయ చైతన్యాన్ని కలిగించింది. మద్రాసులో విద్యనభ్యసిస్తున్న ఆంధ్ర విద్యార్థులైన అయ్యదేవర కాళేశ్వరరావు, గాడిచర్ల హరి సర్వోత్తమరావు, గొల్లపూడి సీతారామశాస్త్రి మొదలైన వారు మద్రాసులో జరిగిన స్వదేశీ ఉద్యమంలో చురుకుగా పాల్గొన్నారు. "కృష్ణాపత్రిక" సంపాదకుడైన శ్రీ ముట్నూరి కృష్ణారావు అతని సహచరులు ఏప్రిల్ 1907 లో సుప్రసిద్ధ అతివాద కాంగ్రెస్ నాయకుడు, వందేమాతరం ఉద్యమ నాయకులలో ప్రముఖుడైన బిపిన్ చంద్రపాల్‌ను ఆంధ్రలో పర్యటించి ప్రజలను ఉద్దేశించి ఉపన్యసించవలసిందిగా కోరారు. వారి అభ్యర్థన మేరకు ఏప్రిల్, 1907 లో బిపిన్ చంద్రపాల్ విశాఖపట్నం కోరుకున్నాడు. అతడు విశాఖపట్నం, విజయనగరం, కాకినాడ, రాజమండ్రి, విజయవాడ, మచిలీపట్నం మొదలైన పట్టణాలు పర్యటించి, విదేశీ వస్తు బహిష్కరణ, స్వదేశీ విశిష్టత, జాతీయ విద్యా సంస్థల స్థాపన ఆవశ్యకత, జాతీయతాభావం మొదలయిన అంశాలపై గంభీర ఉపన్యాసాలు చేశాడు. సుప్రసిద్ధ తెలుగు భాషా పండితుడైన చిలకమర్తి లక్ష్మీ నరసింహంగారు, పాల్ ఉపన్యాసాలను తెలుగులోకి అనువదించారు. బిపిన్ చంద్రపాల్ ఆంధ్రపర్యటన సందర్భంగానే గోదావరి స్వదేశీ స్టోర్సును, రాజమండ్రిలో కరణంగారైన గున్నేశ్వరరావు ఇచ్చిన వెయ్యి రూపాయల విరాళంతో ప్రారంభించాడు. రాజమండ్రి జాతీయ పాఠశాల, రాజమండ్రిలోనే జాతీయ కళాశాలను ప్రారంభించాడు. ఈ విధంగా వందేమాతరం-స్వదేశీ ఉద్యమంలో మొదటి ప్రధాన అంశమైన విదేశీ వస్తు బహిష్కరణ కార్యక్రమం బెంగాల్‌తో పాటు దేశంలోని అన్ని ప్రాంతాలలో విజయవంతమైంది. బ్రిటిష్ ఆర్థిక వ్యవస్థకు నష్టం కలిగించింది. స్వదేశీ పరిశ్రమల స్థాపనకు, స్వదేశీ వస్తువుల ఉత్పత్తులకు, వాడకానికి దారి చూపింది.

స్వదేశీ భావన

వందేమాతరం- స్వదేశీ ఉద్యమ నాయకులు ఎంపిక చేసిన రెండో ప్రధాన అంశం దేశవాసుల్లో తీవ్రస్థాయిలో స్వదేశీ భావనను పెంపొందించటం. స్వదేశీ భావన రాజకీయ, ఆర్థిక, ఆధ్యాత్మిక పరమైన విశాల దృక్పథంతో కూడినది. విదేశీ వస్తు బహిష్కరణ, స్వదేశీ వందేమాతరం ఉద్యమానికి

రెండు కళ్ళ లాంటివి. వీటి మధ్య ఉన్న అవినాభావ సంబంధం రాజకీయ, ఆర్థిక పరమైనది. స్వదేశీ పరిశ్రమలను, చేతి వృత్తులను, నేతపనులను, స్వదేశీ న్యాయస్థానాలను, కుటీర పరిశ్రమలను నెలకొల్పడం, స్వదేశీ వస్తువుల నాణ్యతను పెంపొందించటం, జరిగిన ఉత్పత్తులను సక్రమంగా పంపిణీ చేయటం. స్వదేశీ కార్యక్రమంలోని ముఖ్య అంశాలు. దేశాన్ని ఆర్థికంగా, వస్తుపరంగా, స్వయం సంవృద్ధి కలిగినదిగా తీర్చి దిద్దడమే ఈ స్వదేశీ భావన ఆశయం. తిలక్ దృష్టిలో స్వదేశీ మన స్వాతంత్ర్యానికి చిహ్నం. సిస్టర్ నివేదిత దృష్టిలో బహిష్కరణ, స్వదేశీ. రెండూ స్వయం పోషకాలు. ఒకటి లేకుండా మరొకటి మనుగడ సాధించలేదు.

స్వదేశీ పరిశ్రమల స్థాపన ఆవశ్యకతను గురించి, స్వదేశీ వస్తువుల ఉత్పత్తిని పెంచవలసిన ఆవశ్యకతను గురించి, స్వదేశీ వస్తువుల వాడకంలో ఉన్న విశిష్టతను గురించి, లాల్, బాల్, పాల్, అరవిందఘోష్ మొదలయినవారు తమ ఉపన్యాసాలలో, కరపత్రాలలో, పత్రికలలో పదే పదే ప్రజలకు తెలియ చేశారు. దేశం నలుమూలలో స్వదేశీ వస్త్ర పరిశ్రమలు, సబ్బులు, అగ్గిపెట్టెలు, బొమ్మలు, నౌకా నిర్మాణ పరిశ్రమలు మొదలయినవి వెలిశాయి. చేనేత, సిల్క్ వస్త్రాల తయారి కూడా స్వదేశీ రంగంలో మంచి ప్రగతి సాధించినట్లు 1908 లో ప్రభుత్వం నిర్వహించిన రెండు అధికారిక సర్వేల వలన స్పష్టమవుతున్నది. బెంగాల్ రాష్ట్రంలో స్వదేశీ రంగంలో పరిశ్రమలు నెలకొల్పడానికి శ్రీ జోగేంద్రచంద్ర ఘోష్ అనే అతడు క్రీ.శ. 1904 లోనే ఒక సంస్థను నెలకొల్పాడు. విదేశాలలో వివిధ రకాల శిక్షణ పొందడానికి బెంగాల్ యువకులను పంపించడానికి అవసరమైన సొమ్మును ఇతడు విరాళాల రూపంలో వసూలు చేశాడు. ఆగస్ట్ 1906 లో వంగలక్ష్మీ కాటన్ మిల్లు ఎంతో ఉత్సాహంతో నెలకొల్పబడింది. ఇదే తరహాలో కలకత్తా పాటరీ వర్క్స్ కంపెనీ పోర్సిలిన్ వస్తువుల తయారికై 1906 లో స్థాపించబడింది. కాశింబజార్‌కు చెందిన, మనీంద్రనంది అనే ఆగర్భ శ్రీమంతుడు స్వదేశీ పరిశ్రమలు నెలకొల్పేవారికి ఉదారంగా ధన సహాయం అందచేశాడు. బెంగాల్ రాష్ట్రంలో అనేక స్వచ్ఛంద సంస్థలు వెలిశాయి. వీటికే సమితులు అని పేరు. స్వదేశీ బందవ్, అనుశీలన్ సమితి, సాధన సమితి, బ్రాతి మొదలైనవి స్వదేశీ భావనను మారుమూల ప్రాంతాలలో కూడా వ్యాపింప చేశాయి. జూన్, 1907 నాటికి ఇలాంటి సమితుల సంఖ్య బెంగాల్ లో 8,485 కు చేరుకొన్నాయి. కులాస్ శంకర్ సుకుల్ అనే అతడు 1906 లో తాను ప్రచురించిన స్వదేశీ కరపత్రంలో స్వదేశీ పరిశ్రమల స్థాపన కంటే, ఉత్పత్తి జరిగిన స్వదేశీ వస్తువులను సక్రమంగా అన్ని ప్రాంతాలకు పంపిణీ చేసే విషయంపై ప్రత్యేక శ్రద్ధ అవసరమని పేర్కొన్నాడు. తిలక్ మహాశయుడు పశ్చిమ భారత దేశంలో ముఖ్యంగా పూనా, బొంబాయిలో స్వదేశీ భావాన్ని ప్రచారం చేసాడు. స్వదేశీ వస్త్రాలను, ఇతర వస్తువులను విక్రయించడానికి పూనాలో సహకార విక్రయ కేంద్రాన్ని ప్రారంభించాడు. పూనాలోనే స్వదేశీ నేత కంపెనీని స్థాపించాడు. మన దేశం మహా వృక్షం లాంటిది.

స్వరాజ్యం దానికి మూలాధారం స్వదేశీ భావన, ఆర్థిక బహిష్కారం దానికి కొమ్మల లాంటివి అని తిలక్ 'కేసరి' పత్రికలో రాశాడు.

పంజాబ్ దాని పరిసర ప్రాంతాలలో లాలాలజపతి రాయ్, అజిత్ సింగ్ మొదలయిన వారు స్వదేశీ భావాన్ని ప్రచారం చేశారు. మద్రాస్ రాష్ట్రంలో చిదంబరం పిళ్ళై ట్యూటికోరిన్‌లో స్వదేశీ నావిగేషన్ కంపెనీకి నెలకొలకొల్పాడు. ఆంధ్రప్రాంతంలో విదేశీ వస్తు బహిష్కరణోద్యమంతో పాటు స్వదేశీ ఉద్యమం తీవ్ర స్థాయిలో జరిగినది. గుంటూరులో భావనాచార్యులు గారు చందాలు వసూలు చేసి పారిశ్రామిక శిక్షణ నిమిత్తం యువకులను జపాన్ పంపే కార్యక్రమం చేపట్టాడు. కాకినాడకు చెందిన మల్లాది వెంకట సుబ్బారావు, బళ్ళారికి చెందిన యస్. రామారావు జపాన్ వెళ్ళి పారిశ్రామిక శిక్షణ పొందివచ్చిన ఆంధ్రులలో ముఖ్యులు.

బిపిన్ చంద్రపాల్ ఆంధ్రపర్యటనకు ముందు, తరవాత స్వదేశీ ఉద్యమాన్ని సక్రమంగా నిర్వహించడానికై ఆంధ్రలో అనేక సంస్థలు, సమితులు స్థాపించబడ్డాయి. అట్లాంటి వాటిలో 1906 లో మద్రాస్‌లో ఏర్పడిన స్వదేశీలీగ్, 1907 లో రాజమండ్రిలో చిలుకూరి వీరభద్రరావు, గంటిలక్ష్మన్న, టంగుటూరి శ్రీరాములు మొదలైన వారు కలిసి నెలకొల్పిన "బాలభారతి సమితి", 1907 లోనే విశాఖ పట్టణంలో నెలకొల్పిన "మహిళా భారతి సంఘం", బందరులో నెలకొల్పిన యంగ్‌మెన్స్ స్వరాజ్య సమితి మొదలైననవి పేర్కొనదగినవి. స్వదేశీ పరిశ్రమలలో ఉత్పత్తియైన వస్తువులు సరసమైన ధరలకే ప్రజలకు పంపిణీ చేయడానికి ఆంధ్రలో కూడా స్వదేశీ దుకాణాలు స్థాపించబడ్డాయి. అట్లాంటి వాటిలో కాశీనాథుని నాగేశ్వరరావు ప్రారంభించిన గోదావరీ స్టోర్సు, కడప పట్టణంలో కోట హరియప్ప, బి. వెంకటేశ్వర రావులు ప్రారంభించిన స్వదేశీ బట్టల స్టోర్సు ముఖ్యమైనవి. ఈ విధంగా స్వదేశీ కార్యక్రమం విజయవంతమైంది.

జాతీయ విద్యా సంస్థల స్థాపన–నిర్వహణ

స్వదేశీ భావనలో ఒక అంశమే జాతీయ విద్యా సంస్థలు నెలకొల్పటం, నిర్వహించటం. స్థానిక భాషల్లో విద్యా బోధన, విద్యార్థులలో క్రమశిక్షణ, దేశభక్తి పెంపొందించటం ప్రాచీన భారతీయ సంస్కృతి పట్ల అవగాహన పెంపొందించటం సాంకేతిక శిక్షణకు ప్రాముఖ్యత ఇవ్వటం మొదలయినవి జాతీయ విద్యా విధానంలోని అంశాలు. ఈ విధంగా నెలకొల్పబడిన స్వదేశీ పాఠశాలలు, కళాశాలలు ఏలాంటి ప్రభుత్వ, సహాయం లేకుండ నడుపవచ్చు. విరాళాలను సేకరించటం, ద్వారా వీటి నిర్వహణ ఖర్చులు సమకూరుతాయి. బెంగాల్ రాష్ట్రంలో 1905 నవంబర్ నెలలో సుభోద్ చంద్ర మల్లిక్ అనే శ్రీమంతుడు జాతీయ విద్యాభివృద్ధికి లక్షరూపాయలు విరాళంగా అందచేశాడు. ఆగస్ట్ 15, 1906 లో కలకత్తా టౌన్‌హాల్‌లో జరిగిన బహిరంగ సభలో జాతీయ విద్యా సమితి ఏర్పాటు

చేయబడింది. 1906 లో అరవిందఘోష్ అధ్యక్షుడిగా బెంగాల్ జాతీయ కళాశాల స్థాపించబడింది.

వందేమాతరం-స్వదేశీ ఉద్యమంలో పాల్గొని పాఠశాలల నుంచి కళాశాలల నుంచి బహిష్కరించబడిన విద్యార్థులకు జాతీయ పాఠశాలల్లో, కళాశాలల్లో ప్రవేశం కల్పించబడింది. బెంగాల్ రాష్ట్రంలో శాంతినికేతన్ విద్యాలయ స్థాపకుడైన రవీంద్రనాథ్ ఠాగూర్, డాన్ సంస్థ అధినేతయైన సతీష్ ముఖర్జీ మొదలయినవారు జాతీయ విద్యాబోధన విషయంలో కీలక పాత్ర నిర్వహించారు. బెంగాల్‌లో సాంకేతిక విద్యా మండలి కూడా నెలకొల్పబడింది. బెంగాల్‌లోని మారుమూల గ్రామాలలో కూడా జాతీయ పాఠశాలలు వెలిశాయి. వీటిలో విద్యాబోధన జాతీయతా భావాన్ని పెంపొందించింది.

ఆంధ్రలో బిపిన్ చంద్రపాల్ పర్యటన సందర్భంగా బందరు పట్టణంలో జాతీయ కళాశాలకు శంకుస్థాపన చేయబడింది. ఈ కళాశాల స్థాపనలో కొండా వెంకటప్పయ్య, గాడిచర్ల హరి సర్వోత్తమరావు, కోపల్లె హనుమంతరావు మొదలయిన ఆంధ్రనాయకులు కీలకపాత్ర నిర్వహించారు. ఒంగోలు, రామచంద్రాపురం, కడప మొదలైన ప్రాంతాలలో కూడా జాతీయ పాఠశాలలు, జాతీయ రాత్రి పాఠశాలలు నెలకొల్పబడ్డాయి.

ఆంధ్రలో వందేమాతరం ఉద్యమం

బెంగాల్ విభజనకు వ్యతిరేకంగా ప్రారంభమైన వందేమాతరం (స్వదేశీ) ఉద్యమం ఆంధ్ర ప్రాంతంలోని ప్రజలను రాజకీయంగా చైతన్యవంతులను చేసింది. ఈ ఉద్యమాన్ని ఆంధ్రలో ప్రచారం చేయడానికి ఆనాటి యువకులు, విద్యార్థులు అయిన గాడిచర్ల హరి సర్వోత్తమ రావు, ముట్నూరు కృష్ణారావు, ఆదిపూడి సోమనాధరావు మొదలైన వారు ప్రముఖ పాత్ర నిర్వహించారు. మద్రాస్‌లో నెలకొల్పిన స్వదేశీ లీగ్ నాయకులైన న్యాపతి సుబ్బారావు, వెంకట రమణరావులు ఉత్తర ఆంధ్రజిల్లాల్లోని పర్యటించి స్వదేశీ సందేశాన్ని ప్రచారం చేశారు. తరువాత చిర్రావూరి యజ్ఞేశ్వర చింతామణి (ప్రసిద్ధ ఇంగ్లీషు జర్నలిస్టులయిన ఆంధ్రులలో ఒకడు) కూడా నెల్లూరు, గుంటూరు, కాకినాడ, విశాఖపట్నం, విజయనగరాలలో జరిగిన బహిరంగ సభలలో విదేశీ వస్తు బహిష్కరణ, స్వదేశీ ప్రాధాన్యత గురించి ఉపన్యసించారు. 1906 లో ప్రసిద్ధ బెంగాల్‌నాయకుడైన సురేంద్రనాథ్ బెనర్జీ అరెస్టు అయినపుడు, గుత్తి, రాజమండ్రి, కాకినాడ పట్టణాలలో నిరసన సభలు జరిగాయి. ఆంధ్రలో వందేమాతరం నినాదాలు మారుమోగాయి. 1906 ఆంధ్రలో కూడా శివాజీ ఉత్సవాలు జరిగాయి. రాజమండ్రిలో బాల భారతి సమితి నెలకొల్పబడింది. 1907, ఏప్రిల్ నెలలో వందేమాతరం ఉద్యమ నాయకుల్లో ఒకడైన బిపిన్ చంద్రపాల్ ఆంధ్రలో జరిపిన పర్యటన,

ఆంధ్రవాసులలో నూతన ఉత్సాహాన్ని, జాతీయ మతభావాన్ని కలిగించాయి. కృష్ణ పత్రిక సంపాదకుడైన ముట్నూరు కృష్ణారావు ఏర్పాటు చేసిన బిపిన్ చంద్ర పాల్ ఆంధ్ర పర్యటన ఆంధ్రజాతీయోద్యమ చరిత్రలో చిరస్మరణీయమైన ఘట్టం. విశాఖపట్నం, విజయనగరం, కాకినాడ, రాజమండ్రి, విజయవాడ, మచిలీపట్నం మొదలయిన పట్టణాలలో బిపిన్ చంద్రపాల్ బహిరంగ సభలలో ఉపన్యసించాడు. వందేమాతరం విశిష్టత, విదేశీ వస్తు బహిష్కరణ, స్వదేశీ పరిశ్రమల స్థాపన, స్వదేశీ వస్తువుల వాడకం ఆవశ్యకత, జాతీయ విద్య మొదలయిన అంశాలపై ఆయన ఉపన్యసించారు. రాజమండ్రిలో జాతీయ కళాశాలకు పాల్ శంకుస్థాపన చేశాడు. దీనికై గున్నేశ్వరరావు వెయ్యి రూపాయలు విరాళంగా ఇచ్చారు. ఈ జాతీయ కళాశాల బెంగాల్ జాతీయ శిక్షణా కౌన్సిల్‌కు అనుబంధంగా పని చేసింది.

ఆంధ్రలో బిపిన్ చంద్రపాల్ పర్యటన ఫలితంగా, రాజమండ్రి, కాకినాడలలో రెండు ముఖ్యమైన సంఘటనలు జరిగాయి. ఆ రోజుల్లో మద్రాస్ రాష్ట్రంలో అంతర్భాగంగా ఉన్న ఆంధ్ర ప్రాంతంలో రాజమండ్రి పేర్కొనదగింది. ఇక్కడ ప్రభుత్వ ఆర్ట్స్ కళాశాల, ప్రభుత్వ ఉపాధ్యాయ శిక్షణ కళాశాల అనే రెండు కళాశాలుండేవి. ఈ రెండు కళాశాలలకు ఆ రోజుల్లో ప్రిన్సిపాల్‌గా మార్క్‌హంటర్ ఉండేవాడు. ఈ రెండు కళాశాలల విద్యార్థులు వందేమాతరం ఉద్యమంచే తీవ్రంగా ప్రభావితులై 1905 నుంచే ఒకరినొకరు కలుసుకున్నపుడు "వందేమాతరం" అని అభినందించుకుంటూ, వందేమాతరం గీతం కళాశాల ప్రాంగణంలో ఆలపిస్తూ వందేమాతరం బ్యాడ్జీలు ధరించి కళాశాలకు హజరయ్యేవారు. కొందరు విద్యార్థులు బాలభారతి సమితిలో సభ్యులుగా చేరి బ్రిటిష్ ప్రభుత్వ వ్యతిరేక కార్యకలాపాలలో పాల్గొనసాగారు. విద్యార్థుల చర్యలు ప్రిన్సిపాల్‌కు చికాకు కలిగించాయి. కాని అతడు వారిపై ఏలాంటి ప్రత్యక్ష చర్య తీసుకోలేక పోయాడు. పైగా బిపిన్ చంద్రపాల్ ఆంధ్ర పర్యటన సందర్భంగా ప్రిన్సిపాల్ హంటర్ మద్రాస్‌లో ఉన్నాడు. ఫలితంగా విద్యార్థులు పాల్ సమావేశాలకు అధిక సంఖ్యలో హాజరయ్యారు. ప్రభుత్వ టీచర్స్ ట్రెయినింగ్ కళాశాల విద్యార్థియైన శ్రీ గాడిచర్ల హరిసర్వోత్తమరావు పాల్ గారికి సన్మాన పత్రాన్ని సమర్పించాడు. ఏప్రిల్ 24, 1907 నుంచి ప్రారంభమైన అర్ధ సంవత్సర పరీక్షలు రాయడానికి విద్యార్థులు వందేమాతరం బాడ్జీలు ధరించి హాజరయ్యారు. మద్రాస్ నుంచి తిరిగి వచ్చిన ప్రిన్సిపాల్ హంటర్ పరీక్ష హాలులో వందేమాతరం బ్యాడ్జీలు ధరించి పరీక్ష రాస్తున్న విద్యార్థులను వందేమాతర బ్యాడ్జీలు తీసివేయవలసిందిగా ఆదేశించాడు. దీనికి గాడిచర్లహరిసర్వోత్తమరావు, జె. రామచంద్రరావు మొదలయినవారు వందేమాతరం నినాదాలు చేసి ప్రిన్సిపాల్ ఆదేశాలను ధిక్కరించారు. ఫలితంగా 222 మంది విద్యార్థులలో 138 మంది విద్యార్థులను పరీక్ష రాయనీకుండా డిబార్ చేశాడు. గాడిచర్ల హరిసర్వోత్తమరావును డిబార్ చేయడమే కాక, ప్రభుత్వ ఉద్యోగానికి కూడా అనర్హుడుగా

ప్రభుత్వం ప్రకటించింది. హరిసర్వోత్తమరావు ప్రభుత్వ ఆంక్షలను ఖాతరు చేయక చదువుకు స్వస్తి చెప్పి జాతీయోద్యమంలో చురుకుగా పాల్గొనడం ఆరంభించాడు. ఈ సంఘటన, విద్యార్థులు దేశ రాజకీయాలలో పాల్గొనడానికి నాంది పలికింది అని ఆచార్య సరోజినిరేగాని గారు అన్నారు.

కాకినాడ ఆందోళనలు (మే 31, 1907): రాజమండ్రిలో విద్యాభ్యాసం చేసిన కొందరు కాకినాడ విద్యార్థులు, కాకినాడలో వందేమాతరం రక్షణ లీగ్‌ను నెలకొల్పారు. వందేమాతరం ఆలాపన ప్రతివ్యక్తికి చివరకు పిల్లలకు కూడా అలవాటు అయింది. 1907 మే 31 న, కాకినాడ జిల్లా వైద్యశాఖాధికారియైన కెప్టెన్ కెంప్ వెళుతూ ఉండగా కొందరు పిల్లలు వందేమాతరం అని అరిచారు. అంతట కెంప్ ఉగ్రుడై, కోపల్లె కృష్ణారావు అనే అతన్ని పట్టుకొని చావబాదాడు. విషయం తెల్సుకున్న ప్రజలు కోపోద్రేకులై ఆ రాత్రి కెంప్ బస చేసి ఉన్న క్లబ్‌కి వెళ్ళి, దాన్ని ముట్టడించారు. కెంప్ మొదలయిన వారు క్లబ్ నుంచి తప్పించుకొని పారిపోయారు. పోలీస్ బలగాలతో క్లబ్ వద్దకు చేరుకొన్న కలెక్టర్ జె.ఎ. కన్నింగ్‌హం కూడా గాయాలపాలయ్యాడు. ఈ సంఘటన పట్ల జూన్ ఐదున జరిగిన ఒక సభలో కొందరు పుర ప్రముఖులు విచారం వ్యక్తం చేస్తూ తీర్మానం చేశారు. కాని, స్థానిక కళాశాల ప్రిన్సిపాలైన రఘుపతి వెంకటరత్నం నాయుడు మరో తీర్మానం చేస్తూ, కెంఫ్ చర్య వల్లనే ఈ గొడవ జరిగిందని శాంతిని నెలకొల్పడానికి ప్రజలు సహకరించాలని కోరాడు. అయినా ప్రభుత్వం 50 మందిని అరెస్టు చేసింది. అందులో కొందరు రేవులో పనిచేసే కార్మికులున్నారు. ఫలితంగా రేవు పనులు స్తంభించాయి. ప్రభుత్వాధికారులు భవిష్యత్‌లో మరెవ్వరిని అరెస్టు చేయబోమని, హామీ ఇచ్చిన తరువాత సమ్మె విరమించారు. ఏడు వారాలు కాకినాడ ఉద్రిక్త, భయానక వాతావరణంలో ఉంది. నవంబర్ నాటికి శాంతి నెలకొన్నది. 50 మందిలో 13 మందికి జైలు శిక్ష విధించారు. కెంప్ తొందరపాటు చర్యవల్లనే గొడవంతా ప్రారంభమైనట్లు విచారణలో స్పష్టమైంది. కెంప్ చేతిలో దెబ్బలు తిన్న కోపల్లె కృష్ణారావుకు 100 రూపాయలు నష్టపరిహారంగా ఇచ్చారు. కెంప్‌ను కడప జిల్లాకు బదిలీ చేశారు.

1908 వ సంవత్సరం నాటి వందేమాతరం - స్వదేశీ ఉద్యమ నాయకులందరినీ ప్రభుత్వం అరెస్టు చేసింది. ఫలితంగా బెంగాల్‌తో పాటు దేశంలోని ఇతర ప్రాంతాలలో ఉద్యమం క్షీణించింది.

అతివాద జాతీయ నాయకులు సాధించిన విజయాలు

అతివాద జాతీయ నాయకులు 1900-1908 సంవత్సరాల మధ్య కాలంలో గణనీయమైన విజయాలు సాధించారు. వారి ఆలోచనా విధానాలు మితవాద కాంగ్రెస్ నాయకులకు అంతగా రుచింపనప్పటికీ వారి బలహీనతలు మాత్రం అతివాద నాయకులు బహిరంగం చేశారు. లార్డ్ కర్జన్ ప్రవేశపెట్టిన బెంగాల్ విభజన తీర్మానం అతివాద కాంగ్రెస్ నాయకులను మరింత

ఉద్రేక పరిచింది. బెంగాల్ విభజనను వ్యతిరేకిస్తూ ఆరంభమైన వందేమాతరం ఉద్యమం పూర్తిగా అతివాద నాయకుల ఆశయాలు, పద్ధతుల ప్రకారమే కొనసాగింది. ఇది తొలి ప్రజా ఉద్యమంగా మారి, యావత్ భారత దేశ స్థాయిలో సానుభూతిని పొందింది. దేశవాసుల్లో జాతీయతా భావాన్ని పటిష్టం చేసింది. అతివాద నాయకుల పేరు ప్రతిష్ఠలు ఇనుమడింప చేసింది.

అతివాద నాయకులు అందరూ గొప్ప మేధావులు. వారి వారి మాతృ భాషలలోనే గాక ఇతర భాషల్లో మంచి పాండిత్యం ఉన్నవారు. తిలక్ మహారాష్ట్ర ప్రజలను తన పత్రికలైన మరాఠా, కేసరిలలో రాసిన ఉద్రేక పూరితమైన వ్యాసాలచే చైతన్యవంతులను చేశాడు. బ్రిటిష్ వారి కుటిల రాజనీతిని, ఆర్థిక నీతిని ప్రజలకు స్పష్టం చేశాడు. ఇదే రకమైన పాత్రను బెంగాల్‌లో పాల్, అరవిందుడు పంజాబ్‌లో లాలా లజపతిరాయ్‌లు నిర్వహించారు.

స్వదేశీ, స్వరాజ్య విదేశీ వస్తు బహిష్కరణ అనే అంశాలు అతివాదుల స్వయంకృషి ఫలితంగా ప్రజలను తీవ్రంగా ఆకర్షించాయి. ఈ అంశాలపై తిలక్, పాల్, అరవిందుడు, లజపతిరాయ్ వ్యక్తపరిచిన భావాలు బెంగాల్, మహారాష్ట్ర, పంజాబ్ ప్రజలనే కాక యావత్ భారతప్రజలను ఆకర్షించాయి. ఫలితంగా వందేమాతరం ప్రజా ఉద్యమంగా మారింది. పొంచిఉన్న ఘోర ప్రమాదాన్ని పసిగట్టిన బ్రిటిష్ ప్రభుత్వం వందేమాతరం ఉద్యమాన్ని శీఘ్రగతిన అణచివేయడానికి జాతీయ నాయకులందరిని అరెస్టు చేయించింది. కాని ప్రజలు ఈ ఉద్యమాన్ని కొనసాగించారు. చివరికి బ్రిటిష్ అధికారులు మితవాద నాయకులను తృప్తి పరచడానికి 1909 లో మింటో-మార్లే సంస్కరణలను ప్రకటించారు. ఇది ఒక విధంగా అతివాద జాతీయ నాయకుల ఒత్తిడికి బ్రిటిష్‌వారు లొంగి ఇచ్చిన అవకాశంగా పేర్కొనవచ్చు.

బెంగాల్ విభజనను వ్యతిరేకిస్తూ అతివాద నాయకులు ఆరంభించిన స్వదేశీ, విదేశీ వస్తు బహిష్కరణ ఉద్యమాలలో సామాన్య ప్రజానీకం పాల్గొన్న తీరు ఆ రోజుల్లో ఇంగ్లాండ్ లోని హారో (Harrow) లో విద్యనభ్యసిస్తున్న జవహర్‌లాల్ నెహ్రూను, దక్షిణాఫ్రికాలో ఉన్న మహాత్మాగాంధీని కూడా ఆకర్షించాయి. స్వదేశీ భావం కాశ్మీర్ నుంచి కన్యాకుమారి వరకు వ్యాపించిందని నెహ్రూ రాయగా, స్వదేశీ ఉద్యమం భారతీయులలో నిజంగా రాజకీయ చైతన్యాన్ని కలిగించి జాతీయతా భావాన్ని ఉధృతం చేసిందని గాంధీజీ రాశారు. పై రెండు వివరణలు అతివాద జాతీయ ఉద్యమం విశిష్టతను తెలియ చేశాయి.

అతివాద జాతీయోద్యమంచే ఆకర్షితుడైన రమేశ్ చంద్రదత్ (1848-1909) "ది ఎకానమిక్ హిస్టరీ ఆఫ్ ఇండియా" అనే సుప్రసిద్ధ గ్రంథంలో భారతదేశ ఆర్థిక పరిస్థితులను వివరించాడు. భారతదేశ సహజవనరులను ఏవిధంగా బ్రిటిష్‌వారు, వారి స్వంత లాభాలకు వాడుకున్నారో

వివరించాడు. బ్రిటిష్ వారి ఆర్థిక సామ్రాజ్యవాదాన్ని దెబ్బతీయవలసిందిగా ప్రజలను ఉత్తేజ పరిచాడు. స్వదేశీ ఉద్యమంలో భాగంగా విదేశీ వస్తు బహిష్కరణను ప్రతి భారతీయుడు విధిగా నిర్వహించి, దేశ ఆర్థిక పరిస్థితిని మెరుగు పరచాలని కోరాడు. ఇతని కృషి ఫలితంగా 1905 డిసెంబర్ నెలలో మొట్టమొదటి భారత పరిశ్రమల సమావేశం బనారస్‌లో అతని అధ్యక్షతన జరిగింది. అదేవిధంగా జాతీయ విద్యాబోధన అనే అంశం కూడా ఒక సరియైనరూపం దాల్చింది. 1906 లో జాతీయ శిక్షా పరిషత్ స్థాపన జరిగింది.

అతివాద జాతీయ ఉద్యమ నాయకులు సాధించిన మరో ముఖ్య విజయం బెంగాల్ విభజన రద్దుకై బ్రిటిష్ వారిపై ఒత్తిడి తేవడం. దీని ఫలితంగా 1911, డిసెంబర్ 11 న బ్రిటిష్ సార్వభౌముడైన 5 వ జార్జి ఢిల్లీలో ఏర్పాటు చేసిన ఢిల్లీ దర్బార్‌లో బెంగాల్ విభజనను రద్దు చేస్తూ, దాన్ని తిరిగి ఒకే రాష్ట్రంగా గుర్తిస్తూ ప్రకటన జారీ చేశాడు.

అతివాద జాతీయ నాయకుల పట్టుదలను, వందేమాతరం ఉద్యమానికి లభించిన అద్భుతమైన ప్రజా స్పందనను చూపిన బ్రిటిష్ అధికారులు నివ్వెర పోయారు. మితవాదులను తమ పక్షానికి త్రిప్పుకోవడానికై ప్రభుత్వం అన్ని ప్రయత్నాలు చేసింది. ఆ ప్రయత్నంలో భాగంగానే 1909 మింటో-మార్లే సంస్కరణలు చట్టం చేసింది. దీని ప్రకారం భారతీయులకు ప్రభుత్వ వ్యవహారాలలో బాధ్యతాయుతంగా పాల్గొనడానికి అవకాశం కలిపించింది. అతివాద నాయకులు హింసాత్మక చర్యలకు పాల్పడుతున్నారనీ, ప్రజలలో బ్రిటిష్ సామ్రాజ్య వ్యతిరేక భావాలను రగులుకొలుపుచున్నారన్న అభియోగాలపై ప్రభుత్వం వారిని నిర్బంధించింది. ఉద్యమాన్ని బలహీనం చేయడానికి కృషి చేసింది. అయినప్పటికీ బ్రిటిష్ ప్రభుత్వం 1909 లో చేసిన మింటో-మార్లే సంస్కరణలు, 1919 నాటి మాంటేగ్-చేమ్స్-ఫర్డ్ సంస్కరణలు అతివాద నాయకుల శక్తిని, ప్రజాభిప్రాయాన్ని గుర్తించి చేసినవే అని గ్రహించాలి.

ఈ విధంగా అతివాద జాతీయ నాయకులు 1900-1911 మధ్యకాలంలో బ్రిటిష్ వారిపై కొన్ని రాజ్యాంగ బద్ధమైన విజయాలను సాధించ గలిగారు. వారు భారత జాతీయ కాంగ్రెస్ నుంచి బహిష్కరించబడిన తరవాత కూడా తమ కార్యక్రమాల ద్వారా ప్రజలకు మరింత సన్నిహితమై, దేశసేవయే తమ ప్రధాన ఆశయమనీ, పరదేశీ పాలన అంతమే తమ లక్ష్యమనీ ప్రకటించారు. సిద్ధాంత పర విభేదాల వలన జాతీయ కాంగ్రెస్ నాయకులు 1907 వ సంవత్సరంలో అతివాదులు, మితవాదులు అనే రెండు గ్రూపులుగా చీలిపోయినా, ఆ చీలిక శాశ్వతంగా ఉండలేదు. 1914 వ సంవత్సరంలో, తిలక్ జైలు నుంచి విడుదలయి వచ్చిన తరువాత అతని విధానంలో వచ్చిన మార్పువల్లనూ, మారిన పరిస్థితుల దృష్ట్యా, అనీబిసెంట్ కృషి వల్ల, హోంరూల్ ఉద్యమ ఫలితంగా,

1916 లో లక్నో కాంగ్రెస్ వార్షిక సమావేశం సందర్భంగా రెండు గ్రూపులు ఐక్యమయ్యాయి. ఆ తరువాత జాతీయ ఉద్యమంలో వీరు కీలక పాత్ర నిర్వహించారు. భారత స్వాతంత్ర్య పోరాటంలో అతివాద నాయకులు, వారి విధానాలు చిరస్మరణీయమయ్యాయి.

అతివాద నాయకులలో అగ్రగణ్యుడైన బాలగంగాధర్ తిలక్ జాతీయ కాంగ్రెస్ ఐక్యం అయిన నాటి నుంచి (1916 డిసెంబర్) చనిపోయేంత వరకు (అగస్ట్ 1, 1920) భారత జాతీయ కాంగ్రెస్ కార్యకలాపాలను ఒంటి చేతితో శాసించ గలిగాడు. అది అతని పేరు ప్రతిష్ఠలను మరింత ఇనుమడింప చేసింది. కాని ఆగస్ట్ 1, 1920 న అతని ఆకస్మిక మరణం కారణంగా భారత జాతీయ కాంగ్రెస్ నాయకత్వ బాధ్యతలను స్వాతంత్ర్య పోరాట నాయకత్వ బాధ్యతలను మహాత్మా గాంధీకి అప్పగించారు. ఈ విధంగా అతివాద నాయకులు ప్రజల హృదయాలపై చెరగని ముద్ర వేయ గలిగారు.

అతివాద జాతీయ నాయకులకు - మితవాద జాతీయ నాయకులకు వివిధ అంశాలపై కల విభేదాలను ఈ క్రింది పట్టిక ద్వారా తెలుసుకొనవచ్చు.

అతివాదులు	మితవాదులు
1) అతివాద జాతీయ ఉద్యమ నాయకులలో ముఖ్యమైన లాల్, బాల్, పాల్, మొదలైన వారికి మితవాదుల విధానాలైన విన్నపాలు ప్రార్థనలు, విజ్ఞప్తులు మొదలైన వాటిపై విశ్వాసం లేదు.	1) మితవాద జాతీయ ఉద్యమ నాయకులలో ముఖ్యులైన గోఖలే, దాదాబాయి, ఫిరోజ్ షా, రానడే మొదలైన వారికి బ్రిటిష్ వారి మంచితనం పట్ల, బ్రిటిష్ రాజ్యాంగం పట్ల మొక్కవోని విశ్వాసం, నమ్మకం ఉన్నాయి. ప్రార్థనలు, విన్నపాలు, విజ్ఞప్తులే మార్గాలుగా భావించారు.
2) అతివాద నాయకులకు శాంతియుత, పోరాటం పై విశ్వాసం లేదు. ఆశయసాధనకు స్వదేశీ, విదేశీ వస్తు బహిష్కరణ, జాతీయ విద్యా విధానం మొదలైన వాటిని వారు ప్రోత్సహించి, ప్రచారం చేశారు.	2) మితవాద నాయకులు రాజ్యాంగ బద్ధమైన, శాంతియుత, నిర్మాణాత్మకమైన పోరాటాన్ని కొనసాగించారు. అహింసకే వీరు అధిక ప్రాధాన్యత ఇచ్చారు.
3) అతివాద నాయకులలో చాలా మంది యువకులైనందువలన ఉద్రేకం, ఉత్సాహం, పట్టుదల ఎక్కువ. ఆశయ సాధనకై హింసను	3) మితవాద నాయకులు వయస్సు మీదపడినవారు, బ్రిటిష్ వారి శక్తి సామర్థ్యాలను ఎరిగినవారు. కాబట్టి రాజ్యాంగ బద్ధమైన

వీరు సమర్థించారు.	పోరాటం ద్వారా ఆశయాలను సాధించ వచ్చని గ్రహించారు.
4) అతివాద నాయకుల దృష్టిలో భారత జాతీయ కాంగ్రెస్ సంస్థ కేవలం దేశంలోని మేధావి వర్గానికి, సంపన్న వర్గానికి సంబంధించినది. దీని ఆశయాలు, సిద్ధాంతాలు సామాన్య ప్రజానీకానికి అందుబాటులో లేవు. అర్థంకావు. కనుక అతివాదనాయకులు వందేమాతరం ఉద్యమం ద్వారా కాంగ్రెస్ ను సామాన్య ప్రజానీకానికి సన్నిహితం చేశారు.	4) మితవాద నాయకులు భారత జాతీయ కాంగ్రెస్ సంస్థ బ్రిటిష్ ఉన్నతాధికారుల అండదండలచేనెలకొల్పబడినందువల్ల, ప్రారంభ దశలో దీని కార్యకలాపాలను సామాన్య ప్రజానీకం వద్దకు తీసుకు వెళ్ళ వలసినఆవశ్యకతను గుర్తించలేక పోయారు.
5) అతివాద నాయకులు దేశానికి సంపూర్ణ స్వాతంత్ర్యం సాధించాలన్న ఆశయాన్ని బహిరంగంగా వ్యక్తం చేశారు.	5) మితవాద కాంగ్రెస్ నాయకులు ఎన్నడూ సంపూర్ణ స్వాతంత్ర్యం కావాలని కోరలేదు. దేశక్షేమం దృష్ట్యా ప్రజల అవసరాల దృష్ట్యా కొన్ని రాజకీయ, ఆర్థిక సాంఘికసంస్కరణలు మాత్రమే ప్రవేశ పెట్టమని బ్రిటిష్ ప్రభుత్వాన్ని కోరారు.
6) అతివాద నాయకుల దృష్టిలో బ్రిటిష్ వారు భారతదేశ సిరిసంపదలను కొల్లగొట్టి, ఆర్థిక దోపిడిచేసినవారు. స్వదేశీ పరిశ్రమలు, చేతి వృత్తులు వీరి వ్యాపారం వల్లనే క్షీణించాయి. భారత దేశ పేదరికానికి బ్రిటిష్ సామ్రాజ్యవాదమే ప్రధాన కారణమని వీరి వాదన.	6) భారత దేశ సిరిసంపదలను బ్రిటిష్‌వారు కొల్లగొట్టారన్న అతివాద నాయకుల వాదనతోమితహాద కాంగ్రెస్ నాయకులు పూర్తిగా ఏకీభవించలేదు. కాని 1905 తర్వాత మితవాద నాయకులు బ్రిటిష్ ఆర్థిక సామ్రాజ్యవాదాన్ని కొంతవరకు గ్రహించారు. స్వదేశీ పరిశ్రమల రక్షణకై బ్రిటిష్ ప్రభుత్వాన్ని చర్యలు చేపట్టవలసిందిగా కోరారు.
7) అతివాద నాయకులు హిందూ-ముస్లిం ఐక్యత అన్న విషయానికి ఎక్కువ	7) కాని మితవాదనాయకులు హిందూ-ముస్లిం ఐక్యతకు అత్యంత ప్రాధాన్యత ఇచ్చారు.

ప్రాధాన్యత ఇవ్వలేదు.	
8) అతివాద కాంగ్రెస్ నాయకులను బ్రిటిష్ ప్రభుత్వం బద్ధ శత్రువులుగా భావించారు. అందుకే వారి కార్యకలాపాలను నిర్దాక్షిణ్యంగా అణిచివేయడానికి చర్యలు తీసుకొన్నది.	8) మితవాద కాంగ్రెస్ నాయకులను బ్రిటిష్ అధికారులు ఢఫ్రిన్ మొదలైన వారు తమ స్నేహితులుగా, శ్రేయోభిలాషులుగా వర్ణించుకున్నారు.
9) 1909 వ సం. లో బ్రిటిష్ ప్రభుత్వం చేసినమింటో మార్లే సంస్కరణలను అతివాద నాయకులు బహిరంగంగా వ్యతిరేకించారు. వీరి దృష్టిలో ఈ సంస్కరణలు జాతీయతా భావానికి గొడ్డలి పెట్టు.	9) మితవాద కాంగ్రెస్ నాయకులు మింటో-మార్లే సంస్కరణలను పూర్తిగా అంగీకరించకపోయినప్పటికీ పరిస్థితుల దృష్ట్యా స్వీకరించారు.

మొదటి ప్రపంచ యుద్ధం – భారత జాతీయతా వాదం : గదర్ పార్టీ:

ఆగస్ట్, 1914 లో మొదటి ప్రపంచయుద్ధం ఐరోపాలో ఆరంభమైంది. ఈ సంఘటన భారత జాతీయోద్యమానికి ఒక నూతన జీవం పోసింది. వందేమాతరం ఉద్యమం ముగిసిన తరువాత మూడు ఏళ్ళ పాటు కొనసాగిన స్తబ్దతను ఈ యుద్ధ ఆరంభం పటాపంచలు చేసింది. ఇంగ్లాండ్ దేశం మొదటి ప్రపంచయుద్ధంలో జర్మనీ, ఇటలీ, టర్కీ మొదలైన దేశాలతో జీవన్మరణ యుద్ధంలో మునిగి ఉండటం భారత జాతీయవాదులను మరింత ఉత్తేజ పరిచి వారిలో మరిన్ని కొత్త ఆశలు చిగురింప చేసింది. బ్రిటిష్ పాలనను అంతం చేయడానికి ప్రయత్నాలు గదర్ పార్టీ నాయకత్వంలో విదేశాలలో కొందరు దేశభక్తులు చేయగా, భారతావనిలో తిలక్, అనీబిసెంటులు శాంతియుత పద్ధతిలో హోంరూల్ ఉద్యమం ప్రారంభించి స్వపరిపాలన అధికారం సంపాదించడానికి ప్రయత్నాలు చేశారు. గదర్ పార్టీ నాయకత్వంలో జరిగిన ప్రయత్నాలు విదేశాలలో ఉన్న భారతీయులకు చేరాయి. వీటిని గురించి కొన్ని వివరాలు తెలుసుకోవటం ఎంతైనా అవసరం.

భారత దేశంలోని పంజాబీలు ముఖ్యంగా జలంధర్, హోషియార్‌పూర్‌కు చెందిన పంజాబీలు వివిధ ఆశలతో అమెరికా లోని పశ్చిమ తీరానికి 1904 నుంచే వలస పోవడం ఆరంభించారు. వీరిలో చాలా మంది భారతదేశంలో 1904 వ సంవత్సరం కంటే ముందు ఇంగ్లీషువారి సైన్యంలో పనిచేసినవారే. ఈ విధంగా వలస వచ్చిన వారిలో చాల మంది కెనడా, అమెరికాలలో స్థిరపడిన బ్రిటిష్ వారు. వీరి ప్రవేశానికి ఎన్నో అవరోధాలు 1905 తరువాత కలిగించారు. 1908 లో అమెరికాలోని పశ్చిమ తీరానికి భారతీయుల వలసను పూర్తిగా నిషేధిస్తూ

బ్రిటిష్ ప్రభుత్వం ఒక చట్టాన్ని చేసింది. కాని ఫిజీ దీవిలోని బ్రిటిష్ వారి తోటలలో, భూములలో పని చేయడానికి వెళ్ళే భారతీయ కూలీలపై ఎలాంటి నిషేధం పెట్టలేదు.

విదేశాలలో బ్రిటిష్ వారు అనుసరిస్తున్న విచక్షణా విధానాలను బహిరంగంగా వ్యతిరేకించిన వారిలో రామ్‌నాథ్ పూరి, తారకనాథ్ దాస్, జి. డి. కుమార్ మొదలైనవారు ప్రముఖులు. అమెరికా పశ్చిమ తీరంలో రాజకీయఖైదిగా నివసిస్తున్న రామనాథ్‌పూరి సర్క్యులర్- ఇ- ఆజాది అనే పత్రికను 1907 ప్రచురించి వందేమాతరం ఉద్యమ నాయకులను సమర్థించాడు. 1908లో తారకానాథ్ దాస్ కెనడాలోని నుంచి ఫ్రీ హిందూస్థాన్ అనే పత్రికను ప్రచురించాడు. జి. డి. కుమార్ వ్యాంకూర్‌లో స్వదేశీ సేవక్ హోమ్ ను ఆరంభించాడు. గురుముఖి భాషలో స్వదేశీ సేవక్ పత్రికను నడిపించెను. వీరి పత్రికలు, ఉపన్యాసాలు, చర్చలు అమెరికాలోని వివిధ ప్రాంతాలలో స్థిరపడిన భారతీయులకు నూతన ఉత్సాహాన్ని కల్గించాయి. వీరి ప్రయత్నాల ఫలితంగా అమెరికా, కెనడాలలో స్థిరపడిన భారతీయులలో మాతృదేశం పట్ల అభిమానం, భక్తిభావం పెంపొందాయి. క్రమంగా వీరిలో తీవ్రవాద, విప్లవభావాలు బలపడ్డాయి. బ్రిటిష్ వారికి ఇది పెద్ద ప్రమాదంగా మారింది.

విదేశాలలో ముఖ్యంగా అమెరికా, కెనడాలలో విప్లవ భావాలకు స్ఫూర్తి, 1913 లో హాంకాంగ్, మలయా రాష్ట్రాలలో సిక్కు పూజారిగా పనిచేసిన భగవాన్ సింగ్ వ్యాంకూర్ పర్యటన వల్ల చేకూరింది. హింసాత్మక పద్ధతుల ద్వారానైనా, మాతృదేశంలో కొనసాగుతున్న బ్రిటిష్ దుష్పరిపాలనను అంతం చేయాలని బోధించాడు. మూడు నెలల తరువాత అతన్ని కెనడా నుంచి బహిష్కరించారు.

తరవాత కొన్ని నెలలకే విప్లవ కార్యక్రమాల కేంద్రం, కెనడా నుంచి అమెరికాకు మారింది. కాలిఫోర్నియా నగరం విప్లవ కార్యకలాపాలకు కేంద్రమైంది. ఏప్రిల్ 1911 లో కాలిఫోర్నియాకు రాజకీయ ఖైదీగా (బహిష్కరింపబడిన వాడిగా) చేరిన హర్‌దయాళ్ ఇక్కడి కార్యకలాపాలకు నాయకుడయ్యాడు. ఇతడు స్టాన్ ఫోర్డ్ యూనివర్సిటీలో కొంతకాలం విద్యాభ్యాసం చేశాడు. కాని కొంతకాలానికే రాజకీయాల్లో చురుకుగా పాల్గొన్నాడు. ఆయన విప్లవ వాది. బ్రిటిష్ పాలనను హింసాత్మక పద్ధతిలోనే అంతమొందిచవచ్చని గాఢంగా నమ్మిన వ్యక్తి. ఇతడు డిసెంబర్ 23, 1912 న ఢిల్లీలో భారత వైస్రాయ్ అయిన లార్డ్ హార్డింజ్‌పై విప్లవకారులు బాంబు విసరడాన్ని సమర్థించాడు. యుగాంతర్ అనే సర్క్యులర్ జారీ చేశాడు.

1913 వ సంవత్సరం నాటికి అమెరికా పశ్చిమ తీరంలో స్థిరపడిన భారతీయులకు హర్ దయాళ్ నాయకుడైనాడు. అతడు అమెరికాను కేంద్రంగా చేసుకొని బ్రిటిష్ సామ్రాజ్య వాదాన్ని కూలదోయడానికి ప్రణాళిక రూపొందించాడు. చివరికి తన కార్యకలాపాలను మరింత ప్రచారం

చేయడానికి గదర్ అనే వారపత్రికను ఆరంభించి, ఉచితంగా పంపిణీ చేయించాడు. ఇతడు శాన్ ఫ్రాన్సిస్కో నగరంలో యుగాంతర్ ఆశ్రమ్ స్థాపించాడు. గదర్ వారపత్రిక మొట్టమొదటి ప్రతి 1 నవంబర్, 1913 లో ఉర్దూలో వెలువడింది. గురుముఖి భాషలో రెండో ప్రతి డిసెంబర్ 9, 1913 లో వెలువడింది. గదర్ పత్రిక బ్రిటిష్ సామ్రాజ్యవాదంలోని లోపాలను, దోపిడినీ బహిరంగ పరచింది. భారత దేశపు సహజ వనరులను ఏవిధంగా వారి స్వార్థానికి ఉపయోగించారో ఈ పత్రిక పాఠకులకు సవివరంగా తెలిపింది. బ్రిటిష్ ఇండియాలో ఉన్న భారతీయుల సంఖ్య ఎన్నో రెట్లు ఆంగ్లేయ అధికారుల, సైనికుల కంటే ఎక్కువ కాబట్టి, 1857 తిరుగుబాటు జరిగిన 56 ఏళ్ళ తరువాత మరోసారి భారతీయులు బ్రిటిష్ సామ్రాజ్యాధిపతికి వ్యతిరేకంగా, ఐక్యంగా తిరుగుబాటు లేవదీయాలని, వారి అధికారాన్ని కూలదోయాలని "గదర్" పత్రికలోని వ్యాసాలు ప్రజలను ఉత్తేజ పరిచాయి.

గదర్ పత్రిక భారత జాతీయోద్యమానికి విశిష్ట సేవలందించిన తిలక్, అరవింద ఘోష్, వి. డి సవార్కర్, మేడం కామా, శ్యాంజీకృష్ణవర్మ, అజిత్‌సింగ్, సూఫీ అంబా ప్రసాద్ తదితరులను ప్రశంసించింది. అదే విధంగా 'అను శీలన్ సమితి', 'యుగాంతర్ సమితి' సభ్యులు చేసిన సేవలను కూడా పొగిడింది. గదర్ పత్రికలో ప్రచురితమైన పద్యాలు, గేయాలు అందరి హృదయాలను ఆకట్టుకున్నాయి. విప్లవ బీజాలను పటిష్టం చేశాయి. గదర్ పత్రిక ప్రతులను ఉత్తర అమెరికాలోని భారతీయులకు ఉచితంగా పంపిణి చేశారు. కొన్ని నెలల్లోనే ఫిలిప్పీన్స్, హాంకాంగ్, చైనా మాలే రాష్ట్రం సింగపూర్, ట్రినిడాడ్ మొదలైన చోట్ల ఉన్న భారతీయులకు చేరాయి. ఆ తరువాత కొంత కాలానికి భారతదేశం చేరింది. బ్రిటిష్‌వారి పట్ల విశ్వాస పాత్రులుగా వ్యవహరించిన పంజాబీలను అతి స్వల్పకాలంలో గదర్ పత్రిక బ్రిటిష్ ప్రభుత్వ విద్రోహులుగా మార్చింది. ఈ విధంగా 1913 చివరి నాటికి గదర్ పేరు ప్రఖ్యాతులు నలుమూలల వ్యాపించాయి. 1914 వ సంవత్సరంలో జరిగిన మూడు ముఖ్య సంఘటనలు గదర్ ఉద్యమాన్ని తీవ్రంగా ప్రభావితం చేశాయి. అవి హర్‌దయాళ్ అరెస్టు, అతడు పారిపోవటం, కామగట మారునావ సంఘటన, 1914 ఆగస్టులో మొదటి ప్రపంచ యుద్ధం ఆరంభమవటం.

హర్ దయాళ్ ను పోలీసులు 1914 మార్చి 25 లో అరెస్టు చేశారు. కాని జామీను మీద వదిలి పెట్టిన కొన్ని రోజులకే అతడు తిరిగి అమెరికా దేశం చేరుకున్నాడు. ఈ విధంగా గదర్ ఉద్యమం అర్థాంతరంగా సమాప్తమైంది.

కామగటమారు సంఘటన మార్చి 1914:– బ్రిటిష్ సామ్రాజ్య వాదానికి, భారతావనిపై వారి అన్యాయకరమైన పరిపాలనకు వ్యతిరేకంగా విదేశాలలో జరిగిన విప్లవ సంఘటనలలో 1914 వ

సంవత్సరంలో జరిగిన కామగటమారు సంఘటన ప్రముఖమైంది. కెనడా దేశంలో స్థిరపడిన సిక్కుల పట్ల కెనడా ప్రభుత్వం కఠిన వైఖరి అవలంబించింది. వలస చట్టాన్ని కఠినతరం చేసింది.

1914 మార్చి నెలలో హాంకాంగ్ లో నివసిస్తున్న 165 మంది భారతీయులు, బాబాగురుదత్ సింగ్ నాయకత్వంలో కెనడా లోని వ్యాంకూర్ నగరానికి కామగటమారు అనే ఒక జపాన్ నౌకలో ప్రయాణమయ్యారు. మధ్యమార్గంలో, మరికొన్ని రేవు పట్టణాలలో నివసించే భారతీయులు కూడా వారితో చేరారు. మొత్తం 376 ప్రయాణీకులతో, మే 23, 1914 లో కామగట మారు నౌక వ్యాంకువర్ రేవును చేరింది. కెనడా అధికారులు నౌకలోని భారతీయులను తమ దేశంలోకి ప్రవేశించడాన్ని నిషేధించారు. కెనడాలోని భారతీయులు కామగటమారు నౌకలో ఉన్న భారతీయుల హక్కులకై షోర్ కమీటి ఏర్పాటు చేసి ప్రభుత్వంతో న్యాయ పోరాటానికి సిద్ధ పడ్డారు. షోర్ కమీటి అధ్యక్షుడు హుస్సేన్ రహీం సోహన్‌లాల్ పధక్, బల్వంత్ సింగ్ ఇతర సభ్యులు. ప్రభుత్వ విధానానికి వ్యతిరేకంగా మీటింగ్‌లు ఏర్పాటు చేశారు. భారతదేశంలో, అమెరికాలోని భారతీయులు తిరుగుబాట్లు లేవదీస్తామని బ్రిటిష్ ప్రభుత్వాన్ని హెచ్చరించారు.

కెనడా ప్రభుత్వ నిషేధాజ్ఞలను, ఉల్లఘించలేక కామగటమారునౌకలోని భారతీయులు మే, 1914 లో తిరుగు ప్రయాణం ఆరంభించారు. మార్గ మధ్యంలో ఏ రేవు పట్టణంలో కూడా నౌకను ఆపరాదని బ్రిటిష్ ప్రభుత్వాధికారులు ఆదేశాలు జారి చేశారు. ఎన్నో బాధలకు ఓర్చి, 1914 సెప్టెంబర్ 28 న కామగటమారు నౌక కలకత్తాకు 17 మైళ్ళ దూరంలో ఉన్న బడ్జి విమానాశ్రయానికి చేరింది. కామగటమారు నౌకలోని ప్రయాణికులను గదర్ పార్టీకి చెందిన విప్లవకారులని అనుమానించి, బ్రిటిష్ అధికారులు గట్టి బందోబస్తుతో, ఒక ప్రత్యేక రైలును సిద్ధం చేశారు. కాని వీరు కలకత్తాకు వెళ్ళ దలిచారు. ప్రభుత్వం దానిని అంగీకరించక, బలవంతంగా వారిని రైలు బండిలో ఎక్కించడానికి పోలీస్ దళాలను పంపించింది. పోలీసులకు, వీరికి మధ్య సంఘర్షణ జరిగింది. పోలీసు కాల్పులలో 18 మంది భారతీయులు మరణించారు. 29 మంది తప్పించుకుని పారిపోయారు. 60 మంది మాత్రం రైలు బండి ఎక్కారు. బాబాగురుదత్ సింగ్‌కు కూడా గాయాలు తగిలాయి. కాని, అతడు త ్ప్ంచుకుని ప్రవాసంలోకివెళ్ళిపోయాడు. మరునాడు మిగిలిన సిక్కులను ప్రభుత్వం బంధించి, ప్రత్యేక రైలులో పంజాబ్‌కు పంపివేసింది. ఈ విధంగా కెనడా ప్రభుత్వం కంటే ఎంతో కఠినంగా, భారతదేశంలో బ్రిటిష్ అధికారులు, పోలీసులు వ్యవహరించారు. ఈ విధంగా కామగటమారు సంఘటన భారత స్వాతంత్ర్య పోరాట చరిత్ర పుటల్లో శాశ్వతంగా నిలిచిపోయింది.

హోంరూల్ ఉద్యమం(1914–1918)

భారత స్వాతంత్ర్య ఉద్యమ చరిత్రలో వందేమాతరం తరువాత ముఖ్య ఘట్టం హోంరూల్ ఉద్యమం. ఈ ఉద్యమాన్ని బాలగంగాధర్ తిలక్, ఐరిషే మహిళ, దివ్య జ్ఞాన సమాజ అధ్యక్షురాలైన అనీబిసెంట్ లు కలిసి నిర్వహించారు. ఈ ఉద్యమం ప్రధాన ధ్యేయం బ్రిటిష్ సామ్రాజ్యంలో అంతర్భాగంగా భారత దేశానికి సకల రాజ్యాంగ పద్ధతుల ద్వారా స్వయం పాలన అధికారం సాధించటం.

హోంరూల్ ఉద్యమం ప్రారంభం కావడానికి దోహదం చేసిన పరిస్థితులు:

హోంరూల్ ఉద్యమం ఆరంభం కావడానికి దోహదపడిన మొదటి సంఘటన వందేమాతరం ఉద్యమ కాలంలో (1908) లో అరెస్టు అయి, బర్మాలోని మాండలే జైలులో 6 సంవత్సరాలపాటు శిక్ష అనుభవించిన బాలగంగాధర్ తిలక్‌ను 16 జూన్, 1914 లో ప్రభుత్వం విడుదల చేయటం. తిలక్ అనుచరులలో ముఖ్యులు, అతివాద నాయకులలో ప్రముఖులైన లాలాలజపతిరాయ్ అమెరికాలో స్థిరపడటం. అరవింద ఘోష్, బిపిన్ చంద్రపాల్‌లు రాజకీయాల నుంచి దూరమవటం వల్ల తిలక్ జైలు నుంచి విడుదలైన తరువాత ఏకాకిగా మిగిలారు. మాండలే జైలులో శిక్ష అనుభవించిన కాలంలో తిలక్ అతివాద ధోరణిలో మార్పు వచ్చింది. అతడు సంపూర్ణ స్వరాజ్యాన్ని గురించి మొండిపట్టుగా మాట్లాడకుండా అంతరంగిక స్వపరిపాలన సాధించాలని నిశ్చయించుకున్నాడు. 1916 ఏప్రిల్ నెలలో తిలక్ పూనాలో మొదటి హోంలీగ్‌ను నెలకొల్పాడు. జైలు నుంచి విడుదలైన వెంటనే తిలక్ ఒక బహిరంగ ప్రకటన చేస్తూ, భారత దేశం ఎన్నడూ ఆంగ్ల సామ్రాజ్యం నుంచి విడిపోదనీ, ఆ సామ్రాజ్యంలో అంతర్భాగంగా ఉంటూనే, అంతరంగిక స్వపరిపాలన సాధించటం కోసం, ఐర్లాండ్ ప్రజల లాగా ప్రయత్నాలు కొనసాగిస్తుందని చెప్పాడు. పైగా గతంలో జరిగిన హింసాత్మక సంఘటనల పట్ల విచారం వ్యక్తం చేశాడు. మొదటి ప్రపంచయుద్ధంలో ఇరుక్కుని కష్టాల్లో ఉన్న బ్రిటిష్ వారికి అన్ని రకాల సహకారం అందించడం భారతీయుల కర్తవ్యం అని చెప్పాడు.

వందేమాతరం ఉద్యమం ముగిసిన తరువాత మరో ఐదు ఏళ్ళపాటు జాతీయ కాంగ్రెస్ సంస్థ ఎలాంటి ఉద్యమాలు నిర్వహించలేదు. మితవాద నాయకులలో కొందరు 1907 లో సూరత్‌లో జరిగిన విభజన పట్ల విచారం వ్యక్తం చేశారు. మింటో-మార్లే సంస్కరణలు మితవాద కాంగ్రెస్ నాయకులకు పూర్తి సంతృప్తి కలిగించలేదు. కొందరు మితవాద కాంగ్రెస్ నాయకులు కూడా తిలక్ పట్ల సానుభూతి చూపారు. కాంగ్రెస్ ఐక్యతను వారు ఆకాంక్షించారు. కాని 1915 వరకు ఫిరోజ్‌షా మెహతా, గోఖలే ల వ్యతిరేకత వల్ల తిలక్ ఆశయం నెరవేరలేదు. ఇట్లాంటి క్లిష్ట

పరిస్థితుల్లో కాంగ్రెస్ సంస్థలో చేరిన ఐరిష్ మహిళ, దివ్యజ్ఞాన సమాజం అధ్యక్షురాలైన అనీబిసెంట్ రంగ ప్రవేశం చేసింది. ఆమెకు భారత దేశమన్నా, ప్రజలన్నా, సంస్కృతి అన్నా, స్వేచ్ఛా, స్వాతంత్ర్యాలన్నా అభిమానం, ప్రేమ ఎక్కువ. 1914 నాటికి 66 ఏళ్ళు నిండిన అనీబిసెంట్ కాంగ్రెస్‌లోని రెండు వర్గాల వారిని, ముస్లింలీగ్‌ను ఐక్యం చేయడానికి ప్రయత్నాలు ఆరంభించింది. ఐర్లాండ్ లో బ్రిటిష్ పాలకులనుంచి ప్రజలు పొందిన ఆంతరంగిక స్వపరిపాలన అవకాశాలను భారతీయులకు కూడా సాధించి పెట్టాలని ఆశించింది. ఇందుకోసం కాంగ్రెస్‌లో ఐక్యత ఎంతైనా అవసరమని ఆమె గుర్తించింది. తిలక్‌ను కలిసి అతని భావాలను తెలుసుకున్నది. అదే విధంగా గోపాలకృష్ణ గోఖలే, ఫిరోజ్‌షా మెహతాలను కలిసి కాంగ్రెస్ ఐక్యత గురించి చర్చించింది. కాని ఫిరోజ్‌షా మెహతా, గోఖలేల మొండిపట్టు వల్ల కాంగ్రెస్ ఐక్యతకై అనీబిసెంట్ 1914 చివరి వరకు చేసిన ప్రయత్నాలు విఫలమయ్యాయి. కాని 1915 ఫిబ్రవరి నెలలో గోఖలే, 1915 నవంబర్ నెలలో ఫిరోజ్‌షా మెహతాలు స్వర్గస్థులు కావడంతో ఆమె కోరిక నెరవేరింది. 1916 లో లక్నో నగరంలో 31 వ కాంగ్రెస్ వార్షిక సమావేశం ఘనంగా జరిగింది. అతివాదులు, మితవాదులు మాత్రమే కాకుండా, ముస్లిం లీగ్‌వారు కూడా కాంగ్రెస్ తో కలిసారు. అందరూ ఐక్యంగా స్వపరిపాలన అధికారాలు బ్రిటిష్ వారు భారతీయులకు ప్రదానం చేయాలని కోరారు. లక్నో సమావేశానికి అంబికా చరణ్ మజుందార్ అధ్యక్షత వహించారు. తిలక్, అనీబిసెంట్‌లతో పాటు రాసబిహారీ ఘోష్, సురేంద్రనాథ్ బెనర్జీ, వాడియా, జార్జ్ అరండేలు, జిన్నా మొదలైన ప్రముఖ నాయకులు పాల్గొన్నారు.

మొదటి ప్రపంచయుద్ధం 1914 జూన్ నెలలో ఐరోపా ఖండంలోని రెండు కూటముల మధ్య ఆరంభమైంది. ఆస్ట్రియా, హంగేరీ, జర్మనీ, ఇటలీ ఒకవైపు, ఇంగ్లాండ్, ఫ్రాన్స్, రష్యాలు మరోవైపున పోరాడాయి. ఈ యుద్ధం తొలిదశలో జర్మనీ దాని మిత్ర రాజ్యాల శక్తి ముందు బ్రిటన్ దాని మిత్రరాజ్యాలు, తీవ్ర పోటీని చవిచూశాయి. ఇట్లాంటి క్లిష్ట పరిస్థితులలో చిక్కుకున్న బ్రిటిష్ వారిని శాంతియుత పద్ధతుల ద్వారా బలవంతం చేసి మరిన్ని అధికారాలు సాధించవచ్చని తిలక్, అనీబిసెంట్ మొదలైన వారు గ్రహించడం, అందుకు హోంరూల్ ఉద్యమం నడుపటం ఒక్కటే మార్గమని వారు భావించడం, హోంరూల్ ఉద్యమానికి కారకాలయ్యాయి.

అనీబిసెంట్ 1915 ఆరంభంలోనే హోంరూల్ గురించి ప్రజల్లో ప్రచారం చేయడానికి "న్యూఇండియా", "కామన్‌వీల్"అనే రెండు పత్రికలు ప్రారంభించింది. వీటిలో ఉత్తేజ పూరితమైన వ్యాసాలు రాసింది. అనేక ప్రాంతాలలో బహిరంగ సభలు ఏర్పాటు చేసి ఉపన్యసించింది. యుద్ధానంతరం భారతీయులకు స్వపరిపాలన అధికారం కల్పించడానికి కావలసిన ఏర్పాట్లు చేయాలని డిమాండ్ చేసింది. 1915 ఏప్రిల్ నెల తర్వాత అనీబిసెంట్ తన ప్రయత్నాలను

ముమ్మరం చేసింది. 1916 సెప్టెంబర్ నెలలో అనీబిసెంట్ మొదటి హోంలీగ్‌ను మద్రాస్‌లో ఆరంభించింది. జమునాదాస్ ద్వారకాదాస్, శంకర్‌లాల్ బ్యాంకర్, బి.పి. వాడియా, ఇందులాల్ యాగ్నిక్, జార్జ్ అరుండేల్ అనీబిసెంట్ సహచరుల్లో ముఖ్యులు. అరుండేల్ హోంరూల్ ఉద్యమ కార్యనిర్వాహక సెక్రటరీగా నియమింపబడ్డాడు. తిలక్ స్థాపించిన హోంలీగ్, అనీబిసెంట్ స్థాపించిన హోంలీగ్‌ల మధ్య పూర్తి సమన్వయం కుదిరింది. హోంరూల్ ఉద్యమాన్ని మహారాష్ట్ర (బొంబాయి నగరం మినహా) కర్ణాటక, మధ్యరాష్ట్రాలు, బీహార్ లలో నిర్వహించే బాధ్యత తిలక్ హోంలీగ్ స్వీకరించింది. మిగతా యావత్ భారతదేశంలో హోంరూల్ ఉద్యమాన్ని నిర్వహించే బాధ్యత అనీబిసెంట్ లీగ్ స్వీకరించింది. ఈ రెండు హోంలీగ్‌లు వేరు వేరుగా ఉండి తమ కార్యక్రమాలను నిర్వహించడానికి గల కారణాన్ని అనీబిసెంట్ ఈ క్రింది విధంగా వివరించారు. అతని (తిలక్) అనుచరులలో కొందరికి నేనంటే ఏవగింపు. నా సహచరులలో కొందరికి అతడంటే ఏవగింపు. అయినప్పటికి హోంరూల్ ఉద్యమంకు వీరు ఇద్దరు సమానంగా నాయకత్వం వహించారు.

ఈ విధంగా పైన పేర్కొన్న పరిస్థితులు, సంఘటనలు అఖిల భారత స్థాయిలో హోంరూల్ ఉద్యమం ప్రారంభం కావడానికి దోహదం చేశాయి.

బి) హోంరూల్ ఉద్యమ ప్రచారం

తిలక్ అనీబిసెంట్ అవలంబించిన మార్గాలు :– 1916 సెప్టెంబర్ నుంచి హోంరూల్ ఉద్యమం యావత్ భారత దేశంలో ప్రారంభమయింది. 1916 డిసెంబర్ నెలలో లక్నోలో జరిగిన కాంగ్రెస్ గ్రూపుల ఐక్యత, కాంగ్రెస్ ముస్లింలీగ్‌ల ఐక్యత ఈ ఉద్యమానికి నూతన ఉత్సాహాన్ని చేకూర్చాయి. బాల గంగాధర్ తిలక్, అనీబిసెంటులు ఈ ఉద్యమాన్ని తమదైన శైలిలో కొనసాగించారు. తిలక్, మరాఠా, కేసరి పత్రికల్లో – హోంరూల్ గురించి అనేక వ్యాసాలు రాశారు. 1916 నాటికి ఈ రెండు పత్రికల కాపీలు 47,000 కు పైగా అమ్ముడు పోయాయి. 1917 ఏప్రిల్ నాటికి తిలక్ హోమ్‌రూల్ లీగ్‌లో చేరిన సభ్యుల సంఖ్య 14,000 వేలకు చేరింది. దేశంలోని వివిధ ప్రాంతాలలో తిలక్ నాయకత్వంలోని లీగ్‌లు చురుకుగా పని చేయసాగాయి. ఇదే విధంగా అనీబిసెంట్ నాయకత్వంలో 200 లకు పైగా హోంలీగ్‌లు స్థాపించబడ్డాయి. అనీబిసెంట్‌కు అండగా జార్జ్ అరుండేల్ సి.పి. రామస్వామి అయ్యర్, బి.పి. వాడియా నిలిచారు. అనీబిసెంట్ హోంరూల్ ఉద్యమ కేంద్రం మద్రాస్ లోని అడయార్. 1917 మార్చినెల నాటికి అనీబిసెంట్ హోంలీగ్ సభ్యుల సంఖ్య 7,000 కు పెరిగింది. అనీబిసెంట్ హోంలీగ్ సభ్యుల్లో అలహాబాదులో జవహర్‌లాల్‌నెహ్రూ, కలకత్తాలో బి. చక్రవర్తి, జే. బెనర్జీ ముఖ్యులు. మద్రాస్, బొంబాయి, ఉత్తరప్రదేశ్ లోని పట్టణాలు, గుజరాత్‌లోని నగరాలు గ్రామాలు హోంలీగ్ కార్యక్రమాలచే ప్రభావితమయ్యాయి. అనీబిసెంట్

నడుపుతున్న న్యూ ఇండియా అనే పత్రిక హోంరూల్ భావాలను ప్రజల్లో ప్రచారం చేయటంలో, వారిని ఉద్యమానికి సంసిద్ధం చేయటంలో కీలక పాత్ర వహించింది. యావత్ భారత స్థాయిలో రాజకీయ చర్చలు, ఉపన్యాసాలు, మీటింగులు ఏర్పాటు చేయాలని అరుండేల్ సూచించారు. అనీబిసెంట్ హోంలీగ్ సభ్యులు గ్రంథాలయాల స్థాపన, అందు జాతీయ రాజకీయాలకు సంబంధించిన సాహిత్యాన్ని ఉంచటం, విద్యార్థులు రాజకీయాలలో పాల్గొనడంపై చర్చలు జరపటం, కరపత్రాలు ముద్రణ, పంపిణీ, విరాళాల సేకరణ మొదలయిన కార్యక్రమాలు ఎంతో ఉత్సాహంగా చేపట్టారు.

ఆంధ్రలో అనీబిసెంటు పర్యటన ఏప్రిల్, మే 1916: అనీబిసెంటు 1916 ఏప్రిల్, మే నెలల్లో ఆంధ్రదేశంలో పర్యటించి హోంరూల్ ఉద్యమం గురించి ప్రచారం చేశారు. ఆమె రాజమండ్రి, చిత్తూరు, కాకినాడ, బెజవాడ, మచిలీపట్నం, గుంటూరు, మొదలయిన చోట్ల సమావేశాలలో ఉపన్యసించింది. ఆంధ్ర హోంరూల్ లీగ్‌కు శ్రీ గాడిచర్ల హరి సర్వోత్తమరావును ఆమె కార్యదర్శిగా నియమించింది. ఆమె కృషి ఫలితంగా విశాఖపట్నం, బర్హాంపూరు, కాకినాడ, రాజమండ్రి, ఏలూరు, విజయవాడ, తెనాలి, గుంటూరు, చిత్తూరు, మదనపల్లి మొదలైన చోట్ల హోంలీగ్ శాఖలు వెలిశాయి. ఈ విధంగా 1917 నాటికి ఆంధ్రదేశంలో 52 హోంలీగ్ శాఖలు వెలిశాయి. తెలుగు పత్రికలైన "దేశమాత", "హితకారిణి", "ఆంధ్రపత్రిక" "కృష్ణపత్రిక" ఈ ఉద్యమ ఆశయాలను, కార్యక్రమాలను ప్రజల్లో వ్యాపింప చేశాయి. అనీబిసెంటు హోంరూల్ ఉద్యమానికి పూర్తి సహకారం అందించిన ఆంధ్ర ప్రముఖులలో దేశభక్తకొండా వెంకటప్పయ్య, ఉన్నవ లక్ష్మీనారాయణ, చిలకమర్తి లక్ష్మీనరసింహం, అయ్యదేవర కాళేశ్వరరావు, భోగరాజు పట్టాభి సీతారామయ్య, గుత్తి కేశవపిళ్ళై, న్యాపతి సుబ్బారావు ముఖ్యులు. 1916 మే నెలలో అనీబిసెంటు మదనపల్లిలో జాతీయ కళాశాలను నెలకొల్పింది. ఇదే మదనపల్లిలోని నేటి అనీబింటు థియోసాఫికల్ కళాశాల. ఈ విధంగా అనీబిసెంటు ఆంధ్రపర్యటన హోంరూల్ ఉద్యమ చరిత్రలో ఒక ముఖ్య ఘట్టం.

హోంరూల్ ఉద్యమం ప్రజా ఉద్యమంగా మారటం దానిని అణచి వేయడానికి ప్రభుత్వం చేపట్టిన చర్యలు:

1917 ప్రారంభం నాటికి తిలక్, అనీబిసెంట్‌ల కృషి వల్ల హోంరూల్ ఉద్యమం యావత్ భారత స్థాయి ఉద్యమమయ్యింది. క్రమక్రమంగా ఈ ఉద్యమం పట్ల ప్రజాదరణ పెరుగుతూ వచ్చింది. ఈ పరిణామాలన్నీ బ్రిటిష్ ప్రభుత్వాధికారులకు భయాందోళనలకు గురి చేశాయి. ఇక లాభం లేదని ప్రభుత్వం ఉద్యమాన్ని అణచి వేయడానికి నిశ్చయించుకుంది. ముందుగా బాల గంగాధర్ తిలక్‌పై చర్య తీసుకుంది. అతడిని పంజాబ్, ఢిల్లీ రాష్ట్రాలలో పర్యటించకుండా

నిషేధాజ్ఞలు జారీ చేసింది. కాని ఆ ఉత్తరువు న్యాయ సమ్మతం కాదని హైకోర్టు, ఉత్తరువును రద్దు చేసింది. దానితో తిలక్‌కు మరింత ప్రజాదరణ పెరిగింది. రెండో చర్యగా అనీబిసెంటు ప్రచురిస్తున్న పత్రికలపై ఆంక్షలు విధించింది. 1917 జూన్ 15, వ తేదీన అనీబిసెంట్‌ను, ఆమె అనుయాయులైన జార్జ్ అరుండేల్, వాడియాలను ప్రభుత్వం నిర్భంధించిది. అనీబిసెంటును నిర్భంధించింది. అనీబిసెంటును ను నిర్భంధించటాన్ని యావత్ జాతి విమర్శించింది. దేశం నలుమూలల ఆమె విడుదలను కోరుతూ నిరసన ప్రదర్శనలు, ఊరేగింపులు జరిగాయి. ఆమె అరెస్టుకు నిరసనగా సుబ్రమణ్యఅయ్యర్ తన బిరుదును త్యజించాడు. అంతవరకు హోంరూల్ ఉద్యమంలో ప్రత్యక్షంగా పాల్గొనని మితవాద కాంగ్రెస్ నాయకుల్లో ప్రముఖులైన పండిత్ మదన్ మోహన్ మాలవ్యా, సురేంద్రనాథ్ బెనర్జీ, మహ్మద్ ఆలీజిన్నా మొదలైనవారు హోంలీగ్‌లో సభ్యులుగా చేరి తమ అండదండలను అందచేశారు. జూలై 28, 1917 న అఖిల భారత కాంగ్రెస్ కమిటీ ఒక మీటింగ్ ఏర్పాటు చేసింది. తిలక్ ఈ సమావేశంలో ప్రసంగిస్తూ శాసనోల్లంఘనం చేయటం ఇక ఒకటే మార్గమని అనీబిసెంటు, ఆమె సహచరులను బంధించిన స్థలాన్ని (కోయంబత్తూరు) ముట్టడించాలని తిలక్ సూచించాడు. గాంధీజీ సూచన మేరకు హోంరూల్ నాయకులలో ముఖ్యులైన శంకర్‌లాల్ బ్యాంకర్, జమునాదాస్ ద్వారకాదాస్‌లు అనీబిసెంటు నిర్భంధాన్ని వ్యతిరేకిస్తూ, ఆమె విడుదలకై కోయంబత్తూరును ముట్టడించడానికి సిద్ధంగా ఉన్న వెయ్యిమంది, హోంలీగ్ కార్యకర్తల సంతకాలు సేకరించారు. అదే విధంగా పదిలక్షల రైతులతో శ్రామికులతో హోంరూల్ కావాలంటూ సంతకాలు సేకరించారు. ఇది ఆనాటి భారత వ్యవహారాల మంత్రి లార్డ్ మాంటేగ్‌కు పెద్ద చికాకు కలిగించింది. చివరికి ఆగస్టు 20, 1917 మాంటేగ్ ఒక ప్రకటన చేస్తూ స్వపరిపాలన సంస్థలు ఎక్కువగా ఏర్పాటు చేసి బాధ్యతాయుత ప్రభుత్వ స్థాపనే ఆంగ్లపాలన లక్ష్యమని, భారతీయులకు ప్రాతినిధ్యం పెంచబడుతుందని, తన అభిప్రాయాన్ని, నిర్ణయాన్ని ఈ విధంగా పేర్కొన్నాడు. బాధ్యతాయుత ప్రభుత్వ బాధ్యతలను దశల వారీగా భారతీయులకు ఇవ్వడం జరుగుతుందని కూడా తెలిపాడు. లార్డ్ మాంటేగ్, ప్రకటనను దృష్టిలో పెట్టుకొని మద్రాస్ ప్రభుత్వాధికారులు సెప్టెంబర్, 1917లో అనీబిసెంటును, ఆమె అనుచరులను, హోంరూల్ ఉద్యమకాలంలో అరెస్టు చేసిన వారినందరిని విడుదల చేశారు. దీని ఫలితంగా అనీబిసెంట్ పేరు ప్రఖ్యాతులు నింగినంటాయి. బాలగంగాధర్ తిలక్ సూచన మేరకు కాంగ్రెస్ అధిష్టానవర్గం ఆమెను 1917, డిసెంబర్ నెలలో కలకత్తా నగరంలో జరిగే 32 వ కాంగ్రెస్ వార్షిక సమావేశానికి అధ్యక్షురాలిగా ఎన్నుకుంది.

హోంరూల్ ఉద్యమం క్షీణత

1917 వ సంవత్సరం చివరి నాటికి తీవ్రస్థాయికి చేరిన హోంరూల్ ఉద్యమం, 1918 వ సంవత్సరం

ఆరంభం నుండే క్షీణదశకు చేరుకుంది. దీనికి అనేక కారణాలు ఉన్నాయి.

1) మాంటేగ్ ప్రకటన పట్ల తిలక్, అనీబిసెంట్ ఇతర కాంగ్రెస్ నాయకులు పూర్తి విశ్వాసాన్ని ప్రకటించటం.

2) అనీబిసెంట్ అరెస్టు తరువాత హోంరూల్ ఉద్యమంలో పాల్గొన్న మితవాద కాంగ్రెస్ నాయకులు మోతీలాల్ నెహ్రూ, మదన్ మోహన్ మాలవ్యా మొదలైనవారు అనీబిసెంట్ విడుదల, మాంటెగ్ ప్రకటనవల్ల సంతోషించి ఇక ఉద్యమాన్ని కొనసాగించటం అర్థరహితమని భావించటం.

3) 1918 సెప్టెంబర్ నుంచి వారు కాంగ్రెస్ సమావేశాలకు హాజరు కావడం మానేశారు. పైగా శాసనోల్లంఘనం మాట మరిచారు.

4) 1918 జూలై నెలలో మాంటేగ్-చెమ్స్ ఫర్డ్ సంస్కరణల ప్రణాళిక విషయంలో జాతీయ నాయకులు స్పష్టంగా మరో సారి రెండు వర్గాలుగా విడిపోయారు. ఒక వర్గంవారు మాంటేగ్-చెమ్స్‌ఫర్డ్ సంస్కరణలను ఏలాంటి వ్యతిరేకత వ్యక్తం చేయకుండా అంగీకరించాలన్నారు. మరో వర్గంవారు భేషరతుగా వ్యతిరేకించాలన్నారు. అనీబిసెంట్ స్వయంగా ఈ సంస్కరణల పట్ల సంపూర్ణ తృప్తిని వ్యక్తం చేయలేకపోయినప్పటికీ, వాటిని బేషరతుగా తోసిపుచ్చరాదని, ఇచ్చిన అవకాశాన్ని భారతీయులు సద్వినియోగం చేసుకుని మరిన్ని అధికారాల కోసం రాజ్యాంగ బద్ధంగా పోరాడాలని తిలక్‌తో కలిసి చెప్పింది. కొంతవరకు ఆమె ఈ సంస్కరణల పట్ల అసంతృప్తిని వ్యక్తపరచినప్పటికీ, పూర్తిగా వాటిని వ్యతిరేకించలేదు.

5) ఇలాంటి క్లిష్ట పరిస్థితుల్లో తిలక్, "ఇండియన్ అన్‌రెస్ట్" రచయిత అయిన "వెలైన్టన్ చిరోల్" పై ఉన్న పరువునష్టం దావాను వాదించడానికి ఇంగ్లాండ్ వెళ్ళి, కొన్ని నెలలపాటు అక్కడే ఉన్నాడు. ఈ పరిస్థితులలోనే హోంరూల్ ఉద్యమం క్షీణ దశకు చేరుకుంది.

6) 1918 నవంబర్ 11 న మొదటి ప్రపంచయుద్ధం ముగిసింది. ప్రజాస్వామ్య సిద్ధాంతాలకు అండగ నిలిచిన దేశాలు విజయం సాధించాయి. దీనితో హోంరూల్ ఉద్యమం సమాప్తమయింది.

హోంరూల్ ఉద్యమం చారిత్రక ప్రాముఖ్యత

1) తిలక్, అనీబిసెంట్ నాయకత్వంలో ప్రారంభమై 1918 వరకు కొనసాగిన హోంరూల్

ఉద్యమానికి భారత స్వాతంత్ర్య పోరాట చరిత్రలో అనేక దృక్కోణాలనుంచి చారిత్రక ప్రాముఖ్యం ఉంది. 1907 సూరత్ కాంగ్రెస్ సమావేశంలో తీవ్ర అభిప్రాయ భేదాలవల్ల విడిపోయిన మితవాద, అతివాద నాయకులకు తిరిగి ఒకే తాటిమీదకు తీసుకొచ్చే అవకాశం అనీబిసెంటు నాయకత్వంలోని హోంరూల్ ఉద్యమం కలిగించింది. 1916 నాటి లక్నో సమావేశంలో కాంగ్రెస్‌లోని రెండు వర్గాలు ఐక్యమయ్యాయి. ముస్లింలీగ్- కాంగ్రెస్ మధ్య కూడా ఒడంబడిక కుదిరే పరిస్థితులను హోంరూల్ ఉద్యమం కలిగించింది.

2) హోంరూల్ ఉద్యమం తిలక్ అతివాద ఆలోచనా సరళిలో వచ్చిన విప్లవాత్మకమైన మార్పుకు నిదర్శనమయిందో, అదేవిధంగా లార్డ్ మాంటేగ్ ప్రకటన దశలవారీగా భారతీయులకు బాధ్యతాయుత పరిపాలన అప్పగించితీరాలన్న బ్రిటిష్ అధినేతల అభిమతానికి నిదర్శనం. 1909 నాటి మింటో మార్లే సంస్కరణలలో ఉన్న కఠినత్వం 1919 నాటి మాంటేగ్ చేమ్స్‌ఫర్డ్ సంస్కరణలలో కనిపించదు.

3) హోంరూల్ ఉద్యమం కాంగ్రెస్ సంస్థలో, దేశప్రజల్లో ఐదు ఏండ్ల పాటు నిశ్శబ్దంగా ఉండిన పరిస్థితిని విచ్ఛిన్నం చేసి వారిలో నూతన ఉత్సాహాన్ని, చైతన్యాన్ని కలగ చేసింది.

4) హోంరూల్ ఉద్యమం దేశంలోని జాతీయ శక్తులను బలవత్తరపరచడంలో అద్వితీయమైన పాత్ర నిర్వహించింది.

5) భారత జాతీయోద్యమాన్ని నూతన ఉత్సాహంతో ముందుకు నడపడానికి కావలసిన యువనాయకులను, ఉత్సాహాన్ని, ప్రజల్లో రాజకీయ చైతన్యాన్ని, స్వాతంత్ర్య పిపాసను, శాంతియుత పోరాటం పట్ల ప్రజల్లో సంసిద్ధత భావాలను హోంరూల్ ఉద్యమం అందించింది, కలిగించింది.

6) హోంరూల్ ఉద్యమం వందేమాతరం ఉద్యమం మాదిరిగా ఒక స్థానిక సమస్యవల్ల ఆరంభం కాలేదు. యావత్ భారత స్థాయిలో స్వపరిపాలన సాధించాలన్న ఆకాంక్షతో ప్రారంభమైంది.

7) హోంరూల్ ఉద్యమం నాయకులు కీలక సమయంలో మెతక ధోరణి వహించటం వల్ల జాతీయ నాయకులు, ప్రజలు మరో కొత్త నాయకుడి కోసం వేచి ఉన్నారు. మహాత్మా గాంధీ 1919 లో రాజకీయాల్లో బహిరంగంగా పాల్గొని ఈ లోటును తీర్చి, నాయకత్వ బాధ్యతలు స్వీకరించాడు.

8) హోంరూల్ ఉద్యమం సాధించిన మరో ఘన విజయం మాంటేగ్- ఛేమ్స్‌ఫర్డ్ సంస్కరణల చట్టం ప్రవేశపెట్టడం. భారతీయ నాయకుల విన్నపాలను మన్నించి, హోంరూల్ ఉద్యమ తీవ్రతను

గుర్తించి బ్రిటిష్ ప్రభుత్వం, 1909 లో చేసిన మింటో-మార్లే సంస్కరణల చట్టం కంటే ఎక్కువ ఉదారభావాలను ప్రదర్శిస్తూ, ఆగస్ట్ 20, 1917 లో భారత రాజ్య కార్యదర్శియైన మాంటేగ్ ప్రభువుచే ఈ క్రింది ప్రకటన చేయించింది.

బ్రిటిష్ సామ్రాజ్యంలో భాగంగా, భారతదేశంలో అభ్యుదయ క్రమబద్ధ స్వపరిపాలనా సంస్థలు అభివృద్ధి చేయడం, తద్వారా, దశల వారీగా బాధ్యతాయుత ప్రభుత్వ నిర్మాణానికి, భారతీయులను ప్రతి ప్రభుత్వ పాలనశాఖలో అధిక సంఖ్యలో పాల్గొనడానికై అవకాశం ఇవ్వడం, బ్రిటిష్, భారత ప్రభుత్వాల ప్రధాన లక్ష్యం." ఈ ప్రకటన హోంరూల్ ఉద్యమ కర్తలైన అనీబిసెంట్- తిలక్‌లతో పాటు మితవాద నాయకులకు కొంత సంతృప్తి కలిగించింది. మాంటేగ్, ఐదు నెలల పాటు భారతదేశంలో పర్యటించి, వైస్రాయ్ ఛెమ్స్‌ఫర్డ్‌తో చర్చించిన అంశాల ఆధారంగా బ్రిటిష్ పార్లమెంట్ కు పంపిన నివేదిక ఆధారంగా, 1919 డిసెంబరు నెలలో మాంటేగ్-ఛెమ్స్‌ఫర్డ్ సంస్కరణల చట్టం అమలులోకి వచ్చింది. దీనినే 1919 భారత ప్రభుత్వ చట్టం అని కూడా అంటారు. 1919 రాజ్యాంగ శాసనం ప్రకారం రాష్ట్ర శాసన సభలలో సభ్యుల సంఖ్యం పూర్వంకంటే హెచ్చు అయింది. బెంగాల్ రాష్ట్రంలో 140, మద్రాస్‌లో 127, బొంబాయిలో 108 సభ్యులున్నారు. స్త్రీలకు కూడా ఓటింగ్ హక్కు కల్పించబడింది. రాష్ట్ర పరిపాలన వ్యవహారాలను చర్చించే అవకాశం సభ్యులకు కలిగింది. భారతీయ సభ్యులకు కూడా మంత్రి పదవులు పొందే అవకాశం కలిగింది. వారు బాధ్యతాయుతంగా, పరిపాలన వ్యవహారాల్లో అనుభవయుతంగా వ్యవహరించసాగారు. అత్యధిక సంఖ్యలో ఓటింగ్ అవకాశాలు కలిగించారు.

6

గాంధీ యుగం - సహాయ నిరాకరణోద్యమం

1919లో గాంధీ భారతదేశంలో రాజకీయ రంగంలో అడుగు పెట్టడంతో స్వాతంత్రోద్యమ చరిత్రలో నూతన యుగం, గాంధీ యుగం ప్రారంభమైంది. జాతి పితగా, అహింసా వాదిగా, సత్యాగ్రహిగా, మానవతావాదిగా, హరిజనోద్ధారకుడిగా, దీనజన బాంధవుడిగా పేరు ప్రఖ్యాతులు పొందిన మహాత్ముడు శాంతియుత మార్గంలో స్వరాజ్యాన్ని సంపాదించి ప్రపంచ చరిత్రలోనే ఒక విశిష్టస్థానాన్ని పొందాడు. గాంధీ జీవిత కాలాన్ని రెండు ప్రధాన దశల కింద విభజించవచ్చు. మొదటి దశలో అతడు 1893 నుంచి 1914 చివరి వరకు అనగా సుమారు, 21 సంవత్సరాలపాటు దక్షిణాఫ్రికాలో బ్రిటిష్ వారి జాతి దురహంకార విధానానికి, జాతి వివక్షతకు వ్యతిరేకంగా పోరాడాడు. రెండోదశ 1919-1947 మధ్యకాలంలో భారత స్వాతంత్ర్య పోరాటంలో ప్రముఖ పాత్ర నిర్వహించాడు.

మోహన్‌దాస్ కరంచంద్ గాంధీ, 1869 అక్టోబర్ 2 న, కథియవాడ్‌లోని పోరుబందర్‌లో ఒకవైశ్య కుటుంబంలో జన్మించాడు. తండ్రి నిజాయితీ, తల్లి దైవభక్తి అతని జీవితంపై తీవ్ర ప్రభావం చూపాయి. 1891 నాటికి ఇంగ్లాండ్‌లో బార్ ఎట్‌లా పట్టా పొంది స్వదేశం తిరిగి (యువన్యాయవాదిగా) వచ్చిన గాంధీకి న్యాయవాద వృత్తిలో ఏమి సఫలత లభించలేదు. ఇట్లాంటి పరిస్థితుల్లో 1893 మే నెలలో, పోరుబందర్‌కు చెందిన ఒక ముస్లిం వ్యాపార సంస్థ (దాదా అబ్దుల్లా కంపెనీ) కోర్టు వ్యవహారం నడిపేందుకు వారి పిలుపు మేరకు దక్షిణాఫ్రికా లోని నేటాల్‌కు వెళ్ళాడు. దాదా అబ్దుల్లా కంపెనీ కోర్టు వివాదాన్ని సామరస్య పూర్వకంగా పరిష్కరించాడు. వెంటనే స్వదేశం తిరిగి రాకుండా, అక్కడ నెలకొని ఉన్న జాతి దురహంకార, జాతి వివక్షత విధానాలను ఎదుర్కోవడానికి తన సత్య-అహింసల ఆధారంగా రూపొందించిన సత్యాగ్రహ ఆయుధాన్ని ఉపయోగించాడు. శ్వేతజాతీయులు భారతీయుల పట్ల వ్యవహరిస్తున్న అవమాన సరళి అతని హృదయాన్ని కలిచివేసింది. నేటాల్‌లోని భారతీయుల ఓటుహక్కు కోసం తొలి రాజకీయ సంస్థను, నేటాల్ ఇండియన్ కాంగ్రెస్ పేరుతో 1894లో స్థాపించాడు. అదే సంవత్సరం భారతీయుల స్థితిగతులను తెల్పుతూ, ఇండియన్ ఒపీనియన్ అనే పత్రికలో ఎన్నో వ్యాసాలు రాశాడు. కానీ

ప్రభుత్వం భారతీయులకు ఓటుహక్కు ఇవ్వలేదు. గాంధీ అహింసవాదానికి, శాంతివాదానికి మరో ఉదాహరణగా బోయర్ యుద్ధకాలంలో, జూలూ తిరుగుబాటు కాలంలో హింసావాదానికి వ్యతిరేకంగా బ్రిటిష్ వారికి అండగా ఉండడాన్ని చెప్పవచ్చు. 1906 లో నేటాల్‌లో జరిగిన జూలూ తిరుగుబాటును వ్యతిరేకిస్తూ, ప్రపంచ శ్రేయస్సుకే బ్రిటిష్ సామ్రాజ్యం నెలకొని ఉన్నదని ప్రకటించాడు.

1907 లో దక్షిణాఫ్రికాలోని ప్రభుత్వం ట్రాన్స్‌వాల్‌లో ఏషియాటిక్- లా- అమెండ్‌మెంట్ చట్టాన్ని రూపొందించింది. దీని ప్రకారం ట్రాన్స్‌వాల్‌లోని 10,000 వేల మంది భారతీయులు వేలిముద్రలు వేసి, తమ పేర్లను నమోదు చేయించుకోవాలి. ఈ చట్టానికి వ్యతిరేకంగా గాంధీ భారతీయులను శాంతియుత సత్యాగ్రహాన్ని నిర్వహించి పోరాడమని సూచించాడు. గాంధీతో సహా 150 మంది అరెస్టుఅయ్యారు. చివరికి ప్రభుత్వం ఈ చట్టాన్ని ఉపసంహరించుకుంది. అదే సంవత్సరం ట్రాన్స్‌వాల్ రాష్ట్రంలోకి భారతీయులు ఎవరూ కొత్తగా ప్రవేశించరాదని మరోచట్టం చేసింది. ప్రభుత్వ చర్యను నిరసిస్తూ గాంధీ మరోసారి సత్యాగ్రహాన్ని ప్రారంభించాడు. మళ్ళీ అరెస్టు అయ్యాడు. ఎన్నో రకాల శిక్షలు అనుభవించాడు. 1913 మార్చి 14 న దక్షిణాఫ్రికాలో క్రైస్తవ సంప్రదాయం ప్రకారం జరగనటువంటి, చర్చిలలో నమోదు కానటువంటి వివాహాలు ఇక మీదట చెల్లవని సుప్రీంకోర్టు ఒక తీర్పు ఇచ్చింది. సుప్రీంకోర్టు నిర్ణయం హిందువుల వివాహ వ్యవస్థను అవమానించే విధంగా ఉందని, హిందూ వివాహాలు న్యాయబద్ధమైనవేనని ప్రకటించమని గాంధీ ప్రభుత్వాన్ని కోరాడు. కాని ప్రభుత్వం ఆ కోరికను తిరస్కరించింది. మరోసారి సత్యాగ్రహం చేశాడు. కస్తూరిబాతో పాటు అధిక సంఖ్యలో స్త్రీలు ఈ ఉద్యమంలో పాల్గొన్నారు. న్యూకాజిల్ గని కార్మికులను ప్రభుత్వానికి అంతవరకూ చెల్లిస్తూ వచ్చిన మూడు పౌండ్ల ప్రత్యేక పన్నును చెల్లించడం మాన్పించాడు. కార్మికుల సమ్మెను అణచివేయడానికి ప్రభుత్వం చేసిన ప్రయత్నాలు విఫలమయ్యాయి. జనరల్ స్మట్స్‌కు(Smuts) గాంధీకి చివరికి ఒక ఒడంబడిక కుదిరింది. దీని ప్రకారం, మూడు పౌండ్లపన్ను రద్దు చేయబడింది. హిందూ-ముస్లిం-పార్శీ వివాహాలు చట్టసమ్మతమయ్యాయి. దక్షిణాఫ్రికాలో జన్మించిన భారతీయులకు కేప్‌కాలనీలోకి ప్రవేశం అనుమతించబడింది. దక్షిణాఫ్రికాలో గాంధీ సత్యాగ్రహ ఉద్యమాల గురించి, సాధించిన విజయాల గురించిన వార్తలు భారత దేశానికి పాకాయి. జాతి దురహంకారానికి వ్యతిరేకంగా, గాంధీ లేవనెత్తిన సాత్విక పోరాటం గోపాలకృష్ణ గోఖలేని ఎంతగానో ఆకర్షించింది. తన చుట్టూఉన్న వ్యక్తులను అమరవీరులుగాను, మహా వ్యక్తులుగాను తీర్చిదిద్దే ఆధ్యాత్మిక శక్తి గాంధీలో ఇమిడి ఉందని గోఖలే ప్రశంసించాడు.

దక్షిణాఫ్రికాలో ఉండగానే తన అనుచరులకు సత్యాగ్రహ నిర్వహణ ఆచరణలో తగిన

శిక్షణ ఇవ్వడానికి, సత్యాగ్రహులను తీర్చిదిద్దడానికి ఫొనిక్స్ ఆశ్రమం, టాల్‌స్టాయ్ ఆశ్రమాలను నెలకొల్పాడు. వీటిలో ఏట్లాంటి కులమతాల పాటింపు చూపకుండా అందరికి ప్రవేశం కలిపించాడు. ఆధ్యాత్మిక, వృత్తి విద్యల్లో ఇక్కడి విద్యార్థులకు శిక్షణ ఇప్పించాడు. వీటి తరహాలోనే భారతదేశం తిరిగి వచ్చిన తరవాత గుజరాత్‌లో 1915 లో సబర్మతీనదీ ఒడ్డున ఒక ఆశ్రమాన్ని స్థాపించి దానికి సబర్మతీ సత్యాగ్రహ ఆశ్రమం అని పేరు పెట్టాడు.

ఈ విధంగా, దక్షిణాఫ్రికాలో 1893-1914 మధ్యకాలంలో గాంధీ నడిపిన అహింసా-పోరాటాలు, సాధించిన విజయాలు, ఉపయోగించిన విధానాలు అతనికి భవిష్యత్‌లో తన మాతృదేశ విముక్తి కొరకు జరుపబోయే ఉద్యమాలకు స్ఫూర్తిదాయకంగా, మార్గదర్శకంగా నిలిచాయి. సామాన్య ప్రజానీకం మద్ధతుతోనే అన్యాయాన్ని, శాంతియుత పోరాటం ద్వారా ఎదుర్కోవచ్చని, హింసాత్మక పద్ధతుల ద్వారా సాధించే విజయం, శీఘ్రంగా లభించినా అది అంతకంటే శీఘ్రంగా పతనమవుతుందని అహింసాత్మక పద్ధతిలో, వ్యక్తుల మనస్సులను శాశ్వతంగా మార్చవచ్చని అయితే ఈలాంటి శాశ్వత విజయాన్ని సాధించడానికి సహనశీలత, శిక్షలను భరించే ధైర్యం, అత్యావశ్యకాలని నొక్కి చెప్పాడు. 1919 నుంచి భారత జాతీయ కాంగ్రెస్‌కు, జాతీయోద్యమానికి తిరుగులేని నాయకుడై సహాయ నిరాకరణోద్యమానికి ప్రణాళిక రూపొందించాడు.

గాంధీ నిర్వహించిన తొలి మూడు సత్యాగ్రహ పోరాటాలు

సుమారు 21 ఏండ్లపాటు దక్షిణాఫ్రిలో జాతి దురహంకార విధానానికి, జాతి వివక్ష విధానానికి వ్యతిరేకంగా పోరాటం నిర్వహించి అఖండ విజయం సాధించిన గాంధీ, జనవరి, 1915 లో స్వదేశం తిరిగి వచ్చాడు. స్వదేశానికి తిరిగి వచ్చిన వెంటనే తన రాజకీయ గురువుగా భావించిన గోపాలకృష్ణ గోఖలేను కలిసాడు. ఆయన సలహా మేరకు ఒక సంవత్సరం దేశమంతా తిరిగి, దేశంలోని పరిస్థితులు తెలుసుకున్నాడు. 1916లో లక్నో పట్టణంలో జరిగిన, 31వ కాంగ్రెస్ వార్షిక సమావేశానికి గాంధీ హాజరయ్యాడు. ఆ సమావేశంలో భారతదేశం నుంచి దక్షిణాఫ్రికాకు ఒప్పందంపై కూలీలను పంపే పద్ధతిని రద్దు చేయడానికి కృషి చేయాలని డిమాండ్ చేశాడు. అదే ఏడాది జరిగిన ముస్లింలీగ్ వార్షిక సమావేశంలో కూడా గాంధీ పాల్గొన్నారు. ఈ సమావేశంలో హిందూ-ముస్లిం ఐక్యత గురించి ప్రసంగించాడు. 1916 లోనే గాంధీ తన స్వంత రాష్ట్రమైన గుజరాత్‌లో గుజరాతీలు నెలకొల్పిన గుజరాతి సభకు నాయకుడయ్యాడు. నాయకుడి హోదాలో ఆ సభ కార్యక్రమాలన్ని, చర్చలన్ని ఆంగ్లభాషలో కాకుండా గుజరాతి భాషలో నిర్వహించేట్లు ఏర్పాటు చేశాడు. అదే విధంగా ప్రజల అవసరాల గురించి చర్చలు జరిపి, వాటిని

ప్రభుత్వం దృష్టికి తీసుకువెళ్ళే విధంగా సభ సభ్యులు పల్లె ప్రాంతాలలో పర్యటనలు జరిపి ప్రజలను విద్యావంతులని చేసే కార్యక్రమాన్ని ప్రారంభించాడు. 1916 లోనే గోఖలే నెలకొల్పిన భారత దేశసేవక సమితి లో సభ్యుడిగా చేరడానికి సిద్ధపడ్డాడు. కాని గోఖలే సలహా ప్రకారం మరో ఏడాదిపాటు వేచి ఉండడానికి అంగీకరించాడు. దురదృష్టవశాత్తు 1915 లో గోఖలే మరణించగా, ఆ సంస్థ కొత్త అధినేతయైన శ్రీనివాసశాస్త్రి, ఇతర సభ్యులు గాంధీ కోరికను తిరస్కరించారు. ఇలాంటి పరిస్థితులలో గాంధీ మూడు స్థానిక సమస్యల పరిష్కారానికి సిద్ధపడ వలసి వచ్చింది. అవి చంపారన్ నీలిమందు రైతుల సమస్య (1916-17) ఖేడా జిల్లా రైతుల సమస్య (1917) అహ్మదాబాద్ బట్టలమిల్లు కార్మికుల సమస్య (1918).

చంపారన్ సత్యాగ్రహం: భారతదేశ చరిత్రలో మహాత్ముడు సత్యం, అహింసల ఆధారంగా రూపొందించిన సత్యాగ్రహ ఆయుధంతో నడిపిన తొలి ఉద్యమం చంపారన్ నీలిమందు రైతుల ఉద్యమం. ఐతే ఈ ఉద్యమం స్థానికమైనది. అఖిల భారత స్థాయిలో ప్రాధాన్యత కలిగినది మాత్రం కాదు. ఈ ఉద్యమంలో మహాత్ముడు, అతని సత్యాగ్రహులు ప్రదర్శించిన ధైర్య సాహసాలు, వినూత్న పద్ధతులు ప్రజలను ఎంతో ఆకర్షించాయి. బ్రిటిష్ అధికారులకు దిగులు పుట్టించాయి.

చంపారాన్ బీహార్ రాష్ట్రంలో వెనుకబడిన జిల్లా. అందులో అత్యధిక జనాభా వ్యవసాయ కూలీలు. వీరిలో అత్యధికులు చంపారాన్‌లోని నీలిమందు తోటల్లో పని చేసేవారు. ఈ నీలి మందు తోటలు బ్రిటిష్‌వారి అండలో ఉన్న కాంట్రాక్టర్ల ఆధీనంలో ఉండేవి. ఇక్కడి రైతులు తమ భూములలో తప్పని సరిగా నీలిమందు పంట పండించాలని నిర్బంధించారు. అదే విధంగా నీలిమందు తోటలలో పనిచేసే భారతీయ వ్యవసాయ కూలీలు అన్ని రకాల దోపిడికి, దౌర్జన్యానికి గురి అయ్యేవారు. నీలి మందు పండించడం రైతులకు నష్టం కలిగించేది. పైగా ఈ జిల్లాలో బ్రిటిష్ కాంట్రాక్టర్లకే నీలిమందు అమ్మాలని నిర్బంధం విధించారు. ఈలాంటి పరిస్థితి రైతులను దీనస్థితికి చేర్చింది. బెంగాల్ రాష్ట్రంలో ఈలాంటి నిర్బంధ నీలిమందు పంటపండించడం, విక్రయించడంకు వ్యతిరేకంగా 1859-61 మధ్య కాలంలో రైతుల తిరుగుబాటు(Blue Mutiny) విజయవంతమైంది.

చంపారాన్ నీలిమందు రైతుల దీనస్థితిని గూర్చి గాంధీకి మొట్టమొదట బీహార్ నుంచి లక్నో కాంగ్రెస్ వార్షిక సమావేశానికి (1916) వచ్చిన ప్రతినిధి బృందం తరపున రాజ్‌కుమార్ శుక్లా అనే స్థానిక నాయకుడు తెలిపాడు. గాంధీని ఒకసారి చంపారాన్ సందర్శించి పరిస్థితిని పరిశీలించి రైతులను ఆదుకోవలసినదిగా కోరాడు. శుక్లా ప్రార్థనను తిరస్కరించలేని గాంధీ 1917 ఏప్రిల్ నెలలో చంపారాన్ జిల్లాలో అడుగుపెట్టాడు. అతడి వెంట కొందరు స్థానిక నాయకులు (బాబు

రాజేంద్రప్రసాద్, జె. బి. కృపాలానీ, మహదేవ్ దేశాయి, మజర్-ఉల్-హక్) చంపారాన్ జిల్లాలో పర్యటించారు. చంపారాన్ ప్రజల్లో గాంధీపట్ల ఉన్న అభిమానాన్ని చూచిన ప్రభుత్వం అతని పర్యటనపై నిషేధాజ్ఞలు జారి చేసింది. కాని బ్రిటిష్ ఉన్నత అధికారులు జోక్యం కలిగించుకొని జిల్లా అధికారులు జారీ చేసిన నిషేధాజ్ఞలను ఉపసంహరింప చేశారు. చివరికి గాంధీ ప్రార్థనను అర్థం చేసుకొన్న ప్రభుత్వం నీలిమందు రైతుల స్థితిని అధ్యయనం చేయడానికై ఒక కమిటీ రూపొందించింది. ఆ కమిటీలో గాంధీని కూడా సభ్యుడిగా నియమించింది. చివరికి కమిటీ నివేదిక ఆధారంగా చంపారాన్ అగ్రేరియన్ చట్టం రూపొందింది. నీలిమందు రైతుల కష్టాలు కడతేర్చడంలో గాంధీ అహింసా సిద్ధాంతం విజయం సాధించింది.

ఖేడా జిల్లా రైతుల సత్యాగ్రహం (నవంబర్ 1917): గాంధీ నిర్వహించిన రెండో ఉద్యమం గుజరాత్‌లోని ఖేడా జిల్లాలోని కన్‌బీ-పతిదార్ రైతులకు సంబంధించింది. చంపారాన్ జిల్లాతో పోల్చితే ఖేడా జిల్లా ప్రజలు కొంత అక్షర జ్ఞానం, కొద్దిపాటి ఆదాయం ఉంది. వారి ముఖ్య వృత్తియైన వ్యవసాయం చంపారాన్‌లో కంటే లాభసాటిగా కొనసాగేది. వారికి తూర్పు ఆఫ్రికాతో వ్యాపార సంబంధాలుండేవి. రాజకీయ పరిజ్ఞానం-అంతగా లేనివారు. 1918 లో ఇక్కడ వానలు కురియలేదు. ప్రపంచ యుద్ధం గత నాలుగు ఏళ్ళుగా కొనసాగుతున్నందువలన అన్ని వస్తువుల ధరలు తీవ్రంగా పెరిగాయి. ఖేడా జిల్లాలోని 559 గ్రామాలు నానా ఇబ్బందుల పాలయ్యాయి. 1917 నవంబర్ లోనే ఖేడా జిల్లా, కపడ్‌వంజ్ తాలూకాకు చెందిన మోహన్‌లాల్ పాండ్యా అనే పతిదార్ గాంధీని కలిసి ఖేడా రైతులను అనావృష్టి బాధనుంచి, రెవిన్యూ అధికారుల బారి నుండి, పెంచిన భూమి శిస్తు రేటు బారి నుంచి రక్షించవలసిందిగా కోరాడు. మార్చి 22, 1918 లో గాంధీ ఖేడా సమస్యను పరిష్కరించడానికి సిద్ధపడ్డాడు. పన్ను చెల్లించే శక్తి ఉన్న పతిదార్లు శిస్తు చెల్లించారు. ఆర్థిక స్తోమత లేనివారు పశువులను, చరాస్తులు అమ్మారు. గాంధీ కొందరు సేవాదళ సభ్యులతో కలిసి ఖేడా జిల్లాలోని సుమారు 70 గ్రామాలు పర్యటించి రైతుల స్థితిగతులు అడిగి తెలుసుకున్నాడు. భూమిశిస్తు రేటును తగ్గించవలసినదిగా జిల్లా అధికారులకు, రాష్ట్ర అధికారులకు విజ్ఞప్తులు పంపాడు. కాని ప్రయోజనం లేకపోయింది. కేంద్రప్రభుత్వం కూడా గాంధీ విజ్ఞప్తిని తిరస్కరించింది. చివరికి గాంధీ ముందు ప్రమాణం చేసిన ఖేడా ప్రజలు శాంతియుత పోరాటాన్ని ఆరంభించారు. రెండు నెలలపాటు రైతులు ఏ మాత్రం భయపడక పోరాటం నడిపారు. చివరకు అధికారులు మనసు మార్చుకొని భూమిశిస్తు రేటును తగ్గించారు. గాంధీ కృషి ఫలించింది. ఉద్యమం సఫలమైంది.

అహ్మదాబాద్ బట్టల మిల్లుల కార్మికుల సమస్య ఫిబ్రవరి-మార్చి 1918: 1917 లో అహ్మదాబాద్‌లో ప్లేగు వ్యాధి వ్యాపించింది. అప్పుడు వస్త్రాల మిల్లుల యజమానులు, తమ పనివారు

ప్లేగు భయం వల్ల పనులు మానుకొని వెళ్ళిపోకుండా నెలకు 2, 3 రూపాయలకు మించకుండా భత్యం ఇవ్వడానికి అంగీకరించారు. కొన్ని నెలల తరువాత ప్లేగు వ్యాధి తగ్గిపోయింది. మిల్లు యజమానులు భత్యం ఇవ్వడం ఆపివేశారు. కాని ఆరోజుల్లో నిత్యావసర వస్తువుల ధరలు విపరీతంగా పెరగడం వల్లను మిల్లు కార్మికుల జీతాలనో, భత్యాలనో యజమానులు పెంచితేకాని జీవించడం కష్టమయింది. కాని యజమానులు మాత్రం జీత, భత్యాలను పెంచడానికి నిరాకరించారు. మిల్లు కార్మికులకు తమ తరపున గాంధీ మిల్లు యజమానులతో చర్చలు జరిపి న్యాయం చేకూర్చమని కోరారు. ఈ మిల్లు యజమానులలో ప్రముఖులైన అంబాలాల్ సారాబాయి, అతని చెల్లెలైన అనుసూయ బహెన్ గాంధీగారికి మంచి పరిచయస్తులు. అనసూయబహెన్ గాంధీ శిష్యురాలు. గాంధీ సబర్మతీ ఆశ్రమాన్ని స్థాపించినపుడు వీరు విరాళాలు ఇచ్చారు.

మిల్లు కార్మికులకు- యజమానులకు సామరస్య పూర్వకమైన రాజీ సూత్రాన్ని గాంధీ తయారు చేయడానికి సిద్ధపడ్డారు. కార్మికులు తమ జీతాలలో 50% పెరుగుదలను కోరడానికి గాంధీ సూచన మేరకు యజమానులు 35% పెంచడానికి అంగీకరించి, 20% మాత్రమే చెల్లించసాగారు. చివరికి గాంధీ మిల్లు యజమానుల విధానానికి వ్యతిరేకంగా ఆమరణ నిరాహార దీక్షను, మార్చి 15, 1918 లో ప్రారంభించాడు. మిల్లు కార్మికులు దీక్షలో పాల్గొన్నారు. పూర్తి స్థాయి సత్యాగ్రహం శాంతియుతంగా కొనసాగింది. మిల్లు యజమానులలో చాలామంది జైన సంప్రదాయులు కాబట్టి, అహింసలో విశ్వాసం ఉన్న వారైనందున వారు న్యాయమైన పోరాటాన్ని గుర్తించి 35% పెంచిన జీతాలను ఇవ్వడానికి సుముఖతను వ్యక్తం చేశారు. ఈ విధంగా మిల్లు కార్మికుల సమస్య పరిష్కారమయింది. గాంధీ భారతదేశంలో ఈ మూడు ఉద్యమాలలో విజయం సాధించడంతో అతని పేరు ప్రతిష్ఠలు ఇనుమడించాయి. గాంధీ గుజరాత్, బీహార్ పరిసర ప్రాంతాలలో రైతుల, సామాన్య ప్రజల, కార్మికుల ఆరాధ్యదైవమయ్యాడు. గాంధీ చేపట్టిన ఈ మూడు ఉద్యమాలు స్థానీయమైనప్పటికీ వాటి విజయం, అతనికి, అతని సత్యాగ్రహ ఆయుధంపై, సత్యాగ్రహ తరహా పోరాటంపై పూర్తి విశ్వాసాన్ని కలిగించింది. భవిష్యత్ కార్యక్రమానికి వీటి విజయం పునాదులుగా పనిచేసింది.

మొదటి ప్రపంచయుద్ధం 1914 నుంచి 1918 వరకు కొనసాగింది. యుద్ధం కొనసాగుతున్న కాలంలో భారతదేశంలో ఎన్నో ముఖ్య పరిణామాలు జరిగాయి. తిలక్- అనిబిసెంట్ నాయకత్వంలో హోంరూల్ ఉద్యమం, స్వపరిపాలనాధికారాన్ని కోరుతూ 1916-1918 మధ్యకాలంలో ముమ్మరంగా కొనసాగింది. యుద్ధకాలంలోనే భారతీయుల నైతిక మద్ధతు పొందడానికి బ్రిటిష్ అధికారులు కృషి చేశారు. ఇందులో భాగంగానే జూలై, 1917 లో భారతదేశ

సెక్రటరీగా పదవి చేపట్టిన ఎడ్విన్ మాంటేగ్ (1917-1922) భారతీయుల పట్ల సానుభూతి ఉన్నవాడు. భారతీయులలో 1914-1916 మధ్యకాలంలో, బ్రిటిష్ వారి విధానాల పట్ల తీవ్రంగా పెరిగిన అసంతృప్తిని తొలగించడానికి అతడు నవంబర్, 1917 లో భారతదేశం సందర్శించాడు. భవిష్యత్‌లో (యుద్ధం ముగియగానే) భారతీయులకై రూపొందించబోయే చట్టం (సంస్కరణలు) గురించి భారత దేశంలోని వైస్రాయితో, రాజకీయ నాయకులతో, ఉన్నతాధికారులతో, ఢిల్లీలో చర్యలు జరిపి స్వదేశం తిరిగి వెళ్ళాడు. మాంటేగ్-చెమ్స్‌ఫర్డ్ రిపోర్టు జూలై 1918 లో ప్రచురించబడింది. మాంటేగ్ హోంరూల్ ఉద్యమకాలంలో నిర్బంధించిన అనీబిసెంట్, తిలక్, అరుండేల్‌లను విడుదల చేయించాడు. భారతదేశంలో యుద్ధానంతరం బాధ్యతాయుత ప్రభుత్వాన్ని క్రమక్రమంగా ఏర్పాటు చేయాలన్నదే తన ఆశయమని మాంటేగ్ భారతీయులకు స్పష్టం చేశాడు. అనీబిసెంట్ తదితర మితవాద నాయకులు జూలై, 1918 లో ప్రచురించిన మాంటేగ్-చెమ్స్‌ఫర్డ్ రిపోర్ట్‌లోని అంశాలపట్ల పూర్తి సంతృప్తి తెలుపలేదు. అయినప్పటికి వాటిని స్వీకరించడానికి అనుమతించారు. తిలక్ మాత్రం మాంటేగ్ రిపోర్టును మోస పూరితమైనదిగా వర్ణించాడు. మోతీలాల్ నెహ్రూ బ్రిటిష్‌వారు భారతీయులకు కొన్ని అధికారాలు ఈ చట్టం ద్వారా ఒక చేతితో ఇచ్చి, మరో చేతితో లాక్కున్నారని విమర్శించాడు. హసన్ ఇమామ్ అధ్యక్షతన బొంబాయిలో 1918 ఆగస్ట్-సెప్టెంబర్‌లో సమావేశమైన భారత జాతీయ కాంగ్రెస్ మాంటేగ్ రిపోర్టును అస్పష్టమైనదిగా, అసంతృప్తికరమైనదిగా, అసమంజసనీయమైనదిగా వర్ణించింది. భారత రాజకీయనాయకులు ఆశించిన దానిని పూర్తి విరుద్ధమైనదిగా ఈ రిపోర్టును హసన్ ఇమామ్ అభివర్ణించాడు.

ఇట్లాంటి క్లిష్ట పరిస్థితుల్లో బ్రిటిష్ ప్రభుత్వాధికారుల్లు మరో చర్యను తీసుకోదలిచారు. అదే భారతదేశంలో యుద్ధకాలంలో చెలరేగిన హింసాత్మక చర్యలను అణచివేయడానికి జస్టిస్ రౌలట్ అధ్యక్షతన 1917 లో ఏర్పాటు చేసిన కమిటీ సమర్పించిన నివేదిక ఆధారంగా ఒక చట్టాన్ని రూపొందించడం. 1919 జనవరి నాటికి బ్రిటిష్-భారత సంబంధాలు పూర్తిగా క్షీణించాయి. రౌలట్ బిల్లు ముసాయిదా ప్రకటన యావత్ భారతస్థాయిలో ఆందోళనకు దారి తీసింది. ఫిబ్రవరి 6, 1919 లో కేంద్ర శాసన సభలో రౌలట్ బిల్లు ప్రవేశపెట్టారు. యుద్ధం ముగిసిన తరువాత ఇట్లాంటి చట్టాన్ని రూపొందించవలసిన ఆవశ్యకత లేదనీ, ఇది కేవలం భారత ప్రజల స్వేచ్ఛా, స్వాతంత్ర్యాలను అణచివేయడానికి ఉద్దేశింపబడినదని, జాతీయ కాంగ్రెస్, గాంధీ, సురేంద్రనాథ్ బెనర్జీ, శ్రీనివాస శాస్త్రి, తేజ్‌బహుదూర్ సప్రూ మొదలైన నాయకులు తమ తమ నిరసనను బహిరంగంగా వ్యక్తం చేశారు. మహాత్మాగాంధీ రౌలట్ చట్టాన్ని వ్యతిరేకిస్తూ ఇది విషపూరితమైన వ్యాధికి తొలి

లక్షణమని వర్ణించాడు. దీనిని ఎదుర్కొనడానికి తాను సత్యాగ్రహాన్ని ప్రారంభించనున్నట్లు ప్రకటించాడు.

గాంధీ రౌలట్ సత్యాగ్రహం భారత దేశంలో అఖిల భారత స్థాయికి చెందిన సమస్యను ఎదుర్కొనడానికి చేపట్టిన తొలి ఉద్యమం. గాంధీ తన అనుచరులతో చర్చించిన తరువాత, ప్రభుత్వం రౌలట్ చట్ట ప్రతిపాదనను మార్చి 30, 1919 లోపల ఉపసంహరించుకోకపోతే, తాను ఆరోజు నుంచి (మార్చి 30, 1919)యావద్భారత స్థాయిలో సత్యాగ్రహాన్ని అహింసాత్మక పద్ధతిలో ప్రారంభించనున్నట్లు బహిరంగ ప్రకటన చేశాడు. దీనితో అతడు బ్రిటిష్ వారిని ఎదుర్కొనడానికి, భారతీయులను బ్రిటిష్ వారి అన్యాయమైన చట్టం నుంచి రక్షించడానికి నాయకుడయ్యాడు. గాంధీ హెచ్చరికను భేఖాతరు చేస్తూ ప్రభుత్వం మార్చి 21, 1919 న రౌలట్‌బిల్లును చట్టరూపంలో ప్రకటించింది. కేంద్ర శాసనసభలో భారతీయ సభ్యులు చేసిన ప్రయత్నాలు విఫలమయ్యాయి.

గాంధీ తను నిర్వహించబోయే రౌలట్ సత్యాగ్రహ ఉద్యమంలో పాల్గొనే వారందరు సత్య-అహింసలను తప్పనిసరిగా పాటించాలని వారిచే ప్రతిజ్ఞ చేయించాడు. కొన్ని కారణాల వల్ల గాంధీ ఉద్యమ ప్రారంభ తేదిని మార్చి 30వతేది నుంచి ఏప్రిల్ 6, 1919 కు మార్చాడు. ఢిల్లీలో మాత్రం రౌలట్ చట్ట వ్యతిరేక సత్యాగ్రహం మార్చినెల 30 ననే ప్రారంభమయ్యింది. హర్తాళ్, నిరసన ఉపవాస వ్రతాలు ప్రజలు స్వచ్ఛందంగా పాటించారు. హింసాత్మక సంఘటనలు లేవు. ముస్లింలు కూడా అధిక సంఖ్యలో రౌలట్ సత్యాగ్రహంలో చురుకుగా పాల్గొన్నారు. కాని పోలీస్ అధికారుల దురుసు ప్రవర్తన వల్ల ఢిల్లీ, పంజాబ్ మొదలయిన చోట్ల కొన్ని హింసాత్మక సంఘటనలు చోటు చేసుకొన్నాయి. బ్రిటిష్ వారు ఏ విధంగానైనా ఉద్యమాన్ని శీఘ్రగతిన అణచివేయాలని చర్యలు చేపట్టారు. గాంధీని, ఢిల్లీ సరిహద్దుల్లోకి గాని, పంజాబ్‌లోకి కాని రాకుండ నిషేధాజ్ఞలు జారీ చేశారు. అతన్ని ఏప్రిల్ 9, 1919 న అరెస్టు చేసి బొంబాయికి పంపారు. గాంధీ అరెస్టు వార్త తెలిసిన ప్రజలు పలు ప్రాంతాలలో హింసకు దిగారు. గాంధీ వెంటనే హింస, తన అహింస సత్యాగ్రహ సిద్ధాంతానికి వ్యతిరేకమైనందున సత్యాగ్రహాన్ని అధికారికంగా ఆపివేస్తున్నట్లు ప్రకటించాడు. ప్రభుత్వం గాంధీని వెంటనే విడుదల చేసింది.

ఈ సత్యాగ్రహం మహాత్ముడు ఆశించినంతగా సఫలంకాకపోయినప్పటికీ దేశ ప్రజలను అతని నాయకత్వం కిందికి తీసుకొచ్చింది. బ్రిటిష్ వారికి అతని జనాకర్షణ శక్తిని సత్యాగ్రహ సిద్ధాంత బలాన్ని చవి చూపించింది. భవిష్యత్‌లో అతడి ఉద్యమాలకు మార్గాన్ని చూపింది. హిందూ ముస్లిం ఐక్యతను ప్రదర్శింప చేసింది.

జలియన్‌వాలా బాగ్ దురంతం (13 ఏప్రిల్, 1919)

రౌలట్ చట్టం ఎన్నో పరిణామాలకు దారి చూపింది. అందులో అతి ముఖ్యమైనది. పంజాబ్ రాష్ట్రంలోని, అమృత్‌సర్ పట్టణంలోని జలియన్ వాలా బాగ్‌లో ఏప్రిల్ 13, 1919 న జరిగిన క్రూరమైన- హింసాత్మక సంఘటన భారత స్వాతంత్ర్యోద్యమానికి ఒక నూతన మలుపు నిచ్చింది. రౌలట్ శాసనానికి వ్యతిరేకంగా జరిగిన సత్యాగ్రహం సందర్భంగా దేశంలోని అన్ని ప్రముఖ రాష్ట్రాలలో జరిగినట్లే పంజాబ్ రాష్ట్రంలో కూడా ఐదు ముఖ్య పట్టణాలలో (గుజ్రాన్‌వాలా, గుజరాత్, లైల్లాపూర్, అమృత్‌సర్, లాహోర్) కొన్ని అల్లర్లు జరిగాయి. పైగా పంజాబ్ రాష్ట్రంలోని హిందూ-ముస్లిం శిక్కు మతాల ప్రజల మధ్య స్థిరపడి ఉన్న ఐక్యత ప్రభుత్వాధికారులకు తీవ్ర ఆందోళన కలిగించింది. ముఖ్యంగా ఆనాటి పంజాబ్ లెఫ్టినెంట్ గవర్నరైన మైకెల్-ఓ-డయ్యర్ ఏ విధంగానైనా (సాయుధ బలాన్ని ఉపయోగించినైనా) ఉద్యమాన్ని అణచి వేయడానికి చర్యలు చేపట్టాడు. ఎందరో అమాయక ప్రజలను అరెస్టు చేశారు. ఊరేగింపులు, బహిరంగ సభలు నిషేధించాడు. గాంధీ ఆదేశం మేరకు ఏప్రిల్ 6, 1919 న హర్తాళ్ సంపూర్ణంగా, శాంతియుతంగా జరిగింది. కాని ఏప్రిల్ 10, 1919 లో ప్రముఖ పంజాబ్ కాంగ్రెస్ నాయకుడైన డా. సత్యపాల్, డా. కిచ్లూలను పంజాబ్ లెఫ్టినెంట్ గవర్నర్ ఆదేశాల మేరకు పోలీసులు అరెస్టు చేశారు. వారి అరెస్టుకు నిరసనగా జలియన్ వాలాబాగ్‌లో ఏప్రిల్ 13, 1919 న ఒక శాంతియుత బహిరంగ సమావేశం ఏర్పాటు అయింది. చుట్టూ ప్రహారి గోడ ఉన్నప్పటికీ జలియన్ వాలా బాగ్‌లోనికి వెళ్ళడానికి ఉన్న ఇరుకు దారి గుండా అధిక సంఖ్యలో ప్రజలు సభకు హాజరయ్యారు. సమావేశం ఇక కొద్ది సేపటిలో ప్రారంభమవబోతున్న దనగానే, పంజాబ్ లెఫ్టినెంట్ గవర్నర్ అక్కడికి తన బలగాలతో చేరుకొని, ప్రజలు సభాస్థలిని వదిలి వెళ్ళడానికి ఏ మాత్రం సూచనలియ్యక, నిర్దాక్షిణ్యంగా, అమాయక ప్రజలపై కాల్పులు జరిపించాడు. అధికారిక అంచనాల ప్రకారం ఆ కాల్పుల్లో 379 మంది మరణించారు. వందల మంది గాయపడ్డారు. కాని దేశీయుల అంచనాల ప్రకారం 500 కు పైగా అమాయకులు పోలీసుల తుపాకి గుండ్లకు బలయ్యారు. 1,500 పైగా గాయపడ్డారు. డయ్యర్ పంజాబ్‌లోని అమృత్‌సర్, లాహోర్ మొదలయిన జిల్లాలలో మార్షల్‌లా ప్రకటించాడు.

యావత్ దేశ నాయకులు, ప్రజలు జలియన్ వాలా బాగ్ దురంతాలకు కారకులైన తెల్లవారిని శిక్షించాలని డిమాండ్ చేసిన ప్రభుత్వం చలించలేదు. కంటితుడుపు చర్యగా హంటర్ అధ్యక్షతన ఒక విచారణ సంఘాన్ని నియమించింది. శాంతి భద్రతల పరిరక్షణార్థమే కాల్పులు జరిపినానని డయ్యర్ హంటర్ కమీషన్ ముందు సాక్ష్యమిచ్చాడు. ప్రభుత్వం అతన్నే సమర్థించింది.

జలియన్‌వాలాబాగ్ సంఘటనకు వ్యతిరేకంగా యావత్‌దేశ ప్రజలు, నాయకులు

స్పందించారు. రవీంద్రనాథ్ ఠాగూర్ తనకు బ్రిటిష్ వారు ఇచ్చిన నైట్‌హుడ్ బిరుదును త్యజించాడు. దక్షిణాఫ్రికాలో బోయర్ యుద్ధం కాలంలో చేసిన సహాయానికి ప్రతిఫలంగా తనకు బ్రిటిష్‌వారు కైజర్-ఇ-హింద్ బిరుదును గాంధీ త్యజించాడు. కాంగ్రెస్ పార్టీ తరపున సంఘటనపై దర్యాప్తు జరపడానికి మోతీలాల్ నెహ్రూ, ఫజల్-ఉల్-హక్, యం. ఆర్. జయాకర్, సి. ఆర్. దాస్, అబ్బాస్ త్యాబ్జీ, గాంధీ మొదలైన వారితో ఒక విచారణ కమిటి ఏర్పాటు చేయడం జరిగింది. ఈ కమిటీ రిపోర్టు డయ్యర్‌ను దోషిగా చూపింది. అతన్ని శిక్షించాలని, మృతుల కుటుంబాలకు, గాయపడిన వారి కుటుంబాలకు ఆర్థిక సహాయం చేయాలని ప్రభుత్వాన్ని కోరింది. కాని ఫలితం శూన్యం. ఈ సంఘటన గాంధీ, కాంగ్రెస్‌కు బ్రిటిష్ వారి మంచితనం పట్ల ఉన్న నమ్మకాన్ని వమ్ము చేసింది. జనరల్ డయ్యర్‌ను, బ్రిటిష్ ప్రభుత్వం సమర్థించడం, అతనికి సహాయంగా, బ్రిటిష్ ప్రజలు, 3000 పౌండ్ల నిధిని సేకరించి ఇవ్వడం భారతీయుల్లో బ్రిటిష్ ప్రభుత్వం పట్ల విశ్వాసాన్ని పూర్తిగా నశింప చేశాయి.

ఖిలాఫత్ ఉద్యమం(1920 ఏప్రిల్-మే- 1922)

జలియన్ వాలా బాగ్ సంఘటన తరువాత కొంతకాలానికి భారతీయ ముస్లింలో కాంగ్రెస్ అనుచరులు గాంధీ నాయకత్వంలో బ్రిటిష్ వారికి వ్యతిరేకంగా ప్రారంభించిన ఉద్యమమే చరిత్రలో ఖిలాఫత్ ఉద్యమంగా పేరు పొందింది. ఖిలాఫత్ సమస్య భారత దేశానికి గానీ, కాంగ్రెసుకు గానీ ఏ విధంగాను ప్రత్యక్షంగా సంబంధించినది కాదు. హిందూ-ముస్లిం సమైక్యత కోసం గాంధీ దృష్టిని ఖిలాఫత్ సమస్య ఆకర్షించింది. అతడు ఉద్యమాన్ని ప్రారంభించాడు.

ఖలీఫా ముస్లిం ప్రజలందరికి మతాధిపతి. అతడే టర్కీ సామ్రాజ్యాధినేత. మొదటి ప్రపంచ యుద్ధకాలంలో టర్కీ, ఇంగ్లాండ్, ఫ్రాన్స్, రష్యాలకు వ్యతిరేకంగా పోరాడింది. 1918 నాటికి యుద్ధం ముగిసింది. ఆస్ట్రియా-హంగరీ, జర్మనీ, టర్కీ పరాజయం పొందాయి. ఐరోపా దేశాల మధ్య శాంతిని భవిష్యత్‌లో నెలకొల్పడానికి విజేత రాజ్యాలు, ఓడిన రాజ్యాలతో అనేక ఒడంబడికలు చేసుకున్నాయి. వాటిలో పారిస్‌లో జరిగిన వర్సైల్స్ సంధి, సెవర్స్ సంధులు (1920) పేర్కొనదగినవి. సెవర్స్ సంధి (1920) షరతులు ఖలీఫాకు పూర్తి అవమానకరంగా రూపొందించబడ్డాయి. అతని హోదా, సామ్రాజ్యం ఛిన్నా భిన్నం అయ్యాయి. ఇది బ్రిటిష్, ఫ్రాన్స్ దేశాల కుట్రయే అని టర్కీ ప్రజలతో పాటు, ప్రపంచ నలుమూలలా నివసిస్తున్న ముస్లింలు భావించి, బ్రిటన్‌కు వ్యతిరేకంగా ఉద్యమాలు నడపడానికి సిద్ధపడ్డారు. ఈ విషయంలో భారతీయ ముస్లిం నాయకులు ప్రజలు చురుకైన పాత్ర నిర్వహించారు. రౌలట్ చట్టం జలియన్ వాలా బాగ్ సంఘటనలు భారతీయుల మనస్తత్వాలను ముఖ్యంగా మహాత్మాగాంధీకి బ్రిటిష్ వారి పట్ల ఉన్న

విశ్వాసాన్ని తీవ్రంగా దెబ్బతీశాయి. రౌలట్ సత్యాగ్రహకాలంలో ప్రముఖ ముస్లిం నాయకులైన హకీం అజ్మత్‌ఖాన్, అలీ సోదరులు తదితరులతో గాంధీకి సన్నిహితత్వం ఏర్పడింది. దీని ఫలితమే గాంధీ నిస్సంకోచంగా ఖిలాఫత్ సమస్యపట్ల సానుకూలంగా వ్యవహరించడం, సత్యాగ్రహాన్ని చేపట్టటం. ఖిలాపత్-సహాయనిరాకరణోద్యమాలు కొంతకాలంపాటు ఏకకాలంలో కొనసాగాయి.

ఖిలాఫత్ ఉద్యమం: 1919 డిసెంబర్ 24 న, ఢిల్లీలో అఖిల భారత్ ఖిలాపత్ కాన్ఫరెన్స్ సమావేశమై, మహాత్మాగాంధీనీ అధ్యక్షుడిగా ఎన్నుకుంది. సోదర ముస్లింలకు తన సహాయ, సహకారాలు అందించడం తన నైతిక బాధ్యతగా భావించినా వైస్రాయ్ చెమ్స్‌ఫర్డ్‌కు లేఖ రాశాడు. 1919 డిసెంబర్ చివర్లో అమృత్‌సర్ నగరంలో కాంగ్రెస్ వార్షిక సమావేశం జరిగింది. అక్కడే అఖిలభారత ఖిలాఫత్ సమావేశం జరిగింది. ఖలీఫా యుద్ధపు పూర్వపు స్థితిని నెలకొల్పాలని రాజప్రతినిధికి ఒక విజ్ఞాపన పత్రం సమర్పించాలని సమావేశ నాయకులు నిర్ణయించారు. 1920 జనవరి 19 న ఆ నిర్ణయానుసారం, రాజ ప్రతినిధికి విజ్ఞాపన పత్రం సమర్పించారు. ఈ పత్రంపై సంతకాలు చేసిన వారిలో గాంధీ, స్వామి శ్రద్ధానంద, పండిత్ మోతీలాల్ నెహ్రూ, పండిత్ మదన్ మోహన్ మాలవ్యాలున్నారు.

స్వరాజ్య సాధనకు హిందూ-ముస్లిం సమైక్యత ఆత్యావశ్యకమని, దాన్ని మరింత పటిష్టం చేయడానికి ఖిలాపత్ ఉద్యమం దోహదం చేస్తుందని, గాంధీ భావించాడు. హిందూ-ముస్లిం సమైక్యత అవశ్యకతను గూర్చి తన పత్రిక "యంగ్ ఇండియా"లో వ్యాసాలు రాస్తూ ఖిలాఫత్ సమస్య పట్ల హిందువులు - పార్శీలు అందరూ సానుభూతి చూపి బ్రిటిష్ విధానానికి వ్యతిరేకంగా అహింసాయుత పోరాటాన్ని కొనసాగించాలని నొక్కి చెప్పాడు. ఖిలాఫత్ సమస్యకు గాంధీ ప్రకటించిన మద్దతును కొందరు నాయకులు విమర్శించారు. 1920, మార్చి 10 న గాంధీ ఖిలాఫత్ ప్రణాళిక రూపొందించాడు. బ్రిటిష్ ప్రభుత్వం టర్కీ సమగ్రతకు ఇవ్వాలని కోరాడు. కాని బ్రిటిష్ అధికారులు ఎటువంటి హామీ ఇవ్వని కారణంగా గాంధీ సహాయ నిరాకరణోద్యమం ప్రారంభించాడు. దానిలో సహాయ నిరాకరణోద్యమం ప్రధానంగా చోటు చేసుకొంది. స్వరాజ్యం సాధించేందుకు లేదా అన్యాయాన్ని ఎదుర్కొనడానికి గాంధీ చేపట్టిన అన్ని ఉద్యమాలకు మూలస్తంభం, సహాయ నిరాకరణోద్యమం కాబట్టి సహాయ నిరాకరణోద్యమ సిద్ధాంతం మౌలికసూత్రాలు మొగటి ఖిలాఫత్ సమావేశంలోనే విశదీకరించడం జరిగింది. ఆగస్ట్ 1, 1920 నుంచి ఖిలాఫత్-సహాయ నిరాకరణోద్యమాలను ఐక్యం చేసి ఏక కాలంలో నడపాలని గాంధీ-ఖిలాఫత్ నాయకులు నిర్ణయించారు. ఈ నిర్ణయం ప్రకారం ఆగస్ట్1 న ప్రజలందరూ ఉపవాస దీక్షలతోనూ, ప్రార్థనలతోనూ గడపాలి; దేశం మొత్తం హర్తాళ్ పాటించాలి. గౌరవ బిరుదులను పొందినవారు వాటిని త్యజించాలి.

1922 వ సంవత్సరంలో ముస్తాఫా కెమాల్‌పాషా టర్కీ అధినేతయై తన దేశాన్ని లౌకిక తరహా రిపబ్లిక్‌గా ప్రకటించాడు. దీనితో ఖిలాఫత్ ఉద్యమం ముగిసింది.

సహాయ నిరాకరణోద్యమం (ఆగస్ట్ 1, 1920 నుంచి ఫిబ్రవరి 12, 1922 వరకు)

భారతదేశంలో అడుగు పెట్టిన తరువాత గాంధీ బ్రిటిష్ వారి విధానాలకు వ్యతిరేకంగా నిర్వహించిన తొలి గొప్ప ఉద్యమం సహాయనిరాకరణోద్యమం. ఈ ఉద్యమం సుమారు రెండేళ్ళపాటు, తీవ్రస్థాయిలో యావత్ భారతావనిలో కొనసాగింది. ఈ ఉద్యమ ప్రారంభం రోజునే ఆకస్మికంగా తిలక్ చనిపోయాడు. తిలక్ మృతి పట్ల యావత్ జాతి దుఃఖించింది. గాంధీ తన సంతాప సందేశంలో మానవులలో సింహంలాంటి ధీరుణ్ణి భారతమాత కోల్పోయిందని, సింహగర్జన మూగపోయిందని పేర్కొన్నాడు. తిలక్ ఆకస్మిక మరణంతో గాంధీ జాతీయోద్యమానికి, కాంగ్రెస్‌కు తిరుగులేని నాయకుడయ్యాడు. అఖండ విశ్వాసంతో సహాయ నిరాకరణోద్యమాన్ని ఏలాంటి వాయిదా వేయకుండా ముందుగా నిర్ణయించుకున్నట్లు ఆగస్టు 1, 1020 నుండి అధికారికంగా ప్రారంభించాడు. జాతీయ కాంగ్రెస్, ప్రత్యేక సమావేశాన్ని సహాయ నిరాకరణోద్యమ ప్రణాళికను చర్చించి ఆమోదించడానికి, కలకత్తాలో లాలా లజపతిరాయ్ అధ్యక్షతన 1920 సెప్టెంబర్ 4 నుంచి సెప్టెంబర్ 9 వరకు నిర్వహించింది. సమావేశం ఉద్రిక్త వాతావరణంలో సాగింది. గాంధీ సహాయ నిరాకరణ ముసాయిదా పట్ల సి. ఆర్. దాస్, బిపిన్ చంద్రపాల్, మదన్ మోహన్ మాలవ్యా మొదలైన వారు వ్యతిరేకత వ్యక్తం చేశారు. చివరికి తీర్మానంపై ఓటింగ్ జరిగింది. గాంధీ తీర్మానానికి అనుకూలంగా 1,855 మంది ఓట్లు రాగా, బిపిన్ చంద్రపాల్‌కు అనుకూలంగా 873 మంది ఓటు వేసారు. గాంధీకి అనుకూలంగా ఓటు వేసిన రాష్ట్రాలలో బెంగాల్ (551) ఉత్తరప్రదేశ్ (295), పంజాబ్ (254), మహారాష్ట్ర (243), మద్రాస్ (161), బీహార్ (184), పేర్కొనదగినవి. పాల్‌కు అనుకూలంగా ఓటు వేసిన రాష్ట్రాలలో బెంగాల్ (395), మద్రాస్ (135), బొంబాయి (95) పేర్కొన దగినవి. గాంధీ తీర్మానం నెగ్గడంతో, భారత జాతీయ కాంగ్రెస్‌కు అతడు ఎదురులేని నాయకుడయ్యాడు.

నాగపూర్ కాంగ్రెస్ వార్షిక సమావేశం (డిసెంబర్ 26-31, 1920)

భారత స్వాతంత్ర్య పోరాట చరిత్రలోనే కాక, మహాత్మాగాంధీ రాజకీయ జీవన చరిత్రలో కూడా నాగపూర్‌లో దక్షిణ భారత దేశపు మహా మేధావిగా పేరుబడిసిన సేలం సి. విజయ రాఘవాచారి అధ్యక్షతన జరిగి 35 వ కాంగ్రెస్ వార్షిక సమావేశానికి చారిత్రక ప్రాధాన్యత ఉంది. ఈ సమావేశంలో కలకత్తాలో జరిగిన అత్యవసర కాంగ్రెస్ సమావేశంలో ఆమోదించిన సహాయ నిరాకరణ ప్రతిపాదనలను ఆమోదించవలసి ఉంది. ఈ సమావేశం బాల్ గంగాధర్ తిలక్ చనిపోయిన తరవాత ఉద్రిక్త

వాతావరణంలో జరిగింది. అతని సమర్థకులలో అగ్రగణ్యుడైన చిత్తరంజన్ దాస్, ఏ విధంగానైనా గాంధీ సహాయ నిరాకరణ తీర్మానాన్ని ఆమోదించకుండా చేయడానికి ప్రయత్నాలు చేశాడు. సుమారు 36,000 రూపాయలు ఖర్చుచేసి 250 మందికి పైగా బెంగాల్ ప్రతినిధులను వెంటబెట్టుకొని సమావేశానికి హాజరయ్యారు. గాంధీ మాత్రం ఈ సమావేశానికి ముందే హిందీ భాషా ప్రాంతాలలో విస్తృతంగా పర్యటించి సహాయ నిరాకరణ ఉద్యమ ఆశయాల గురించి, దాని నిర్మాణాత్మక కార్య ప్రణాళిక గురించి, హిందూ-ముస్లిం ఐక్యత ఆవశ్యకత గురించి ప్రజలకు వివరించాడు. మంచి స్పందన లభించింది. పైగా గాంధీ అనుచరుల్లో ముఖ్యుడైన జమునా లాల్ బజాజ్ నాగపూర్ కాంగ్రెస్ సమావేశానికి ఆహ్వాన సంఘాధ్యక్షుడిగా ఎంపిక అయ్యాడు. దీనికి తోడు మహాత్ముడిపై ఏర్పడిన విశ్వాసంతో అతని స్వంత ప్రాంతమైన గుజరాత్ నుంచి, ఢిల్లీ, మధ్యప్రదేశ్, మద్రాస్ తదితర ప్రాంతాల నుంచి భారీ సంఖ్యలో అతనికి అనుకూలంగా సమావేశానికి హాజరయ్యారు. పరిస్థితిని అర్థం చేసుకొన్న సి. ఆర్. దాస్ తన వ్యతిరేక ప్రయత్నాలను ఉపసంహరించుకున్నాడు. కాని జిన్నా, కపర్థి, మాలవ్యాలు గాంధీ తీర్మానాన్ని వ్యతిరేకించారు. సి. ఆర్. దాస్ మనస్సు నొప్పించవద్దని గాంధీ అతనితో మళ్ళీ చర్చలు జరిపాడు. ఇరువురికి ఒక అంగీకారం కుదిరింది. దశల వారీగా కాక, దేశం మొత్తంలో కాంగ్రెస్ తీర్మానం అమలు జరగాలనీ, తిలక్ స్వరాజ్యనిధిని కోటి రూపాయలు వసూలు చేయాలనీ, కాంగ్రెస్‌లో ఒక కోటి మంది కొత్త వారికి సభ్యులుగా చేర్చాలని, ఉద్యమంలో కార్మిక వర్గాలకు ప్రవేశం కలిగించే నిమిత్తం, కాంగ్రెస్‌కు అనుబంధంగా కార్మిక సంస్థను ఒక దానిని స్థాపించాలని సి. ఆర్. దాస్ సూచించగా మహాత్మా గాంధీ వాటిని ఆమోదించాడు. ఈ సవరణలతో నాగపూర్ కాంగ్రెస్ సమావేశంలో గాంధీ సహాయ నిరాకరణోద్యమ తీర్మానాన్ని సి. ఆర్. దాస్ స్వయంగా ప్రతిపాదించాడు. పెద్ద మెజారిటీతో తీర్మానం నెగ్గింది. నాగపూర్ కాంగ్రెస్ మహాసభ తరువాత కాంగ్రెస్‌పై గాంధీకి సంపూర్ణమైన, తిరుగులేని పట్టు లభించింది. జిన్నా, అనీబిసెంట్, బిపిన్ చంద్రపాల్ మొదలయిన వారికి బ్రిటిష్ ప్రభుత్వంపై ప్రత్యక్ష చర్యగా కాంగ్రెస్ తీసుకున్న నిర్ణయం రుచించలేదు. అందువలన వారు కాంగ్రెస్‌కు దూరమయ్యారు. కాని, అలీ సోదరులుగా పేరుబడిన మహమ్మదాలీ(1878-1931), అతని అన్నగారైన షౌకత్ అలీ (1873-1938), కాంగ్రెస్‌లో మనస్ఫూర్తిగా చేరారు. గాంధీ నాయకత్వంలో పూర్తి విశ్వాసాన్ని ప్రకటించారు. ఆంగ్ల విద్యనభ్యసించిన ముస్లింలు మాత్రం జిన్నా (1875-1948) అనుచరులై, 1930 తరువాత ముస్లింలీగ్‌ను పటిష్టం చేయడంలో, కీలక పాత్ర వహించారు. నాగపూర్ కాంగ్రెస్ సమావేశం సందర్భంలోనే గాంధీ ఆనాటి మేటి, యువ జాతీయ నాయకులైన సుభాష్ చంద్రబోస్, పండిత్ జవహర్‌లాల్ నెహ్రూ, సర్దార్ వల్లభాయి పటేల్, చక్రవర్తి రాజగోపాలాచారి, రంగస్వామి అయ్యంగార్, మౌలానా అబ్దుల్ కలామ్ ఆజాద్ (1888-1959), టంగుటూరి ప్రకాశం పంతులు, డా. అన్సారీ, డా. రాజేంద్ర ప్రసాద్

మొదలయిన వారిని తన విశ్వాస పాత్రులైన అనుచర బృందంగా ఏర్పాటు చేసుకున్నాడు. వీరిలో అనేకులు గాంధీ బ్రతికున్నంతకాలం అతని అహింసా సిద్ధాంతాన్నే నమ్మి స్వరాజ్య సాధనకు అతడు జరిపిన పోరాటంలో కీలక పాత్ర వహించారు.

గాంధీ ప్రారంభించిన సహాయ నిరాకరణోద్యమానికి నిర్మాణాత్మక కార్యక్రమం, బహిష్కరణోద్యమం రెండు కళ్ళలాంటివి. అందుకే సహాయ నిరాకరణోద్యమం కేవలం ఒక రాజకీయోద్యమం కాదు, అది సామాజిక, ఆర్థిక, ఆధ్యాత్మిక ఉద్యమం. అహింస మార్గం దీని ఆశయ సాధనకు మూలస్తంభం వంటిది.

స్వదేశీ ఉద్యమ వ్యాప్తి, రాట్నంతో నూలు వడకడం, మగ్గాలపై నేత నేయడం, హిందువులలో అస్పృశ్యత నివారించడం, హిందూ-ముస్లిం సఖ్యతను పెంపొందించడం, మత్తు పానీయాల నిషేధం తిలక్ స్వరాజ్య నిధికి ఒక కోటి రూపాయలు వసూలు చేయడం మొదలయినవి నిర్మాణాత్మక కార్యక్రమంలోని ముఖ్య అంశాలు.

శాసన సభలను, ఎన్నికలను, న్యాయ స్థానాలను, ప్రభుత్వం నడుపుతున్న లేదా ప్రభుత్వ ఆర్థిక సహాయంతో నడుస్తున్న పాఠశాలలను, కళాశాలలను బహిష్కరించటం, పన్నుల నిరాకరణ, గ్రామసేవల బహిష్కరణ, బిరుదులను త్యజించటం బహిష్కరణోద్యమంలోని ముఖ్య అంశాలు.

నాగపూర్ కాంగ్రెస్ వార్షిక సమావేశం తరువాత మహాత్ముడు సహాయ నిరాకరణోద్యమంలోని వివిధ అంశాలపై ప్రచారం చేయడానికి దేశం నలుమూలలా విస్తృతంగా పర్యటించి ప్రజలకు వివరించాడు. ఆయన బహిష్కరణోద్యమాని కంటే నిర్మాణాత్మక కార్యక్రమానికే అధిక ప్రాముఖ్యత ఇచ్చినట్లు అతని రాతల వల్ల, ఉపన్యాసాల వల్ల, ప్రకటనల వల్ల తెలుస్తుంది.

నాగపూర్ కాంగ్రెస్ మహాసభ తీర్మానానికి అనుగుణంగా, కాంగ్రెస్ కార్యనిర్వాహక సంఘం 1921, మార్చి 31, ఏప్రిల్ 1 న విజయ వాడలో సమావేశమైంది. ఆంధ్రప్రాంతంలో జాతీయతా భావం ఉప్పొంగడానికి, సహాయ నిరాకరణోద్యమ తీర్మానాలు అమలు జరగడానికి విజయవాడ సమావేశం ఇతోధికంగా దోహదం చేసింది. ఈ సమావేశ కాలంలో ఆంధ్రప్రజలకు గాంధీతో పాటు మోతీలాల్‌నెహ్రూ, జవహర్‌లాల్‌నెహ్రూ, సి. ఆర్. దాస్, అలీ సోదరులు, కస్తూరిబాయి, వల్లభభాయ్ పటేల్ వంటి గొప్ప నాయకులను చూసే అవకాశం కలిగింది. ఈ సమావేశంలో ప్రముఖ ఆంధ్రకాంగ్రెస్ నాయకులైన ప్రకాశం పంతులు, కొండా. వెంకటప్పయ్య, భోగరాజు పట్టాభిసీతారామయ్య దుగ్గిరాల గోపాలకృష్ణయ్య, మాడపాటి హనుమంతరావు (తెలంగాణా నుంచి) మొదలయిన వారు పాల్గొన్నారు. ఈ సమావేశంలో తీసుకున్న ముఖ్య నిర్ణయాలలో కోటి మంది

కొత్తవారిని కాంగ్రెస్ సభ్యులుగా చేర్పించాలని, ఇరవై లక్షల రాట్నాలు దేశంలో పనిచేయడం ప్రారంభించాలనీ, తిలక్ స్వరాజ్య నిధికి కోటి రూపాయలు వసూలు చేయాలనీ, గ్రామ పంచాయితీలను ఏర్పాటు చేయాలనీ, జాతీయ విద్యా సంస్థలను ఏర్పాటు చేయాలనేవి పేర్కొనదగినవి. పింగళి వెంకయ్య రూపొందించిన త్రివర్ణ పతాకాన్ని స్వల్ప మార్పులతో (మధ్యలో చరఖా ఉంచటం) గాంధీ ఆమోదించాడు. ఇదే తరువాత జాతీయ పతాకంగా రూపొందింది. సమావేశం అనంతరం గాంధీ ఆంధ్రలోని కాకినాడ, రాజమండ్రి, ఏలూరు, మచిలీపట్నం, గుంటూరు, చీరాల, బాపట్ల, నెల్లూరు ప్రాంతాలలో పర్యటించి ప్రజలనుద్దేశించి ఉపన్యసించాడు. పూర్తి శాంతియుత పద్ధతిలో సహాయ నిరాకరణోద్యమాన్ని నిర్వహించాలని ప్రజలకు సూచించాడు. ఆంధ్రస్వాతంత్రోద్యమ చరిత్రలో విజయవాడ అఖిల భారత కాంగ్రెస్ సంఘం సమావేశం ఈవిధంగా చారిత్రక ప్రాధాన్యత సంతరించుకున్నది.

నిర్మాణాత్మక కార్యప్రణాళిక ప్రకారం కాంగ్రెస్ సభ్యత్వ సంఖ్య 50 లక్షలకు మించింది. రాట్నాల సంఖ్య కూడా అనుకున్న విధంగా పెరిగింది. తిలక్ స్వరాజ్య నిధికి 15 లక్షల రూపాయలు ఎక్కువే వసూలయ్యాయి. ఖద్దర్ ప్రచార ఉద్యమం ముమ్మరంగానే సాగింది. కాని పరదేశీ వస్త్రాల దిగుమతి ఆశించినంతగా తగ్గిపోలేదు.

బహిష్కరణోద్యమం

అఖిల భారత కాంగ్రెస్ కమిటీ బొంబాయిలో జూలై 28, 1921 లో సమావేశమైంది. సెప్టెంబర్ 30 కల్లా విదేశీ వస్త్రాల బహిష్కరణోద్యమం పూర్తి విజయవంతం కావాలని, దీనికి కార్యకర్తలు శాంతియుత పద్ధతిలో పోరాటానికి సూచించింది. విదేశీ వస్త్రాల బహిష్కరణలో భాగంగా విదేశీ వస్త్రాల దహన కార్యక్రమాలు జరిగాయి. రవీంద్రనాథ్ ఠాగూర్, విఠల్ భాయ్ పటేల్, కేల్కర్ విదేశీ వస్త్రాల దహనం పట్ల తీవ్ర అభ్యంతరం తెలిపారు. కాని గాంధీ మాత్రం స్వదేశీ వస్త్ర పరిశ్రమ పునరుజ్జీవనానికి ఈ చర్య తప్పదన్నాడు. బహిష్కరణోద్యమం ఫలితంగా 1920-21, 1921-22 మధ్య కాలంలో విదేశీ వస్త్రాల దిగుమతుల విలువ, ఒక్కసారిగా 102 కోట్ల నుంచి 57 కోట్ల రూపాయలకు పడిపోయింది. ఇదే విధంగా శాసన సభల బహిష్కరణ, న్యాయస్థానాల బహిష్కరణ, విద్యాలయాల బహిష్కారం విజయవంతంగా జరిగాయి. 1919 చట్టం ప్రకారం, లెజిస్లేటివ్ కౌన్సిల్‌కు జరగనున్న ఎన్నికలను బహిష్కరించడానికి కాంగ్రెస్ నిర్ణయించింది. దీనిలో భాగంగా ఇదివరకే నామినేషన్ వేసినవారు, ప్రచారం చేసుకున్న కాంగ్రెస్ అభ్యర్థులు తమ తమ అభ్యర్థిత్వాలను ఉపసంహరించుకొన్నారు. కేవలం 20% ఓటర్లు ఓటు వేశారు. ముస్లిం ఓటర్లు తమ మత సంస్థలైన ఖిలాఫత్ కాన్ఫరెన్స్, జమయిత్-ఉల్-ఉల్మ హెచ్చరికలకు జడిసి ఎన్నికల

కేంద్రాల వైపుకు కూడా పోలేదు. కాని ఉదారవాదులు, ఇతరులు ఎన్నికలలో పాల్గొన్నందున కౌన్సిల్ కాంగ్రెసేతరుల హస్తగతమైంది. ఈ కారణంగా సహాయ నిరాకరణోద్యమం తీవ్రస్థాయిలో జరుగుతున్నా, కౌన్సిళ్ళు యధాతథంగా పని చేశాయి. సి. ఆర్. దాస్ గాంధీని విమర్శిస్తూ కౌన్సిల్ బహిష్కరణ చర్య సరియైనది కాదన్నాడు. బ్రిటిష్ ప్రభుత్వ ప్రజావ్యతిరేక విధానాలను వ్యతిరేకించడానికే ఈ చర్య గైకొన్నామని, తాము (కాంగ్రెస్‌వారు) ఎన్నికలలో పోటీ చేస్తే గెలవడం సమస్యే కాదని వివరించారు.

కాంగ్రెస్ పిలుపు మేరకు న్యాయస్థానాల బహిష్కరణోద్యమం కూడా ముమ్మరంగానే జరిగింది. సి. ఆర్. దాస్, సైపుద్దీన్‌కిచ్లూ, మోతీలాల్ నెహ్రూ, చక్రవర్తుల రాజగోపాలాచారి, టంగుటూరి ప్రకాశం, అసఫ్ అలీ, వల్లభభాయి పటేల్ వంటి గొప్ప న్యాయ వాదులు తమకు లక్షల ఆదాయం తెస్తున్న తమ తమ న్యాయవాద వృత్తులు వదిలి కాంగ్రెస్ భావాలను గౌరవిస్తూ, ఇతర న్యాయవాదులకు మార్గదర్శకులయ్యారు. కాంగ్రెస్ నేతృత్వంలో ఏర్పాటు చేసిన పంచాయితీలలోనే వివిధ రకాల కేసులు పరిష్కరించబడ్డాయి. ఘనులైన న్యాయవాదులు తమ తమ వృత్తులను వదిలి పెట్టి యావత్ శక్తి, యుక్తులను జాతీయోద్యమం కోసం, స్వరాజ్య సాధన కోసం, ఉపయోగించారు. వీరి దీక్ష పట్టుదల, కృషి వలన కాంగ్రెస్ సంస్థ మరింత బలపడింది.

పాఠశాలలకు, కళాశాలలను, విశ్వవిద్యాలయాలకు వెళ్ళే విద్యార్థుల సంఖ్య 1919-20, 1921-22 సంవత్సరాల మధ్యకాలంలో గణనీయంగా పడిపోయింది. బెంగాల్, బొంబాయి, ఉత్తర ప్రదేశ్, బీహార్, అస్సాం మొదలైన ప్రాంతాలలో విద్యాలయాల బహిష్కరణ ముమ్మరంగా సాగింది. ఈ కింది పట్టిక వల్ల ఏవిధంగా వివిధ స్థాయి విద్యాలయాల్లో చేరే విద్యార్థుల సంఖ్య తగ్గిపోయిందో తెలుస్తుంది.

సంవత్సరం	విద్యార్థుల సంఖ్య	సెంకడరీ పాఠశాలల్లో	ప్రైమరీ పాఠశాలల్లో
1919-1920	52,482	1,281,810	6,133,521
1921-1922	45,933	1,239,524	6,310,451

ప్రభుత్వ పాఠశాలలను, కాలేజీలను, విశ్వవిద్యాలయాలను బహిష్కరించిన విద్యార్థినీ, విద్యార్థులకు విద్యాబోధన చేయడానికి దేశం నలుమూలల జాతీయ విద్యా సంస్థలు నెలకొల్ప బడ్డాయి. ఉదాహరణ అలీ సోదరులలో చిన్నవాడైన మహమ్మద్ అలీ, 1921 లో ఢిల్లీలో జామియా మిల్లియా ఇస్లామియా అనే విద్యాసంస్థను నెలకొల్పాడు (మొదట ఇది అలీఘర్ కేంద్రంగా ప్రారంభమైంది) కాశీ విద్యాపీఠం బనారస్‌లో, గుజరాత్‌లో గుజరాతీ విద్యాపీఠం ఈ కాలంలో వెలిశాయి. బెంగాల్‌లో

190 జాతీయ పాఠశాలలు, బీహార్‌లో 442 విద్యాసంస్థలు, బొంబాయిలో 189, ఉత్తర ప్రదేశ్‌లో 137 జాతీయ విద్యా సంస్థలు వెలిశాయి. బెంగాల్ జాతీయ కళాశాల జనవరి 31, 1921 ప్రారంభమైంది. దీని మొదటి ప్రిన్సిపాల్‌గా సుభాష్ చంద్రబోస్ నియమితుడయ్యాడు.

ప్రభుత్వం ఇచ్చిన బిరుదులు, ప్రభుత్వ ఉద్యోగాలకు రాజీనామాలు సమర్పించటం మొదలైన కార్యక్రమాలు అంతగా సఫలీకృతం కాలేదు. సుభాష్ చంద్రబోస్ 1921 మే నెలలో తన ఇండియన్ సివిల్ సర్వీస్ ఉద్యోగానికి రాజీనామా చేశాడు.

సహాయ నిరాకరణోద్యమ కాలంలో గాంధీ కొంత వరకు సి. ఆర్. దాస్, రవీంద్రనాథ్ ఠాగూర్ నుంచి విమర్శలు ఎదుర్కొన్నాడు. కాని వీరిద్దరిని చివరికి గాంధీ తన ప్రణాళిక పట్ల సానుకూలురుగా మార్చాడు. ఈ ఉద్యమకాలంలోనే, 1921 జూలై 28 న అఖిల భారత కాంగ్రెస్ కమిటీ బొంబాయిలో సమావేశమై జార్జ్ సార్వభౌముని కుమారుడైన వేల్స్ యువరాజు భారతదేశ పర్యటనను బహిష్కరించమని ప్రజలకు పిలుపు నిచ్చింది. వేల్స్ రాజకుమారుడు నవంబర్ 17, 1921 లో బొంబాయి చేరుకున్నాడు. ప్రభుత్వం తరుపున ఘన స్వాగతం ఏర్పాటు చేశారు. కాని నగరంలో పూర్తి హర్తాళ్ జరిగింది. గాంధీ ఉపన్యాసించాడు. మిల్లు కార్మికులు గుంపులు, గుంపులుగా తిరుగుతూ అనేక అరాచక చర్యలకు పాల్పడ్డారు. ట్రాముకార్లు ధ్వంసం చేయబడ్డాయి. పార్శీ మహిళలపై ప్రదర్శకులు చేయి చేసుకొన్నారు. ఈ సంఘటనతో ఆగ్రహించిన పార్శీలు, ఆంగ్లోఇండియన్‌లు ఖద్దరు ధరించినవారిపై నిర్దాక్షిణ్యంగా దాడి చేశారు. ఐదు రోజుల పాటు బొంబాయిలో అరాచక శక్తులు రాజ్యమేలాయి. 60 మంది మరణించారు. 400 మంది గాయపడ్డారు. ఈ పరిణామాలు గాంధీజీని తీవ్రంగా కలవర పెట్టాయి. మూడు రోజుల పాటు ఉపవాసవ్రతం చేశాడు. నవంబర్ 23 న బార్డోలీలో, తాను ప్రారంభించ దలుచుకున్న శాసనోల్లంఘన ఉద్యమాన్ని నిలిపి వేస్తున్నట్లు ప్రకటించాడు. బెంగాల్, పంజాబ్ తదితర ప్రాంతాలలో హర్తాళ్ శాంతియుతంగా జరిగింది. 1921 నవంబర్ నాటికి సహాయ నిరాకణోద్యమం శిఖర స్థాయికి చేరింది. ప్రభుత్వ అణిచివేత చర్యలు పెచ్చు పెరిగాయి. ఈ కింది పట్టిక వివిధ రాష్ట్రాలలో సహాయ నిరాకరణోద్యమ కాలంలో అరెస్టు అయిన ఖైదీల (సత్యాగ్రహుల) సంఖ్యను తెలుపుతుంది.

రాష్ట్రం పేరు	అరెస్టు అయిన సత్యాగ్రహుల సంఖ్య
మద్రాస్	617
బొంబాయి	1041
బెంగాల్	9163

ఉత్తరప్రదేశ్	2772
పంజాబ్	1374

ఇల్లాంటి ఉద్రిక్త వాతావరణంలో 1921, డిసెంబర్ నెల చివరిలో కాంగ్రెస్ వార్షిక సమావేశం హకీం అజ్మల్ ఖాన్ అధ్యక్షతన అహ్మదాబాద్‌లో జరిగింది. స్వరాజ్య సాధనే కాంగ్రెస్ లక్ష్యమని ప్రకటించాడు గాంధీ. 1922, ఫిబ్రవరి 1 వ తేదీన గాంధీ నాటి రాజ ప్రతినిధియైన లార్డ్ రీడింగ్‌కు (1921-1926) తుది హెచ్చరికను పంపించాడు. వారంరోజులలోగా (ఫిబ్రవరి 8 లోగా) నిష్కారణంగా ఉద్యమ కాలంలో అరెస్ట్ చేసిన కాంగ్రెస్ ఖైదీలందరినీ భేషరతుగా విడుదల చేయాలనీ, పత్రికలపై విధించిన ఆంక్షలను తొలగించాలనీ లేని పక్షంలో, సూరత్ జిల్లాలోని బార్డోలీ గ్రామంలో పన్నుల నిరాకరణోద్యమం ప్రారంభిస్తానని గాంధీ వైస్రాయ్ కి తెలిపాడు.

ఇట్లాంటి కీలక పరిస్థితుల్లో యావత్ దేశ ప్రజలు గాంధీ పట్ల గొప్ప ఆశతో చూడ సాగారు. సుభాష్ చంద్రబోస్ మాటల్లో చెప్పాలంటే, గాంధీ పెట్టిన గడువు (8 ఫిబ్రవరి) ఎప్పుడు ముగిసిపోతుందా, శాసనోల్లంఘనం ప్రారంభమయ్యే రోజు ఎప్పుడు వస్తుందా అని ఆత్రుతతో ఎదురు చూశారు. కాని ఫిబ్రవరి 5, 1922 న ఉత్తర ప్రదేశ్‌లోని గోరక్‌పూర్ జిల్లాకు చెందిన చౌరీచౌరా అనే గ్రామంలో జరిగిన హింసాత్మక సంఘటన యావత్ జాతీయోద్యమానికే ముప్పుతెచ్చి పెట్టింది. గాంధీ నాయకత్వానికి ఇది గొప్ప సవాల్‌గా మారింది.

చౌరీ-చౌరా గ్రామం ఉత్తర ప్రదేశ్‌లోని గోరక్‌పూర్ జిల్లాకు, 15 మైళ్ళ దూరంలో ఉంది ఇక్కడ 1921 నుంచే కాంగ్రెస్ వాలంటీర్ల పికెటింగ్ కారణంగా, సారాయి దుకాణాలు చాలా వరకు మూతపడ్డాయి. విదేశీ వస్తువుల విక్రయాలు గణనీయంగా తగ్గాయి. ఈ పరిస్థితి అధికారులకు, పోలీసులకు కోపం కలిగించింది. ఇక్కడ వాలంటీర్లు శాంతియుతంగా జరిపిన ఊరేగింపుపై పోలీసులు కాల్పులు జరిపారు. భగవాన్ అహీర్ అనే మాజీ సైనికోద్యోగి తీవ్రంగా గాయపడ్డాడు. మందుగుండు సామగ్రి పోలీసుల వద్ద పూర్తిగా అయిపోయినందున వారు ప్రాణభయంతో పోలీసు ఠాణాలో తలదాచుకున్నారు. కోపోద్రిక్తులైన ఆందోళనకారులు, ఠాణాకు నిప్పు పెట్టారు. ఈ సంఘటనలో ఒక సబ్ ఇన్‌స్పెక్టరుతో సహా ఇరవైఒక్క మంది పోలీసులు సజీవ దహనమయ్యారు. ఈ హింసాత్మక సంఘటన గురించి తెలుసుకున్న వెంటనే గాంధీ ఉద్యమాన్ని ఆపివేయాలని నిశ్చయించాడు. ఫిబ్రవరి 11, 12 తేదీల్లో బార్డోలీలో జరిగిన కాంగ్రెస్ వర్కింగ్ కమిటి సమావేశంలో శాసనోల్లంఘన ఉద్యమాన్ని నిరవధికంగా ఆపివేస్తున్నట్లు గాంధీ ప్రకటించాడు. తరువాత ఫిబ్రవరి చివరి వారంలో ఢిల్లీలో సమావేశమైన కాంగ్రెస్ కమిటీ సభ్యులు గాంధీ నిర్ణయాన్ని సమర్థించారు. ఇట్లు ఫిబ్రవరి 12 నుంచి యావత్ దేశంలో సహాయ నిరాకరణోద్యమం ముగిసింది.

ఉద్యమం ఉచ్ఛస్థితిలో ఉన్నప్పుడు దేశంలో ఏదో ఒక మారుమూల జరిగిన హింసాత్మక సంఘటనను దృష్టిలో పెట్టుకొని సహాయ నిరాకరణోద్యమాన్ని ఆపివేయడాన్ని సి. ఆర్. దాస్ మోతీలాల్ నెహ్రూ, లాలా లజపతిరాయ్ తదితరులు విమర్శించారు. ఉద్యమం ఆపుదల చేయగానే ప్రభుత్వం, గాంధీ అరెస్టుకు ప్రణాళిక తయారు చేసింది. రాజ ద్రోహం నేరం కింద, మార్చి 18, 1922 లో అతన్ని అహమదాబాద్‌లో అరెస్టు చేసింది. విచారించి 6 నెలల శిక్ష విధించింది. ఈ విధంగా సహాయ నిరాకరణోద్యమ మొదటి దశ దురదృష్టవశాత్తు చౌరీ-చౌరా హింసాత్మక సంఘటన వల్ల ముగిసింది.

సహాయ నిరాకరణోద్యమ స్వరూపంపై జూదిత్ యం. బ్రౌన్ అనే రచయిత్రి గాంధీస్ రైస్ టు పవర్, "ఇండియన్ పొలిటిక్స్ 1915-1922" అనే తన రచనలో ఈ క్రింది విధంగా అభిప్రాయ పడింది. భారత సమాజంలో అన్ని వర్గాలు పాల్గొనేటట్లుగా, గాంధీ సహాయ నిరాకరణోద్యమంలో, రౌలట్ చట్ట వ్యతిరేకోద్యమంలో కన్నా ఎక్కువగా ప్రస్ఫుటించింది. తమ ప్రాంతీయ అవసరాలను రక్షించుకోవడానికి లేదా మెరుగు పరచుకోవడానికి సత్యాగ్రహమనే ఆయుధాన్ని ప్రజలకు ఆయన అందించాడు.

7

స్వాతంత్ర్యోద్యమం 1922-1929

గాంధీ అరెస్ట్: కారాగార వాస శిక్ష

సహాయ నిరాకరణోద్యమం ముమ్మరమవుతున్న దశలో చౌరీచౌరా హింసాత్మక సంఘటన కారణంగా గాంధీ ఉద్యమాన్ని నిలిపి వేయడం అనేక మంది కాంగ్రెస్ నాయకులను, కార్యకర్తలను నిరుత్సాహ పరిచింది. కొందరు కాంగ్రెస్ నాయకులు గాంధీ చర్యను విమర్శించారు. మోతీలాల్ నెహ్రూ, లాలా లజపతిరాయ్ గాంధీ చర్యను గర్హిస్తూ జైలు నుండి లేఖలు రాశారు. భారత జాతీయ కాంగ్రెస్ 1922 ఫిబ్రవరి 24 న ఢిల్లీలో సమావేశమై గాంధీ చర్యను ఆమోదించినప్పటికీ, కొందరు నాయకులు తీవ్రంగా విమర్శించారు. సామాన్య ప్రజలకు కూడా గాంధీ చర్య కొంత నిరుత్సాహాన్ని కలిగించింది. దేశమంతటా స్వాతంత్ర్యోద్యమం పట్ల నిర్లిప్త వాతావరణం నెలకుంది. ఉద్యమ కాలంలోనే గాంధీని అరెస్ట్ చేయడానికి సాహసించిన ప్రభుత్వం ఉద్యమం నిలిపి వేసిన తరువాత ఏర్పడిన పరిస్థితులను అవకాశంగా తీసుకొని 1922 మార్చి 10 వ తేదీన గాంధీని అరెస్ట్ చేసింది. విచారణ సమయంలో గాంధీజీ తన చర్యలు సమర్థించుకున్నాడు. అయినప్పటికీ చట్టం దృష్టిలో తన చర్యలు నేరమయినందువల్ల చట్టం పరిధిలో అతి కఠిన శిక్ష విధించమని కోరారు. కేసును విచారించిన న్యాయాధికారి బ్రూమ్‌ఫీల్డ్ కోట్లాది భారతీయులకు మీరు గొప్ప నాయకులు దేశభక్తులు అంటూనే చట్టం ప్రకారం ఆరు సంవత్సరాల కారాగార వాస శిక్ష విధించాడు. 1908 లో లోకమాన్య తిలక్ కు కూడా ఈ విధమైన శిక్షే విధించబడింది. గాంధీని అరెస్ట్ చేసినప్పుడు గాని తరువాత ఆరు సంవత్సరాలు కారాగారవాస శిక్ష విధించినప్పుడు గాని, దేశంలో పెద్దగా నిరసన వెలువడక పోవడం ఆనాటి నిర్లిప్తతకు నిదర్శనం.

స్వరాజ్య పార్టీ అవతరణ

సహాయ నిరాకరణోద్యమం నిలుపు చేయడం, గాంధీ అరెస్టు తరువాత నెలకున్న వాతావరణంలో 1922 జూన్‌లో అఖిల భారత జాతీయ కాంగ్రెస్ లక్నోలో సమావేశమై పరిస్థితులను సమీక్షించింది. భవిష్యత్ కార్యక్రమాన్ని సూచించడానికి హకీం అజ్మత్ ఖాన్ అధ్యక్షుడిగా ఒక

సంఘాన్ని నియమించింది. చక్రవర్తి రాజగోపాలచారి, విఠల్ భాయి పటేల్, మోతీలాల్ నెహ్రూ, కస్తూరి రంగయ్య, అన్సారి, సంఘంలోని ఇతర సభ్యులు. దీనినే సివిల్ డిస్ఒబీడియన్స్ ఎంక్వైరీ కమిటీ అంటారు. ఈ సంఘం దేశమంతటా పర్యటించి తాము సేకరించిన వివరాల ఆధారంగా ఉద్యమం తిరిగి ప్రారంభించడానికి పరిస్థితులు అనుకూలంగా లేవని ప్రకటించింది. కాని శాసన సభలలో ప్రవేశం విషయంపై భిన్నాభిప్రాయాలు వ్యక్తమయ్యాయి. మోతీలాల్ నెహ్రూ, విఠల్ భాయి పటేల్, అజ్మల్ ఖాన్ కాంగ్రెస్ ఎన్నికలలో పాల్గొని శాసన సభలలో ప్రవేశాన్ని సమర్ధించారు. వీరిని మార్పు కోరేవారని (Pro-changers) అన్నారు. రాజగోపాలాచారి మిగిలిన సభ్యులు శాసన సభా ప్రవేశాన్ని వ్యతిరేకించారు. వీరి మార్పును వ్యతిరేకించినవారు (Anti-Changers) అన్నారు.

చిత్తరంజన్ దాస్ అధ్యక్షతన 1922 డిసెంబరులో భారత జాతీయ కాంగ్రెస్ గయ.లో సమావేశమైంది. ఈ సమావేశంలో శాసన సభలలో ప్రవేశించడంపై కాంగ్రెస్‌లో భిన్నాభిప్రాయాలు వ్యక్తమయ్యాయి. అధ్యక్షులు చిత్తరంజన్ దాస్, మోతీలాల్ నెహ్రూ, కేల్కార్ మొదలైనవారు శాసన సభా ప్రవేశం అవసరమని వాదించారు. రాజగోపాలాచారి, శ్రీనివాసఅయ్యంగార్ వంటివారు ఈ వాదనను తీవ్రంగా వ్యతిరేకించారు. శాసన సభల బహిష్కారాన్ని కొనసాగించాలని తీర్మానించింది. ఈ తీర్మానాన్ని అంగీకరించడం ఇష్టపడని చిత్తరంజన్ దాస్ కాంగ్రెస్ అధ్యక్ష పదవికి రాజీనామా చేశారు. తన ఉద్దేశాలతో ఏకీభవించే వారిని కలుపుకుని ఒక పార్టీ స్థాపించారు. దీనికే స్వరాజ్య పార్టీ అని పేరు. ఈ పార్టీకి చిత్తరంజన్ దాస్ అధ్యక్షుడు. మోతీలాల్ నెహ్రూ, కేల్కార్, విఠల్‌భాయి పటేల్, జయకర్ మొదలైనవారు ఈ పార్టీలో ఇతర ప్రముఖులు. మోతీలాల్ నెహ్రూ ఈ పార్టీకి కార్యదర్శి. ఈ పార్టీ లక్ష్యాలలో ముఖ్యమైనది ఎన్నికలలో పోటీ చేసి శాసన సభలలో ప్రవేశించడం. శాసన సభలలో ప్రవేశించి ప్రజలకు శ్రేయస్కరం కాని శాసనాలను ప్రతిఘటించి ప్రభుత్వాన్ని స్తంభింప చేయడం. 1919 భారత ప్రభుత్వ చట్టాన్ని శాసన సభలలో అడ్డుకోవడం ఆ చట్టం పసలేని తనాన్ని ఆ విధంగా బహిరంగ పరచడం అంటే స్వరాజ్య పార్టీ వారి శాసనసభా ప్రవేశం ప్రభుత్వానికి సహకరించడానికి కాదు. సహాయ నిరాకరణాన్ని శాసన సభలకు కూడా విస్తరించడం. సహాయ నిరాకరణనను మరొకరకంగా కొనసాగించడమే వీరి లక్ష్యం. శాసన సభలకు వెలుపల గాంధీ నిర్మాణ కార్యక్రమాన్ని కొనసాగించాలని కూడా స్వరాజ్య పార్టీ వారు నిర్ణయించారు.

ఈ పరిస్థితులలో మౌలానా అబ్దుల్ కలామ్ ఆజాద్ అధ్యక్షతన 1923 సెప్టెంబర్ లో జాతీయ కాంగ్రెస్ ప్రత్యేక సమావేశం ఢిల్లీలో జరిగింది. ఈ సమావేశంలో కాంగ్రెస్ నాయకులలో చీలికలను నివారిస్తూ ఒక రాజీ పథకాన్ని ఆమోదించారు. ఈ పథకం ప్రకారం సహాయ నిరాకరణ సిద్ధాంతంలో విశ్వాసాన్ని ప్రకటిస్తూ కాంగ్రెస్ వాదులెవరైనా ఎన్నికలలో పాల్గొనడానికి, శాసన

సభలలో ప్రవేశించడానికి అనుమతి లభించింది. అంటే కాంగ్రెస్‌లో కొనసాగుతూనే స్వరాజ్య పార్టీ కార్యక్రమాలలో కూడా కాంగ్రెస్ వాదులు పాల్గొనవచ్చు.

1923 నవంబర్‌లో జరగనున్న ఎన్నికలలో పాల్గొనడానికి స్వరాజ్య పార్టీ సన్నాహాలు ప్రారంభించింది. పార్టీ సిద్ధాంతాలను, ఎన్నికల ప్రణాళికను ప్రకటించింది. తమకు సహాయ నిరాకరణోద్యమంలో అత్యంత విశ్వాసం ఉందని స్వరాజ్య పార్టీ నాయకులు ప్రకటించారు. అతి తక్కువ కాలంలో ఎన్నికలకు తయారై పోటీ చేయడం దేశమంతటా సంచలనం సృష్టిస్తే ఎన్నికల ఫలితాలు మరింత సంచలనాన్ని కలిగించాయి.

145 మంది సభ్యులు గల కేంద్ర శాసన సభలో స్వరాజ్య పార్టీ 48 స్థానాలు గెలుచుకుంది. సెంట్రల్ ప్రావిన్సెస్‌లో ఈ పార్టీకి మెజారిటీ స్థానాలు లభించాయి. బెంగాల్ లో కూడా మిగతా పార్టీల కన్నా స్వరాజ్య పార్టీకి ఎక్కువ స్థానాలు లభించాయి. బొంబాయి, యునైటెడ్ ప్రావిన్సెస్ అస్సాం రాష్ట్రాలలో చెప్పుకోదగిన విజయాలు లభించాయి. మద్రాసు, పంజాబ్ రాష్ట్రాలలో చాలా తక్కువ స్థానాలు లభించగా బీహార్, ఒరిస్సాలలో ఒక్క స్థానం కూడా గెలుచుకోలేదు. ఈ ఎన్నికలలో మితవాదులు (లిబరల్ పార్టీ వారు) చిత్తుగా ఓడిపోయారు. సురేంద్రనాథ్ బెనర్జీ, చింతామణి వంటి ప్రముఖులు ఓడిపోయిన వారిలో ఉన్నారు.

శాసన సభలలో స్వరాజ్య పార్టీ

కేంద్ర శాసన సభలో మొత్తం సభ్యుల సంఖ్య 145. అందులో స్వరాజ్య పార్టీ సభ్యులు 48 మంది జిన్నా నాయకత్వంలో గల మరొక స్వతంత్ర వర్గంలో 24 మంది సభ్యులున్నారు. ఈ రెండు పార్టీలు కలిస్తే ప్రభుత్వాన్ని ఎదుర్కొనడానికి వీలవుతుంది. అందుచేత ఈ రెండు పార్టీలు కలసి, జాతీయ పార్టీగా రూపొందాయి. స్వతంత్ర వర్గం కొన్ని విషయాల్లో ప్రభుత్వాన్ని బలపరిచినా అనేక విషయాల్లో స్వరాజ్య పార్టీతో కలసి దేశ శ్రేయస్సును కోరి ప్రభుత్వానికి వ్యతిరేకంగా ఓటు చేసింది. ప్రజా శ్రేయస్సుకు భంగ కరమైన బిల్లులను ప్రభుత్వం ప్రవేశ పెట్టినప్పుడు వాటిని ఓడించగలిగింది. బడ్జెట్ ప్రతిపాదనలను కూడా తిరస్కరించింది. 1924 లో ఈ రెండు పార్టీల కృషి వల్ల స్వరాజ్య పార్టీ కొంతమేరకు తన లక్ష్యాలను సాధించగలిగింది.

స్వరాజ్య పార్టీ ప్రధాన ఆశయం స్వరాజ్యమని మోతీలాల్ నెహ్రూ అనేక మార్లు కేంద్ర శాసన సభలో చెప్పడం జరిగింది. ఈ లక్ష్యానికి అనుగుణంగా 1924 లో రెండుసార్లు, 1925 లో ఒకసారి కేంద్ర శాసన సభలో తీర్మానాలను ప్రవేశ పెట్టడం జరిగింది. 1924 ఫిబ్రవరి 8 న మొదటి తీర్మానాన్ని ప్రవేశ పెడుతూ మోతీలాల్ నెహ్రూ అనేక సూచనలను చేశాడు. కానీ ఈ తీర్మానాన్ని

ప్రభుత్వం వ్యతిరేకించింది. మూడు రోజుల చర్చల తరువాత 28 ఓటర్లతో తీర్మానం నెగ్గింది. ఇది స్వరాజ్యపార్టీ సాధించిన ఘన విజయంగా చెప్పవచ్చు. 1919 చట్టంలోని లోపాలను పరిశీలించడానికి సర్ అలెగ్జాండర్ మడ్డిమాన్ అధ్యక్షతన ఒక కమిటీని ప్రభుత్వం నియమించింది. ఈ కమిటీలో తొమ్మిది మంది సభ్యులుండగా అందులో అయిదుగురు అధికారులు, మిగిలిన వారు అనధికారులు.. ఈ కమిటీ సభ్యుల మధ్య విభేదాల కారణంగా రెండు నివేదికలు తయారయ్యాయి. మెజారిటీ సభ్యులైన అధికారులు 1919 చట్టంలో చిన్న మార్పులు చేస్తే చాలని నివేదిక సమర్పించగా, అల్ప సంఖ్యాకులు చిన్న మార్పులు చాలవని, రాష్ట్రాలలో ద్వంద్వ ప్రభుత్వం రద్దు కావాలని; మంత్రులకే సర్వాధికారాలు ఉండాలని సూచించారు. ఈ రెండు నివేదికలను కేంద్ర శాసన సభ ముందు ఉంచుతూ ప్రభుత్వం అధిక సంఖ్యాకుల నివేదికను బలపరచమని కోరింది. కాని కేంద్ర శాసన సభ అధిక సంఖ్యాకుల నివేదికను తిరస్కరించింది. ఇది స్వరాజ్య పార్టీ సాధించిన మరో ఘన విజయం.

ఉద్యోగుల జీత భత్యాలు, ఇతర సౌకర్యాలను మెరుగు పరచడానికి లీ కమీషన్‌ను నియమించింది. ప్రభుత్వం ఈ విషయాన్ని శాసన సభ ముందుంచినప్పుడు మోతీలాల్ నెహ్రూ కొన్ని సవరణలను ప్రతిపాదించారు. ఈ సవరణలలో ముఖ్యమైనవి - బ్రిటన్‌లో నిర్వహించే పోటీ పరీక్షల ద్వారా భారత దేశంలో ఉన్నతాధికారులను నియమించే పద్ధతి రద్దు కావాలి. భారత దేశంలో పబ్లిక్ సర్వీస్ కమీషన్ కేంద్ర శాసన సభ సిఫారసులతో నియమించాలి. భారత దేశంలోని పనిచేసే అధికారుల నియామకం భారత దేశంలోని ప్రభుత్వాల - కేంద్ర, రాష్ట్ర ప్రభుత్వాల - ఆధీనంలోకి రావాలి - పై సవరణలను ప్రభుత్వం వ్యతిరేకించింది. ఓటింగులో 68 మంది సభ్యులు సవరణకు అనుకూలంగాను, 46 మంది వ్యతిరేకంగాను ఓటు చేశారు. సవరణ శాసన సభ ఆమోదాన్ని పొందింది. ఇదే విధంగా బెంగాల్ రాష్ట్రానికి సంబంధించిన శిక్షా స్మృతి సవరణ బిల్లును కూడా జాతీయ పార్టీ వ్యతిరేకించడంతో శాసన సభ ఆమోదాన్ని పొందలేక పోయింది.

సెంట్రల్ ప్రావిన్సెస్‌లో మెజారిటీ స్థానాలు పొందిన స్వరాజ్య పార్టీ మంత్రి పదవులు స్వీకరించడానికి నిరాకరించింది. ఇతర పార్టీల నుంచి గవర్నర్ నియమించిన మంత్రులపై అవిశ్వాస తీర్మానాన్ని పెట్టి వారి చేత రాజీనామా చేయించారు. బడ్జెట్ ను తిరస్కరించారు. ఆ విధంగా 1919 చట్టం ప్రవేశ పెట్టిన ద్వంద్వ ప్రభుత్వ విధానాన్ని శాసన సభలో తమకున్న ఆధిక్యత ద్వారా విఫలం చేశారు. ఇదే విధానం బెంగాల్ రాష్ట్ర శాసన సభలో కూడా స్వరాజ్య పార్టీవారు, ఇతరులను కలుపుకుని, అనుసరించారు. ఆ విధంగా 1919 సంస్కరణలను తిరస్కరించారు. మరొక రకంగా చెప్పాలంటే శాసన సభలలో ప్రవేశించి సహాయ నిరాకరణాన్ని కొనసాగించారు. అయితే గవర్నర్

జనరల్, గవర్నర్లకు ఉన్న ప్రత్యేకాధికారాల వల్ల ఈ చర్యలేవీ ప్రభుత్వ విధానాలను అడ్డుకోలేక పోయాయి.

స్వరాజ్య పార్టీ - గాంధీజీ

గాంధీ జైలులో ఉండగా స్వరాజ్య పార్టీ ఏర్పడింది. శాసన సభలలో ప్రవేశం బొత్తిగా ఇష్టపడని కాంగ్రెస్ నాయకులు కాంగ్రెస్‌లో చీలిక నివారించడానికి గాను స్వరాజ్య పార్టీ నాయకులతో రాజీ పడ్డారు. గాంధీ జైలు నుంచి విడుదలైతే ఈ పరిస్థితి నుంచి బయట పడవచ్చని వారు ఆశించారు. గాంధీ జైలులో ఉండగా 1924 జనవరిలో అస్వస్థులయ్యారు. శస్త్ర చికిత్స నిమిత్తం ఆయనను పూనా ఆస్పత్రికి తరలించారు. ఈ సందర్భంగా స్వరాజ్యపార్టీ గాంధీని విడుదల చేయాలని కేంద్ర శాసన సభలో తీర్మానం ప్రవేశ పెట్టాలని నిర్ణయించింది. ఈ తీర్మానం ప్రవేశ పెట్టకముందే వైద్య సలహాపై 1924 ఫిబ్రవరిలో గాంధీని ప్రభుత్వం విడుదల చేసింది. శాసనసభా ప్రవేశం గాంధీకి నచ్చలేదు. ఈ విషయంపై మోతీలాల్ నెహ్రూ, సి. ఆర్. దాస్‌లతో సుదీర్ఘ చర్చలు జరిపారు. ఇవేవి గాంధీ అభిప్రాయాన్ని మార్చలేక పోయాయి. 1924 జూన్ లో అహ్మదాబాద్‌లో జరిగిన అఖిల భారత కాంగ్రెస్‌లో చీలిక అనివార్యమన్న భావన వ్యాపించింది. ఈ దశలో గాంధీ, నెహ్రూ, సి. ఆర్ దాస్ ల మధ్య రాజీ కుదిరింది. ఈ రాజీ ప్రకారం కాంగ్రెస్ సభ్యులందరూ చేనేత, అస్పృశ్యతా నివారణ, హిందూ-ముస్లిం ఐక్యత, ఇతర నిర్మాణ కార్యక్రమాలను చిత్త శుద్ధితో అమలు చేయాలి. కాంగ్రెస్‌లో భాగంగా ఉంటూనే స్వరాజ్య పార్టీ తన కార్యక్రమాలను నిర్వహిస్తుంది. ఈ విధంగా గాంధీ విడుదల తరువాత కూడా స్వరాజ్య పార్టీ తన మనుగడ కొనసాగించింది.

స్వరాజ్య పార్టీ పతనం

కాలక్రమంగా కొందరు స్వరాజ్య పార్టీ నాయకుల దృక్పథంలో మార్పు వచ్చింది. శాసన సభలలో ప్రవేశం ప్రభుత్వంతో సహాయ నిరాకరణకే నన్న ధోరణితో ఏర్పడిన పార్టీ నాయకులు కొందరిలో ప్రభుత్వం తో సహకరించాలన్న ధోరణి వ్యక్తమైంది. సి. ఆర్. దాస్ కూడా సహకార ధోరణికి అనుకూలురన్న పుకారు వ్యాపించింది. వాస్తవం తెలియక ముందే 1925 జూన్‌లో చిత్తరంజన్ దాస్ ఆకస్మికంగా మరణించారు. ఇది కొంత వరకు స్వరాజ్య పార్టీని కుంగ దీసింది. పార్టీలోని ఒక వర్గం ప్రభుత్వానికి బాధ్యతాయుత సహకారం అందించాలని నిర్ణయించింది. 1926 లో లాలాలజ పతి రాయ్ స్వరాజ్య పార్టీకి రాజీనామా చేశాడు. ఆ విధంగా భారత దేశ రాజకీయాల నుండి స్వరాజ్య పార్టీ కనుమరుగైంది.

స్వరాజ్య పార్టీ కొద్దికాలం మాత్రమే భారత రాజకీయ రంగంలో కొనసాగింది. ఈ

కొద్దికాలంలో కూడా కాంగ్రెసుకు అనుబంధంగానే తన మనుగడ సాగించింది. 1922 తర్వాత భారత జాతీయోద్యమంలో నెలకున్న స్తబ్దతను తన కార్యకలాపాల ద్వారా కొంతమేరకు తొలగించింది. భారతీయుల అవసరాలను, కోరికలను ప్రభుత్వ దృష్టికి తేగలిగింది. భారత ప్రభుత్వ నిరంకుశ ధోరణికి కొంత మేరకు అడ్డుకట్టవేయ గలిగింది.

సైమన్ కమీషన్

1927 నాటికి భారత జాతీయోద్యమంలో స్తబ్ధత ఏర్పడింది. గాంధీ రాజకీయాలకు దూరంగా ఉండిపోయారు. స్వరాజ్య పార్టీ ముక్క చెక్కలయ్యింది. మత మౌఢ్యం బాగా ప్రబలి మత కలహాలకు దారి తీసింది. ఈ విధంగా దేశ పరిస్థితి నిరాశాజనకంగా, జాతీయోద్యమం నిస్తేజంగా ఉన్న తరుణంలో దేశ రాజకీయాలను ఉద్వేగపరిచే సంఘటన 1927 లో జరిగింది. అదే సైమన్ కమీషన్ నియామకం.

1919 చట్టంలో ఒక నియమం ఉంది. దాని ప్రకారం ఈ పది సంవత్సరాల తరువాత నూతన రాజ్యాంగం సంస్కరణల పని తీరును సమీక్షించి, ఏ మేరకు భాతీయులకు బాధ్యతలను అప్పగించవచ్చునో సూచించడానికి ఒక కమిటీని నియమించాలి. దీని ప్రకారం 1929 లో కమిటీని నియమించవలసి ఉంది. అయితే ఈ గడువుకు రెండు సంవత్సరాల ముందే లండన్‌లోని కన్సర్వేటివ్ పార్టీ ప్రభుత్వం ఒక కమిటీని నియమించింది. దీనికి అధ్యక్షుడు సర్ జాన్ సైమన్. ఇదే సైమన్ కమీషన్ గా ప్రాచుర్యాన్ని పొందింది. భారత దేశ రాజ్యాంగ సంస్కరణలను గురించి పరిశీలించడానికి నియమించిన ఈ సంఘంలో సభ్యులందరూ (ఏడుగురు) తెల్లవారే కావడం విడ్డూరం. భారతీయులెవ్వరికీ ఈ సంఘంలో స్థానం లేదు.

సైమన్ కమిషన్ నియయామకంలో రెండు విస్మయ పరచే విశేషాలున్నాయి. ఒకటి గడువుకు రెండు సంవత్సరాలు ముందే ఈ కమీషన్‌ను నియమించడం. రెండోది భారతీయుల భవిష్యత్ రాజ్యాంగ సంస్కరణలను ప్రభావితం చేయగల ఈ సంఘంలో భారతీయులెవరూ లేకపోవడం.

గడువుకు ముందే ఈ సంఘం నియామకానికి కొన్ని వివరణలు వినిపించాయి. 1919 చట్టం పలువురి విమర్శలకు గురయిందని, భారతీయులు ఈ చట్టం పట్ల అసంతృప్తిని అనేక విధాలుగా వెల్లడించారని, అందుచేత చట్టం నిర్దేశించిన 10 సంవత్సరాల గడువు కోసం వేచి ఉండకుండా వీలైనంత తొందరలో నూతన సంస్కరణలను ప్రవేశ పెట్టడం కర్తవ్యంగా భావించి ప్రభుత్వం ఈ సంఘాన్ని నియమించిదని ఒక వివరణ. బ్రిటన్‌లో ఆనాడు అధికారంలో వున్న కన్సర్వేటివ్ పార్టీ ప్రతిష్ఠ దిగజారింది. 1929 లో బ్రిటన్ సాధారణ ఎన్నికలు జరగనున్నాయి. కనుక లేబర్ పార్టీ

అధికారంలోకి రావడం తథ్యమన్న భావన ప్రబలంగా ఉంది. లేబర్ పార్టీకి భారతీయుల పట్ల సానుభూతి ఎక్కువని, లేబర్ పార్టీ ప్రభుత్వం నియమించే కమిటీ సంస్కరణల విషయంలో భారతీయులకు అనుకూలంగా వ్యవహరించవచ్చని కన్సర్వేటివ్ ప్రభుత్వం అపోహ. అందుచేత లేబర్ పార్టీకి ఈ అవకాశం ఇవ్వకూడదని గడువుకు ముందే ప్రభుత్వం ఈ కమిటీని నియమించిందని మరో వివరణ. 1926-1927 సంవత్సరాలలో భారత దేశంలోని మత కలహాలు ప్రజ్వరిల్లడం వల్ల భారత దేశంలోని పరిస్థితుల పట్ల కమిటీకి సదభిప్రాయం కలగదని అందుకే కమిటీని 1927 లో నియమించడం జరిగిందని మరో వివరణ. కారణం ఏమైనా భారతీయుల పట్ల సానుభూతితోను, సదుద్దేశం తోను ఈ కమిటీని నియమించినట్లు భారతీయులు భావించలేదు. దీని వెనుక ఏదో దురుద్దేశ్యం వున్నట్లు ఈ కమిటీని అందరూ తెల్లవాళ్ళతోనే నియమించడంతో వెల్లడయింది.

అందరూ తెల్లవారితో ఈ కమిటీని నియమించడానికి కొన్ని కారణాలను ప్రభుత్వం చూపింది. పార్లమెంట్ సభ్యులు మాత్రమే కమిటీలో సభ్యులుగా ఉండాలని అందుచేత భారతీయులను నియమించలేదన్నది ఒక కారణం. ఆనాటి బ్రిటిషు పార్లమెంట్‌లో ఇద్దరు భారతీయులు లార్డ్స్ సభలో లార్డు. సిన్హా, కామన్స్ సభలో సక్లత్ వాలా సభ్యులుగా ఉన్నారు. కనుక ఈ వాదన అర్థరహితం.

భారత దేశంలో అనేక వర్గాలున్నాయని, కమిటీలో భారతీయులకు ప్రాతినిధ్యం ఇవ్వడమంటే అన్ని వర్గాలకు ప్రాతినిధ్యం ఇవ్వాలని దీనివల్ల కమిటీలో సభ్యుల సంఖ్య పెరిగి పోతుందని ఇది కమిటీ విధి నిర్వహణకు మంచిది కాదని మరో కారణం ప్రభుత్వం చూపింది. ఈ వాదన కూడా అర్థరహితమయినదే.

కారణాలేవైనా సైమన్ కమిషన్ నియామకం పట్ల ముస్లిం లీగ్‌తో సహా భారత దేశంలోని అన్ని వర్గాల నాయకులు నిరసనను వ్యక్తం చేశారు. కాంగ్రెస్, హిందూ మహాసభ, జిన్నా నాయకత్వంలోని ముస్లింలీగ్. ఇంకా మరికొన్ని రాజకియ పక్షాలు సైమన్ కమిషన్‌ను బహిష్కరించాలని తీర్మానించాయి. సైమన్ కమిషన్ నియామకం పుండుపైన కారం చల్లినట్లుందని అనీబిసెంట్ వ్యాఖ్యానించింది.

1927 డిసెంబరులో భారత జాతీయ కాంగ్రెస్ అన్సారి అధ్యక్షతన మద్రాసులో సమావేశమైంది. సైమన్ కమిషన్‌ను అన్ని రకాలుగా అన్నిచోట్లా బహిష్కరించాలని అన్సారి కోరారు. ఈ సమావేశంలో సైమన్ కమీషన్‌ను బహిష్కరించాలని తీర్మానం చేసింది. ఈ సందర్భంగా తీసుకోవలసిన చర్యలను కూడా సూచించింది. అవి:

1) సైమన కమీషన్ భారత దేశంలో అడుగిడిన రోజున దేశ వ్యాప్తంగా నిరసన ప్రదర్శనలు జరపాలి.

2) కమీషన్ చూడడానికి వచ్చిన ప్రతి ఊరిలోను ఆరోజున నిరసన ప్రదర్శన నిర్వహించాలి.

3) దేశంలోని అందరు రాజకియ నాయకులు, శాసన సభ్యులు, వివిధ సంఘాలు పెద్దలు కమీషన్ ఎదుట సాక్ష్యమివ్వకూడదు. బహిరంగంగా గాని, రహస్యంగా గాని వారికి ఏ విధమైన సహాయం చేయకూడదు. వారి గౌరవార్థం జరిగే సమావేశాల్లో పాల్గొన కూడదు.

4) శాసన సభల్లోని అనధికార సభ్యులెవ్వరూ కమీషన్ రాక సందర్భంగా ఏర్పాటు చేసే ఉప సంఘాలకు ఓటు వేయకూడదు. వాటిలో పని చేయకూడదు . కమిషన్ కార్యక్రమాలకు సంబంధించిన వ్యయం కోసం ప్రతిపాదించే తీర్మానాలను తిరస్కరించాలి. ప్రత్యేక పరిస్థితులలో తప్ప శాసన సభలకు హాజరు కారాదు.

5) బహిష్కరణ సంపూర్ణంగా కొనసాగించడానికి వీలైన చోట్ల ఇతర సంస్థలు, రాజకీయ పక్షాల సహకారం తీసుకోవచ్చు.

కేంద్ర శాసన సభలో సైమన్ కమిషన్‌పై రెండు రోజులు తీవ్రంగా చర్చలు జరిగాయి. సైమన్ కమీషన్ నిరసిస్తూ లాలాలజపతిరాయ్ ప్రవేశ పెట్టిన తీర్మానం ఆరు ఓట్ల (68-62) మెజారిటీతో సభ ఆమోదం పొందింది. ఇటువంటి నిరసనలేవీ బ్రిటిష్ ప్రభుత్వాన్ని కదిలించలేకపోయాయి.

1928 ఫిబ్రవరి 3 వతేదీ సైమన్ కమీషన్ బొంబాయిలో అడుగిడింది. ఆరోజు దేశ వ్యాప్తంగా "సైమన్ వెనక్కు వెళ్ళిపో"(Syman Go Back) వంటి నినాదాలతో నిరసన ప్రదర్శనలు జరిగాయి. బొంబాయిలో నల్ల జెండాలతో కమీషన్‌ను నిరసిస్తూ ప్రదర్శనలు జరిగాయి. దేశంలోని అనేక ప్రాంతాలలో శాంతియుతంగా హర్తాళ్ళు జరిగాయి. సైమన్ కమీషన్ ఎక్కడికి వెళ్ళినా కూడా నల్లజెండాలు, నిరసన ప్రదర్శనలు ఎదురయ్యాయి. మద్రాసు, లాహోర్, లక్నో నగరాల్లో శాంతియుంతంగా ఊరేగింపు జరుపుతున్న ప్రజలపై పోలీసులు అనవసరంగా లాఠీచార్జీ, కాల్పులు జరిపారు. లాహోరు నగరంలో ప్రదర్శనకు నాయకత్వం వహించిన పంజాబ్ సింహం లాలాలజపతిరాయ్‌ను సాండర్స్ అతి దారుణంగా లాఠీతో బాదారు. ఆ దెబ్బలకు గాయపడిన లజపతిరాయ్ వారం తిరగకుండానే మరణించాడు. మద్రాసు నగరంలో పోలీసు కాల్పుల్లో మరణించిన వ్యక్తిని చూడడానికి వెళుతున్న ప్రకాశం పంతులుపై ఒక పోలీసు తుపాకి గురిపెట్టి

బెదిరించాడు. ప్రకాశంగారు చలించకుండా ధైర్యముంటే కాల్చమని చొక్కా గుండీలు విప్పి ఛాతిని చూపించాడు. ఆనాడు ఆయన చూపిన ధైర్య సాహసాలను ఎందరో ప్రసంశించారు. ఆనాటి నుంచే ఆయన .ఆంధ్రకేసరి. గా అభిమానించబడ్డాడు. కమిషన్ సభ్యులు ఆంధ్రలోని కొన్ని ప్రాంతాలలో పర్యటించారు. కమీషన్ ప్రయాణిస్తున్నరైలు విజయవాడలో స్టేషన్‌లో ఆగినప్పుడు అనుకోని చేదు అనుభవం కమీషన్‌కు ఎదురైంది. ఆనాటి విజయవాడ మునిసిపల్ ఛైర్మన్ అయ్యదేవర కాళేశ్వరరావు ఆయన అధ్యక్షతన పురపాలక సంఘం సైమన్ కమీషన్ను బహిష్కరిస్తూ ఒక తీర్మానం చేసింది. ఈ తీర్మానాన్ని, "సైమన్ గో బాక్" అన్న నినాదం పెద్ద అక్షరాలతో రాయించిన మరో కాగితాన్ని కవరులో పెట్టి తన దఫేదారు ద్వారా రైల్వే స్టేషన్‌లో ఉన్న సైమన్‌కు అంద చేశారు. కవరు విప్పి చూసుకొన్న సైమన్‌కు, ఇతర అధికారుల ముఖాలు నల్లబడ్డాయి.

ఒకవైపు దేశంలోని దాదాపు అన్ని ముఖ్య రాజకీయపక్షాలు కమిషన్‌ను బహిష్కరించినా ప్రభుత్వం తన పట్టు విడవ లేదు. ఎవరు సహకరించినా, సహకరించకపోయినా కమీషను తనపని చేసుకుపోతుందని, కమీషన్ సమర్పించే నివేదిక ప్రాతిపదికగా బ్రిటిషు పార్లమెంట్ భారత రాజ్యాంగాన్ని రూపొందిస్తుందని గవర్నర్ జనరల్ ప్రకటించాడు. ఆ విధంగానే ఎన్ని నిరసన ప్రదర్శనలు ఎదురైనా కమీషన్ వివిధ ప్రాంతాలలో పర్యటించి సమాచారాన్ని సేకరించి ప్రభుత్వానికి తన నివేదికను సమర్పించింది. ఈ నివేదిక రెండు సంపుటాలుగా 1930 జూన్‌లో ప్రభుత్వం ప్రచురించింది.

నెహ్రూ నివేదిక

సైమన్ కమీషన్ నియామక సమయంలో "భారతీయులకు తమకు కావలసిన రాజ్యాంగాన్ని రూపొందించడం చేతకాదని" ఆనాటి భారత రాజ్య కార్యదర్శి (Secretary of State for India) బిర్కెన్‌హెడ్ ప్రభువు ఎగతాళిగా మాట్లాడాడు. ఇదే మాటలను పదే పదే చెప్పడం జరిగింది. అంతటితో ఆగకుండా, భారత దేశంలోని వివిధ రాజకీయ వర్గాలవారందరూ తమ కందరికి ఆమోద యోగ్యమైన రాజ్యాంగ వ్యవస్థను తయారు చేయగలిగితే దాని ఆధారంగా రాజ్యాంగ సంస్కరణలు ప్రవేశ పెట్టడానికి తాను సిద్ధమేనని, భారతీయులందరికి ఒక సవాలు విసిరాడు. భారత రాజకీయ పక్షాల మధ్య నెలకొన్న పరస్పర వ్యతిరేక భావనలను ఎత్తి చూపడమే ఈ సవాలు లో దాగివున్న సత్యం.

బిర్కెన్ హెడ్ ఉద్దేశం ఏమైనా భారతీయులు ఈ సవాలుకు తగిన రీతిలో స్పందించారు. వివిధ పక్షాలవారు, కొంత రాజీ ధోరణితో అందరికీ సమ్మతమైన రాజ్యాంగ రూప కల్పనకు పూనుకొన్నారు. జిన్నా నాయకత్వంలోని ముస్లింలీగ్ మత నియోజక వర్గాలకు బదులు సంయుక్త నియోజక వర్గాలకు ఆమోదం తెలిపింది. ముస్లింలను తృప్తిపరచడానికి జిన్నా మరికొన్ని కోరికలను

వెల్లడించాడు. అవి అల్పసంఖ్యాకులకు రిజర్వేషన్లు, ప్రత్యేక స్థానాలు, కేంద్ర శాసన సభలలో మూడోవంతు స్థానాలు ముస్లిమ్‌లకు కేటాయించడం, సింధు, బెలూచిస్థాన్, వాయవ్య సరిహద్దు రాష్ట్రం అనే మూడు నూతన రాష్ట్రాలను ఏర్పాటు , జనాభా నిష్పత్తి ప్రకారం బెంగాల్, పంజాబ్ వివిధ మతాల మధ్య శాసన సభలలో స్థానాల కేటాయింపు. ఈ ప్రాతిపదికన ఇతర వర్గాలతో సహకరించడానికి జిన్నా నాయకత్వంలోని ముస్లిమ్‌లీగ్ సంసిద్ధతను వ్యక్తం చేసింది (ముస్లింలీగ్ లోని మరొక వర్గం మహమ్మద్ షఫీ నాయకత్వంలో దీనిని అంగీకరించకుండా వేరుపడి సైమన్ కమిషన్‌తో సహకరించింది). భారత జాతీయ కాంగ్రెస్ దీనికి అంగీకరించడంతో నూతన రాజ్యాంగ రచనకు అనుకూల పరిస్థితులు ఏర్పడ్డాయి. 1928 ఫిబ్రవరిలో అఖిల పక్ష సమావేశం ఢిల్లీలో జరిగింది. అన్ని పక్షాలకు ఆమోదమైన రీతిలో రాజ్యాంగాన్ని రచించడానికి మోతీలాల్ నెహ్రూ అధ్యక్షతన ఒక సంఘాన్ని నియమించారు. ఈ సంఘం అనేక సార్లు సమావేశమై తన పనిని పూర్తి చేసింది. ఈ రాజ్యాంగ రచనలో మోతీలాల్, తేజ్ బహదూర్ సప్రూ ముఖ్య పాత్ర నిర్వహించారు. 1928 ఆగస్టులో లక్నోలో అఖిల పక్ష సమావేశం దీనిని ఆమోదించింది. దీనినే నెహ్రూ నివేదిక అంటారు.

నివేదికలోని ముఖ్యాంశాలు.

1. భారతదేశంలో సమాఖ్య(Federal) విధానం ఉండాలి.
2. కేంద్ర రాష్ట్ర అధికారాల జాబితా ఉండాలి.
3. అవశేష అధికారాలు కేంద్రానికి ఇవ్వాలి.
4. శాసన సభకు పూర్తి బాధ్యత వహించే మంత్రి మండలి ఉండాలి.
5. వయోజనులందరికి ఓటు హక్కు ఉండాలి.
6. పంజాబ్, బెంగాల్ రాష్ట్రాలలో మొత్తం జనాభాలో వారి నిష్పత్తి ప్రకారం ప్రత్యేక ప్రాతినిధ్యం ఉండాలి.
7. అన్ని చోట్ల మిశ్రమ నియోజక వర్గాలు(Joint Electorater) ఉండాలి.

నెహ్రూ నివేదిక భారత దేశానికి సంపూర్ణ స్వాతంత్ర్యం కాక ప్రొవిన్షియల్ ప్రతిపత్తిని మాత్రమే కోరింది.

అఖిల పక్ష సమావేశం ఆమోదం పొందిన ఈ నివేదిక తరవాత వివాదాలకు గురైంది. జిన్నా కొన్ని సవరణలను ప్రతిపాదించాడు. కేంద్ర శాసన సభలలో మూడో వంతు స్థానాలు ముస్లిమ్‌లకు

కేటాయింపు, వయోజన ఓటింగ్ హక్కు ఇచ్చేవరకూ పంజాబ్, బెంగాల్ రాష్ట్రాలలో ముస్లిమ్‌లకు ప్రత్యేక ప్రాతినిధ్యం, వెంటనే సింధు రాష్ట్రం ఏర్పాటు సవరణలలో ముఖ్యమైనవి. సిక్కు ప్రతినిధులు వారి కోరికలను వెల్లడించారు. అవి జిన్నా కోరికలకు పూర్తి విరుద్ధం. హిందూ మహాసభ ప్రతినిధులు ఎటువంటి సవరణలను అంగీకరించలేదు. అందుచేత కాంగ్రెస్ మినహా మిగిలిన పక్షాలు నెహ్రూ నివేదికను తిరస్కరించాయి.

1928 డిసెంబర్‌లో సమావేశమైన కాంగ్రెస్ నెహ్రూ నివేదికను విపులంగా చర్చించింది. కాంగ్రెస్‌లోని యువతరం జవహర్‌లాల్ నెహ్రూ, సుభాష్ చంద్రబోస్ మొదలైనవారు నివేదికను వ్యతిరేకించారు. వారి ప్రధాన విమర్శ డొమినియన్ ప్రతిపత్తిని మాత్రమే కోరడం. బ్రిటిషు వారితో ఏ సంబంధం లేని సంపూర్ణ స్వతంత్ర్యం కావాలని వీరు వాదించారు. వారిని ఒప్పించడానికి గాను షరతులతో నెహ్రూ నివేదికను కాంగ్రెస్ ఆమోదించింది. ఆ షరతుల ప్రకారం బ్రిటిషు ప్రభుత్వం ఒక్క సంవత్సరం లోపల నివేదికను ఆమోదించాలి. లేని పక్షంలో ఈ నివేదికను తిరస్కరించి, ఎటువంటి చర్య తీసుకోవడానికైె కాంగ్రెస్‌కు స్వేచ్ఛ ఉంటుంది.

ఈ విధంగా రాజీ ధోరణితో అన్ని పక్షాలకు ఆమోద యోగ్యమైన రాజ్యాంగ నిర్మాణ ప్రయత్నం కొన్ని పక్షాల సంకుచిత ధోరణి వల్ల విఫలమైంది. తాత్కాలికనెహ్రూ నివేదిక తిరస్కరణకు గురైనప్పటికీ నివేదికలోని పలుఅంశాలు 1935 చట్టంలోను స్వతంత్ర రాజ్యాంగంలోను చోటు చేసుకున్నాయి.

8

శాసనోల్లంఘనోద్యమం 1930-1934

లాహోర్ కాంగ్రెస్ సమావేశం డిసెంబర్ 1929

భారత జాతీయ కాంగ్రెస్ నెహ్రూ నివేదికను(Nehru Report) ఆమోదిస్తూ బ్రిటిష్ ప్రభుత్వానికి ఇచ్చిన ఒక్క సంవత్సరం గడువు డిసెంబర్ 31, 1929 లో ముగుస్తుంది. గాంధీ అహింసా వాదంతో విసుగు చెందిన విప్లవవాదులు హింసాయుత విప్లవ కార్యక్రమాలను ప్రారంభించారు. అమెరికాలో ప్రారంభమైన ఆర్థిక మాంద్యం భారత దేశంపై కూడా తన ప్రభావాన్ని చూపింది. దీని ఫలితంగా దేశంలో ధరలు క్షీణించాయి. ముఖ్యంగా వ్యవసాయ ఉత్పత్తుల ధరలు తగ్గడంతో వ్యవసాయదారులు విపరీతమైన నష్టాలకు గురయ్యారు. పారిశ్రామికరంగంలోను సమ్మెలు, అనిశ్చిత పరిస్థితులు ఏర్పడ్డాయి. 1929 లో బ్రిటిష్ పార్లమెంట్‌కు జరిగిన ఎన్నికలలో ముందుగా ఊహించినట్టే కన్సర్వేటివ్ పార్టీ అధికారాన్ని కోల్పోయి లేబర్ పార్టీ అధికారం లోకి వచ్చింది. రామసే మాక్‌డొనాల్డ్ ప్రధానమంత్రయ్యాడు. భారత రాజ్య కార్యదర్శిగా వెర్జ్‌వుడ్ బెన్ నియమించబడ్డాడు. నూతన ప్రభుత్వం భారత దేశం పట్ల ఉదార విధానాన్ని అవలంభిస్తుందని భారతీయులు ఆశించారు. భారత దేశ పరిస్థితులను, రాజ్యాంగ ప్రగతిని గురించి చర్చించడానికి వైస్రాయ్ ఇర్విన్‌ను లండన్‌కు పిలిపించింది నూతన ప్రభుత్వం. లండన్ నుంచి తిరిగి వచ్చిన వైస్రాయ్ త్వరలోనే భారత దేశ ప్రతినిధులు, బ్రిటిష్ ప్రతినిధులతో రౌండ్ టేబుల్ సమావేశం జరగ గలదని, ఈ సమావేశం భారత రాజ్యాంగ సంస్కరణలను గురించి చర్చించడం జరుగుతుందని ప్రకటించాడు. గాంధీ, జిన్నా మొదలైన వారు వైస్రాయ్‌ని కలసి ఆయన కొన్ని ప్రకటనలపై వివరణలు కోరారు. వైస్రాయ్ ప్రకటనలో చెప్పిన విషయాలను మించి మరేమి చెప్పలేదు. ఇది భారత జాతీయ నాయకులను తీవ్రంగా నిరాశ పరచింది. ఇటువంటి పరిస్థితులలో భారత జాతీయ కాంగ్రెస్ వార్షిక సమావేశం 1929 డిసెంబర్ 29 న లాహోర్‌లో ప్రారంభమైంది. ఆ సమావేశానికి జవహర్‌లాల్ నెహ్రూ అధ్యక్షత వహించాడు. ఆయన అధ్యక్షుడు కావడం కాంగ్రెస్‌లో బలపడుతున్న యువ నాయకత్వానికి నిదర్శనం. లాహోర్ సమావేశం అనేక చారిత్రాత్మక నిర్ణయాలను చేసింది. ముఖ్యంగా

1) "స్వరాజ్యం" అంటే "సంపూర్ణ స్వాతంత్ర్యం" అని నిర్వచించింది.

2) స్వరాజ్య సాధనే కాంగ్రెస్ లక్ష్యంగా ప్రకటించింది.

3) సంపూర్ణ స్వాతంత్ర్యం సాధించడానికి తగిన సమయంలో శాసనోల్లంఘనోద్యమం ప్రారంభించడానికి కాంగ్రెస్ కమిటీకి అధికారాన్ని ఇచ్చింది. ఈకార్యక్రమానికి తొలి మెట్టుగా 1930 జనవరి 26 వ తేదిన దేశమంతటా సభలను జరిపి కాంగ్రెస్ కార్యవర్గం తయారు చేసిన స్వాతంత్ర్య ప్రకటన పత్రం చదవడానికి తీర్మానించారు.

ఒక విధంగా నెహ్రూ నివేదికలో కోరినట్టు డొమినియన్ ప్రతిపత్తి గాక, సంపూర్ణ స్వాతంత్ర్యం తన లక్ష్యమని, దానిని సాధించడానికి కృషి చేస్తుందని, భారత జాతీయ కాంగ్రెస్ స్పష్టంగా ప్రకటించింది. తీర్మానించిన విధంగా 1930 జనవరి 26 న దేశ వ్యాప్తంగా కాంగ్రెస్ సభలను జరిపి స్వాతంత్ర్య ప్రకటనను ప్రజలకు వినిపించారు. జనవరి 26 వ తేదీని దేశమంతటా స్వతంత్ర దినంగా పరిగణించారు. పరాయి ప్రభుత్వంతో శాంతియుతంగా పోరాడుతామని ప్రజలు ప్రమాణం చేశారు. ఆనాటి నుంచి జనవరి 26 భారతీయులకు పవిత్రదినమైంది. మన గణతంత్ర రాజ్యాంగం సరిగ్గా 20 సంవత్సరాల తరువాత 1950 జనవరి జనవరి 26 న అమలు జరుపబడింది.

శాసనోల్లంఘనోద్యమ స్వరూప, స్వభావాలను నిర్ణయించే అధికారం గాంధీకి ఇచ్చారు. అలాగే ఉద్యమం ఎపుడు ప్రారంభం కావాలన్నది కూడా గాంధీ నిర్ణయానికి వదిలి వేయబడింది.

శాసనోల్లంఘనోద్యమం: మొదటి దశ 1930-1931

ఉప్పు సత్యాగ్రహం: శాసనోల్లంఘన కార్యక్రమ స్వరూపాన్ని నిర్ణయించడానికి గాంధీకి కొంత సమయం పట్టింది. ఉద్యమం ప్రారంభించడానికి ముందు వైస్రాయికి ఒక లేఖ రాశారు. అందులో భారత దేశంలో బ్రిటిష్ పాలన అంతం కావాలని, అంతే గాకుండా వివిధ వర్గాల ప్రజలకు సంబంధించిన 11 అంశాలను పేర్కొని వాటిని ప్రభుత్వం అనుమతించినట్టయితే శాసనోల్లంఘనోద్యమాన్ని చేపట్టబోమని స్పష్టంగా చెప్పారు. ఈ లేఖలో ఎక్కడా స్వరాజ్యం గురించి గాని, కనీసం డొమినియన్ ప్రతిపత్తిని గురించిగాని ప్రస్తావించక పోవడం ఎందరినో ఆశ్చర్య పరిచింది. కానీ ఈ చిన్న కోరికలను కూడా బ్రిటిష్ ప్రభుత్వం అంగీకరించలేదు. శాసనోల్లంఘనోద్యమం తప్పని సరైంది.

అన్నికోణాల నుంచి అలోచించిన తరువాత ఉప్పు చట్టాన్ని ఉల్లంఘించడం ద్వారా శాసనోల్లంఘనోద్యమాన్ని సాగించాలని గాంధీ నిర్ణయించాడు. ఉప్పు తయారు చేయడానికి, అమ్మకానికి సంబంధించి ప్రభుత్వం కఠినమైన నిబంధనలను చట్ట రూపంలో విధించింది. ఉప్పుపై

విధించిన పన్నుల వల్ల ధర కూడా అధికంగా ఉండేది. పేద, ధనిక తేడా లేకుండా ఉప్పు నిత్యావసర వస్తువు కావడం చేత ప్రభుత్వ విధానం వల్ల అన్ని వర్గాల ప్రజలు, ముఖ్యంగా పేద వర్గాలు, ఇబ్బందులకు గురయ్యేవారు. ప్రభుత్వం అనుమతి లేకుండా ఉప్పు తయారు చేయడం ద్వారా శాసనోల్లంఘనోద్యమాన్ని ప్రారంభించాలని గాంధీ నిర్ణయించాడు. ప్రధానంగా ఉప్పు చట్టాన్ని ఉల్లంఘించడం ద్వారా సాగిన ఉద్యమం కనుక శాసనోల్లంఘనోద్యమం ప్రథమ దశకు ఉప్పు సత్యాగ్రహం అని పేరు వచ్చింది. గాంధీ తీసుకున్న ఈ నిర్ణయం, కాంగ్రెస్ నాయకులతో సహా, అనేక మందిని ఆశ్చర్యంలో ముంచింది. ఈ విషయం జవహర్‌లాల్‌నెహ్రూ స్వయంగా పేర్కొన్నాడు. కానీ ఆ తరువాత జరిగిన సంఘటనలు గాంధీ నిర్ణయం సరైనదేనని రుజువు చేశాయి.

దండి యాత్ర : (1930, మార్చి 12 – ఏప్రిల్ 6): శాసనోల్లంఘనోద్యమాన్ని సరైన రీతిలో నడిపించడానికి విస్తృతమైన ఏర్పాట్లు చేశారు. అఖిల భారత స్థాయి నుంచి, గ్రామీణ స్థాయి వరకు ఉద్యమ నాయకులను నియమించారు. వీరికి "డిక్టేటర్" అని నామకరణం చేశారు. అలాగే ఉద్యమ నిర్వహణకు ఒక కార్యాలయాన్ని ఏర్పాటు చేశారు. దీనికి "శిబిరం" అని పేరు పెట్టారు. గాంధీ స్వయంగా ఉప్పు చట్టాన్ని ఉల్లంఘించి సత్యాగ్రహాన్ని ప్రారంభించాడు. అంతవరకు ఎవ్వరూ, ఎక్కడా ఉద్యమాన్ని ప్రారంభించకూడదు. గాంధీ ప్రారంభించిన తరువాత దేశ వ్యాప్తంగా ఉద్యమం ప్రారంభించాలి. ఉద్యమ ప్రారంభానికి ముందే ప్రభుత్వం గాంధీని అరెస్ట్ చేసినట్టయితే ఆ రోజు నుంచే దేశ వ్యాప్తంగా ఉద్యమాన్ని ప్రారంభించాలని స్పష్టమైన ఆదేశాలు ఇవ్వబడ్డాయి.

గుజరాత్ తీరంలోని దండి గ్రామం వద్ద ఉద్యమాన్ని స్వయంగా ప్రారంభించాలని గాంధీ నిర్ణయించారు. తనతోపాటు 71 మంది అనుచరులతో సబర్మతి ఆశ్రమం నుంచి 1930 మార్చి 12 న దండి గ్రామానికి కాలినడకన ప్రయాణం ప్రారంభించారు. సుమారు 200 మైళ్ళు దూరం ప్రయాణించడానికి 25 రోజులు పట్టింది. ఈ ఇరవై ఐదు రోజుల దండియాత్ర శాసనోల్లంఘనోద్యమానికి బహుళ ప్రచారాన్ని, బ్రహ్మాండమైన స్ఫూర్తిని కలిగించింది. దారి పొడవునా గాంధీకి, అనుచర బృందానికి అపురూపమైన స్వాగతం లభించింది. మేళతాళాలతో ఉత్సవ వాతావరణంలో గాంధీకి దారి పొడవునా ప్రజలు స్వాగతం పలికారు. దండియాత్ర విశేషాలను సేకరించడానికి భారతీయులే కాకుండా విదేశీ విలేఖరులు కూడా ఈ యాత్రలో పాల్గొన్నారు. మార్చి 12, 1930 న ప్రారంభమైన దండి యాత్ర ఏప్రిల్ 5 వ తేదీన దండి తీరాన్ని చేరింది. ఆ మరునాడు ఏప్రిల్ 6 వ తేదీన గాంధీ తన అనుచరులతో తీరానికి చేరుకొని చట్ట వ్యతిరేకంగా అక్కడ ఒక మూల పేరుకుని ఉన్న ఉప్పు సంగ్రహించడం ద్వారా సత్యాగ్రహాన్ని ప్రారంభించారు. దీనితో దేశ వ్యాప్తంగా ఉద్యమం ప్రారంభమైంది. దండి యాత్ర శాసనోల్లంఘనోద్యమానికి విశేష

ప్రచారాన్ని కలిపించింది. దారి పొడవునా ప్రజలను ఉత్తేజ పరచింది. ప్రజలందరూ ఉత్సాహంగా ఉద్యమంలో పాల్గొనడానికి అది స్ఫూర్తి నిచ్చింది. స్థబ్దతగా ఉన్న దేశ రాజకీయ వాతావరణాన్ని ఒక్కసారిగా మార్చివేసింది.

సముద్ర తీర ప్రాంతంలోను, తీరానికి దగ్గరగా ఉన్న పట్టణాలలోను ఉప్పు సత్యాగ్రహం ఉధృతంగా సాగింది. తీర ప్రాంతాల్లో వీలైన చోట్ల మడులకు సముద్రపు నీరు పారించి సహజ పద్ధతులలో ఉప్పు తయారు చేశారు. ఈ కార్యక్రమంలో వందలాది సత్యాగ్రహులు పాల్గొన్నారు. ప్రభుత్వం కల్పించిన ఆటంకాలను అధిగమిస్తూ, బెదిరింపులను లెక్క చేయకుండా దేశ వ్యాప్తంగా లక్షలాది మంది ఈ కార్యక్రమంలో పాల్గొన్నారు. ఆంధ్రప్రదేశ్ లో కోస్తా జిల్లాలలో ఉప్పు సత్యాగ్రహం తీవ్రరూపం దాల్చింది. నెల్లూరు జిల్లాలో అల్లూరు, మైపాడు ప్రాంతాలలో బెజవాడ గోపాల రెడ్డి, ఓరుగంటి వెంకట సుబ్బయ్య మొదలైన వారి నాయకత్వంలో కొన్ని వారాల పాటు (వర్షాలు ప్రారంభమయ్యే వరకు) సత్యాగ్రహం నిర్విఘ్నంగా సాగింది. సి. రాజగోపాలాచారి నాయకత్వంలో నేటి తమిళనాడు లోని వేదారణ్యం వద్ద జిల్లా మేజిస్ట్రేట్ విధించిన నిషేధాజ్ఞలను ధిక్కరించి సత్యాగ్రహం నిర్వహించారు. తీరానికి కొంత దూరంలో ఉన్న ప్రదేశాలలో సముద్ర జలాలను తెచ్చి మరిగించి ఉప్పు తయారు చేసి సత్యాగ్రహ కార్యక్రమాన్ని కొనసాగించారు. తయారు చేసిన ఉప్పును వేలం ద్వారాను, పొట్లాలు కట్టి బజారులోను అమ్మేవారు. ఈ విధంగా అనేక చోట్ల ఉప్పు చట్టాన్ని ఉల్లంఘించడం ద్వారా శాసనోల్లంఘనోద్యమాన్ని కొనసాగించారు.

ఉప్పు చట్టాన్ని ఉల్లంఘించడానికి అవకాశం లేని ప్రాంతాలలో సహాయ నిరాకరణోద్యమ కాలంలో నిర్వహించిన బహిష్కరణ, నిర్మాణాత్మక కార్య క్రమాలను చేపట్టి ప్రజలు ఉద్యమంలో పాల్గొన్నారు. ముఖ్యంగా కల్లు, సారాయి దుకాణాలు, విదేశీ బట్టల దుకాణాలను పికెటింగ్, నూలు వడకడం అస్పృశ్యతా నివారణ వంటి కార్యక్రమాలలో ప్రజలు ఉత్సాహంగా పాల్గొన్నారు.

దర్శన ఉప్పు కోటారుపై దాడి: దండిలో ఉప్పు సత్యాగ్రహం ప్రారంభించిన నెల రోజులకు సూరత్ జిల్లాలోని దర్శన ఉప్పు కోటారుపై దాడి చేయాలని గాంధీ నిర్ణయించాడు. ఆనవాయితీ ప్రకారం ఈ విషయాలన్నీ మే నెల 5 వ తేదీన లేఖ ద్వారా వైస్రాయ్‌కి తెలియ పరచాడు. ఈ లేఖ ద్వారా అహింసాయుత పోరాటంలోని విశిష్టతను, ఉద్యమాన్ని అణచి వేయడానికి ప్రభుత్వం అనుసరిస్తున్న అనాగరిక పద్ధతులను ఉప్పు పన్ను రద్దు చేయవలసిన ఆవశ్యకతను వివరించాడు. ఉప్పు పన్ను తొలగించినట్టయితే దర్శన ఉప్పు కోటారుపై దాడి జరగదని, లేని పక్షంలో దాడి జరుగ గలదని కూడా వైస్రాయ్ కి తెలియ చేశాడు. గాంధీ ఉత్తరానికి సమాధానం ఇవ్వకుండా మే 5 వ తేది అర్ధరాత్రి గాంధీని అరెస్ట్ చేసి ఎర్రవాడ జైలులో ప్రభుత్వం నిర్బంధించింది. గాంధీని అరెస్ట్

చేస్తే ఉద్యమం ఆగిపోతుందని ప్రభుత్వం భావించింది. అందుకు భిన్నంగా ఉద్యమం తీవ్రమైంది. అరెస్ట్‌కు నిరసనగా దేశమంతటా నిరసన ప్రదర్శనలు, హర్తాళ్ళు జరిగాయి. విదేశాలలో కూడా నిరసన వ్యక్తమైంది.

దర్శన ఉప్పు కోటారుపై దాడిని కూడా అనుకున్న ప్రకారం నిర్వహించారు. గాంధీని అరెస్ట్ చేస్తే అబ్బాస్ త్యాబ్జీ నాయకత్వంలోను, ఆయనను కూడా అరెస్ట్ చేస్తే, సరోజిని నాయుడు నాయకత్వంలో దాడి జరగాలని నిర్ణయించడమైంది. దర్శన ఉప్పు కోటారు పై దాడి జరిగింది. అనేక మంది కార్యకర్తలు ఈ దాడిలో పాల్గొనడానికి ఉత్సాహంతో ముందుకు వచ్చారు. ఈ దాడి పూర్తిగా అహింసాయుత పద్ధతులలో సాగింది. వేల సంఖ్యలో ఉన్న వాలంటీర్లు ఎంతో సహనాన్ని, క్రమశిక్షణను పాటించారు. విచక్షణారహితంగా పోలీసులు లాఠీలతో బాదుతున్నా మౌనంగా బాధపడ్డారే తప్ప కనీసం చేతులు కూడా అడ్డుపెట్టలేదు. దర్శన పై దాడిని స్వయంగా చూచిన వెబ్ మిల్లర్ అనే అమెరికన్ పత్రికా విలేఖరి ఆనాటి సంఘటనలను క్రింది విధంగా వ్యాఖ్యానించాడు.

“నేను 18 సంవత్సరాలుగా పత్రికా విలేఖరిగా ఉంటూ 22 దేశాలను సందర్శించాను. ఎన్నో అంతరంగిక కల్లోలాను, దొమ్మీలను, వీధి పోరాటాలను, తిరుగుబాట్లను కళ్ళారా చూశాను. దర్శనలో చూసిన భయంకర దృశ్యాలను మరెక్కడా చూడలేదు. ఆ ఘోరాలను చూడలేక వెనక్కి వెళ్ళిపోయిన సందర్భాలు కూడా ఉన్నాయి. కాంగ్రెస్ స్వచ్ఛంద సైనికుల క్రమశిక్షణ నాకు ఆశ్చర్యం కలిగించింది. .గాంధీ అహింసా సిద్ధాంతం వారి రక్తంలో జీర్ణించినట్టు నాకనిపించింది.”

దర్శనపై ఉప్పు కోటారుపై జరిగిన దాడిలో 320 మంది గాయపడ్డారు. అనేక మంది స్పృహతప్పి పడిపోయారు. ఇద్దరు మరణించారు.

శాసనోల్లంఘనోద్యమంలో ముస్లింలు పెద్దగా పాల్గొనలేదు. కాని వాయవ్య సరిహద్దు రాష్ట్రంలో ఇందుకు భిన్నంగా జరిగింది. ఖాన్ అబ్దుల్ గఫార్ ఖాన్ నాయకత్వంలో పఠానులు ఈ ఉద్యమంలో ఉత్సాహంగా పాల్గొన్నారు. ఏప్రిల్ 23 న గఫార్ ఖాన్‌ను ఇతర నాయకులను అరెస్ట్ చేసిన తరువాత పెషావర్‌లో హింసాత్మక సంఘటనలు చోటు చేసుకున్నాయి. అధికారుల లెక్క ప్రకారం 30 మంది మరణించారు. సుమారు 200 నుంచి 250 మంది వరకు మరణించి ఉంటారని అనధికార అంచనా. పెషావర్‌లో ప్రశాంతత నెలకొల్పడానికి సుమారు పదిరోజులు పట్టింది. పెషావర్ సంఘటనలలో గఫార్‌ఖాన్ నాయకత్వంలో ఏర్పడిన ఖుదాయ్ ఖిద్‌మత్‌గార్ అనే స్వచ్ఛంద దళం ప్రధాన పాత్ర నిర్వహించింది.

మహారాష్ట్ర లోని షోలాపూర్ లో కూడా ఉద్యమం తీవ్రరూపం దాల్చింది. గాంధీ అరెస్ట్‌కు

నిరసనగా బట్టల మిల్లులలోని కార్మికులు మే 7 వ తేదీన సమ్మె ప్రారంభించారు. హింసాత్మక సంఘటనలు చోటు చేసుకున్నాయి. న్యాయస్థానాలు, రైల్వేస్టేషన్, మున్సిపాలిటీ కి చెందిన భవనాలు, పోలీస్ స్టేషన్‌లపై, ప్రజాసమూహం దాడి చేసింది. కొద్ది రోజుల పాటు ప్రత్యామ్నాయ ప్రభుత్వం ఏర్పాటయినట్టు అనిపించింది.

ప్రభుత్వ ప్రతీకార చర్యలు

ఈ ఉద్యమం గురించి నాటి వైస్రాయి ఇర్విన్ చాలా తక్కువగా అంచనా వేశారు. అందుచేత తొలి రోజుల్లో కాస్త తాత్సారం చూపినప్పటికి తరువాత ఉద్యమాన్ని అణచి వేయడానికి ప్రభుత్వం అనేక కఠిన చర్యలు తీసుకుంది. గాంధీ కంటే వారంరోజులు ముందే దండికి బయలు దేరిన పటేల్‌ను ప్రభుత్వం అరెస్ట్ చేసింది. ఉద్యమం ప్రారంభమైన కొద్ది రోజులకే జవహర్‌లాల్ నెహ్రూను, ఇతర నాయకులను, మే 5 వ తేదీన గాంధీని ప్రభుత్వం అరెస్టు చేసింది. వేలాది మంది కార్యకర్తలు జైళ్ళపాలయ్యారు. విచక్షణా రహితంగా లాఠీ చార్జీలు, కొన్ని చోట్ల పోలీసు కాల్పులు జరిగాయి. సుమారు లక్షమందిని జైళ్ళలో నిర్బంధించారు. జైళ్ళలో చోటు లేక పోవడంతో ప్రజలను భయ భ్రాంతులను చేయడానికి పోలీసు అధికారులు అనేక అకృత్యాలకు పాల్పడ్డారు. ముఖ్యంగా మహిళా వాలంటీర్లను ఉద్యమంలో పాల్గొనకుండా నివారించడానికి వారిని అర్ధరాత్రి కటిక చీకటిలో సుదూర ప్రాంతాలలో ఒంటరిగా విడిచి వచ్చేవారు. అరెస్టు చేసి కోర్టులో హాజరు పెట్టడానికి బదులు ఉద్యమ కారులపై దౌర్జన్య చర్యలు సాగించారు. నేలమీద పడవేసి చేతులతోను, కాళ్ళతోను లాగడం, గాయపరచడం సర్వ సాధారణమైంది. గాంధీ టోపీలు ధరించిన వారి టోపీలను లాగివేసి వారి తలలపై కొట్టడం నిత్యకృత్యమైంది. ఇటువంటి చర్యలేవి ప్రజలను భయపెట్టలేక పోయాయి. వారి ఉత్సాహం ఏమాత్రం తగ్గలేదు. ఉద్యమం ముమ్మరంగా కొన సాగింది. దేశమంతటా యుద్ధ వాతావరణం ఏర్పడింది. 1930 లో 12 ఆర్డినెన్స్‌లను గవర్నర్ జనరల్ జారీ చేశారు. ఆర్డినెన్సులతో పాలన నియంతృత్వానికి నిదర్శనం. పత్రికల నోరు నొక్కడానికి కూడా ప్రభుత్వం వెనుకాడలేదు. ప్రభుత్వం విధించిన కఠిన నిబంధనల మూలంగా 131 వార్తాపత్రికలు తమ ధరావత్తులను పోగొట్టుకున్నాయి. అనేక పత్రికలు మూతపడ్డాయి. బహిరంగ సభలను ప్రభుత్వం నిషేధించింది. శాంతియుతంగా పికెటింగ్ చేయడం కూడా నేరంగా పరిగణించబడింది. సుమారు లక్షమంది జైలుపాలయ్యారు. ఉద్యమంలో మహిళలు పాల్గొనడం సహించలేక పోయారు. వారిని భయపెట్టి, ఉద్యమం నుంచి దూరం చేయడానికి పోలీసులు చాలా కఠినంగా వ్యవహరించారు. కానీ ఈ చర్యలేవీ ఉద్యమాన్ని అణచ లేక పోయాయి. 1931 లో గాంధీ-ఇర్విన్ ఒప్పందం జరిగే వరకు ఎన్ని అడ్డంకులెదురైనా, కష్టనష్టాలు సంభవించినా, ఉద్యమం కొనసాగింది.

రౌండ్ టేబుల్ సమావేశాలు:

శాసనోల్లంఘనోద్యమం జరుగుతున్న రోజుల్లోనే రాజ్యాంగ సంస్కరణల విషయంగా నియమించిన సైమన్ సంఘం(Simon commission) తననివేదికను బ్రిటిష్ ప్రభుత్వానికి సమర్పించింది. ఈ నివేదికలో స్వరాజ్యం కాని, డొమినియన్ ప్రతిపత్తి గాని, బాధ్యతాయుత ప్రభుత్వం ఏర్పాటు గురించి గాని సిఫారస్ చేయలేదు. భారతీయులనే కాకుండా ఆనాటి భారత గవర్నర్ జనరల్‌ను కూడా ఈ నివేదిక నిరాశపరచింది. అందుచేత రాజ్యాంగ సంస్కరణల విషయమై నిర్ణయం తీసుకునే ముందు భారత దేశంలోని వివిధ రాజకీయ పక్షాల నేతలతో సమావేశం ఏర్పాటు చేయాలని, అధిక సంఖ్యాకులకు ఆమోదయోగ్యంగా ఉన్న ప్రతిపాదనల ఆధారంగా సంస్కరణలను ప్రవేశ పెట్టాలని గవర్నర్ జనరల్ ఇంగ్లాండులో కొత్తగా ఏర్పడిన లేబర్ పార్టీ ప్రభుత్వానికి సూచించారు. ప్రభుత్వం ఈ ప్రతిపాదనను అంగీకరించి 1930 నవంబరు లో రౌండ్ టేబుల్ సమావేశం ఏర్పాటు చేసింది.

రౌండ్ టేబుల్ సమావేశానికి ఆహ్వానం అందేటప్పటికీ కాంగ్రెస్ ఆధ్వర్యంలో శాసనోల్లంఘనోద్యమం తీవ్రస్థాయిలో దేశ వ్యాప్తంగా కొనసాగుతుంది. ఈ ఉద్యమ లక్ష్యం సంపూర్ణ స్వాతంత్ర్యం. పైగా కాంగ్రెస్ ప్రధాన రాజకీయ పక్షం. భారత జాతీయ కాంగ్రెస్, కాంగ్రెస్ ప్రతినిధులు లేని రౌండ్ టేబుల్ సమావేశం వ్యర్థం. అందుచేత నిర్బంధంలో ఉన్న కాంగ్రెస్ నాయకుల వద్దకు మితవాదులైన జయకర్, సప్రూలను నాటి గవర్నర్ జనరల్ ఇర్విన్ సంప్రదింపులకు పంపాడు. రౌండ్ టేబుల్ సమావేశంలో చర్చలకు సంపూర్ణ స్వరాజ్యం ప్రాతిపదిక కావాలని కాంగ్రెస్ నాయకులు షరతు విధించారు. ప్రభుత్వం అటువంటి హామీ ఇవ్వడానికి నిరాకరించడంతో రౌండ్ టేబుల్ సమావేశంలో పాల్గొనడానికి కాంగ్రెస్ నిరాకరించింది. మొదటి రౌండ్ టేబుల్ సమావేశం కాంగ్రెస్ ప్రతినిధులు లేకుండానే జరిగింది.

మొదటి రౌండ్‌టేబుల్ సమావేశం: ఈ సమావేశానికి మొత్తం 89 మంది ప్రతినిధులు హాజరయ్యారు. వారిలో ముస్లింలు-16, హిందూ మహా సభ-3 సిక్కులు-2, బ్రాహ్మణేతరులు-4, భూస్వాములు-4, యూరోపియన్లు-4, ఆంగ్లో-ఇండియన్-1, భారతీయ వర్తకులు-1, సంస్థానాధీశులు-16, బర్మావారు-3, లిబరల్ పార్టీ వారు-16.

లేబర్ పార్టీకి చెందిన ప్రధాన మంత్రి రామ్‌సే మాక్ డొనాల్డ్ అధ్యక్షతన జరిగిన ఈ సమావేశాన్ని బ్రిటిష్ రాజు ప్రారంభించాడు. ఈ సమావేశంలో చర్చించడానికి మాక్ డొనాల్డ్ కొన్ని ముఖ్య ప్రతిపాదనలు చేశారు.

1) భారత దేశం ఒక సమాఖ్యగా ఏర్పడడం

2) తగిన రక్షణలతో రాష్ట్రాలలో స్వయం పాలన

3) కేంద్రంలో పాక్షికంగా బాధ్యతాయుత ప్రభుత్వం

అఖిల భారత సమాఖ్య విషయంలోను, రాష్ట్రాలలోను, కేంద్రంలోను, కొన్ని మినహాయింపులతో, బాధ్యతాయుత ప్రభుత్వం ఏర్పాటు విషయంలోను భారతీయ ప్రతినిధుల మధ్య అంగీకారం కుదిరింది. కాని మత ప్రాతిపదిక ప్రాతినిధ్యం విషయంలో ముస్లిం ప్రతినిధులకు, హిందూ మహాసభ ప్రతినిధులకు విభేదాలు ఏర్పడ్డాయి. ముస్లింలకు ప్రత్యేక ప్రాతినిధ్యం కాకుండా ప్రత్యేక నియోజక వర్గాలు కూడా కావాలని జిన్నా పట్టు పట్టాడు. షెడ్యూల్డు కులాల ప్రతినిధి అంబేద్కర్ కూడా ప్రత్యేక నియోజక వర్గాలు కావాలని గట్టిగా వాదించాడు. హిందూ ప్రతినిధులు అల్ప సంఖ్యాక వర్గాలకు ప్రత్యేక ప్రాతినిధ్యానికి అంగీకరించి, ప్రత్యేక నియోజక వర్గాలను వ్యతిరేకించారు. ఈ విధంగా మత ప్రాతినిధ్యం విషయంలో తీవ్ర విభేదాలు ఏర్పడంతో ఎటువంటి నిర్ణయం చేయకుండానే సమావేశం 1931 జనవరి 1కి వాయిదా వేయడం జరిగింది.

మొదటి రౌండ్ టేబుల్ సమావేశం జరుగుతున్న రోజుల్లోనే, బ్రిటన్‌లో విద్యనభ్యసిస్తున్న ముస్లిం విద్యార్థి రహ్మత్ అలీ భారత దేశంలో హిందూ-ముస్లిం సమస్యకు పరిష్కారం ముస్లింలు అధిక సంఖ్యలో ఉన్న రాష్ట్రాల నన్నింటిని కలిపి పాకిస్థాన్ పేరుతో ప్రత్యేక రాజ్యం ఏర్పాటు చేయడమేనని సూచించాడు. అలహాబాద్‌లో సమావేశమైన ముస్లింలీగ్ సభకు అధ్యక్షత వహించిన ప్రముఖ కవి ఇక్బాల్ కూడా ఇటువంటి అభిప్రాయాన్నే వ్యక్తం చేయడం జరిగింది. ఆరోజులలో ఈ ప్రతిపాదనను ఎవరూ పెద్దగా పట్టించుకోనప్పటికీ, భారత దేశ విభజనకు మొదటి రౌండ్ టేబుల్ సమావేశకాలంలోనే ఆలోచనలు కలగడం విశేషం.

రెండో రౌండ్ టేబుల్ సమావేశం: 1931-గాంధీ- ఇర్విన్ ఒప్పందం:- 1931 జనవరిలో కాంగ్రెస్ వర్కింగ్ కమిటీ రౌండ్ టేబుల్ సమావేశాల పట్ల తన వైఖరిని మరోసారి స్పష్టం చేసింది. భారత దేశం పట్ల బ్రిటిష్ ప్రభుత్వ వైఖరిలో ఎటువంటి మార్పు లేదని అందుచేత భారత జాతీయ కాంగ్రెస్ తన వైఖరిని మార్చుకొనే పరిస్థితి ఏదీ లేదని స్పష్టంగా తెలియ చేసింది. శాసనోల్లంఘనోద్యమాన్ని ఉత్సాహంగా కొనసాగించమని దేశ ప్రజలకు పిలుపు నిచ్చింది. అయినప్పటికీ బ్రిటిష్ ప్రధానమంత్రి రౌండ్ టేబుల్ సమావేశంలో చేసిన సూచనలను చర్చించడానికి వీలుగా జైళ్ళలో ఉన్న కాంగ్రెస్ నాయకులను ప్రభుత్వం విడుదల చేసింది.

మొదటి రౌండ్ టేబుల్ సమావేశాలు ముగిసిన తరువాత భారత దేశానికి తిరిగి వచ్చిన

సప్రూ, శ్రీనివాస శాస్త్రి వంటి నాయకులు కాంగ్రెస్ వైఖరిలో మార్పు తేవడానికి ప్రయత్నించారు. వారి కృషి ఫలితంగా నాటి గవర్నర్-జనరల్ ఇర్విన్-గాంధీల మధ్య సంభాషణలు ప్రారంభమయ్యాయి. ఈ సంభాషణలు ఫలవంతమై 1931 మార్చి 5న గాంధీ-ఇర్విన్ ఒప్పందానికి(Gandhi-Irvin) కిదారితీశాయి. ఈ ఒప్పందం ప్రకారం శాసనోల్లంఘనోద్యమాన్ని తాత్కాలికంగా నిలిపి వేసి, రెండో రౌండ్ టేబుల్ సమావేశంలో పాల్గొనడానికి కాంగ్రెస్ అంగీకరించింది. కొన్ని మినహాయింపులకు లోబడి రాజకీయ ఖైదీలను విడుదల చేయడానికి కల్లు,సారా దుకాణాల ముందు, విదేశీ వస్త్ర దుకాణాల ముందు శాంతియుతంగా పికెటింగ్ చేయడానికి స్వంత వాడకానికి ఉప్పు తయారు చేసుకోవడానికి, ప్రభుత్వం స్వాధీనం చేసుకున్న సత్యాగ్రహుల ఆస్తులను తిరిగి ఇవ్వడానికి, వసూలు చేయని జరిమానాలను రద్దు చేయడానికి మరికొన్ని రాయితీలను ప్రభుత్వం అంగీకరించింది.

గాంధీ-ఇర్విన్ ఒప్పందం కాంగ్రెస్ లోని జవహర్‌లాల్‌నెహ్రూ, సుభాష్ చంద్రబోస్ వంటి యువకులు విమర్శించినప్పటికి తరువాత సమర్థించారు. బ్రిటిష్ వారిలో కన్‌సర్వేటివ్, లిబరల్ పార్టీల వారు, భారత దేశంలో ఉన్నత ఉద్యోగాలలో ఉన్న బ్రిటిష్ వారు, ఐరోపాకు చెందిన ఇతర అనధికారులు ఈ ఒప్పందాన్ని తీవ్రంగా నిరసించారు. ప్రభుత్వానికి వ్యతిరేకంగా ఉద్యమాన్ని నడిపిన గాంధీ వైస్రాయ్ ఇర్విన్ సంభాషణలు జరిపి, ఒప్పందం కుదుర్చుకోవటం బ్రిటిష్‌వారి ప్రతిష్టకు తీవ్ర విఘాతం కలిగించినట్టుగా వారు భావించారు.

1931మార్చి 21 న భారత జాతీయ కాంగ్రెస్ కరాచీలో సమావేశమైంది. వల్లభభాయ్ పటేల్ అధ్యక్షత వహించారు. ఈ సమావేశానికి ముందు లాహోర్ కుట్ర కేసులో ఉరిశిక్ష విధించబడిన భగత్ సింగ్, రాజ్‌గురు, సుఖదేవ్‌లను ఉరితీశారు. ఈ వార్తతో దేశమంతటా విషాద వాతావరణం నెలకొంది. ఇర్విన్ గాంధీ సంభాషణలలో ఈ విప్లవ వీరుల మరణ శిక్షను యావజ్జీవ కారాగారవాస శిక్షగా మార్పించడానికి గాంధీ తగినంత చొరవ, పట్టుదల చూపించ లేదని అనేక మంది యువకులు భావించారు. అటువంటి యువకులు కాంగ్రెస్ సమావేశానికి ముందు నల్ల జెండాలతో, గాంధీ వ్యతిరేక నినాదాలతో ప్రదర్శన జరిపారు. సమావేశంలో కూడా గాంధీ-ఇర్విన్ ఒప్పందానికి తీవ్ర వ్యతిరేకత వ్యక్తమైంది. ఎంతో కష్టం మీద కాంగ్రెస్ ఈ ఒప్పందాన్ని ఆమోదించింది. రౌండ్ టేబుల్ సమావేశానికి తన ఏకైక ప్రతినిధిగా గాంధీని పంపడానికి నిర్ణయించింది.

రెండో రౌండ్ టేబుల్ సమావేశం ప్రారంభం కావడానికి ముందే భారతదేశంలోను, ఇంగ్లాండ్‌లోను కొన్ని ముఖ్యమైన మార్పులు సంభవించాయి. ఇంగ్లాండ్‌లో లేబరు పార్టీ ప్రభుత్వం పడిపోయి, జాతీయ ప్రభుత్వం ఏర్పడింది. మెక్ డోనాల్డ్ ప్రధానమంత్రిగా కొనసాగినప్పటికి

కన్సర్వేటివ్ పార్టీ మీద ఆధారపడవలసి వచ్చింది. భారతదేశం లో ఇర్విన్ స్థానంలో వెల్లింగ్టన్ వైస్రాయిగా నియమింపబడ్డాడు. వెల్లింగ్టన్‌కు గాంధీ- ఇర్విన్ ఒప్పందం ఏ మాత్రం నచ్చలేదు. భారతదేశం లోని బ్రిటిష్ అధికారులు మొదటి నుంచి ఒప్పందాన్ని వ్యతిరేకించారు. అందుచేత వెల్లింగ్టన్ పదవీ బాధ్యతలు చేపట్టినప్పటినుంచి ప్రభుత్వం ఏకపక్షంగా ఒప్పందాన్ని ఉల్లంఘించడం ప్రారంభించింది. ప్రభుత్వాధికారుల తీరును గాంధీ వైస్రాయ్ కి తెలియ చేసినప్పటికీ, ప్రయోజనం లేకపోగా కాంగ్రెస్ వారే ఒప్పందాన్ని ఉల్లంఘిస్తున్నారని వైస్రాయ్ ఆరోపణలు చేశాడు. ప్రభుత్వం తీరుకు విసిగిపోయిన గాంధీ ఒక దశలో లండన్ వెళ్ళడానికి నిరాకరించాడు. సిమ్లాలో వైస్రాయ్‌తో జరిగిన సమావేశం తరువాత రెండో రౌండ్ టేబుల్ సమావేశంలో పాల్గొనడానికి నిశ్చయించాడు. కాంగ్రెస్ ఏకైక ప్రతినిధిగా గాంధీ, వ్యక్తిగత హోదాలో సరోజిని నాయుడు, మాలవ్యా, గాంధీజీతో లండన్ ప్రయాణమయ్యారు.

రెండో రౌండ్‌టేబుల్ సమావేశం 1931 సెప్టెంబర్ 7 న లండన్‌లో ప్రారంభమైంది. గాంధీ సుదీర్ఘ ఉపన్యాసంలో కాంగ్రెస్ ఏవిధంగా ఆవిర్భవించింది, కులమతాలకు అతీతంగా, జాతీయ దృక్పథంతో ఎలా వ్యవహరించింది సోదాహరణంగా వివరించాడు. హిందూ-ముస్లిం ఐక్యత అవసరాన్ని వివరించాడు. అంటరాని తనం నిర్మూలనకు కాంగ్రెస్ ఏవిధంగా కృషి చేస్తున్నది వివరంగా చెప్పాడు. కాని ఇవేవీ కుల,మత వాదుల భావాలను మార్చలేకపోయాయి. దళితులకు శాసన సభలలో కొన్ని స్థానాలు కేటాయించాలని అంబేద్కర్ ఇతర అల్ప సంఖ్యాక వర్గాల ప్రతినిధులతో చేయి కలిపాడు. ముస్లింలు, ఆంగ్లో- ఇండియన్‌లు, దళిత ప్రతినిధులు తమలో తాము ఒక అంగీకారానికి వచ్చినట్లు ప్రకటించి, తమకు ప్రత్యేక నియోజక వర్గాలు కావాలని కోరుతూ బ్రిటిష్ ప్రధానికి ఒక నివేదికను సమర్పించారు. గాంధీ వీరి వైఖరిని ఖండించారు. రౌండ్ టేబుల్ సమావేశం రాజ్యాంగ నిర్మాణం గురించి చర్చించడానికా లేదా సాంఘిక సమస్యలు పరిష్కరించడానికా అని సూటిగా ప్రశ్నించారు. ఈ విధంగా రెండో రౌండ్ టేబుల్ సమావేశం భారత దేశానికి రాజ్యాంగాన్ని రూపొందించడంలో విఫలమైంది.

ఉద్యమ పునరుద్ధరణ 1932

గాంధీ లండన్ ప్రయాణానికి ముందే వెల్లింగ్టన్ నాయకత్వంలోని బ్రిటిష్ ప్రభుత్వం గాంధీ- ఇర్విన్ ఒప్పందాన్ని ఉల్లంఘించింది. ఒక దశలో గాంధీ లండన్ ప్రయాణానికి నిరాకరించడంతో ప్రభుత్వ దమన కాండ తీవ్రత కొంత తగ్గింది. గాంధీ లండన్ వెళ్ళడం, రెండో రౌండ్ టేబుల్ సమావేశాలు విఫలం కావడంతో ప్రభుత్వం గాంధీ- ఇర్విన్ ఒప్పందాన్ని ఖాతరు చేయకుండా జాతీయోద్యమాన్ని అణచివేయడానికి కఠిన చర్యలు తీసుకోవటం ప్రారంభించింది. ఉత్తర ప్రదేశ్‌లో ప్రజలు 1931

లో తీవ్ర ఆర్థిక దుస్థితిని ఎదుర్కొన్నారు. కాంగ్రెస్ పన్నుల నిరాకరణోద్యమం ప్రారంభించింది. కాని గాంధీ-ఇర్విన్ ఒప్పందం కారణంగా విరమించింది. భూమి శిస్తు మాఫీ చేస్తామని ప్రభుత్వం వాగ్దానం చేసినప్పటికీ, ఇచ్చిన హామీలను గాలికి వదిలి పన్నులను వెంటనే చెల్లించమని రైతులను బాధించసాగింది. ఈ పరిస్థితులలో భూమి శిస్తు చెల్లించవద్దని కాంగ్రెస్ రైతులను కోరింది. జవహర్‌లాల్ నెహ్రూ, టాండన్ వంటి కాంగ్రెస్ నాయకులను ప్రభుత్వం నిర్బంధించింది.

బెంగాల్, వాయవ్య సరిహద్దు రాష్ట్రాలలో కూడా పరిస్థితి తీవ్రరూపం దాల్చింది. ఖాన్ అబ్దుల్ గఫార్ ఖాన్ నాయకత్వంలో ఏర్పడిన "రెడ్ షర్ట్స్" దళాన్ని ప్రభుత్వం నిషేధించింది. బెంగాల్‌లో ఆర్డినెన్స్‌ల పాలన ప్రారంభమైంది. అనుమానాస్పదుల నందరిని నిర్బంధించింది. చిటగాంగ్ నగరాన్ని ఐరోపా వారికి సహాయపడుతున్న రౌడీమూకల స్వాధీనం చేసి, వారిచేత అనేక దోపిడీలు చేయించింది. ప్రజలను రక్షించవలసిన పోలీసులే ప్రజాభక్షకులయ్యారు. దేశంలోని అనేక ప్రాంతాలలో ఆర్డినెన్స్‌లను ప్రవేశపెట్టి దౌర్జన్య చర్యలకు పాల్పడింది. ఈ చర్యలన్నీ జాతీయోద్యమాన్ని బలహీన పరచడానికి ఉద్దేశించినవే.

గాంధీ బొంబాయి చేరుకోగానే దేశం నలుమూలల నుంచి, వచ్చిన కాంగ్రెస్ నాయకులు ఆయనను కలుసుకొని ప్రభుత్వ దమన కాండను వివరించారు. ప్రభుత్వ చర్యలను గాంధీ వైస్రాయ్‌కి ఉత్తరం ద్వారా తెలియ జేసి, ఒప్పందాన్ని ప్రభుత్వం ఎందుకు ఉల్లఘించిందో తెలుపమని కోరాడు. వెల్లింగ్టన్ కాంగ్రెస్ ను నిందిస్తూ ప్రభుత్వ చర్యలను సమర్థించుకుంటూ గాంధీజీకి నిర్లక్ష్య ధోరణితో సమాధానమిచ్చాడు. గాంధీని కలుసుకోవడానికి కూడా వెల్లింగ్టన్ నిరాకరించాడు. ఈ పరిస్థితులలో కాంగ్రెస్ కార్యవర్గం సమావేశమై 1932 జనవరి 4 వ తేదీ నుంచి శాసనోల్లంఘనోద్యమాన్ని తిరిగి ప్రారంభించాలని నిర్ణయించింది.

జనవరి 4 న ఉద్యమం ప్రారంభించక ముందే 3 వ తేది అర్ధరాత్రి గాంధీని, ఇతర ప్రముఖ కాంగ్రెస్ నాయకులను ప్రభుత్వం నిర్బంధించింది. నాయకులు జైలుపాలైనప్పటికి ప్రజలు ఉత్సాహంతో ఉద్యమాన్ని ప్రారంభించారు. క్రమశిక్షణతో అహింసాయుతంగా ఉద్యమాన్ని కొనసాగించారు.

ఉద్యమ కారులు విదేశీ వస్తు బహిష్కరణను ముమ్మరం చేశారు. కల్లు, సారా దుకాణాల ముందు పికెటింగ్ నిర్వహించి మద్య విక్రయాలను అడ్డుకున్నారు. నిషేధాజ్ఞలను ఉల్లంఘించి సభలు, సమావేశాలు నిర్వహించారు. రహస్యంగా కరపత్రాలను, పత్రికలను ప్రచురించారు. సముద్రతీర ప్రాంతంలో ఉప్పు తయారు చేశారు.

ఉద్యమ కాలంలో కాంగ్రెస్ జెండా, ఖద్దరు టోపి, ఖద్దరు బట్టలు, వందేమాతర గీతం ఉద్యమకారులకు పవిత్ర జాతీయ చిహ్నాలయ్యాయి. వీటిని భక్తి భావంతో గౌరవించడం వారి దినచర్యలో భాగమయింది. ఈ జాతీయ చిహ్నాలను సభలలోను, సమావేశాలలోను ప్రదర్శించేవారు. కోర్టు భవనాలపైన, ప్రభుత్వ భవనాలపైన, మార్కెట్ వంటి బహిరంగ ప్రదేశాలలో కాంగ్రెస్ జెండాను ప్రతిష్ఠించేవారు. పోలీసులు కాంగ్రెస్ జెండాలను తొలగించడం, చించివేయడానికి ప్రయత్నించడం మొదలైన విధ్వంసక చర్యలకు పాల్పడినట్లైతే ఉద్యమ కారులు ఈ చర్యలను శాంతియుతంగా ప్రతిఘటించేవారు.

ఉద్యమ పునరుద్ధరణ వల్ల దిగుమతులు తగ్గిపోయాయి. ప్రభుత్వ ఆదాయం పడిపోయింది. అనేక మంది ప్రజలు జైలు పాలయ్యారు. జైళ్ళు జనంతో నిండిపోయాయి. 1932 కాంగ్రెస్ వార్షిక సమావేశం ఢిల్లీలోని చాందినీ చౌక్‌లో జరిగింది. 500 మంది ప్రతినిధులు ఈ సమావేశానికి హాజరయ్యారు. కాంగ్రెస్ తన సంపూర్ణ స్వరాజ్య లక్ష్యాన్ని తీర్మాన రూపంలో పునరుద్ఘాటించింది. ఉద్యమ పునరుద్ధరణ న్యాయమైన చర్యగా పేర్కొంది. ఉద్యమంలో పాల్గొన్న లక్షలాది ప్రజలను ప్రశంసించింది. ఎన్ని ఇబ్బందులెదురైనా అహింసా వాదాన్ని అనుసరించాలనే తీర్మానించింది. సభ ముగిసే వరకు పోలీసులెవరూ అక్కడకు రాలేదు. సభ ముగిసిన తరువాత పోలీసులు వచ్చి అక్కడున్న కొందరిని అరెస్ట్ చేసి తీసుకు వెళ్ళారు.

1933 లో కూడా ఉద్యమం కొనసాగింది. జనవరి 26 వ తేదీన స్వాతంత్ర్యదినోత్సవాన్ని దేశమంతటా ఉత్సాహంగా జరుపుకున్నారు. 1932 జనవరి 4 వతేదీన గాంధీని అరెస్ట్ చేసినందున జనవరి 4 ను అఖిల భారత ఖైదీల దినంగా పరిగణించారు. దేశవ్యాప్తంగా ఉద్యమం సాగింది. కొందరు విప్లవాదులు హింసాత్మక పద్ధతులను ఉపయోగించడానికి ప్రయత్నించారు. ఇట్లాంటి సంఘటనలలో ఒకటి కాకినాడ బాంబు కేసుగా ప్రసిద్ధి గాంచింది. ఈ కేసులో 9 మంది పై పోలీసులు నేరాలు మోపి మెజిస్ట్రేట్ కోర్టులో కేసు నడిపారు. ముద్దాయిలందరిని దోషులుగా నిర్ణయించి వివిధ రకాల శిక్షలను విధించింది. హైకోర్టుకు అప్పీలు చేయగా ఏడుగురిని నిరపరాధులుగా విడుదల చేసింది. ఇద్దరిని మాత్రమే దోషులుగా నిర్ణయించి కారాగారవాస శిక్షను విధించింది. శిక్షకాలం కూడా బాగా తగ్గించింది.

అణచివేత చర్యలు ప్రభుత్వ వైఖరి

మొదటి దశ ఉద్యమం నాటి కంటే ఈసారి ప్రభుత్వం మరింత కఠినంగా వ్యవహరించింది. ఉద్యమం పునరుద్ధరించడానికి ముందే గాంధీని అరెస్ట్ చేసింది. అనేక ప్రజా వ్యతిరేక ఆర్డినెన్స్‌లను చేసి ఉద్యమాన్ని అణచి వేయడానికి ప్రయత్నించింది. భారత జాతీయ కాంగ్రెస్‌ను నిషేధించింది.

బ్యాంకులలో ఉన్న కాంగ్రెస్ నిధులను స్తంభింప చేసింది. ముఖ్య నాయకులను అందరిని అరెస్ట్ చేసింది. బహిరంగ సమావేశాలను భగ్నం చేయడానికి అతిగా బల ప్రయోగం చేసింది. గ్రామీణ ప్రజలను అన్యాయంగా బెదిరించింది. వార్తాపత్రికలపై అనేక ఆంక్షలను విధించి పత్రికా స్వాతంత్ర్యాన్ని హరించింది. దీని ఫలితంగా అనేక పత్రికలు మూతపడ్డాయి. స్త్రీలు పిల్లలు అనే విచక్షణ లేకుండా పోలీసులు అతి క్రూరంగా హింసించారు. ఉద్యమ కారుల భూములను, ఇతర వస్తువులను స్వాధీనం చేసుకుంది. జాతీయ జెండా ప్రతిష్టించినా, గాంధీటోపి, ఖద్దరు బట్టలు ధరించినా, జాతీయ గీతం ఆలపించినా పోలీసులు చట్ట విరుద్ధంగా బల ప్రయోగంతో హింసించేవారు. ఎటువంటి విచారణ లేకుండా ఎంతకాలమైనా పోలీసుల నిర్భంధంలో ఉంచుకోవడం సర్వ సాధారణమైంది. భారత దేశ పరిస్థితులను పరిశీలించడానికి మన దేశం వచ్చిన పరిశీలక బృందం లోని సభ్యుడు, ప్రఖ్యాత తత్వవేత్త బెర్ట్రాండ్ రస్సెల్ జర్మనీలో నాజీల దురంతాలను మించిన దురంతాలను భారతదేశంలో బ్రిటిష్‌వారు సాగిస్తున్నారని, ఇది బ్రిటన్‌లో చాలా కొద్దిమందికి కూడా తెలియదని వ్యాఖ్యానించాడు. బ్రిటిష్ ప్రభుత్వ నిరంకుశవైఖరిని, దుర్మార్గ విధానాలను బెర్ట్రాండ్ రస్సెల్ చక్కని ఉదాహరణలతో సూటిగా విమర్శించాడు. ప్రభుత్వ దమన కాండ వల్ల అమాయక ప్రజలు అనేక కష్ట, నష్టాలను భరించవలసి వచ్చింది. ఈ పరిస్థితులలో ఉద్యమం కొనసాగించి, ప్రజలను మరింతగా కష్టాలకు గురిచేయడం భావ్యం కాదని గాంధీ భావించి ఉద్యమాన్ని ఆపివేయమని చెప్పాడు. 1934 మే నెలలో శాసనోల్లంఘనోద్యమాన్ని విరమించినట్లు కాంగ్రెస్ ఒక తీర్మానాన్ని చేసింది.

సంపూర్ణ స్వాతంత్ర్య లక్ష్యంగా భారత జాతీయ కాంగ్రెస్ ప్రారంభించిన శాసనోల్లంఘనోద్యమం దాని లక్ష్యాన్ని సాధించకుండానే విరమించబడింది. అందుచేత ఈ ఉద్యమం తన ముఖ్య లక్ష్యాన్ని సాధించడంలో విఫలమైంది. అయినప్పటికీ భారత జాతీయోద్యమంలో ఇదొక ముఖ్య ఘట్టం. బ్రిటిష్ ప్రభుత్వం పట్ల భారతీయుల వైఖరిని ఈ ఉద్యమం చాలా స్పష్టంగా వెల్లడించింది. భారత దేశంలో బ్రిటిష్ వారి పాలన తమకేమాత్రం ఇష్టం లేదని, స్వాతంత్ర్య సాధనకోసం ఎంతటి త్యాగాలు చేయడానికైనా సిద్ధమేనని ప్రజలు స్పష్టంగా వెల్లడించారు. గ్రామీణ ప్రజలు, వ్యాపార వర్గాలు, మహిళలు ఇంతకు ముందుకంటే ఎక్కువ సంఖ్యలో ఈ ఉద్యమంలో పాల్గొన్నారు. ప్రజలలో దేశాభిమానం, విదేశీ ప్రభుత్వం పట్ల ద్వేషం ప్రబలింది. ప్రభుత్వమన్నా, జైళ్ళన్నా ప్రజలలో భయం నశించింది. 1942 లో జరిగిన క్విట్ ఇండియా ఉద్యమానికి శాసనోల్లంఘనోద్యమం స్ఫూర్తి నిచ్చింది. అందుచేత ఈ ఉద్యమం పూర్తిగా విఫలమయిందని చెప్పడం ఏమాత్రం భావ్యం కాదు.

కమ్యూనల్ అవార్డు: 1932

మొదటి, రెండవ రౌండ్ టేబుల్ సమావేశాలలో కుల, మత ప్రాతినిధ్యంపై సుదీర్ఘ చర్చలు, విభేదాలను గురించి ముందే తెలుసుకున్నాం. వివిధ వర్గాల మధ్య అభిప్రాయ భేదాల వల్ల ఈ సమావేశాలు ఈ విషయంపై ఎటువంటి నిర్ణయం తీసుకోలేదు. రెండో రౌండ్ టేబుల్ సమావేశం జరుగుతున్న సమయంలో, మత ప్రాతినిధ్యంపై వివిధ వర్గాల మధ్య అంగీకారం కుదరనట్లైతే బ్రిటిష్ ప్రభుత్వం ఈ విషయంలో నిర్ణయాన్ని ప్రకటిస్తుందని పేర్కొంది. రెండవ రౌండ్ టేబుల్ సమావేశంలో వివిధ వర్గాల మధ్య అంగీకారం కుదరనందువల్ల బ్రిటిష్ ప్రభుత్వం ఏకపక్షంగా తన నిర్ణయాన్ని ప్రకటించింది. 1932 ఆగస్టు 10 వ తేదీన బ్రిటిష్ ప్రధాని రామ్‌సే మెక్ డోనాల్డ్ కమ్యూనల్ అవార్డు అనే పేరుతో ఒక ప్రకటన చేశాడు. భారతదేశంలోని ప్రజలు ఒక జాతికి చెందిన వారు కాదని, అనేక మతాలకు, కులాలకు, వర్గాలకు చెందిన వారన్న భావన కమ్యూనల్ అవార్డుకు ప్రాతిపదిక. ముస్లింలు, సిక్కులు, భారతీయ క్రైస్తవులు, ఆంగ్లో ఇండియన్లు, ప్రత్యేక వర్గాలుగా గుర్తింపు పొందారు. పదిహేడు వర్గాల వారికి శాసన సభలలో ప్రత్యేక స్థానాలు కేటాయించారు. హిందూ మతానికే చెందిన దళితులను ప్రత్యేక వర్గంగా గుర్తించి వారికి విడిగా స్థానాలను కేటాయించడం ప్రధానంగా గమనించవలసిన విషయం. బెంగాల్, పంజాబ్ రాష్ట్రాలలో ముస్లింలు అధిక సంఖ్యాకులైనప్పటికి వారికి కూడా ప్రత్యేక నియోజక వర్గాలు కేటాయించారు. బెంగాల్, పంజాబ్‌లలో హిందువులు, సిక్కులకు ప్రత్యేక నియోజకవర్గాలు కేటాయించినప్పటికీ, జనాభాలో వారినిష్పత్తి కంటే చాలా తక్కువ సీట్లను కేటాయించారు.

భారత దేశంలోని కుల, మత, ఇతర వర్గాలకు శాసన సభలలో ప్రాతినిధ్యమిచ్చి వారి సమస్యలను పరిష్కరించుకోవడానికి అవకాశం కల్పించిందని కమ్యూనల్ అవార్డును గురించి బ్రిటిష్ ప్రభుత్వం గొప్పగా చెప్పుకుంది. కాని దీని అసలు లక్ష్యం భారతీయులను విభజించి పాలించడమే. భారతీయులలో జాతీయ భావ వికాసాన్ని అరికట్టడమే.

పూనా ఒప్పందం : 1932

కమ్యూనల్ అవార్డును గాంధీ నిర్ద్వంద్వంగా ఖండించాడు. దళితులను ప్రత్యేక వర్గంగా గుర్తించి హిందువుల నుండి వేరు చేయడం చాలా అన్యాయమని, అవాంఛనీయమైనదని ఉద్ఘాటించాడు. అవార్డులోని ఈ అంశాన్ని రద్దు చేయకపోతే సెప్టెంబర్ 20 వ తేదీ నుంచి నిరవధిక నిరాహార దీక్ష ప్రారంభిస్తానని జైలు నుంచే బ్రిటిష్ ప్రధానికి తెలిపాడు. దళిత నాయకులు రద్దును అంగీకరిస్తే తన నిర్ణయాన్ని మార్చుకుంటానని ప్రధాని బదులిచ్చాడు. గాంధీ సెప్టెంబర్ 20 వ తేదీన ఎర్రవాడ జైలులోనే నిరాహారదీక్షను ప్రారంభించాడు. ప్రభుత్వం నిర్లిప్తంగా ఉండిపోయింది.

ఈ పరిణామంం పట్ల ఆందోళనకు గురైన మాలవ్యా, రాజగోపాలాచారి, రాజేంద్రప్రసాద్, అంబేద్కర్ వంటి నాయకులు సమస్య పరిష్కారానికి ప్రయత్నించారు. దళిత నాయకులతోను, గాంధీతోను చర్చలు జరిపారు. ఒక పథకాన్ని రూపొందించారు. దీనికి అంబేద్కర్, గాంధీ ఆమోదం తెలిపారు. దీనినే పూనా ఒప్పందం అంటారు. ఈ ఒప్పందం కమ్యూనల్ అవార్డు శాసన సభలలో దళితులకు కేటాయించిన 71 స్థానాలను 148 స్థానాలకు పెంచింది. దళిత ప్రతినిధులను రెండంచెలలో ఎన్నుకోవాలి. మొదటగా దళితులకు కేటాయించిన ఒక్కొక్క స్థానానికి నలుగురిని దళితులు మాత్రమే ఎన్నుకోవాలి. రెండో దశలో ఆ నలుగురిలో ఒకరిని అందరూ కలిసి ఎన్నుకోవాలి. దీనివల్ల దళితులకు ప్రాతినిధ్యం లభించడమే కాకుండా స్థానాల సంఖ్య రెట్టింపు కంటే కొంచెం ఎక్కువే అయింది. వారిని ఎన్నుకోవడంలో అందరూ పాల్గొంటారు. పూనా ఒప్పందం కుదరడంతో గాంధీ సెప్టెంబర్ 26 వ తేదీన నిరాహారదీక్షను విరమించాడు.

మూడో రౌండ్ టేబుల్ సమావేశం:– 1932, నవంబర్

మూడో రౌండ్ టేబుల్ సమావేశం 1932 నవంబర్ 17 నుంచి 24 వరకు జరిగింది. భారత జాతీయ కాంగ్రెస్ ఈ సమావేశాన్ని కూడా బహిష్కరించింది. ఈ సమావేశంలో పాల్గొన్న ప్రతినిధుల సంఖ్య మొదటి రెండు సమావేశాలకు హాజరైన వారి కంటే చాలా తక్కువ. ప్రతినిధుల సంఖ్య 46 మాత్రమే. లేబర్ పార్టీ కూడా ఈ సమావేశంలో పాల్గొనలేదు. సమావేశంలో పాల్గొన్న వారందరూ ప్రభుత్వ విధేయులే. ఇంతకు ముందు నియమించిన ఉప సంఘాలు సమర్పించిన నివేదికలను ఈ సమావేశంలో చర్చించారు. సమాఖ్య నిర్మాణం, అవశిష్ట అధికారాల పంపిణీ, మహిళలకు ఓటు హక్కు, రక్షణలు మొదలైన విషయాలను చర్చించి నిర్ణయాలు చేశారు. రాబోయే భారత రాజ్యాంగంలో "హక్కుల జాబితాను" చేర్చాలని భారతీయ ప్రతినిధులు సూచించారు. కానీ దీనిని బ్రిటిష్ ప్రభుత్వం తిరస్కరించింది. మూడవ రౌండ్ టేబుల్ సమావేశం మొక్కుబడిగా ముగిసింది.

9

విప్లవోద్యమాలు

పరాయి పాలన నుంచి విముక్తి కోసం భారతీయులు సాగించిన పోరాటం వివిధ మార్గాలలో సాగింది. తొలి నాటి జాతీయ నాయకులు పూర్తిగా రాజ్యాంగ పరిమితులకు లోబడి విన్నపాలు, విజ్ఞప్తుల ద్వారా తమ ఆశయాలను సాధించడానికి కృషి చేశారు. వీరినే మితవాదులుగా చరిత్ర గుర్తించింది. మితవాదుల పద్ధతి ద్వారా ఆశయ సాధన నెరవేరదని ప్రజాందోళనల ద్వారా ప్రభుత్వం మీద వత్తిడి తెచ్చినప్పుడే ప్రభుత్వం దిగి వస్తుందని భావించిన మరికొందరు జాతీయ నాయకులు 1905 లో బెంగాల్ విభజనకు వ్యతిరేకంగా ఆందోళన కార్యక్రమాన్ని చేపట్టారు. ఈ పద్ధతినే 1920 నుంచి గాంధీ అనుసరించారు. గాంధీ నాయకత్వంలో అహింస ప్రధాన సూత్రంగా పోరాటం సాగింది. ఇది రెండో మార్గం. ఈ రెండు విధానాల వల్ల ప్రయోజనం సిద్ధించదని మరికొందరు భావించారు. కుతంత్రాన్ని, కుటిల రాజనీతిని, యుద్ధాన్ని, అనేక సందర్భాలలో అధర్మయుద్ధాన్ని, ఉపయోగించి భారత దేశంలో రాజకీయ అధికారాన్ని సంపాదించిన బ్రిటిష్‌వారు చట్టబద్ధమైన చర్యలకుగాని, అహింసాయుత పోరాటానికి గాని లొంగరని ఈ వర్గం నాయకులు భావించారు. బ్రిటిష్ వారిని తొలగించడానికి సాయుధ పోరాటమే ఏకైక మార్గమని వీరు ధృడంగా విశ్వసించారు. వీరినే విప్లవ వాదులని, తీవ్రవాదులని, ఉగ్రవాదులని వివిధ పేర్లతో గుర్తించారు. వీరు హింసావాదాన్ని అనుసరించారు. వీరు నడిపిన ఉద్యమాలను విప్లవోద్యమాలని అంటారు.

విప్లవోద్యమాలకు కారణాలు:

ఆంగ్లేయులు ప్రదర్శిస్తున్న జాత్యహంకారం నియంతృత్వ ధోరణి, భారతీయుల కోర్కెల పట్ల నిర్లిప్త వైఖరి యువతలో విదేశీపాలన పట్ల ద్వేషాన్ని పెంచాయి. మితవాదుల చిరు కోర్కెలకు కూడా ప్రభుత్వం సరైన రీతిలో స్పందించక పోవడం, అతివాద జాతీయ నాయకుల ఆధ్వర్యంలో సాగిన ప్రజాఉద్యమాన్ని అణచి వేయడానికి ప్రభుత్వం అనుసరించిన నిరంకుశ విధానాలు బ్రిటిష్ ప్రభుత్వం పట్ల ఆగ్రహాన్ని, అసహనాన్ని కలిగించాయి. విభజనకు వ్యతిరేకంగా సాగిన వందేమాతరం, స్వదేశీ ఉద్యమాలు విఫలం కావడంతో సాయుధ పోరాటమే శరణ్యమన్న భావన బలపడింది. బల ప్రయోగంతో భారత దేశంలో అధికారాన్ని చేపట్టిన బ్రిటిష్‌వారిని బలప్రయోగంతోనే తొలగించాలని

ఈ వర్గంవారు భావించారు. ఇతర దేశాలలో, ముఖ్యంగా ఐరోపాలో విప్లవ ఉద్యమాలు చెలరేగాయి. రష్యాలో "నిహిలిస్టుల", ఇటలీలో "కార్బోనరి" విప్లవ చర్యలు, ఐర్లండ్‌లో "సినీఫిన్ ఉద్యమం", అరాచక వాదం భారతీయులకు స్ఫూర్తి నిచ్చాయి. ముఖ్యంగా ఇటలీ నాయకుడు మాజినీభావాలు భారతీయులను ప్రభావితం చేశాయి.

తొలి విప్లవోద్యమానికి స్ఫూర్తి ప్రధాత, సిద్ధాంతకర్త అరవిందుడు. అరవిందఘోష్ తన కలం ద్వారా విప్లవ భావాలను వ్యాపింప చేశాడు. విప్లవోద్యమాన్ని బలపరచాడు. విప్లవకారులకు స్ఫూర్తి నిచ్చాడు. స్వయంగా తన సోదరుడు వీరేంద్రుణ్ణి విప్లవోద్యమాన్ని బలపరచమని కలకత్తాకు పంపాడు. తన రచనల ద్వారా జాతీయ భావాన్ని, దేశభక్తిని, దేశంకోసం ప్రాణాలనైనా త్యాగం చేయగల నిస్వార్థ త్యాగబుద్ధిని యువకులలో ప్రజ్వలింపచేశాడు. దేశమాత దాస్య శృంఖలాలను ఛేదించడానికి సాయుధ పోరాటం, హింసాకాండ ధర్మ సమ్మతమేనని ధర్మబోధన చేశాడు.

భారతదేశ స్వాతంత్ర్యం కోసం సాగిన విప్లవోద్యమాన్ని రెండుభాగాలుగా విభజించవచ్చు. గాంధీ నాయకత్వంలో 1920-21 లో అహింసాయుత సహాయనిరాకరణోద్యమం ప్రారంభమయ్యేవరకు సాగిన విప్లవోద్యమం మొదటి ఘట్టంగాను, 1922 లో సహాయ నిరాకరణోద్యమం నిలిపి వేసిన తరువాత 1923 నుంచి ప్రారంభమైన దాన్ని రెండో ఘట్టంగాను చెప్పడం జరిగింది.

విప్లవోద్యమం: తొలిఘట్టం

విప్లవోద్యమంలో తొలి ఘట్టాన్ని గురించి క్లుప్తంగా తెలుసుకుందాం. 1900 కు పూర్వం నుంచే కొందరు యువకులలో బ్రిటిష్ వారి పట్ల ద్వేషం ప్రబలింది. మితవాద నాయకుల ధోరణి విసుగు పుట్టించింది. 1905 లో జరిగిన బెంగాల్ విభజన, అతివాద నాయకుల అహింసాయుత ఉద్యమం పట్ల విముఖులను చేసింది. వారిలో సహనం పూర్తిగా చచ్చిపోయింది. ఈ పరిస్థితులలో అరవిందఘోష్ వారిలో విప్లవ భావాలను నాటాడు. 1857 లోను అంతకు ముందు జరిగిన తిరుగుబాట్లలో ప్రాణాలను అర్పించిన భారత యోధులు విప్లవవాదులకు ఆదర్శప్రాయులయ్యారు. వారి మార్గంలో నడవడానికి వీరు నడుంబిగించారు.

విప్లవ విధానం:

ఆనాటి విప్లవవాదులు రెండు విధానాలను అనుసరించారు. దుర్మార్గులైన బ్రిటిష్ అధికారులను, జాత్యంహంకారం ప్రదర్శిస్తున్న ఇతర తెల్లవారిని హత్య చేయడం, రైళ్ళను కూలదోయడం, ఆస్తులను, ఆయుధాలను దోచుకోవడం వంటి చర్యల ద్వారా దేశంలో అరాచకాన్ని

సృష్టించి తెల్లవారిని భయభ్రాంతులను చేసి దేశం నుంచి పారిపోయేలా చేసి భారతదేశ దాస్యాన్ని తొలగించడానికి కృషి చేయడం.

విప్లవాదులు ఎంచుకొన్న మరొక మార్గం ప్రభుత్వం పై సాయుధ తిరుగుబాటు. 1876 లో మహారాష్ట్ర ప్రాంతంలో, బ్రిటిష్ ప్రభుత్వానికి వ్యతిరేకంగా వాసుదేవ్ బల్వంత్ ఫాడ్కే సాయుధ తిరుగుబాటు చేశాడు. ఆ తిరుగుబాటు విఫలమయింది. 1879 లో ఫాడ్కేను బ్రిటిష్ ప్రభుత్వ అధికారులు బంధించి, అతనికి దేశాంతరవాసశిక్ష విధించారు. అందువల్ల విప్లవవాదులు తిరుగుబాటుకు ఉన్న అడ్డంకులను గుర్తించారు. ఈ అడ్డంకులను తొలగించడానికి వారొక వ్యూహాన్ని అవలంబించారు. భారత సైన్యంలోని భారతీయులలో దేశభక్తిని రగిలించి తమ వైపు తిప్పుకోవడం, ఇంగ్లాండుకు శత్రు దేశాలుగా ఉన్న దేశాల సహకారంతో ఆయుధాల సేకరించి బ్రిటిష్ ప్రభుత్వంపై తిరుగుబాటు చేయడం వారి వ్యూహంలో భాగం. వీటిలో మొదటి విధానాన్ని భారత దేశంలోని విప్లవకారులు అనుసరించారు. రెండవ విధానాన్ని విదేశాలలోని భారతీయ విప్లవకారులు మొదటి ప్రపంచయుద్ధానికి ముందు, ప్రపంచ యుద్ధకాలంలోను అనుసరించారు.

విప్లవకార్యకలాపాలు:

ప్రభుత్వం పై తిరుగుబాటును ఏ ప్రభుత్వం సహించదు. విప్లవ కార్యకలాపాలు రహస్యంగానే జరగాలి. విప్లవ భావాలు గల యువకులు తమ తొలి చర్యగా రహస్య సంఘాలను ఏర్పరచారు. భారత దేశంలోని అనేక ప్రాంతాలలో రహస్య సంఘాలు ఏర్పడ్డాయి. ముఖ్యంగా బెంగాల్, మహారాష్ట్ర, పంజాబ్ లలో అనేక రహస్య సంఘాలు ఏర్పడి విప్లవ కార్యక్రమాలు చేపట్టాయి.

విప్లవ కార్యకలాపాలలో కూడ బెంగాల్ ముందంజవేసింది. జతీంద్రనాథ్ బెనర్జీ, బరీంద్రకుమార్ ఘోష్, ప్రమోద్ మిత్తర్ కలకత్తా అనుశీలన్ సమితిని స్థాపించారు. "ఢక్కా అనుశీలన్ సమితి" పేరుతో మరొక రహస్య సంఘాన్ని పులినీదాస్ ఏర్పాటు చేశారు. ఇవిగాక మరికొన్ని రహస్య సంఘాలు కలకత్తా "యుగంధర్ సంఘం", "కలకత్తా సరస్వతీ సమితి", "యువ సమితి", "జనమంగళసమితి" మొదలైనవి. బెంగాల్ రాష్ట్రంలో ఏర్పడి చురుకుగా పని చేయడం ప్రారంభించాయి. మహారాష్ట్రలో "మిత్రమేళా" పేరుతో ఒక రహస్య సంఘాన్ని సావర్కర్ సోదరులు 1899 లో స్థాపించారు. "అభినవ భారత్" పేరుతో మరొక రహస్య సంఘం కూడా మహారాష్ట్రలో వి.డి. సావర్కర్ ఆధ్వర్యంలో ఏర్పడింది. ఇటలీ నాయకుడు మాజిని స్థాపించిన "యంగ్ ఇటలీ" "అభినవ భారత్"కు ఆదర్శమయ్యింది. పశ్చిమ భారత దేశంలో ముఖ్యంగా మహారాష్ట్ర ప్రాంతంలో విప్లవ కార్యక్రమాలకు నాయకుడు వి.డి. సావర్కర్. అంతకు ముందు 1897 లో మహారాష్ట్రలో దామోదర్, బాలకృష్ణ, చాపేకర్ సోదరులను బ్రిటిష్ ప్రభుత్వం ఉరి తీసింది. పూనాలో ప్లేగు

వ్యాపించినపుడు, అక్కడి బ్రిటిషు అధికారులు రాండ్, వెర్స్ట్ ల దౌర్జన్యానికి ప్రతీకారంగా, వారిద్దరిని, చాపేకర్ సోదరులు హత్య చేశారు. పంజాబ్ రాష్ట్రంలో కూడా విప్లవవాదులు రహస్యంగా పనిచేయడం ప్రారంభించారు. 1904 లో షహరన్‌పూర్ జిల్లాలో రూర్కి ప్రధాన కేంద్రంగా ఒక సంఘం ఏర్పడింది. తరువాత కాలంలో విదేశాల నుంచి విప్లవ కార్యకలాపాలు నిర్వహించిన లాలా హరదయాళ్, అంబా ప్రసాద్, దీనా నాథ్ మొదలైన వారు ఇందులో సభ్యులు.

రహస్య సంఘాలు యువకులలో జాతీయ భావాన్ని, దేశభక్తిని పెంచడానికి ఎంతో పాటు పడ్డాయి. శరీర దారుఢ్యానికి వ్యాయామంలో శిక్షణ నిచ్చేవి. యువకులలో ధైర్య సాహసాలను నూరి పోసేవి. మాతృదేశం కోసం తమ ప్రాణాలను సైతం త్యాగం చేయగల త్యాగ నిరతిని ప్రేరేపించేవి. వార్తా పత్రికలు, కరపత్రాలు, పుస్తకాల ద్వారా విప్లవ భావాలను జన సామాన్యంలో ప్రచారం చేసేవి. ఇవన్నీ రహస్యంగానే జరిగేవి. ఈ కాలంలో విప్లవ వాదులు ప్రచురించిన కర పత్రాలలో అరవిందఘోష్ "భవాని మందిరం" ప్రముఖమైనది. రహస్య సంఘాలలో సభ్యులు కఠినమైన క్రమశిక్షణను, నియమ నిబంధనలను పాటించేవారు.

దేశంలోని అనేక ప్రాంతాలలో విప్లవ సంఘాలు ఏర్పడినప్పటికి వీటి మధ్య అనుబంధం లేదు. ఒకే ప్రాంతంలో ఉన్న సంఘాల మధ్య కూడా సామరస్యం లేదు. వివిధ విప్లవ సంఘాలు విడివిడిగా తమ కార్యకలాపాలను కొనసాగించాయి. విప్లవోద్యమ బలహీనతలలో ఇదొకటి.

కలకత్తాలో కింగ్స్‌ఫోర్డు అనే మెజిస్ట్రేట్ అనేక దేశభక్తులను రాజద్రోహ నేరం కింద విచారించి కఠిన శిక్షలు విధించి విప్లవకారుల ఆగ్రహానికి గురయ్యాడు. ఇతన్ని వధించడానికి ఖుదీరామ్‌బోస్, ప్రఫుల్లచాకీ ప్రయత్నించారు. మెజిస్ట్రేట్‌ను కాపాడటానికి ప్రభుత్వం అతనికి కలకత్తా నుంచి బదిలీ చేసింది. ఈ యువకులు అతణ్ణి వెంటాడి హత్య చేయడానికి ప్రయత్నించారు. కింగ్స్ ఫోర్డు అనుకుని అతను ఉపయోగించే బండిపై బాంబులు విసిరారు. ఆ బండిలో ప్రయాణిస్తున్న ఇద్దరు యూరోపియన్ మహిళలు మరణించారు. ఖుదీరామ్‌బోస్ పట్టుబడ్డాడు. న్యాయస్థానం మరణ శిక్ష విధించింది. ఒక విప్లవ వీరుడు అస్తమించాడు. చాకీ తప్పించుకోగలిగాడు. కాని ఎప్పటికైన పట్టుబడక తప్పదని మనస్థైర్యం కోల్పోయి ఆత్మహత్య చేసుకున్నాడు. అదే సమయంలో కలకత్తాలోని మనిక్రాలా తోట భవనాన్ని(Manikrala garden home) పోలీసులు ముట్టడించి అక్కడ ఒక బాంబు ఫ్యాక్టరీని కనుగొన్నారు. ఆ సందర్భంగా అరవిందఘోష్, అతని సోదరుడు, బరీంద్రఘోష్, తదితరులను అరెస్ట్ చేసి విచారణ జరిపారు. అది అలీపూర్ బాంబు కేసుగా ప్రసిద్ధిచెందింది. బరీంద్రఘోష్‌తో పాటు చాలా మందికి యావజ్జీవ ద్వీపాంతర వాస శిక్ష పడింది. అరవింద్‌ఘోష్ ను మాత్రం నిరపరాధిగా కోర్టు తీర్పు ఇచ్చింది. ఆతర్వాత అరవిందఘోష్

రాజకీయాలకు స్వస్తిచెప్పి ఆధ్యాత్మిక నాయకుడయ్యాడు. బెంగాల్ లెఫ్టినెంట్ గవర్నర్, సర్ ఆండ్రూస్‌ను చంపడానికి ప్రయత్నించినందుకు భూపేంద్రబోస్‌కు ద్వీపాంతర వాస శిక్ష పడింది. బాలాసోర్ పోరాటంలో జంత ముఖర్జీ, చత్రప్రియాదేవ్, మనోరంజన్ ఉరితీయబడ్డారు. జాక్సన్ అనే న్యాయాధిపతి ఒక హత్య కేసులో గణేష్ సావర్కారుకు ద్వీపాంతరవాస శిక్ష విధించాడు. విప్లవవాదులు ప్రతీకారంగా జాక్సన్‌ను వధించారు. ఇదే కాలంలో 1909 జులై 1 వ తేదీ మదన్‌లాల్ డింగ్రా లండన్ ఇండియా కార్యాలయంలో ఉద్యోగి కర్జన్ విల్లీని హతమార్చాడు. విచారణ సమయంలో తన నేరాన్ని ఒప్పుకుంటూ డింగ్రా చేసిన ప్రసంగాన్ని కరుడు గట్టిన సామ్రాజ్యవాది విన్‌స్టన్ చర్చిల్ కూడా ప్రశంసించాడు. డింగ్రా ఇలా అన్నాడు. "దేశభక్తినే అపరాధంగా నిర్ణయించి బ్రిటిషు న్యాయాధిపతులు భారతీయ యువకులను అతిక్రూరంగా ఉరితీస్తూనో, ద్వీపాంతరాలకు పంపుతూనో ఉన్నారు. ఆపగ కారణంగా నేను ఆంగ్లేయుని చంపింది నిజమే. విదేశీయులు ఆయుధబలంతో ఒక దేశాన్ని బానిస దేశంగా అణచివేస్తే ఆ దేశం పై పోరాటాన్ని బాహాటంగా సాగించడం సాధ్యంకానందున ఆకస్మికంగా పైనబడ్డాను. నేను హిందువును; నా మాతృదేశానికి చేసే అపకారం దైవానికి చేసే అపకారమని నా నమ్మకం. బ్రిటిషువారు భారతదేశంలో ఉన్నంత వరకు వారి మధ్య ఇప్పటి అసహజ సంబంధం మాసిపోయే వరకు భారత దేశానికి ఇంగ్లండుకు మధ్య స్వాతంత్ర్య పోరాటం సాగుతూనే ఉంటుంది."

భారత దేశ రాజధానిని ఢిల్లీకి మార్చిన తర్వాత 1921 లో వైశ్రాయి హార్డింజ్ మీద బాంబు దాడి జరిగింది. బాంబు గురి తప్పడంతో వైశ్రాయి తప్పించుకున్నాడు. ఈ బాంబు దాడికి కారకుడు రాసబిహారి బోస్. బోస్, బిశ్వాస్ అనేవానిచేత బాంబు వేయించాడు. 1913 లో లాహోర్‌లో గార్టెన్ అనే మరొక బ్రిటిషు ఉన్నతాధికారిపై కూడా రాసబిహారీ బోస్ బాంబు విసిరాడు. అతనిని పట్టుకోవడానికి ప్రభుత్వం ఎంత ప్రయత్నించినా తప్పించుకోగలిగాడు. జపాన్‌కు పారిపోయి అక్కడ జపాన్ వనితను పెళ్ళాడాడు. రెండవ ప్రపంచ యుద్ధకాలంలో సింగపూర్‌లో భారత జాతీయ సైన్యాన్ని ఏర్పాటు చేయడంలో రాస బిహారి బోస్ ప్రముఖ పాత్ర నిర్వహించాడు.

దక్షిణ భారత దేశంలో కూడా అక్కడక్కడ విప్లవోద్యమ ప్రభావం కనిపించింది. తారక నాథద్దాస్ అనే బెంగాలి తారక నాథ బ్రహ్మచారి అనే పేరుతో మద్రాస్‌కు వచ్చి ఒక రహస్య సంఘాన్ని స్థాపించాడు. ప్రముఖ్య న్యాయవాది చిదంబరం పిళ్ళై, నీలకంఠ బ్రహ్మచారి, వి.వి. యస్. అయ్యార్ ఈ సంఘంలో సభ్యులయ్యారు. తిరునల్వేలి జిల్లాలో చిదంబరం పిళ్ళై బృందం సాయుధ పోరాటానికి ప్రయత్నించింది. 1908 లో చిదంబరం పిళ్ళైని, అతని అనుచరులని ప్రభుత్వం పట్టుకుని విచారణ జరిపి పిళ్ళైకు యావజ్జీవ కారాగారవాస శిక్ష విధించింది. ఈ సందర్భంగా

తిరునల్వేలి, ఘూటికోరన్‌లలో ప్రజలు ప్రభుత్వ భవనాలను కూలగొట్టి ఆస్తి నష్టం కలిగించారు. ఈ సంఘటనల తర్వాత నీలకంఠ, బ్రహ్మచారి, వాంచి అయ్యర్ తదితరులు కలిసి భారతమాత సంఘం స్థాపించి విప్లవ కార్యకలపాలను కొనసాగించారు. 1911 న జూన్ 17 వ తేదీలో తిరునల్వేలి కలెక్టర్ ఆష్‌ను వాంచి అయ్యర్ హత్య చేసి తను ఆత్మహత్య చేసుకున్నాడు. ఇతర సంఘ సభ్యులపై తిరునల్వేలి కుట్ర కేసు మోపి విచారణ జరిపాడు. నీలకంఠ బ్రహ్మచారికి ఏడు సంవత్సరాలు కఠిన కారాగారవాస శిక్ష విధించారు. ఇతరులుకు కూడా వివిధ రకాల శిక్షలు విధించబడ్డాయి.

ఈ విధంగా విప్లవకారులు దేశంలో వివిధ ప్రాంతాలలో హింసాకాండను కొనసాగించారు. వివిధ విప్లవ సంఘాల మధ్య అనుబంధం లేక పోవడంతో ఎవరికి వారుగా తమ వంతు కృషి చేశారు. వ్యక్తిగత ధైర్య సాహసాలను, ప్రదర్శించారు. దేశభక్తిని చాటుకున్నారు కాని వీరి చర్యలేవి అనుకున్న ఫలితాలను సాధించలేదు. దేశంలోని అరాచక పరిస్థితులను సృష్టించలేదు. వీరి చర్యలను పోలీస్ గూఢచారులు ముందుగానే పసిగట్టి ప్రతిచర్యలు తీసుకున్నారు. అందువల్ల అనేక సందర్భాలలో విప్లవ కారులను అరెస్ట్ చేయగలిగారు. మరికొన్ని సందర్భాలలో శత్రువును వేటాడంలో గురితప్పి అమాయకులు ప్రాణాలు కోల్పోడం కూడా జరిగింది. ఈ చర్యలేవి బ్రిటిష్ వారిలో భయోత్పాతాలు కలిగించలేదు. కొందరు యువ దేశభక్తులు తమ ప్రాణాలు త్యాగం చేయడం మినహా సాధించింది ఏమి లేకపోయింది.

విప్లవవాదులనుసరించిన మరొక విధానం ప్రభుత్వంపై సాయుధ తిరుగుబాటు. ఈ మార్గాన్ని విదేశాలలోని భారతీయ విప్లవకారులు అనుసరించారు. ఇటువంటి వారికి స్ఫూర్తి నిచ్చినవారు శ్యాంజీ కృష్ణ వర్మ. 1905 లో ఆయన లండన్‌లో భారత హోమ్‌రూల్ సంఘాన్ని (India Home Rule Society) స్థాపించాడు. వీర దామోదర్ సావర్కార్, కృష్ణవర్మతో కలిసి విప్లవ కార్యక్రమాల్లో పాల్గొన్నాడు. 1910 లో సావర్కారును, బ్రిటిష్ ప్రభుత్వం దేశం నుంచి బహిష్కరించింది. అంతకు ముందు 1908 లో మేడమ్, బికాజీకామా(1876-1935) జనీవాలో జరిగిన అంతర్జాతీయ సోషలిస్ట్ సమావేశంలో, భారత జాతీయ పతాకాన్ని ఎగురవేసింది. 1902 లో పార్సీస్త్రీ, కామా, భారత దేశాన్ని వదలి, అమెరికా, ఐరోపాల్లో భారత దేశ స్వాతంత్ర్యానికి అనుకూలంగా ప్రచారం చేసింది. విదేశాలలో ఉన్న భారతీయులలో విప్లవాగ్నిని రగిల్చి భారత దేశ స్వాతంత్ర్యం కోసం సాయుధ పోరాటానికి నడుం బిగించిన వారు కృష్ణ వర్మ అనుచరుడు లాలా హరదయాళ్. అమెరికా పశ్చిమ తీరప్రాతంలో ఉన్న సిక్కులను ఇతర భారతీయులను సంఘటిత పరచి విప్లవ కార్యకలాపాలకు ఉపయోగించుకున్నాడు. హరదయాళ్ “గదర్” అనే విప్లవ సంఘాన్ని స్థాపించాడు. .గదర్. అనే పత్రికను స్థాపించి విప్లవ భావాలను ప్రచారం చేశాడు. గదర్ అంటే తిరుగుబాటు అని అర్థం. గదర్ పార్టీ సాయుధ పోరాటాన్ని అనుసరించింది. భారతీయ సైనికులలో

తిరుగుబాటు ధోరణిని పంచి, తమవైపుకు తిప్పుకోవడం, బ్రిటిష్ వారికి శత్రువులైన జర్మనీ వంటి దేశాల సహాయంతో ఆయుధాలను సేకరించి బ్రిటిషు ప్రభుత్వం సాయుధ పోరాటాన్ని సాగించడానికి ప్రణాళికను రచించారు. ఇంతలో మొదటి ప్రపంచయుద్ధం ప్రారంభమవడంతో బ్రిటన్‌కు మిత్ర దేశమైన అమెరికాలో విప్లవ కార్యకలాపాలకు అడ్డంకులెదురయ్యాయి. హరదయాళ్ అరెస్ట్ అయ్యారు. కాని నిర్బంధం నుంచి తప్పించుకుని స్విట్జర్లాండు చేరి విప్లవ కార్యకలాపాలు కొనసాగించారు. యుద్ధకాలంలో జర్మనీ సహాయంతో బ్రిటిష్ ప్రభుత్వంతో పోరాటానికి రంగం సిద్ధమైంది. కాబూల్ లో ప్రవాస స్వతంత్ర భారత ప్రభుత్వం ఏర్పడింది. ఈ ప్రభుత్వానికి రాజా మహేంద్ర ప్రతాప్ అధ్యక్షుడు. బర్కతుల్లా ప్రధాన మంత్రి. మొదటి ప్రపంచ యుద్ధంలో జర్మనీ ఓడిపోవడంతో, భారతీయ విప్లవకారుల ఆశయం సిద్ధించలేదు. జర్మనీ ఓటమితో విప్లవ కార్యకలాపాలు స్తంభించాయి. అమెరికాలో వున్న గదర్ పార్టీ సభ్యులు స్వదేశానికి వచ్చి సాయుధ పోరాటాన్ని చేపట్టాలని నిర్ణయించి స్వదేశానికి బయలు దేరారు. దారిలోనే కొందరు ప్రభుత్వానికి చిక్కిపోయారు. వారిలో తెలుగువాడైన దర్శి చెంచయ్య కూడా ఒకరు. సుమారు ఐదారువేలమంది స్వదేశం చేరగలిగారు కాని వారి ప్రయత్నాలేవి ఫలించలేదు.

ఈ విధంగా విప్లవోద్యమంలో తొలిఘట్టం పరిసమాప్తమయింది. నాటి విప్లవకారులు లక్ష్యాన్ని సాధించలేకపోయినప్పటికీ వారి త్యాగాలు వృధాకాలేదు. తరవాతి తరంలో అనేక మంది స్వాతంత్ర్య యోధులకు వారు స్ఫూర్తి నిచ్చారు. విప్లవ కార్యకలాపాలలో పాల్గొని ప్రాణాలతో బయటపడిన వారు గాంధీ నాయకత్వంలో ఉత్సాహంగా పాల్గొన్నారు.

విప్లవోద్యమం-మలిఘట్టం

భారతదేశ స్వాతంత్ర పోరాటంలో విప్లవోద్యమం ఒక ప్రధానఘట్టం. దేశభక్తి ప్రేరితులైన కొందరు యువకులు సాయుధ పోరాటం ద్వారా, తమ ప్రాణాలను పణంగా పెట్టి, దేశమాత దాస్య శృంఖలాలను తొలగించడానికి చేసిన వీరోచిత ప్రయత్నమే విప్లవోద్యమం. ఇరవయ్యవ శతాబ్దం మొదటి దశకంలో ప్రారంభమై మొదటి ప్రపంచ యుద్ధాంతం వరకు సాగిన విప్లవోద్యమం గురించి ఇదివరకే తెలుసుకున్నాం. మొదటి ప్రపంచయుద్ధంలో జర్మనీ దాని మిత్రపక్షాల ఓటమితో భారతీయ విప్లవ కారుల ప్రయత్నం విఫలమయింది. ఇదే సమయంలో అహింసాయుత సత్యాగ్రహం ద్వారా స్వాతంత్ర్య సాధన సాధ్యమని గాంధీ ప్రారంభించిన సహాయ నిరాకరణోద్యమం పట్ల ప్రజలు ఆకర్షితులయ్యారు. దీనితో విప్లవోద్యమానికి దేశంలో అనుకూల పరిస్థితులు లేవని విప్లవకారులుగ్రహించారు. విప్లవోద్యమం తాత్కాలికంగా సద్దుమణిగింది. చౌరీచౌరా సంఘటనతో గాంధీ సహాయ నిరాకరణోద్యమం నిలిపి వేయడం, బ్రిటిష్ ప్రభుత్వ దమనకాండ, గాంధీకి

విధించిన ఆరు సంవత్సరాల కారాగారవాస శిక్ష మరొకసారి విప్లవోద్యమం తలెత్తడానికి దోహదం చేశాయి. తమ ప్రాణాలను అర్పించి అయినా దేశానికి స్వాతంత్ర్యం సాధించాలని కొందరు యువకులు నడుంబిగించారు. దేశంలోని కొన్ని ప్రాంతాలలో బ్రిటిషు ప్రభుత్వ పునాదులను కదిలించారు. ఈనాటి విప్లవకారులలో కొందరు స్వాతంత్ర్యంతో పాటు సోషలిస్టు భావాలను కూడా ప్రబోధించారు. ఈ ఉద్యమం కూడా దారుణ మారణకాండ ద్వారా అణచివేయబడినప్పటికి దేశ స్వాతంత్ర్య సాధనలో నాటి విప్లవకారులు నిర్వహించిన పాత్ర చిరస్మరణీయం.

విప్లవోద్యమ పునరుద్ధరణకు దారితీసిన పరిస్థితులు

మొదటి ప్రపంచ యుద్ధకాలంలో జర్మనీ సహాయంతో ఆయుధాలు సేకరించి, భారత సైన్యం లోని సిపాయిలలో దేశభక్తిని ప్రేరేపించి వారి తోడ్పాటుతో సాయుధపోరాటం ద్వారా బ్రిటిష్ ప్రభుత్వాన్ని కూలదోయడానికి విదేశాలలోని విప్లవకారులు ప్రయత్నించారు. కాబూల్‌లో తాత్కాలిక ప్రభుత్వాన్ని ఏర్పాటు చేశారు. కానీ మొదటి ప్రపంచయుద్ధంలో జర్మనీ దాని మిత్రపక్షాలు ఓటమితో విప్లవకారుల ప్రయత్నం విఫలమయింది. అనేక మంది విప్లవకారులను ప్రభుత్వం బంధించింది. మరికొందరి ప్రాణాలను హరించింది. దీని ఫలితంగా విప్లవోద్యమం బలహీనపడింది. అయినప్పటికీ సాయుధ పోరాటంలో విప్లవవాదులకు ఉన్న విశ్వాసం మాత్రం సడల లేదు.

1919లో బ్రిటిషు ప్రభుత్వం ప్రవేశపెట్టిన మాంటేగ్-ఛెమ్స్‌ఫర్డు సంస్కరణలు భారతీయులను ఏ మాత్రం తృప్తి పరచలేదు. రౌలట్ చట్టం భారతీయులలో అసహనాన్ని, ఆగ్రహాన్ని పెంచింది. ఈ విధంగా విప్లవోద్యమానికి కొంత అనుకూల వాతావరణం ఏర్పడింది. కానీ అహింసాయుత సత్యాగ్రహం ద్వారా స్వరాజ్య సాధన సాధ్యమని, అదే ఉత్తమమైన మార్గమని గాంధీ ప్రబోధించి సహాయ నిరాకరణోద్యమాన్ని ప్రారంభించడం తో విప్లవకారులు కూడా ఈ ఉద్యమంలో పాల్గొన్నారు. వివిధ వర్గాల ప్రజల ఆదరణతో ఉద్యమం ముమ్మరమైన దశలో చౌరీచౌరాలో జరిగిన హింసాత్మక సంఘటన కారణంగా గాంధీ ఉద్యమాన్ని నిలిపి వేయడం భారతీయులలో, ముఖ్యంగా విప్లవ వాదులలో తీవ్ర అసంతృప్తిని కలిగించింది. గాంధీ అరెస్ట్, విచారణ, ఆయనకు విధించిన ఆరు సంవత్సరాల కారగార శిక్ష భారతీయులను కృంగదీసింది. ఈ విధంగా గాంధీ నాయకత్వంలో సాగిన తొలి అహింసాయుత ఉద్యమం స్వరాజ్య సాధనలో విఫలం కావటంతో సాయుధపోరాటం మాత్రమే స్వరాజ్య సాధనకు మార్గమని విప్లవ వాదులు భావించారు. దేశ స్వాతంత్ర్యం కోసం మరొక ఉద్యమాన్ని వారు ప్రారంభించారు.

తొలి విప్లవోద్యమంలాగానే ఈ సారి కూడా ఈ ఉద్యమంలో బెంగాల్ రాష్ట్రం ముందు నిలిచింది. సహాయ నిరాకరణోద్యమం ఉపసంహరించిన తరవాత బెంగాల్‌లోని "ఆత్మశక్తి సారధి"

వంటి పత్రికలు తొలి విప్లవోద్యమ నాయకుల సేవలను కొనియాడుతూ అనేక వ్యాసాలను ప్రచురించాయి. ఆనాటి విప్లవ సంఘాలు "యుగాంతర్", "అనుశీలన్ సమితి" పునరుద్ధరించబడ్డాయి. సూర్యసేన్ (1894-1934) నాయకత్వంలో చిట్టగాంగ్ లో మరొక విప్లవ సంఘం ఏర్పడింది. దేశభక్తి ప్రేరితులైన అనేక మంది యువకులు ఈ సంఘంలో చేరి విప్లవకార్యక్రమాలలో పాల్గొన్నారు. పంజాబ్, ఉత్తరప్రదేశ్ రాష్ట్రాలలో కూడా విప్లవ వాదుల కార్యకలాపాలు ముమ్మరంగా సాగాయి. ఈనాటి విప్లవోద్యమంలో మరొక విశేషం సోషలిస్టు భావాల పట్ల ఆకర్షితులు కావడం.

విప్లవోద్యమంలో ప్రధాన ఘట్టాలు:

1924 నుంచి 1934 వరకు పది సంవత్సరాలు విప్లవ వాదులు తమ కార్యకలాపాలను దేశంలోని వివిధ ప్రాంతాలలో తీవ్రస్థాయిలో చేపట్టారు. బెంగాల్, పంజాబ్, ఉత్తరప్రదేశ్‌లలో విస్తృతంగా ఇతర ప్రాంతాలలో చెదురుమదురుగా ఈ ఉద్యమం కొనసాగింది. ఈ ఉద్యమంలోని కొన్ని ప్రధాన ఘట్టాలను గురించి తెలుసుకుందాం.

బెంగాల్ లో విప్లవోద్యమం

చిట్టగాంగ్ రైలు స్టేషన్ దోపిడి 1924: సూర్యసేన్ నాయకత్వంలోని విప్లవ సంఘం 1924లో చిట్టగాంగ్ రైల్వే స్టేషను పై దాడి చేసింది. ఈ దాడిలో 77,000 రూపాయలను విప్లవకారులు దోచుకున్నారు. ఈ దాడికి కారణమైన సూర్యసేన్, మరికొందరిని ప్రభుత్వం అరెస్ట్ చేసింది. కాని విప్లవవాదుల కార్యక్రమాలు కొనసాగుతూనే వచ్చాయి. "యుగాంతర్ సమితి" ఎన్నో దోపిడీలను, తపాలా కార్యకలాపాలపై దాడులను కొనసాగించింది. ఆనాటి పోలీసు కమీషనర్ సర్ చార్లెస్ టీగార్డు విప్లవవీరుల పట్ల చాలా క్రూరంగా వ్యవహరించాడు. అందుచేత టీగార్డ్‌ను అంతమొందించడానికి ఒక ప్రణాళిక తయారు చేసింది. టీగార్డును చంపే బాధ్యతను గోపీనాథ్ సాహ (1901-1924) అనే యువకునికి అప్పగించింది. ఈ యువకుడు తన ప్రయత్నంలో పొరపాటు చేశాడు. టీగార్డు బదులు డే అనే మరొక అధికారిని హతమార్చి పట్టుబడ్డాడు. బ్రిటిష్ కోర్టు ఈ యువకునికి ఉరిశిక్ష విధించింది. అహింసాయుత పోరాటానికి అంకితమైన బెంగాల్ రాష్ట్ర కాంగ్రెస్ గోపీనాథ్‌సాహ ధైర్యసాహసాలను, దేశభక్తిని ప్రశంసించింది. చిత్తరంజన్ దాస్ సాహాను ప్రశంసిస్తూ తీర్మానం ప్రతిపాదించగా సభ్యులందరూ ఆమోదించారు. కలకత్తా, పరిసర ప్రాంతాలలో బాంబులు తయారు చేయడానికి ఫ్యాక్టరీలను స్థాపించారు. 1925 నవంబర్‌లో కలకత్తా సమీపంలోని దక్షిణేశ్వరంలో బాంబులు తయారు చేసే ఫ్యాక్టరీపై పోలీసులు దాడి చేశారు. విప్లకార్యకలాపాలను అణచి వేయడానికి 1924-25 సంవత్సరాలలో ప్రభుత్వం అనేక కొత్త ఆర్డినెన్స్‌లను జారీ చేసి కఠిన చర్యలను చేపట్టింది.

ఉద్యమంతో సంబంధం లేని వారు కూడా అనుమానంపై అరెస్ట్ చేయబడ్డారు. ప్రభుత్వ చర్యల వల్ల విప్లవ కార్యక్రమాలు కొంతకాలంపాటు తగ్గుముఖం పట్టాయి.

గాంధీ నాయకత్వంలో భారత జాతీయ కాంగ్రెస్ 1930లో శాసనోల్లంఘనోద్యమం ప్రారంభం కావడంతో విప్లవ వాదులు కూడా తమ కార్యకలాపాలను ప్రారంభించారు. 1930 ఏప్రిల్‌లో సూర్యసేన్ నాయకత్వంలో చిట్టగాంగ్ ఆయుధాగారంపై దాడి జరిగింది. ఒక ప్రణాళిక ప్రకారం ఆయుధాగారంపైన, యూరోపియన్ క్లబ్‌పైన దాడి జరిగింది. కాపలాదార్లను కాల్చి చంపి ఆయుధాలను, మందుగుండు సామగ్రిని దోచుకున్నారు. టెలిగ్రాఫ్ కార్యాలయాన్ని ధ్వంసం చేశారు. సూర్యసేన్ అధ్యక్షుడుగా తాత్కాలిక ప్రభుత్వాన్ని ఏర్పాటు చేశారు. కాని ఇది కొన్ని గంటలు మాత్రమే మన గలిగింది. డిప్యూటి ఇన్‌స్పెక్టర్ జనరల్ నాయకత్వంలో వచ్చిన దళాలు విప్లవ కారులపై దాడి చేయడంతో వారు పారి పోయారు. రెండు రోజుల తర్వాత జలాలబాద్ కొండలపై మోహరించిన విప్లవకారులకు పోలీస్‌దళాలకు మధ్య పోరాటం సాగింది. ఈ పోరాటంలో పదకొండు మంది విప్లవకారులు మరణించారు. సూర్యసేన్ మాత్రం తప్పించుకున్నాడు. అజ్ఞాతంలో ఉంటూ మూడు సంవత్సరాలు విప్లవ కార్య క్రమాలకు కొనసాగించాడు. ఒక గ్రామంలో దాగివున్న సూర్యసేన్‌ను పోలీసులు చుట్టుముట్టగా వారితో పోరాడి తప్పించుకొని పోయాడు. కాని ఒక ఘుర్ఖా సిపాయికి పట్టుబడ్డాడు. విచారణ తర్వాత సూర్యసేన్ కు ఉరిశిక్ష విధించబడింది.

సూర్యసేన్ మరణం తరవాత కూడా కొన్ని చెదురు మదురు విప్లవ సంఘటనలు జరుగుతూనే వచ్చాయి. కాని విప్లవ తీవ్రత బాగా తగ్గిపోయింది.

సహాయ నిరాకరణోద్యమం నిలిపి వేసిన తరవాత సంయుక్త రాష్ట్రాల (యునైటెడ్ ప్రావిన్సెస్) లో కూడా విప్లవ సంఘాలు వెలిశాయి. అయితే అఖిల భారత స్థాయిలో ఒక విప్లవ సంఘం ఏర్పడినట్టయితే మంచి ఫలితాలను సాధించవచ్చునన్న ఆలోచన ప్రారంభమయింది. ఈ ఆలోచన 1924 అక్టోబర్‌లో కార్యరూపం దాల్చింది. దేశంలోని వివిధ ప్రాంతాల నుంచి వచ్చిన విప్లవ వాదులు 1924 అక్టోబర్‌లో కాన్పూర్‌లో సమావేశమయ్యారు. ఈ సమావేశానికి పాత తరానికి చెందిన సచీంద్రనాథ్ నస్యాలీ (1895-1945) జోగేష్ చంద్ర చటర్జీ (1895-1969) రామ్ ప్రసాద్ బిస్ మల్ (1897-) తో పాటు యువ నూతన తరానికి చెందిన భగత్ సింగ్, సన్యాల్(1907-1931), రాజగురు(1908-1931) సుఖదేవ్, శివవర్మ, చంద్రశేఖర్ ఆజాద్ వంటి వారు కూడా హాజరయ్యారు. ఈ సమావేశంలోనే అఖిల భారత విప్లవ సంఘం ఏర్పడింది. దీనికి "హిందుస్థాన్ రిపబ్లికన్ అసోసియేషన్" అని పేరు పెట్టారు. సాయుధ పోరాటం ద్వారా భారత దేశాన్ని గణతంత్ర రాజ్యంగా ఏర్పరచడం, రిపబ్లిక్‌ను సాధించడం ఈ సంఘం లక్ష్యం.

విప్లవ సంఘమే 1928 సెప్టెంబర్ లో .హిందుస్థాన్ సోషలిస్టు రిపబ్లిక్ అసోసియేషన్. గా మార్చబడింది. భారత దేశంలో, ముఖ్యంగా యువకులలో విస్తరిస్తున్న సోషలిస్ట్ భావాలకు అనుగుణంగా ఈ మార్పు చేయబడింది. ఈ సంస్థ అనేక విప్లవ కార్యక్రమాలను నిర్వహించింది.

కకోరి రైలు దోపిడి - 1925: విప్లవ కార్యక్రమాలకు కావలసిన అర్థిక వనరులను సమకూర్చుకోవడానికి వ్యక్తుల సంపదకు బదులు ప్రభుత్వ సంపదను దోచుకోవాలనే నూతన ఆలోచన విప్లవ వాదులలో కలిగింది. ఈ విధానం ఫలితమే కకోరి రైలు దోపిడి. షహరాన్‌పూర్- లక్నో మార్గంలో ప్రయాణిస్తున్న రైలును కకోరి స్టేషన్ సమీపంలో గొలుసు లాగి గార్డుపెట్టె పై విప్లవకారులు దాడి చేశారు. గార్డు పెట్టెలో ఉన్న కొన్ని లక్షల సొమ్మును అపహరించారు. ఈ దాడికి రామ్ ప్రసాద్ నాయకత్వం వహించాడు. ప్రభుత్వం 40 మంది విప్లవకారులపై కకోరి కుట్ర కేసును పెట్టింది. విచారణలో నలుగురికి ఉరిశిక్ష, మరోనలుగురికి ద్వీపాంతర వాసశిక్ష, మరికొందరికి ఆరు నుండి పద్నాలుగు సంవత్సరాల కారాగార శిక్షలు విధించింది. విప్లవ కారులకు విధించిన శిక్షలు చాల క్రూరమైనవి, వీటిని తగ్గించమని ఆందోళనలు జరిగాయి. సంయుక్త రాష్ట్రాల శాసన సభలో అనధికార సభ్యులు ఒక తీర్మానాన్ని కూడా ప్రవేశ పెట్టారు. కాని ఈ చర్యలేవి ప్రభుత్వ కాఠిన్యాన్ని కదిలించలేకపోయాయి. దోపిడికి నాయకత్వం వహించిన రామ్ ప్రసాద్ 1926 డిసెంబర్‌లో ఉరితీయ బడ్డాడు.

భగత్ సింగ్ (1907-1931)

లాహోర్ కుట్ర కేసు: కకోరి రైలు దోపిడి, కుట్రకేసు తర్వాత పోలీస్‌ల కఠిన చర్యలు అధికమయ్యాయి. అనేక మంది విప్లవ వాదులు నిర్బంధించబడ్డారు. ."హిందూస్థాన్ రిపబ్లికన్ అసోసియేషన్" కార్యకలాపాలు మందగించాయి. విప్లవ వాదులు నిరుత్సాహానికి గురయ్యారు. అలాంటి పరిస్థితుల్లో చంద్రశేఖర్ ఆజాద్ విప్లవ కార్యక్రమాలను పురుద్ధరించడానికి పూనుకున్నాడు. స్వతంత్ర భారత దేశం సోషలిస్టు సిద్ధాంతాలను అనుసరించాలని, దానికి అనుగుణంగా భారత రాజ్యాంగం ఉండాలని ఆజాద్ భావించారు. అందుకు అనుగుణంగా విప్లవ సంఘం పేరును కొద్దిగా సవరించి "హిందుస్థాన్ సోషలిస్టు రిపబ్లికన్ సంఘం" గా మార్చాడు. ఈ సంఘం ఆధ్వర్యంలో విప్లవ కార్యక్రమాలు పునరుద్ధరించబడ్డాయి. అనేక మంది యువకులు ఆజాద్ విప్లవ కార్యక్రమాల పట్ల ఆకర్షితులయ్యారు.

సైమన్ కమీషన్‌కు వ్యతిరేకంగా లాహోర్‌లో జరిగిన బహిష్కరణ ఊరేగింపుకు నాయకత్వం వహించిన లాలాలజపతిరాయ్ పోలీసుల లాఠీ దెబ్బలకు తీవ్రంగా గాయపడ్డాడు. ఈ గాయాల నుంచి కోలుకోలేక కొద్దిరోజులలోనే మరణించాడు. లాల లజపతిరాయ్ మరణానికి సాండర్స్ అనే పోలీసు అధికారే కారణమన్న భావం ప్రజలలో బాగా వ్యాపించింది. దీనికి ప్రతీకారం

తీర్చుకోవాలని విప్లవకారులు భావించారు. ఈ విషయంలో భగత్ సింగ్ సంచలనం సృష్టించాడు. నిర్భయంగా పట్టపగలు సాండర్స్‌ను కాల్చి చంపి తప్పించుకుని పోయాడు. సాండర్స్‌ను హత్య చేసిన విప్లవకారులను పట్టుకోలేని పోలీసులు, విప్లవకారుల ఆచూకి తెలుసుకునే సాకుతో లాహోర్ ప్రజలను అనేక రకాలుగా హింసించసాగారు. విప్లవ కారుల చర్యల వల్ల తాము కష్టాలను ఎదుర్కొన వలసి వస్తున్నదని, సామాన్య ప్రజలలో విప్లవ వాదుల పట్ల నిరసన భావం ఏర్పడ సాగింది. ఈ పరిస్థితి నుంచి అమాయక ప్రజలను కాపాడి, విప్లవ కారుల పట్ల ఏర్పడిన నిరసన భావం తొలగించడానికి కొందరు విప్లవాదులు పోలీసులకు పట్టుబడడమే ఉత్తమమని హిందుస్తాన్ సోషలిస్టు రిపబ్లిక్ అసోసియేషన్ పంజాబ్ శాఖ నిర్ణయించి భగత్ సింగ్, భటుకేశ్వర్ దత్(1908-1965)లను నియమించింది. అయితే తాము పట్టుపడడానికి ముందు దేశ ప్రజలందరి దృష్టిని ఆకర్షించగల విప్లవ కార్యం ఒకటి చేపట్టాలని వారు నిర్ణయించారు. దీనిని ఆచరణలో పెట్టడానికి భగత్‌సింగ్, అతని మిత్రులు కేంద్ర శాసనసభను వేదికగా ఎంచుకున్నారు. 1929 ఏప్రిల్ 8 న రెండు ప్రజావ్యతిరేక బిల్లులు కేంద్ర శాసన సభ ఆమోదానికి ఓటింగ్ జరగ వలసి ఉంది. ఈ సందర్భంగా తమ కార్యక్రమానికి అనువుగా ఉంటుందని, భావించి భగత్‌సింగ్, భటుకేశ్వర్‌దత్‌లు శాసన సభలో ప్రవేశించి రెండు బాంబులను శాసన సభ మధ్య భాగంలోకి విసిరారు. ఎవరినో చంపడం, లేదా గాయపరచడం వారి లక్ష్యం కాదు. కనుక నిరాపాయకరమైన విధంగా వారు బాంబులను ప్రయోగించారు. ఎవ్వరూ తీవ్రంగా గాయపడలేదు. సునాయాసంగా తప్పించుకుపోగల అవకాశమున్నప్పటికీ వారు ఆప్రయత్నం చేయకుండా "ఇంక్విలాబ్ జిందాబాద్" (విప్లవం వర్ధిల్లుగాక), "సామ్రాజ్యవాదం నశించాలి." వంటి నినాదాలు చేస్తూ కొన్ని విప్లవ కర పత్రాలను వెదజల్లారు. ప్రతిఘటన లేకుండా పోలీసులకు పట్టుబడ్డారు.

శాసన సభలో బాంబులు విసిరిన కేసులో విచారణలో ఉండగా బాంబులు తయారు చేయడానికి కావలసిన ముడిపదార్థాలతో ఉన్న ఫ్యాక్టరీని లాహోర్ పోలీసులు కనుగొన్నారు. ఇలాంటిదే మరొక ఫ్యాక్టరీ షహరన్‌పూర్‌లో పోలీస్‌ల దృష్టిలో పడింది. ఈ సందర్భంగా అనేక మందిని పోలీసులు అదుపులోకి తీసుకున్నారు. వారితో కొందరు విప్లవ సంఘం రహస్యాలను, సాండర్స్ హంతకులను పోలీస్‌లకు తెలియచేశారు. భగత్‌సింగ్‌తో సహా అనేకమందిపై లాహోర్ కుట్రకేసు (సాండర్స్ హత్యకేసు) బనాయించబడింది. బ్రిటిష్ సామ్రాజ్యాధికారాన్ని అంతమొందించడానికి చక్రవర్తిపై యుద్ధానికి దిగారని వీరిపై నేరం ఆరోపించ బడింది. అందుచేత తాము యుద్ధ ఖైదీలమని, యుద్ధఖైదీలకు ఉంగవలసిన సదుపాయాలన్నీ తమకు కల్పించాలని కోరుతూ వీరు జైలులోనే దీక్ష

బూనారు. బెంగాల్‌కు చెందిన విప్లవకారుడు జతిన్ దాస్(1904-1929) కూడా దీక్ష పూనిన వారిలో ఒకడు. కొన్ని సౌకర్యాలు కల్పించిన తర్వాత ఇతర విప్లవకారులు దీక్ష విరమించినప్పటికీ జతిన్‌దాస్ మాత్రం దీక్ష కొనసాగించాడు. 63 రోజులు నిరాహారదీక్ష తర్వాత 64 వ రోజున మరణించాడు. జతిన్ మరణవార్త దేశమంతటా గగ్గోలు పుట్టించింది. అతని మృతదేహాన్ని దర్శించి జోహారులర్పించడానికి లక్షలాది ప్రజలు జైలు వెలుపల గుమిగూడారు. కలకత్తాలో అతని దహన క్రియల సందర్భంగా ఆరు లక్షల మంది పైగా జనం ఊరేగింపుగా వెళ్ళారు. ఇది విప్లవకారుల పట్ల ప్రజలకున్న అభిమానానికి స్పష్టమైన సంకేతం.

లాహోరు కుట్రలో 1930 అక్టోబరులో కోర్టు తీర్పు వెలువడింది. భగత్ సింగ్, రాజ్‌గురు, (1908-1931) సుఖదేవ్‌లకు ఉరిశిక్ష విధించబడింది. కొందరికి ద్వీపాంతర వాస శిక్ష, మరికొందరికి కారాగారవాస శిక్ష విధించారు. గాంధీ-ఇర్విన్ చర్చల సందర్భంగా భగత్ సింగ్‌కు మొదలైన వారికి ఉరిశిక్షను తప్పించాలని కొంత ప్రయత్నం జరిగింది. కాని అది ఫలవంతం కాలేదు. 1931 మార్చి 23 న భగత్ సింగ్ అతని అనుచరులు ఉరితీయబడ్డారు. దేశమంతటా నిరసన ధ్వనులు వినిపించాయి. కరాచి కాంగ్రెస్ సభలకు వచ్చిన గాంధీ కూడా ప్రజల నిరసనను, నల్లజెండాల ప్రదర్శనను ఎదుర్కొనవలసి వచ్చింది. ఉరిశిక్ష తీయడానికి ముందు వీరు ముగ్గురు సంయుక్తంగా జైలు అధికారికి రాసిన లేఖలో వారి మనోభావాలను స్పష్టం చేశారు. అనతి కాలంలోనే బ్రిటిష్‌వారితో అంతిమ యుద్ధం ప్రారంభమవుతుందని, అది నిర్ణయాత్మకమైనది కాగలదని, ఈ పోరాటంలో పాల్గొన్నందుకు తామెంతో గర్వపడుతున్నామని ఆ లేఖలో వారు స్పష్టం చేశారు.

చంద్రశేఖర్ ఆజాద్:(1906-1931)

లాహోర్ కుట్రకేసు “హిందుస్థాన్ సోషలిస్టు రిపబ్లికన్ అసోసియేషన్” వెన్ను విరిచింది. అనేక మంది సభ్యులు ఉరిశిక్షకో, ద్వీపాంతర వాస శిక్షకో గురయ్యారు. మిగిలిన కొద్దిమంది కూడా అజ్ఞాతంగా ఉండవలసి వచ్చింది. చంద్రశేఖర్ ఆజాద్ ఉద్యమ కార్యకలాపాలను అజ్ఞాతంగా నిర్వహిస్తూ వచ్చాడు. ధన సేకరణకుగాను 1930 జులైలో ఢిల్లీలోని ఒక వాణిజ్య కేంద్రాన్ని దోచుకున్నారు. ఈ కేసులో అరెస్టయిన కొందరు ఆజాద్‌ను గురించిన రహస్యాలను పోలీసులకు తెలియచేశారు. బాంబులు తయారు చేసే ఫ్యాక్టరీ ఒకటి ఢిల్లీలో బయటపడింది. ఈ సందర్భంగా అరెస్ట్ చేయబడిన వారిచ్చిన సమాచారంతో ఆజాద్ మరికొందరిపై రెండో లాహోరు కుట్ర కేసు, బనాయించారు. కాని ఆజాద్ పట్టు పడలేదు. ఢిల్లీ-పంజాబ్‌ల మధ్య అజ్ఞాతంగా సంచరిస్తూ విప్లవ కార్యక్రమాలను కొనసాగించారు. 1931 ఫిబ్రవరి 27 న ఒక స్నేహితునితో కలసి

అలహాబాద్‌లోని ఒక పార్కులో ఉండగా పోలీసులు అజాద్‌ను చుట్టుముట్టారు. అయినప్పటికీ పోలీసులకు లొంగకుండా వారిపై దాడి చేశాడు. పోలీస్‌ల కాల్పులలో ఆజాద్ అస్తమించాడు. ఆజాద్ మరణంతో విప్లవోద్యమం మరింత బలహీనమయింది. మిగిలిన విప్లవ కారులు ఉద్యమం విరమించి చెల్లాచెదురయ్యారు. కొందరు జాతీయ కాంగ్రెస్‌తోను, కొందరు కమ్యూనిస్టు పార్టీలోను చేరారు. మరికొందరు విప్లవకారులకు ద్రోహం చేస్తూ పోలీసులకు వార్తావాహకులుగా మారారు. ఈ విధంగా హిందుస్థాన్ సోషలిస్టు రిపబ్లికన్ అసోసియేషన్ విప్లవ కార్యక్రమాలు స్థంభించాయి.

ఇతర ప్రాంతాలలో విప్లవ కార్యకలాపాలు

బెంగాల్, పంజాబ్, యు.పి.లలో వలె విస్తృతంగా కాక పోయిన దేశంలోని ఇతర ప్రాంతాలలో కూడా చెదురు మదురుగా విప్లవ కార్యకలాపాలు చోటు చేసుకున్నాయి. మద్రాస్, బొంబాయి, మధ్యప్రదేశ్(Central Provinces) వంటి రాష్ట్రాలకు విప్లవోద్యమం వ్యాపించింది.

1930 జూలైలో బొంబాయి గవర్నర్‌పై పూనాలో హత్యా ప్రయత్నం జరిగింది. అయితే ప్రమాదం లేకుండా అతను తప్పించుకున్నాడు. మద్రాసు రాష్ట్రంలో మదురై కేంద్రంగా ఒక విప్లవ సంస్థ ఏర్పడింది. ఆంధ్రప్రాంతంలోని గోదావరి, విశాఖపట్నం జిల్లాలలోని ఏజన్సీ ప్రాంతంలో గిరిజనుల తిరుగుబాటు జరిగింది. 1922-24 సంవత్సరాల మధ్య జరిగిన ఈ తిరుగుబాటుకు అల్లూరి సీతారామరాజు (1897-1924) నాయకత్వం వహించాడు. ఏజన్సీ ప్రాంతంలోని గిరిజనులు అవినీతి పరులైన ప్రభుత్వ అధికారుల చేత, స్థానిక కాంట్రాక్టర్ల చేత దోపిడికి గురయ్యారు. దుర్భర గిరిజన ప్రజల దీనావస్థ ఈ తిరుగుబాటుకు ప్రధాన కారణమైనప్పటికీ, బ్రిటిష్ ప్రభుత్వాన్ని కూలదోసి స్వరాజ్యాన్ని సాధించాలన్న లక్ష్యంకూడా ఈ తిరుగుబాటులో వ్యక్తమయింది. పోలీస్ స్టేషన్లు, ప్రభుత్వ కార్యాలయాలు ఉద్యమ కారుల దాడికి గురయ్యాయి. ఆంగ్ల ఉద్యోగులను హత్య కావించడం, పోలీస్ స్టేషన్లపై దాడి చేసి ఆయుధాలను, మందుగుండును దోచుకోవడం ఈ తిరుగుబాటులో ప్రధాన లక్షణం.

1922 ఆగస్టు 22 న చింతపల్లి పోలీస్‌స్టేషన్ పై దాడితో ఈ తిరుగుబాటు ప్రారంభమయింది. ముందుగానే హెచ్చరించి, చెప్పిన సమయానికి పోలీస్ స్టేషన్లపై దాడి చేసి, పోలీస్‌లను నిస్సహాయులుగా చేసి ఆయుధాలను దోచుకోవడం వల్ల సీతారామరాజు పట్ల, అతని తిరుగుబాటు పట్ల ప్రజలలో గౌరవభావం ఏర్పడింది. ఈ తిరుగుబాటును అణచడానికి తొలి మలి ప్రయత్నాలు విఫలం కావడంతో 1924 జనవరిలో అస్సాం రైఫిల్స్ దళం, గుర్ఖా దళం ఏజన్సీ

ప్రాంతానికి రప్పించారు. ఏజన్సీ ప్రాంతానికి ప్రత్యేక అధికారిగా రూధర్‌ఫర్డును నియమించారు. రూధర్ ఫర్డు నాయకత్వంలో తీసుకున్న కఠిన చర్యల ఫలితంగా తిరుగుబాటులో పాల్గొన్న గిరిజన నాయకులు కొందరు పోరాటంలో మరణించడం, మరికొందరు పోలీసులకు దొరికి పోవడం జరిగింది. తిరుగుబాటు ప్రధాన నాయకుడు అల్లూరి సీతారామరాజును 1 9 2 4 మే నెలలో జమేదార్ కంచు మీనన్ బంధించగలిగారు. బందీగా దొరికిన రాజును కాల్చి చంపారు. అనేక ఇతర హింసాత్మక ఉద్యమాలు, ఈ సాయుధ తిరుగుబాటుకూడా ఉద్యమ ప్రధాన నాయకుడు పట్టుబడడంతో సద్దుమణిగింది.

ఆంధ్రప్రాంతంలో చెప్పుకోదగిన మరొక విప్లవ కార్యక్రమం గోదావరి జిల్లాలో ప్రతివాది భయంకర (ప్రతివాద భయంకర వేంకటాచారినే అతని తీవ్రతకు గుర్తుగా భయంకరాచారి అని వ్యవహరించేవారు) వెంకటాచారి నేతృత్వంలో జరిగింది. హింసా పద్ధతుల ద్వారానే ఆంగ్లేయులను పారద్రోలడం సాధ్యమని భయంకరాచారి భావించాడు. ఈ విశ్వాసంతోనే కొంతమంది విద్యార్థులను పోగు చేశాడు. ఆ ప్రాంతంలో అతి క్రూరంగా ప్రవర్తిసున్న పోలీస్ అధికారులు ముస్తాఫా ఆలీఖాన్, ఉప్పల సుబ్బారావులను హతమార్చడానికి ప్రణాళిక సిద్ధమయింది. కావలసిన ఆయుధాలు, పేలుడు పదార్థాలు సేకరించాడు. కాని వారి ప్రయత్నం విఫలమయింది. "భయంకరాచారి" అరెస్ట్ కావడం కాకినాడ కుట్రకేసుగా విచారణ చేసి "భయంకరాచారిని" అండమాన్ జైలుకు పంపడంతో ఈ ఉద్యమం ఆగిపోయింది.

విప్లవ వాదులు భారత స్వాతంత్ర్య పోరాటంలో ధన, మాన ప్రాణాలకు వెరవకుండా అత్యంత ఉత్సాహంతో తమ వంతు కర్తవ్యాన్ని నిర్వహించారు. భరత మాత దాస్య శృంఖలాలను విచ్ఛిన్నం చేయడానికి తమ ప్రాణాలను తృణ ప్రాయంగా భావించారు. ఈ పోరాటంలో వారు ప్రదర్శించిన ధైర్య సాహసాలు ప్రశంసనీయం. అయినా లక్ష్య సాధనలో విఫలమయ్యారు. అంగబలం, ఆయుధబలం పుష్కలంగా ఉన్న బ్రిటిష్ ప్రభుత్వం వ్యక్తిగతమైన హింసా ప్రయత్నాలను సులభంగా అణచివేయగలిగింది. అప్పుడప్పుడూ కొన్ని రాజ్యాంగ సంస్కరణలను ప్రవేశ పెడుతూ కొన్ని వర్గాల ప్రజలను విప్లవోద్యమానికి దూరం చేయగలిగింది. గాంధీ నాయకత్వంలో సాగుతున్న అహింసాయుత సత్యాగ్రహం ప్రజల దృష్టిని ఎక్కువగా ఆకర్షించడంతో విప్లవవాదులు, అనేక సందర్భాలలో ఒంటరి పోరాటం చేయవలసి వచ్చింది. "హిందుస్థాన్ సోషలిస్ట్ రిపబ్లిక్ అసోసియేషన్" మినహా మిగిలిన విప్లవ సంఘాలు ఏవి ప్రజలను ఆకర్షించగల ఆర్థిక ప్రణాళికను సూచించలేదు. పై కారణాలన్నీ విప్లవోద్యమం విఫలం కావడానికి దోహద పడ్డాయి.

భారత స్వాతంత్ర్యోద్యమంపై విప్లవోద్యమ ప్రభావం

సాయుధ స్వాతంత్ర్యోద్యమంపై విప్లవోద్యమ ప్రభావం: సాయుధ పోరాటం ద్వారా స్వాతంత్ర్యాన్ని సాధించడం లక్ష్యంగా సాగిన విప్లవోద్యమం తన లక్ష్య సాధనలో తాత్కాలికంగా విఫలం అయింది. అయినప్పటికీ స్వాతంత్ర్యోద్యమంపై చాలా గాఢమైన ప్రభావాన్ని చూపింది. స్వాతంత్ర్యోద్యమం వంటి ఉద్యమాలు ఎప్పుడూ వెంటనే ఫలితాలను ఇవ్వవు. అవెప్పుడు దీర్ఘ కాలిక పోరాటాలే. అందులోను రవి అస్తమించని బ్రిటిష్ సామ్రాజ్యంతో పోరాడుతున్నప్పుడు ఇది మరీ కష్టమైనపని. అందుచేత విప్లవోద్యమం ప్రయోజనం, స్వాతంత్ర్య సమరంపై దాని ప్రభావం గురించి ఆలోచించినప్పుడు వెంటనే అది ఏమి సాధించింది కాకుండా, లక్ష్య సాధనలో విప్లవోద్యమం ఏవిధంగా తోడ్పడిందో చూడ గలగాలి. ఆ విధంగా ఆలోచించినప్పుడు భారత స్వాతంత్ర్య సమరంలో విప్లవ వాదులు నిర్వహించిన పాత్రఎంతో గణనీయమైనదే కాకుండా చిరస్మరణీయమైంది కూడా.

ఏ ప్రజా ఉద్యమమైనా విజయవంతం కావాలంటే మొదట కావలసింది ప్రజలలో చైతన్యం కలిగించటం. మితవాదులలో మితవాది గోఖలే నుంచి తనను తాను ఇండియా టాటా గా చెప్పుకున్న అనీబిసెంట్, అతివాదులలో ప్రముఖుడు తిలక్. వీరందరూ కూడా సుషుప్తావస్థలో వున్న భారత ప్రజలను మేల్కొలపడానికి కృషి చేసినవారే. ఈ దృష్టితో ఆలోచించినప్పుడు భారతీయులను గాఢ నిద్ర నుంచి లేపడానికి విప్లవాదులు మహత్తరమైన కృషి చేశారు. తమ దేహాలనే బాంబులుగా మార్చి మరెవ్వరూ చేయనంతటి శబ్దాన్ని వారు కలిగించారు. ఎందరో దేశ భక్తులకు వారు స్ఫూర్తినిచ్చారు. వారి త్యాగాలను మననం చేసుకుంటూ స్వాతంత్ర్య పోరాటంలో పాల్గొన్నారు. క్విట్ ఇండియా ఉద్యమ కాలంలో దేశ ప్రజలందరికి స్ఫూర్తి నిచ్చినవారు విప్లవవాదులే.

బ్రిటిష్ ప్రభుత్వమన్నా, తెల్లవారన్నా భయాన్ని తొలగించడం విప్లవాదులు సాధించిన ఘన విజయంగా చెప్పవచ్చు. బ్రిటిష్ ప్రభుత్వ దుశ్చర్యలను నిర్భయంగా బట్టబయలు చేయడం ద్వారా ప్రజలలో బ్రిటిష్ ప్రభుత్వం పట్ల ద్వేష భావాన్ని కలిగించారు. రాజీలేని తమ పోరాటం ద్వారా ప్రభుత్వాన్ని ఎదురించే ధైర్యాన్ని ప్రజలలో కల్పించారు. స్వాతంత్ర్యోద్యమంలో నిర్భయంగా ప్రజలు పాల్గొనేటట్లు చేయగలిగారు. ఇది గాంధీ నడిపిన ఉద్యమాలకు కూడా ఎంతగానో తోడ్పడింది.

విప్లవవాదులు నిస్వార్థంగా దేశమాతకు తమ సేవలందించారు. చిరునవ్వుతో తమ ప్రాణాలను త్యజించారు. దేశమాత శృంఖలాలు తొలగించడం తమ కర్తవ్యమని భావించారు. తమ

కర్తవ్య నిర్వహణలో దేనికి భయపడలేదు. అకుంఠిత దీక్షతో తమ విధిని నిర్వహించారు. ఏ త్యాగానికి వెనుకాడలేదు. ఆ విధంగా దేశ ప్రజలకు ఉన్నత నైతిక విలువలను అందించారు. దేశభక్తి, త్యాగబుద్ధి, కర్తవ్య నిర్వహణ వంటి మహోన్నత గుణాలకు వారు ఆదర్శంగా నిలిచారు.

హిందుస్థాన్ సోషలిస్టు రిపబ్లికన్ అసోసియేషన్ (ఆర్మీ అని కూడా పిలుస్తారు) ద్వారా భారత దేశంలో సామ్యవాద సిద్ధాంతాన్ని ప్రజల దృష్టికి తెచ్చిన వారు విప్లవ వాదులు. పేద, బలహీన వర్గాలు అధిక సంఖ్యలో ఉన్న భారత దేశాభివృద్ధికి సామ్యవాదమే శరణ్యమని భగత్ సింగ్ వంటి విప్లవవాదులు స్పష్టం చేశారు.

భారత దేశ చరిత్రలో స్వాతంత్ర్యోద్యమం ఉత్కృష్టమైన ఘట్టం. అందులో విప్లవోద్యమం సువర్ణాక్షరాలతో లిఖించదగింది.

10

రాజ్యాంగ సంస్కరణలు : 1773 నుంచి 1948 వరకు

క్రీ.శ. 1600 సంవత్సరంలో ఆంగ్లేయ వర్తకులు ఈస్టిండియా కంపెనీ, అనే వర్తక సంఘాన్ని స్థాపించారని తెలుసుకున్నాం. ఇండియాలో వ్యాపారం చేయడానికై ఈ కంపెనీకి ఎలిజబెత్ రాణి ఒక చార్టర్ ద్వారా అనుమతి ఇచ్చింది. 1688 వరకు ఆంగ్ల పాలకులు ఈ చార్టర్ చట్టాలను క్రమంగా జారీ చేసేవారు. 1688 తర్వాత పార్లమెంట్ ఈ చార్టర్‌లను చట్టరూపంలో జారీ చేసింది. ఈ చార్టర్ల ద్వారా లభించిన అధికారాలతో, కంపెనీ వర్తక స్థావరాలను ఏర్పాటు చేసుకుని వాటి రక్షణ కోసం సైనిక బలాన్ని సమకూర్చుకుని, భారత దేశ రాజకీయ పరిస్థితులను అవకాశంగా తీసుకుని, సైనిక బలం ద్వారా రాజ్యాధికారాన్ని పొందారు. ఈ విధంగా కేవలం వర్తకం కోసం ఏర్పడిన కంపెనీ రాజకీయాధికారాన్ని పొందగలిగింది.

రెగ్యులేటింగ్ చట్టం క్రీ.శ. 1773

1772 తర్వాత నుంచి బ్రిటిష్ పార్లమెంట్ కంపెనీ వ్యవహారాల్లో జోక్యం కలిగించుకోవడం ప్రారంభించింది. రాబర్ట్ క్లైవ్ బెంగాల్ ను ఆక్రమించి అక్కడ ద్వంద్వ పాలన ప్రవేశ పెట్టాడు. ఇంగ్లాండ్ లో ప్రముఖుల వద్ద స్వల్ప జీతంతో పనిచేసే నౌకర్లు భారత దేశానికి వచ్చి లక్షలు ఆర్జించి, స్వదేశానికి వెళ్లిన తర్వాత నవాబుల లాగా ప్రవర్తిస్తూ దేశ రాజకీయాలను కలుషితం చేశారు. కంపెనీ అధికారులు లంచగొండులై ఆర్థికంగా దాన్ని దివాళా తీసే పరిస్థితికి తెచ్చారు. భెంగాల్‌లో అరాచకత్వం పెరిగింది. ప్రజలు అనేక బాధలకు గురయ్యారు. అనవసర యుద్ధాల వల్ల +సైనిక వ్యయం అధికమైంది. కంపెనీ వాటాదారులలో అవినీతి పెరిగింది. ఈ వ్యవహారాలను పరిశీలించటానికి పార్లమెంట్ రహస్య సంఘాన్ని ఏర్పాటు చేసింది. దాని నివేదిక ఆధారంగా క్రీ.శ. 1773 లో బ్రిటిష్ పార్లమెంట్ కంపెనీ వ్యవహారాలను క్రమబద్ధం చేయటానికి రెగ్యులేటింగ్ చట్టాన్ని ఆమోదించింది. దివాలా తీసే పరిస్థితిలో ఉన్న వర్తక సంఘానికి, ఆర్థిక సహాయాన్ని అందిస్తూ, పరిపాలనా వ్యవహారాల నుంచి ప్రభుత్వ అజమాయిషి కిందకు తెచ్చారు. ఈ చట్టం నార్త్‌బ్రూక్ ప్రభువు కాలంలో ఆమోదాన్ని పొందింది.

ఈ చట్టంలోని ముఖ్యాంశాలు

ఈ చట్టంద్వారా కంపెనీ యజమానుల సంఘానికి గల ఓటింగ్ హక్కును, 1000 వాటాదార్లకు మాత్రమే పరిమితం చేశారు. 24 మంది నిర్దేశకుల (డైరెక్టర్లతో) కూడిన నిర్దేశిక సంఘాన్ని (Board of Directors) ఎన్నిక ద్వారా ఏర్పాటు చేశారు. వీరు కంపెనీకి సంబంధించిన ఆర్థిక విషయాలను ప్రభుత్వ కోశాధిపతికి పార్లమెంట్‌లోని రాజ్య కార్యదర్శికి నివేదించాలి. భారతదేశంలో పాలనాపరంగా, బెంగాల్ గవర్నర్‌ను గవర్నర్ జనరల్‌గా నియమించారు. అతనికి పరిపాలనలో తోడ్పడటానికి, నలుగురు సభ్యుల సలహా సంఘాన్ని ఏర్పాటు చేసి, ప్రతి విషయాన్ని అధిక సంఖ్యాకుల ఓటు ద్వారా నిర్ణయించాలని నిర్దేశించారు. ఈ చట్టం ద్వారా వారన్ హేస్టింగ్స్‌ను మొదటి బెంగాల్ గవర్నర్ జనరల్ గా నియమించారు. మద్రాస్, బొంబాయి రాష్ట్రాలు గవర్నర్ జనరల్ అతని సలహా సంఘానికి లోబడి వ్యవహరించాలని, అత్యవసర పరిస్థితుల్లో తప్ప స్వతంత్రంగా యుద్ధాలు, సంధులు నిర్వహించరాదని నిర్దేశించారు.

ఈ చట్టం కలకత్తాలో ఉన్నత న్యాయ స్థానాన్ని స్థాపించింది. ఒక ప్రధాన న్యాయమూర్తి తో పాటు ముగ్గురు సాధారణ న్యాయమూర్తులు నియమితులయ్యారు. ఈ విధంగా కంపెనీ పాలనలో తొలిసారిగా ప్రభుత్వ అజమాయిషి ఏర్పడింది. అందువల్ల దీన్ని రాజ్యాంగ సంస్కరణలలో మొదటిదిగా పేర్కొంటారు.

రెగ్యులేటింగ్ చట్టంలో అనేక లోపాలు ఉన్నాయి. గవర్నర్ జనరల్‌కు స్వతంత్రంగా వ్యవహరించే అధికారం లేదు. సలహా సంఘపు అధిక సంఖ్యాకుల జోక్యం ద్వారా పాలన నిర్వహణ కష్టమైంది. అవసరమైన సంస్కరణలను, సకాలంలో అమలు పరచడానికి అవకాశం లేకుండా పోయింది. గవర్నర్ జనరల్‌కు మద్రాస్ బొంబాయి రాష్ట్రాలపై సంపూర్ణ పాలనాధికారం లభించలేదు. అక్కడి గవర్నర్లు అత్యవసర పరిస్థితులను ప్రకటించి, వారు స్వతంత్రంగా వ్యవహరించి అనేక చిక్కులను కల్పించేవారు. ఉన్నత న్యాయస్థానానికి, గవర్నర్ జనరల్‌కు గల అధికారాలను స్పష్టంగా పేర్కో లేదు. ఈ న్యాయస్థానం ఏ న్యాయ శాస్త్రాన్ని పాటించాలో సూచించలేదు. అందువల్ల అనేక సందర్భాలలో గవర్నర్ జనరల్ అతని సలహా సంఘానికి, మరొవైపు ఉన్నత న్యాయ స్థానానికి ఘర్షణలు ఏర్పడి పరిపాలన కుంటుపడింది. ఏది ఏమైనప్పటికి, మొదటిసారిగా కంపెనీ వ్యవహార నియంత్రణకై రూపొందించిన రెగ్యులేటింగ్ చట్టం రాజ్యాంగ సంస్కరణలలో తొలిమెట్టుగా భావించవచ్చు.

పిట్ ఇండియా చట్టం: 1784: క్రీ.శ. 1781 లో పార్లమెంట్ మరో శాసనం, గవర్నర్ జనరల్ కౌన్సిల్, కాని ఉద్యోగరీత్యా నిర్వహించిన పనులకు వ్యక్తిగతంగా బాధ్యులు కారని, సుప్రీంకోర్టు

విచారణాధికార పరిధిలోని వారురారని, రెవెన్యూ వసూళ్ళలో జరిగిన విషయాలపై హైకోర్టుకు ఏలాంటి అధికారం లేదని నిర్ణయమయింది. అయినప్పటికి రెగ్యులేటింగ్ చట్టంలోని లోపాలు పూర్తిగా తొలగి పోలేదు. అందుచేత క్రీ.శ. 1784 లో ఈ లోపాలననుసవరిస్తూ పిట్ ఇండియా చట్టాన్ని ప్రవేశపెట్టారు. ఇది విలియం పిట్ ప్రధాన మంత్రి కాలంలో అతడు ప్రవేశపెట్టిన చట్టం కనుక దీన్ని పిట్ ఇండియా చట్టం అన్నారు. ఈ చట్టం ద్వారా Board of Control అనే వ్యవస్థ ఏర్పడింది. దీనిలో ఒక రాజ్య కార్యదర్శి (Secretary of State) కోశాధ్యక్షుడు(Chancellor of exchequer) నలుగురు ప్రివీ కౌన్సిల్ సభ్యులు కమిషనర్లుగా నియమితులయ్యారు. దీనికి కంపెనీ నిర్దేశికుల సమితిపై నియంత్రణాధికారం కల్పించారు. దీని తీర్మానాలను, యజమానుల సంఘం(Court of Directors) మార్చడానికి వీలు లేదు. వీరికి కంపెనీ వ్యవహారాలను రహస్యంగా పరిశీలించి తగు ఉత్తరువులిచ్చే అధికారం కూడా ఇచ్చారు. ఈ విధంగా పూర్తి అధికారం కమిషనర్లకు (Board of Control) లభించింది. గవర్నర్ జనరల్ కౌన్సిల్ సభ్యుల సంఖ్య నలుగురి నుంచి ముగ్గురికి తగ్గించారు. ఈ సభ్యులు ఒడంబడిక సిబ్బంది (covenanted Services) కి చెందిన వారు. వీరిలో ఒక సభ్యుడు సర్వ సేనాధిపతి. క్రీ.శ. 1786 లో మరో సవరణ ద్వారా, అవసరమైన కొన్ని సమయాల్లో, సర్వ సైన్యాధికారిగా వ్యవహరించటానికి, కౌన్సిల్ తీర్మానాలకు విరుద్ధంగా వ్యవహరించటానికి, గవర్నర్ జనరల్‌కు అనుమతి ఇచ్చారు. ఈ విధంగా గవర్నర్ జనరల్ అతని కౌన్సిల్‌కు, స్వదేశీ రాజులతో యుద్ధాలు చేయడం, సంధి కుదుర్చుకోవడం వంటి అంశాలపై స్వతంత్ర అధికారం లభించింది. రాష్ట్రాల విషయంలో కూడా ఇతనికి పరిమితులతో కూడిన కొన్ని అధికారాలు ఇచ్చారు. అయినప్పటికీ గవర్నర్ జనరల్ ఆజ్ఞలు, నిర్దేశిక సంఘపు ఆజ్ఞలకు లోబడి ఉండేవి. ఈ చర్యలు రెగ్యులేటింగ్ చట్టంలోని కొన్ని లోపాలను సవరించటానికి ఉపయోగపడ్డాయి. రెగ్యులేటింగ్ చట్టం, పిట్ ఇండియా చట్టం, పార్లమెంట్‌కు కంపెనీ వ్యవహారాలపై పూర్తి స్థాయి అదుపును కలిగించలేదు. ఒక వ్యాపార సంస్థ గొప్ప ఆదాయంతో పలుకుబడితో, రాజ్యాధికారాలు పొందడం, పార్లమెంట్‌కు కంటకంగా ఉండేది. అందుచేత, అవకాశం వచ్చినప్పుడల్లా, పార్లమెంట్ కంపెనీ వ్యవహారాల్లో జోక్యం కలిగించుకొని క్రమేపి కంపెనీపై తన అధికారాన్ని బలపరుచుకొంది. అందుకై పార్లమెంట్‌కు తాను ఆమోదించి అమలు పరచడానికి నిర్దేశించిన వివిధ చట్టాలను చార్టర్ల పేరుతో జారీ చేసింది.

1793 చార్టర్ చట్టం: రెగ్యులేటింగ్ చట్టాన్ని అనుసరించి, 20 సంవత్సరాలకోసారి తూర్పు ఇండియా సంఘం, తమ హక్కులను కొనసాగించుకోవడానికి పార్లమెంట్ అనుమతి పొందవలసి ఉండేది. అందువల్ల 1793 లో పార్లమెంట్ చార్టర్ చట్టం జారీ చేసి ఈ అవసరాన్ని పూర్తి చేసింది. ఈ కాలంలో ఇంగ్లాండ్ ఫ్రాన్స్‌ల మధ్య యుద్ధాలు జరుగుతున్నందున పార్లమెంట్ కంపెనీ వ్యవహారాల్లో

ఎక్కువ శ్రద్ధ కనబరచలేదు. 1793 చార్టర్ చట్టం కంపెనీ వర్తకాధికారాన్ని మరో 20 సంవత్సరాలు పొడిగించింది. గవర్నర్ జనరల్ కు, గవర్నర్లకు ప్రత్యేకాధికారాలు కల్పించారు. గవర్నర్ జనరల్ అవసరమైనపుడు తన కౌన్సిల్ నిర్ణయాన్ని తోసి పుచ్చి స్వతంత్రంగా వ్యవహరించడానికి వీలు కలిగింది. రాష్ట్రాల గవర్నర్లు, అన్ని విషయాలలో గవర్నర్ జనరల్ అనుమతి పొందాలని నిర్దేశించారు. ఈ విధంగా 1793 లో చార్టర్ చట్టం కొన్ని పరిమితమైన మార్పులను మాత్రమే చేసింది.

1813 చార్టర్ చట్టం: క్రీ.శ. 1813 నాటికి కంపెనీ పరిస్థితి ఎంతో మారింది. కంపెనీ సార్వభౌమత్వం పంజాబ్, సింధ్ తప్ప యావద్భారత దేశంలో స్థాపితమైంది. రాజకీయ బాధ్యతలు ఎక్కువయ్యాయి. ఆర్థికంగా కంపెనీ పరిస్థితి అధ్వాన్నంగా తయారైంది. అందువల్ల పార్లమెంట్ ఒక రహస్య సంఘాన్ని నియమించి, దాని నివేదిక ఆధారంగా 1813 చార్టర్ చట్టాన్ని ప్రవేశ పెట్టింది. ఈ చట్టం ద్వారా వ్యాపారంలో స్వేచ్ఛా విధానాన్ని అనుమతించి ఐరోపాలో చితికి పోయిన బ్రిటిష్ వ్యాపారాన్ని పునరుద్ధరించడానికి యత్నించారు. ఇది విఫణివీధిలో (Laissiz faire) స్వేచ్ఛా విధానాన్ని అమలు పరిచింది.

ఈ చట్టం భారత దేశంలోని కంపెనీ పరిపాలిత రాజ్యాలపై ఆంగ్ల ప్రభువుకు సర్వాధికారం ఉందని ప్రకటించింది. చైనాతో తేయాకు వ్యాపారంలో మాత్రం కంపెనీకి గుత్తాధికారాన్ని కల్పించారు. గవర్నర్ జనరల్, గవర్నర్లు, సైన్యాధిపతుల నియామకంపై తుది అధికారాన్ని చక్రవర్తికి కల్పించారు. భారతీయులకు విద్యా విజ్ఞానాలను, వారి వాఙ్మయాన్ని అభివృద్ధి చేయటానికి ప్రతి ఏటా ఒక లక్ష రూపాయల నిధిని మంజూరు చేశారు. క్రైస్తవ మత వ్యాప్తికై బిషప్ నియామకం, మద్రాస్, కలకత్తాలలో గల పాఠశాలలను నిర్వహించడం, ఇంగ్లాండ్‌లో కంపెనీ ఉద్యోగులకు శిక్షణ కల్పించే హైలీబరీ కాలేజిని, సైనిక పాఠశాలలను, ఏర్పాటు చేయాలని తీర్మానించారు. పార్లమెంట్ నియంత్రణాధికారం పెరిగింది. స్వేచ్ఛా వ్యాపార విధానం వల్ల స్థానిక పరిశ్రమలు దెబ్బతిన్నాయి. భారతీయ సరుకుల గిరాకి తగ్గింది. ఇంగ్లాండ్‌లో పారిశ్రామిక విప్లవ ఫలితంగా సరుకులు అధికంగా ఉత్పత్తి అవడమే, గాక చౌకగా లభించాయి. దేశంలో నిరుద్యోగం పెరిగింది. భారతీయులు విదేశీ సరుకులకు అలవాటు పడటం వల్ల చాలా మంది పనివారు జీవనోపాధి కోల్పోయి అతిదీన స్థితికి దిగజారారు.

1833 చార్టర్ చట్టం: ఈ చట్టం రాజ్యాంగ చరిత్రలో చాలా ముఖ్యమైంది. స్వదేశంలో విజ్ఞులైన బ్రిటిష్ వారిలో కొందరు కంపెనీ అనుభవించే గుత్తాధికారాలను వ్యతిరేకించారు. వారు స్వేచ్ఛా స్వాతంత్ర్యాలను అభిమానించడంతో బాటు విచక్షణ లేని సమాజంకోసం కృషి చేశారు. భారతీయులకు ఉద్యోగ వ్యాపారాలలో అవకాశాలు కల్పించాలనీ, వారికి విద్యార్జనావకాశాలు

సమకూర్చాలని భావించారు. ఇందుకోసం బెంటింక్ ప్రభువు చేసిన సంస్కరణలు దోహదం చేశాయి. ఈ చట్టం ప్రధానోద్దేశ్యం కంపెనీ అధికారాలను పూర్తిగా తగ్గించి, పార్లమెంట్ అధికారాలను పెంపొందించడం. ఇదిగాక ఆకాలంలో ప్రజా ప్రభుత్వాల సిద్ధాంతాలు ప్రబలిన వాతావరణంలో ప్రవేశపెట్టిన ఈ చట్టం ఎంతో ప్రాముఖ్యం సంతరించుకున్నది.

1833 చార్టర్ చట్టం కంపెనీ పాలనను మరో 20 సంవత్సరాలు పొడిగించింది. భారతదేశంలోని కంపెనీ పాలిత రాజ్యాలపై బ్రిటీష్‌రాజుకు అతని వారసులకు సార్వభౌమత్వాన్ని దాఖలు పరిచారు. బెంగాల్ రాష్ట్ర గవర్నర్‌ను గవర్నర్ జనరల్‌గా పరిగణించి, అతనికి రాష్ట్ర ప్రభుత్వాల సైనిక, సాధారణ పాలనా వ్యవహారాలపై సర్వాధికారాలను కల్పించారు. రాజ్యాలన్నింటికి అనువర్తించే శాసనాలు చేసే అధికారం గవర్నర్ జనరల్ శాసన సభకు కల్పించారు. సైనిక పాలన, నిర్వహణాధికారాలు గవర్నర్ జనరల్ కౌన్సిల్‌కు ఇచ్చారు. ఇతని సలహా సంఘంలో నూతనంగా న్యాయ శాస్త్ర ప్రవీణుడైన మరో సభ్యుణ్ణి నియమించారు. ఈ చట్టం ద్వారా ఉద్యోగ నియామకాల్లో కుల, మత, వర్ణ వివక్షతలు చూపరాదని నిర్దేశించారు. అయినప్పటికీ, సంవత్సరానికి 500 రూపాయలు పైగా జీతాలుండే ఉద్యోగాలను భారతీయులకివ్వరాదనే నియమాన్ని రద్దు చేయలేదు. అందువల్ల ఈ చట్టం భారతీయులకు ఎటువంటి ప్రయోజనాన్ని కలిగించలేదు. భారతదేశంలోని ఆంగ్లేయులపై నిఘా ఉంచాలని, రహస్యంగా సూచనలు చేశారు. లైసెన్స్ విధానాన్ని రద్దు చేశారు. భారతదేశంలో ఆస్తులు సంపాదించరాదనే నిషేధాన్ని తొలగించారు. అన్నింటికన్నా అతి ముఖ్యమైంది, బానిసత్వాన్ని రద్దు చేస్తూ శాసనాన్ని ఆమోదించారు.

1853 చార్టర్ చట్టం: చార్టర్ చట్టాలలో చివరిదైన ఈ చట్టం అమలులోకి వచ్చేసరికి పార్లమెంట్‌కు, తూర్పు ఇండియా కంపెనీపై ఉన్న అభిప్రాయం పూర్తిగా మారిపోయింది. ఒక వ్యాపార సంస్థ పరిపాలనాధికారాలు నిర్వహించటం సమంజసం కాదనే భావం ఏర్పడింది. పార్లమెంట్ కంపెనీ నుంచి పరిపాలనాధికారాన్ని తమ స్వాధీనం చేసుకోవాలనే, నిర్ణయానికి వచ్చింది. అందువల్ల దీని వ్యవధి 20 సంవత్సరాలను పొడిగించలేదు ఈ చట్టం నిర్దేశిక సమితి సభ్యుల సంఖ్యను 24 నుంచి 18 కి తగ్గించారు. వీరిలో ఆరుగురు బ్రిటిష్ మంత్రి మండలిచే నియమించబడినవారు. మిగతా 12 మందిలా 6 మందిని కంపెనీ ప్రభుత్వంలో 10 సంవత్సరాల అనుభవం గల వారిని, మిగిలిన 6 మందిని మాత్రమే వాటాదారులు ఎన్నుకునేవారు. కంపెనీ ఉద్యోగుల నియామాధికారాన్ని యజమానుల సంఘం నుండి తొలగించి, పోటీ పరీక్షల ద్వారా నియమించాలని ఆదేశించారు. కేంద్ర రాష్ట్ర శాసన సభా సభ్యుల నియామకాలు మంత్రివర్గ ఆమోదం పొందవలసి ఉండేది. 1853 చట్టం ద్వారా గవర్నర్ జనరల్ కౌన్సిల్ లోని న్యాయ సభ్యుడు పూర్వం శాసన విషయాల్లో మాత్రమే ఓటింగ్ అధికారం కలిగి ఉండగా ఈ చట్టంలో అతని అధికార పరిధిని విస్తరించి

అన్ని విషయాల్లో ఓటింగ్ చేసే అధికారం కలిగించారు. కౌన్సిల్ నిర్ణయాలను రద్దు చేసే అధికారాన్ని గవర్నర్ జనరల్ కోల్పోయాడు. కాని అధిక సంఖ్యాకులైన శాసన సభ్యులు చేసిన శాసనాన్ని నివారించగల అవకాశం పొందాడు. శాసన సభలలో సభ్యుల సంఖ్యను పెంచారు. 12 గురు సభ్యులతో ఒక సభను ఏర్పాటు చేశారు. ఈ సభలో గవర్నర్ జనరల్, సర్వసైన్యాధిపతి, నలుగురు కౌన్సిల్ సభ్యులు, ప్రతిరాష్ట్రం నుంచి ఒక ప్రతినిధి, బెంగాల్ న్యాయ మూర్తితో సహా మొత్తం 12 గురు సభ్యులు ఉండేవారు.

ఈ విధంగా 1853 చార్టర్ చట్టం కంపెనీ అధికారాలను చాలా వరకు తగ్గించి, పార్లమెంట్ ఆధిపత్యాన్ని స్థాపించింది. ఈ చట్టం కాలక్రమంగా కంపెనీ ప్రభుత్వం రద్దు చేయడానికి శ్రీకారం చుట్టింది.

1858 భారత ప్రభుత్వ చట్టం: క్రీ.శ. 1857 లో భయంకరమైన సాయుధ తిరుగుబాటు జరిగింది. దీన్ని బ్రిటిష్ చరిత్రకారులు సైనిక తిరుగుబాటుగా పేర్కొనగా, దేశభక్తులైన భారతీయ రచయితలు దీన్ని ప్రథమ స్వాతంత్ర్య యుద్ధంగా అభివర్ణించారు. బ్రిటిష్ ప్రభుత్వం దీనిని సైనిక శక్తితో అతి దారుణంగా అణచి వేసి భారత దేశపు పరిపాలనా నిర్వహణను తన ఆధీనంలోకి తెచ్చుకున్నది. ఈస్టిండియా కంపెనీ రద్దైపోయింది. కంపెనీ పరిపాలనను అంతం చేస్తూ, రాజ్యాంగబద్ధమైన పరిపాలనను అందించడానికి 1858 భారత ప్రభుత్వ చట్టాన్ని రూపొందించారు. సామ్రాజ్య విస్తరణను ఆపివేస్తూ జాతి మత వివక్షత లేకుండా అందరికి సమానావకాశాలను కల్పిస్తూ, ప్రజల హక్కులను కాపాడుతూ, సంక్షేమ ప్రభుత్వానికి పాటు పడతామని వాగ్దానం చేయడం జరిగింది. దానికి అనుగుణంగా 1858 భారత ప్రభుత్వ చట్టాన్ని ఆమోదించారు.

చట్టంలోని ముఖ్యాంశాలు:-

ఈ శాసనం వల్ల భారతదేశంలో ఒక కొత్త రాజ్యాంగ విధానం ప్రారంభమైంది.

1) ప్రభుత్వ పరిపాలన ఈస్టిండియా కంపెనీ నుంచి బ్రిటిష్ సార్వభౌమత్వానికి మార్చడం జరిగింది. గవర్నర్ జనరల్ కు వైస్రాయ్ హోదా లభించింది. కంపెనీ, సైనిక నౌకాదళాలు బ్రిటిష్ సార్వభౌమాధికారానికి బదిలీ చేశారు.

2) ఇంగ్లండ్‌లో బోర్డు ఆఫ్ కంట్రోల్, డైరెక్టర్ బోర్డులను రద్దు చేసి వారి అధికార విధులను బ్రిటిష్ పార్లమెంట్ సభ్యుడై, క్యాబినెట్ మంత్రిగా వ్యవహరించే, భారత రాజ్యకార్యదర్శి అతని సలహా మండలికి బదిలీ చేసింది. 1858 నుంచి 1919 వరకు ఇతని జీత భత్యాలు భారతదేశపు నిధుల నుంచి చెల్లించేవారు.

3) 15 మంది సభ్యులుగల ఇతని సలహా సంఘానికి 7 గురు సభ్యులను కోర్టుఆఫ్ డైరెక్టర్లు ఎన్నుకోగా మిగతా 8 మంది సభ్యులను ప్రభుత్వం నియమించేది. వీరి జీతభత్యాలు భారతదేశపు నిధుల నుండి చెల్లించేవారు. ఈ సంఘానికి భారత రాజ్య కార్యదర్శి అధ్యక్షుడు. వీరు కమిటీలుగా ఏర్పడి పరిపాలనా విధానాలను నిర్ణయించేవారు. తగిన కారణాలను చూపుతూ వీటిని నిరాకరించే అధికారం భారత రాజ్య కార్యదర్శికి కల్పించారు. పరిపాలనా వ్యవహారాలన్నీ కౌన్సిల్ సభ్యుల మెజారిటీ ఆమోదం పొందవలసి ఉండేవి.

4) ప్రభుత్వముఖ్యోద్యోగులు, గవర్నర్లు, గవర్నర్ జనరల్ కౌన్సిల్ సభ్యులను, సివిల్, మిలటరీ ఉన్నతోద్యోగులను భారత రాజ్య కార్యదర్శి నియమించేవాడు. అధికారులతో రహస్య ఉత్తర ప్రత్యుత్తరాలు జరిపే అధికారం కూడా ఉండేది.

5) ఈ చట్టం ద్వారా భారత దేశ పరిపాలన చట్టరీత్యా, బ్రిటిష్ పార్లమెంట్‌కు లభించింది. అందువలన పార్లమెంట్‌లో పాలనాంశాలను చర్చించడం, ఆదాయవ్యయాలను తనఖీ చేయడం, పౌరుల ఆర్థిక జీవనాన్ని గురించి తెలుసుకోవడం జరిగేవి. భారతదేశానికి అవసరమైన చట్టాలను కామన్స్ సభ ఆమోదించేది. బ్రిటిష్ పార్లమెంట్ భారత రాజ్య కార్యదర్శిపై అవిశ్వాస తీర్మానాన్ని ఆమోదించి అతన్ని తొలగించ గలిగేది.

6) పరిపాలనా వ్యవహారాలైన ఆదాయ వ్యయాల సమీక్ష ప్రజా సంక్షేమ కార్యక్రమాలు, రైల్వే నిర్మాణాలను పర్యవేక్షించే అధికారం భారత రాజ్య కార్యదర్శికి ఉండేది. విధి నిర్వహణలో అతడు పార్లమెంట్‌కు జవాబుదారిగా ఉండేవాడు. భారత దేశంలోని ఉన్నతోద్యోగులు, అనుభవజ్ఞులు కావడం వల్ల, పార్లమెంట్ జోక్యం ఎక్కువగా ఉండేది కాదు. వైస్రాయ్ పై కూడా ఇతనికి నియంత్రణాధికారం ఉండేది.

7) భారతదేశంలోని కేంద్ర ప్రభుత్వం, రాష్ట్ర, స్థానిక ప్రభుత్వాలపై నియంత్రణాధికారాలు కలిగి ఉండేవి. స్వదేశీ సంస్థానాలపై కేంద్రానికి ఉన్నతాధికారం ఉండేది. విదేశీ రాజ్యాంగ వ్యవహారాలు దేశరక్షణ, పన్నుల విధింపు, ఎగుమతి దిగుమతి సుంకాలు, నాణాల చలామణి, రైళ్ళు తపాల శాఖ నిర్వహణ, కేంద్రానికి చెంది ఉండే పోలీస్, న్యాయశాఖ, వైద్య విద్యాశాఖలు, కేంద్ర ప్రభుత్వాధికారానికి లోబడి ఉండేవి.

8) యావద్భారత దేశానికి గవర్నర్ జనరల్ (వైస్రాయి) సర్వాధికారి. ఇతని ఉద్యోగ పదవి కాలం ఐదు సంవత్సరాలు. ఇతడు కార్య నిర్వాహక మండలి అధ్యక్షుడు. ఇతనికి తుది నిర్ణయాధికారం ఉండేది. శాంతి పరిరక్షణ, ఆంగ్లేయుల హక్కులను రక్షించటం లో ఇతడు

నియంతగా వ్యవహరించేవాడు. రాష్ట్రాలపై కూడా ఇతని అధికారాలు ఇదేవిధంగా ఉండేవి. భారతదేశంలో ఇతని అధికారాలకు పరిమితులు లేవు.

దేశ ప్రజలందరికీ సమానావకాశాలను కల్పిస్తాననీ, సంస్థానాలతో జరిగిన ఒప్పందాలను గౌరవిస్తాననీ, చేసిన విక్టోరియా మహారాణి వాగ్దానాలు, కాగితంపై రాతలుగా నిలిచి పోయాయి. ఆంగ్లేయులు వీటిని అనేక సార్లు ఉల్లంఘించారు. కాని హామీలు మాత్రం ప్రజల్లో చైతన్యాన్ని కల్పించి, ఉత్తేజ పరిచి స్వాతంత్ర్యోద్యమంలో పురోగమించడానికి తోడ్పడ్డాయి.

రాజ్యాంగ సంస్కరణలు :

1861 శాసన సభల చట్టం: క్రీ.శ. 1858 తర్వాత రాజ్యాంగ సంస్కరణలలో రెండు ముఖ్యాంశాలు చోటు చేసుకున్నాయి. భారతదేశంలోని విద్యాధికులైన ప్రముఖులు పరిపాలనలో పాల్గొని దేశ సేవ చేయాలనే తపన ఏర్పడింది. దీని ఫలితంగా బ్రిటిష్ అధికారుల నిరంకుశాధికార బలం తగ్గడం ప్రారంభమైంది. దేశంలోని ప్రజా ప్రభుత్వ స్వరాజ్య బీజాలు నాటుకున్నాయి. ఇది ఒకరకమైన మార్పు కాగా, ఇంగ్లాండ్ లోని అధికారులకు, భారత దేశంలోని కేంద్ర, రాష్ట్ర ప్రభుత్వాధికారులకు మధ్య ఉన్న సంబంధాలు, అనేక మార్పులకు లోనయ్యాయి. పై రెండు ఉద్దేశాలను దృష్టిలో పెట్టుకొని అనేక శాసనాలు చేశారు. వాటిలో 1861, 1892, 1909 శాసన సభ చాట్టాలు, 1919, 1935 భారత ప్రభుత్వాచట్టాలు ముఖ్యమైనవి. ఈ సంస్కరణల శాసనాలు నిజమైన ప్రజా ప్రభుత్వాలను ప్రవేశపెట్టలేదు. అందువల్ల అవి కంటితుడుపు చర్యలుగా మిగిలి పోయాయి.

క్రీ.శ. 1858 లో అమలులోకి వచ్చిన రాజ్యాంగ చట్టం వల్ల గవర్నర్ జనరల్, అతని కార్య నిర్వాహక మండలికి, అన్ని రాష్ట్రాలపై శాసనాలు చేసే అధికారం కల్పించారు. దీనివల్ల రాష్ట్రాలలో గవర్నర్లు, అవసరమైన శాసనాలను, స్వతంత్రించి చేయలేక పోయేవారు. అంతేగాక గవర్నర్ జనరల్ ద్వారా చేసే శాసనాలు స్థానిక పరిస్థితుల కనుగుణంగా ఉండేవి గావు. ఏ రాష్ట్రానికి ఏ శాసనం అవసరమో తెలిసేదిగాదు. అందువల్ల ఈ సందర్భంలో కొంత వికేంద్రీకరణ అవసరమైంది. ఇదిగాక కార్య నిర్వాహక మండలి సభ్యులు సమస్యలపై అనవసరపు చర్చలు పొడిగిస్తూ వృధా కాలహరణం చేస్తూ ఉండేవాడు. సరియైన శాసనాలు సకాలంలో ఆమోదించడం కష్టంగా ఉండేది. శాసనాలు చేయడంలో దేశీయులకు ప్రవేశం ఉండేది కాదు. ప్రజాప్రాతినిధ్యం లేనందువల్లె 1857 తిరుగుబాటు జరిగిందనే భావం వ్యాప్తిలో ఉంది. ఈ లోపాలను తొలగించడానికి 1861 శాసనసభ చట్టాన్ని ఆమోదించారు.

1 8 6 1 చట్టంలోని ముఖ్య అంశాలు:

ఈచట్టం ద్వారా కొంతవరకు అధికార వికేంద్రీకరణ ప్రయత్నం జరిగింది. మద్రాస్, బొంబాయి, రాష్ట్రాల కౌన్సిళ్ళకు శాసనాలు చేసే అధికారం కల్పించారు. ఇతర రాష్ట్రాల్లో కూడా ఇలాంటి కౌన్సిళ్ళ ఏర్పాటుకు అనుమతించారు. కాని ఈ శాసనాలు గవర్నర్‌తో బాటు గవర్నర్ జనరల్ అనుమతి కూడా అవసరమై ఉండేది, అయినప్పటికీ స్థానికాంశాలకు అనుగుణంగా శాసనాలు ప్రతిపాదించడం, వికేంద్రీకరణలో ముఖ్యమైనదిగా భావించవచ్చు.

గవర్నర్ జనరల్ కార్యనిర్వాహక మండలిలో న్యాయశాస్త్రవేత్తగా ఐదవ సభ్యుడుగా నియమితుడయ్యాడు. ఈ మండలి సభ్యులలో ముగ్గురు భారత్ సివిల్ సర్వీస్‌కు చెందినవారు కాగా సర్వసేనాధిపతి అసాధారణ సభ్యుడిగా వ్యవహరించేవాడు. మండలి సమావేశం రాష్ట్రాల్లో జరిగినప్పుడు, అక్కడి గవర్నర్‌గాని లెఫ్టినెంట్ గవర్నర్‌గాని అసాధారణ సభ్యుడిగా పాల్గొనేవాడు. శాసనాలు చర్చించి ఆమోదించడానికి, అవసరమైనప్పుడు గవర్నర్ జనరల్ 6 – 1 2 వరకు సభ్యులను నియమించవచ్చు. వీరిలో అధికార సభ్యుల సంఖ్య సగం కంటె హెచ్చుగా ఉండరాదనే నిబంధన ఉండేది. అనధికార సభ్యుల సంఖ్య సగం కంటె తక్కువ ఉండకూడదనే నిబంధన కూడా ఉండేది.

ఈ చట్టాన్ని బ్రిటిష్ పరిపాలనలో భారతదేశ రాజ్యాంగ చరిత్ర ముఖ్యమైన ఘట్టంగా పేర్కొనవచ్చు. శాసనాలను ఆమోదించే సందర్భంలో, భారతీయులకు అనధికార సభ్యులుగా ప్రవేశం కల్పించడం ప్రధానాంశం. శాసనాల ప్రతిపాదనలో వికేంద్రీకరణ సిద్ధాంతం ప్రవేశపెట్టడం వల్ల రాష్ట్ర ప్రభుత్వాలు స్వతంత్రంగా వ్యవహరించడానికి వీలు కలిగింది. పరిపాలనలో కార్యనిర్వాహక మండలి, శాసన సభ అనే రెండు శాఖలు ఏర్పడ్డాయి. ఇవి తమ తమ ప్రత్యేక విధులు నిర్వహించడం వల్ల, ప్రభుత్వం అధికార విభజన సూత్రాన్ని అమలులో పెట్టి, పరిపాలనను పటిష్టం చేసిందని చెప్పవచ్చు.

ఈ చట్టంలోని ప్రధాన లోపం, అనధికార సభ్యులను ఎన్నిక ద్వారా కాకుండా ప్రభుత్వం నియమించడం. ప్రభుత్వం తనకు అనుకూలమైన వారిని నియమించి, వారి ద్వారా తాము కోరిన శాసనాలు ఆమోదించేది. ఈ విధంగా గవర్నర్ జనరల్ నిరంకుశాధికారానికి ఏమాత్రం ఎదురు లేకుండా ఉండేది. అదేవిధంగా రాష్ట్రాల చట్టాలు కూడా గవర్నర్ జనరల్ ఆమోదం లేకుండా అమలులోకి వచ్చేవి కావు. అందువల్ల క్రీ.శ. 1 8 6 1 చట్టం, వికేంద్రీకరణ ప్రజాస్వామ్య సిద్ధాంతాలను అమలు పరచటంలో విఫలమైందని, ఈ హక్కులు కంటి తుడుపు చర్యలు మాత్రమే అని చెప్పవచ్చు.

రాజ్యాంగ ప్రగతి: 1865 భారత ప్రభుత్వ చట్టం ద్వారా గవర్నర్ జనరల్‌కు గవర్నర్లకు క్రొత్త రాష్ట్రాల పరిధులు ఏర్పాటు చేసే అధికారం కల్పించారు. 1869 లో మరో చట్టం ద్వారా భారత దేశ పౌరులు ఏ ప్రాంతాల్లో నివసిస్తున్నప్పటికీ, వారికి అనువర్తించే చట్టాలు చేసే అధికారం లభించింది. 1870 లో మరో చట్టం ఆమోదించి సమర్థవంతమైన పాలన కోసం అవసరమైన చట్టాలను ఆ ప్రాంత ప్రభుత్వం అభ్యర్థిస్తే, గవర్నర్ జనరల్ సలహా మండలితో కలిసి, అలాంటి చట్టాలను చేసే అధికారం పొందాడు. 1871 లో మరో సవరణ ద్వారా, రాష్ట్రాల శాసన సభల అధికారాలను పెంచారు. 1873 చట్టం ద్వారా ఈస్టిండియా కంపెనీని రద్దు చేశారు. 1874 చట్టంలో గవర్నర్ జనరల్ సలహా మండలిలో ప్రజా సంక్షేమ శాఖ(Public Works Department) నిర్వహణకై ఆరుగురు సభ్యుల్ని నియమించారు. 1876 చట్టంలో ఈస్టిండియా కంపెనీ అధికారాన్ని ఇంగ్లాండ్ దేశపురాణికి సంక్రమింప చేశారు. ఏప్రిల్ 28, 1876 నాటి రాజ ప్రకటన ద్వారా విక్టోరియా రాణి "భారత దేశ చక్రవర్తి" అనే బిరుదు పొందింది.

1892 శాసనసభల చట్టం

క్రీ.శ. 1861 లో అమలు పరచిన శాసన సభల చట్టం భారతీయులను తీవ్ర అసంతృప్తికి గురి చేసింది. దేశంలోని విద్యాధికులు దీన్ని గర్హించారు. పాశ్చాత్య విద్యావ్యాప్తి ప్రభావం వల్ల, భారతీయ విధ్యాధికులు, ఆంగ్లేయుల చరిత్ర, వారి స్వాతంత్ర్య పోరాటం మొదలైన అంశాలను తెలుసుకో గలిగారు. బర్క్, మిల్ వంటి రచయితల గ్రంధాలను చదివి, అందులోని రాజకీయ స్వేచ్ఛా భావాలను అవగతం చేసుకున్నారు. క్రీ.శ. 1857 తరువాత కలకత్తా, బొంబాయి, మద్రాస్ మహా పట్టణాల్లోని విశ్వవిద్యాలయాలు, వాటికి అనుబంధంగా అనేక కళాశాలలు స్థాపించారు. ఉన్నత విద్యను అభ్యసించినవారు శాసన సభలలో ప్రాతినిధ్యం పొందాలని, తద్వారా దేశసేవ చేయడానికి ఇంగ్లాండ్‌లో లాగా మన దేశంలో కూడా రాజకీయ స్వేచ్ఛ తమకు లభించాలని కోరారు. 1861 చట్టం కేవలం ధనవంతులకు, రాజులకు మాత్రమే, శాసన సభల్లో ప్రాతినిధ్యం కల్పించడాన్ని, వారు నిరసించారు. ధనవంతులు, బీదలు అనే వివక్షత లేకుండా స్వాతంత్ర్యపు హక్కు అందరికి ఉండాలని వారు విశ్వసించారు. జాతి, మత, కుల భేదాలు లేకుండా సివిల్ సర్వీసెస్‌లో యోగ్యతను బట్టి ఉద్యోగాలు ఇవ్వాలనే విక్టోరియా రాణి ప్రకటనను ఆచరణ యోగ్యం చేయాలని వారు కోరారు. సివిల్‌సర్వీసెస్ పరీక్షలు విదేశాల్లో జరగడం వల్ల భారతీయ విద్యావంతులకు ఉద్యోగావకాశాలు లభించలేదు. ఈ విధంగా అసంతృప్తులైన విద్యాధికవర్గంవారు ఏకాభిప్రాయం ప్రకటించడానికి సమైక్య వేదికగా, క్రీ.శ. 1885 భారత జాతీయ కాంగ్రెస్‌ను స్థాపించి, ప్రతి సంవత్సరం జరిపే సమావేశాల్లో ప్రభుత్వాన్ని విమర్శిస్తూ నిరసనలు తెలిపేవారు. అందుచేత

భారతీయులకు శాసన సభలలో ఎక్కువ అవకాశాలు కల్పిస్తూ, కొంతవరకైనా వారిని తృప్తి పరచక పోతే, తమ ప్రభుత్వానికి ముప్పు కలుగుతుందని భావించి క్రీ. శ. 1892 లో శాసనసభల చట్టాన్ని జారీ చేశారు.

ఈ శాసన సభ చట్టం వల్ల కేంద్ర, రాష్ట్ర శాసన సభల్లో అనధికార సభ్యుల సంఖ్య పెరిగింది. కేంద్రంలో గవర్నర్ జనరల్ శాసన సభలలోని అనధికార సభ్యుల సంఖ్య అదనంగా పదికి తగ్గకుండా పదహారుకు మించకుండా ఉండాలనే నిర్దేశించారు. అదే విధంగా మద్రాస్, బొంబాయి, శాసన సభలలో అదనంగా ఎనిమిది మందికి తక్కువగాకుండా ఇరవై మందికి మించకుండా, అనధికార సభ్యులుండాలని తీర్మానించారు. మిగతా రాష్ట్రాల్లో కూడా అనధికార సభ్యుల సంఖ్యను పెంచారు. ఈ అనధికార సభ్యులలో కొందరిని గవర్నర్ జనరల్, గవర్నర్లు నియమించినప్పటికీ మిగత వారిని, మున్సిపల్ సంఘాలు, జిల్లా బోర్డులు, వాణిజ్య సంస్థలు మొదలైన సంఘాలను ఎన్నుకోవడానికి వీలు కల్పించారు. ఈ విధంగా శాసన సభలలో ఎన్నికల పద్ధతిని మొదటి సారిగా ప్రవేశ పెట్టారు.

ఈ చట్టం ద్వారా శాసన సభల ప్రాముఖ్యత కూడా పెరిగింది. శాసన సభల సభ్యులు, శాసనాలు చేయడమే గాక బడ్జెట్ (ఆదాయ వ్యయ పట్టికలను) గురించి చర్చించడం, పరిపాలనా విషయాలపై ప్రశ్నలు వేయడం వంటి అధికారాలు పొందారు. ఈ విధంగా పరోక్షంగానైనా తొలి సారిగా ఎన్నికల పద్ధతి, పరిపాలనలో పాల్గొనే అవకాశం భారతీయులకు లభించింది.

1892 శాసన సభల చట్టంలో అనేక లోపాలు ఉన్నాయి. 1861 చట్టంలోని లోపాలు ఇందులో కూడా ప్రస్ఫుటమయ్యాయి. శాసన సభలలో భారతీయుల సంఖ్య చాలా తక్కువగా ఉండేది. వారిని ఎన్నుకునే విధానం కూడా తృప్తికరంగా లేదు. వీరు శాసన సభల సమావేశాల్లో పాల్గొని, ఆదాయ వ్యయ పట్టికలను చర్చించగలిగే అధికారం మాత్రమే కలిగి ఉండేవారు. అయినప్పటికీ వారి విమర్శలకు ఏలాంటి ప్రయోజనముండేదికాదు. ఎందుకనగా వారి ఖండనలు, విమర్శనలతో నిమిత్తం లేకుండా చట్టాలు శాసన రూపాలు ధరిస్తూ ఉండేవి. అందువల్ల వారికి కలిగించిన అధికారాలు నామ మాత్రమైనవి.

అందువలన 1892 చట్టం భారతీయులకు సంతృప్తి కలిగించలేదు. ఎన్నికల విధానం కూడా క్లిష్టంగా ఉండి, పరోక్షమైంది. ఈ చట్టం సభ్యులకు అనుబంధ ప్రశ్నలు అడిగే హక్కు కల్పించలేదు. శాసన సభలో అనధికార ప్రశ్నలు అడిగేహక్కు కల్పించలేదు. శాసనసభల్లో అనధికార సభ్యుల సంఖ్య చాలా తక్కువ. కేంద్రంలోని ఇరవై నాలుగు మందిలో అనధికార సభ్యుల్లో పద్నాలుగు మంది అధికార వర్గంవారు, నలుగురు ఎన్నికలద్వారా వచ్చిన అనధికార

సభ్యులు- ఆరుగురు నిర్దేశిత సభ్యులు పంజాబ్ రాష్ట్రానికి కేంద్రంలో వైస్రాయ్ కార్య నిర్వాహక మండలిలలో గాని, స్థానిక సంఘాల్లో ప్రాతినిధ్యం లేదు.

1892 శాసనసభల చట్టం, భారత జాతీయ కాంగ్రెస్ కోరికలను సంతృప్తి పరిచేది కాకపోయినప్పటికీ, ఇతర శాసన సభల చట్టాలనన్నింటికంటే మెరుగైందిగా చెప్పవచ్చు. ఈ చట్టంలో ఎన్నికల పద్ధతిని అంగీకరించడం ద్వారా శాసన మండలికి, కార్య నిర్వాహక మండలిపై ఒక రకమైన ప్రాధాన్యతను కల్పించి, ముందు ముందు జరిగే ప్రజాస్వామ్య పాలనకు బాట వేసింది.

1909 శాసన సభల చట్టం(మింటో-మార్లే సంస్కరణలు):

1892 శాసన సభల చట్టం ప్రజలకు సంతృప్తి కలిగించలేదు. పైగా 1899-1905 వరకు వైస్రాయిగా పని చేసిన, కర్జన్ ప్రభువు నిరంకుశ పాలన, జాత్యహంకారం, జాతి వివక్షత, భారతీయుల పట్ల చిన్న చూపు, కలకత్తా విశ్వ విద్యాలయం సెనెట్, కలకత్తా కార్పొరేషన్‌లలో, ప్రజాప్రతినిధులను తగ్గించడం వంటి చర్యలు ప్రజల్లో తీవ్రమైన నిరసనభావాన్ని రేకెత్తించాయి. ఈజిప్ట్‌లోని జాతీయతా విజృంభణ, ఐక్య ఇస్లామిక్ పోరాటాలు, ఐర్లాండ్‌లో ప్రజాస్వామ్య పోరాటాలు, భారతీయుల హృదయాల్లో, దేశభక్తి, జాతీయతా దీప్తి జ్వాలలను ప్రజ్వలింప చేశాయి. దీనికి తోడు వ్యవసాయదారులు, కరువు కాటకాలకు గురై, అనేక మంది మరణించగా, ప్లేగు, మలేరియా, ఇన్‌ఫ్లూయెంజా లాంటి వ్యాధులతో చాలా మంది మరణించారు. వీరి సంఖ్య సుమారు 10 లక్షల వరకు ఉండేది. ఈ సమయంలో ప్రజలను ఆదుకోవడానికి ప్రభుత్వం ఏలాంటి చర్యలు తీసుకోలేదు. ఏ వ్యాధులకు గాని, క్షామాలకు గాని, ఆంగ్లేయులు బాధ్యులు కాకపోయినప్పటికీ, ప్రజలు వారిని ద్వేషించడం మూలాన ఈ భారాలన్నింటికీ, ఆంగ్లేయులు, వారి పరిపాలనే కారణమని ప్రజలు భావించారు. జాతీయోద్యమం మరింత తీవ్రరూపం దాల్చింది. జాతీయ కాంగ్రెస్ అవలంబించిన యాచక విధానాన్ని ప్రజలు గర్హించారు. రక్షిత విధానం వల్ల వృద్ధి చెందే భారతీయ వాణిజ్యంలో స్వేచ్ఛా వ్యాపార విధానం, అమలులో ఉన్నందున,, భారతీయుల, ఆర్థిక స్థితి క్షీణదశకు చేరుకున్నది. దేశమంతటా అనేక రహస్య సంఘాలు ఏర్పడి, విప్లవ మార్గాలను అవలంబించాయి. రాజకీయ హత్యలు, దోపిడీలు, బాంబు దాడులు ఆరంభమైనాయి. బెంగాల్ రాష్ట్రం విప్లవాలకు కేంద్రమైంది. పంజాబ్ రైతుల్లో ఏర్పడ్డ నీటి పారుదల సమస్యలు, అక్కడి ప్రజలను విప్లవ ఉద్యమాలకు ప్రోత్సహించాయి. పంజాబ్‌లో కూడా విప్లవోద్యమం బలపడడం వల్ల అచటి ప్రజలను తృప్తిపరచడానికి కొన్ని రాజకీయ సంస్కరణలు ప్రవేశపెట్టాలని వైస్రాయి మింటో ప్రభువు అప్పటి భారత రాజ్య కార్యదర్శి మార్లే ప్రభువుతో చర్చలు జరిపి, ఒక నివేదికను రూపొందించాడు.

దక్షిణాఫ్రికాలో భారతీయుల ఆందోళనలు కూడా సంస్కరణలను త్వరితగతిన ముందుకు నెట్టాయి. ఈ నివేదిక ఆధారంగా 1909 శాసన సభల చట్టాన్ని ఆమోదించారు.

1909 శాసన సభల చట్టం ముఖ్యాంశాలు

ఈ శాసనాన్ని అనుసరించి కేంద్ర, రాష్ట్ర శాసన సభలను విస్తరించారు. వీటి సభ్యుల సంఖ్యను పెంచారు. వీరి బాధ్యతలు కూడా పెరిగాయి. "ఎన్నికల పద్ధతిని" సిద్ధాంత రీత్యా తొలిసారిగా అంగీకరించారు. గవర్నర్ జనరల్ శాసన మండలి కేంద్ర శాసన సభ సభ్యుల సంఖ్య 16 నుంచి 60 వరకు పెంచారు. అదే విధంగా మద్రాస్, బెంగాల్, ఉత్తర ప్రదేశ్, బొంబాయి, బీహార్ రాష్ట్రాల్లోని శాసన సభల సభ్యుల సంఖ్య యాభైకి పంజాబ్, అస్సాం వంటి చిన్న రాష్ట్రాలలోని శాసన సభల సభ్యుల సంఖ్య 30కి పెంచారు.

కేంద్ర శాసన సభలో అధికార సభ్యుల సంఖ్య అధికంగా ఉండే విధంగా ఏర్పాటు చేశారు. కేంద్ర శాసన సభలోని 60 మంది సభ్యులలో 37 మంది అధికార సభ్యులు 22 మంది అనధికార సభ్యులు ఉండేవారు. ఈ 37 గురు సభ్యులలో 28 మందిని గవర్నర్ జనరల్ నియమించగా, మిగిలిన 9 మంది ఉద్యోగ రీత్యా సభ్యులుగా ఉండేవారు. అనధికార సభ్యులు 22 మంది కాగా, వీరిలో 5 గురిని గవర్నర్ జనరల్ నియమించేవాడు. 18 మంది ఎన్నికల ద్వారా సభ్యత్వం పొందేవారు.

రాష్ట్ర శాసన సభల్లో అధికార సభ్యుల సంఖ్య ఎక్కువగా ఉండాలనే ఏట్లాంటి నిర్దేశం లేదు. రాష్ట్రాల శాసన సభలలో, అనధికార సభ్యుల సంఖ్య ఎక్కువ ఉండాలనే ఆశయం ఉన్నప్పటికీ ఆచరణలో దీన్ని పాటించలేదు. రాష్ట్ర శాసన సభలకు కొందరు సభ్యులను నియమించే అధికారం గవర్నర్‌కు కల్పించారు. ఈ విధంగా అధికార సభ్యులు, గవర్నర్ నియమించిన సభ్యులు కలిసి, అనధికార సభ్యులకన్నా, అధిక సంఖ్యలో ఉండేవారు. ఈ విధంగా రాష్ట్రాల్లో కూడా అధికార పక్షం తన ఆధిక్యతను నిలుపుకోగలిగింది.

కేంద్ర, రాష్ట్ర శాసన సభల ఎన్నికల నిర్వహణకు ప్రత్యేకమైన, సాధారణమైన అనే రెండు రకాల నియోజక వర్గాలను ఏర్పాటు చేశారు. మహమ్మదీయులకు, జమీందారులకు, భూస్వాములకు, వర్తక సంఘాలకు, ప్రత్యేక నియోజక వర్గాలు పురపాలక సంఘాలకు, తాలూకా, జిల్లా బోర్డులకు సామాన్య నియోజక వర్గాలు కేటాయించారు. ఈ విధంగా జరిగిన ఎన్నికలు, పరోక్షంగా ప్రభుత్వానికి అనుకూలమైన రీతిలో నిర్వహించబడేవి.

కేంద్ర, రాష్ట్ర శాసన సభల బాధ్యతలు, విధులు కొంతవరకు విస్తృతం చేశారు. శాసన

సభలలోని చర్చలు కొన్ని అంశాలకు మాత్రమే పరిమితమై ఉండేవి. శాసన సభ్యులు ప్రశ్నల ద్వారా కొంత సమాచారం తెలుసుకో గలిగేవారు. కానీ, శాసన సభ్యుల అన్ని ప్రశ్నలకు ప్రభుత్వం విధిగా సమాధానాలు చెప్పే నిబంధన లేదు. అంతేగాక ప్రభుత్వ రుణాలపైన వడ్డీలు, మత వ్యవహారాలు, రైలు మార్గాలు పై చేసే వ్యయాలను గురించి ప్రశ్నలు వేసే అధికారం శాసన సభలకు లేదు. అదేవిధంగా, విదేశీ వ్యవహారాలు, కోర్టు పరిశీలనలో గల అంశాలను గురించి చర్చించే అధికారం శాసన సభలకు లేదు.

1909 శాసన సభల చట్టంలోని గుణదోషాలు

ఈ చట్టం వల్ల గవర్నర్ జనరల్, గవర్నర్లు, భారత రాజ్య కార్యదర్శుల కార్యనిర్వాహక సలహా సంఘాల్లో భారతీయులకు సభ్యత్వం లభించింది. గోపాల కృష్ణ గోఖలే వంటి మితవాదులు, ఈ సంస్కరణలను హర్షించారు. హిందూ దేశం అరాచకత్వం నుంచి సంరక్షితమైందని భావించారు. ఈ చట్టం వల్ల శాసన సభల అధికారం పెరిగింది. ఏ శాసన సభ్యుడైనా, ప్రశ్నలు అనుబంధ ప్రశ్నల ద్వారా సమాచారాన్ని తెలిసేటట్లు చేయగలిగేవాడు. ఈ విధంగా సభ్యులు కొన్ని ప్రజా ప్రయోజనాలకు సంబంధించిన అంశాలను చర్చించడానికి వీలు కలిగింది.

కాని 1909 శాసనం ప్రజలను ఏ మాత్రం తృప్తి పరచలేదు. వారు ఆశించిన బాధ్యతాయుత ప్రభుత్వం ఏర్పడలేదు. మార్లే ప్రభువు ఈ చట్టం లక్ష్యం బాధ్యతాయుత ప్రభుత్వం ఏర్పాటు చేయడంకాదని స్పష్టంగా ప్రకటించాడు. వాస్తవంగా పరిశీలిస్తే ఇది వేయి రూపాయల చెక్కుకు ఒక్క రూపాయి చెల్లించినట్లు కనబడుతుంది.

అత్యల్పమైన ఓటుహక్కు, పరోక్ష ఎన్నికలు, అధికార సభ్యుల ఆధిక్యత ప్రజలకు సంతృప్తి నివ్వలేదు. పరోక్షంగా ఎన్నికైన శాసన సభ్యులు, బాధ్యతా భావాలను శాసన సభల్లో ఉద్భవింప చేయలేక పోయారు. అధికారమంతా ప్రభుత్వానికే ఉందనే బావన ప్రజలలో బలపడింది. ఈ విధంగా శాసనసభలు అనేక విమర్శలకు గురయ్యాయి. భారత రాజ్య కార్యదర్శికి కేంద్ర ప్రభుత్వం, కేంద్రప్రభుత్వానికి రాష్ట్ర ప్రభుత్వాలు ముడిపడిపోయాయి. ఇది నిరంకుశ ప్రభుత్వ లక్షణంగా వెలిగింది. దీని వలన కేవలం పాలితుల అభిమతం తెలుసుకోవడం జరిగింది. ప్రజాప్రభుత్వానికి ఈ సంస్కరణలు ఉపయోగపడలేదు. ప్రజా ప్రభుత్వానికి, ఆయువుపట్టుగా వెలిగే బాధ్యత సంస్కరణలలో ఎంత వెదికినా కనిపించలేదు.

1909 సంస్కరణలను భారత జాతీయ కాంగ్రెస్ క్షుణ్ణంగా చర్చించి దానిలోని లోపాలను పట్టాభిసీతారామయ్యగారు విపులంగా వివరించారు. ప్రత్యేక మత వర్గాల వారికి, జన

సంఖ్యతో నిమిత్తం లేకుండా అధిక స్థానాలు కల్పించడం, దేశ ప్రజలను హిందూ, ముస్లిం ఇతర వర్గాలుగా విభజించడం, అల్ప సంఖ్యాకులకు అధిక స్థానాలు ఇవ్వడం, అత్యధికమైన నిబంధనలు, అనవసరపు అర్హతలను ప్రవేశపెట్టి ఎన్నికలను కలుషితం చేయడం, అధికారేతర సభ్యులపై అనేక ఆంక్షలు నిర్భంధాలు విధించి ప్రజాస్వామ్య ప్రగతికి అడ్డుకట్టవేశారని రాశాడు. ఈ సంస్కరణలు నిజమైన వస్తువులకు బదులు దాని ప్రతిబింబాన్ని ఇచ్చేవిగా ఉన్నాయని వ్యాఖ్యానించాడు. "It is game shadow rather than substance"

1919 భారత ప్రభుత్వ చట్ట పూర్వ పరిస్థితులు మింటో–మార్లే సంస్కరణల ఆధారంగా ఏర్పడిన 1909 భారత ప్రభుత్వ చట్టం, సామాన్య ప్రజలను సంతృప్తి పరచలేదు. టర్కీ, మొరాకో, ఈజిప్ట్ వంటి ముస్లిం దేశాల పట్ల బ్రిటిష్ ప్రభుత్వం అవలంభించిన వైఖరి, బెంగాల్ విభజన రద్దు చేయడం వంటి చర్యలు భారతీయ ముస్లింలను బ్రిటిష్ వారికి దూరం చేశాయి. వారు కాంగ్రెస్‌తో సఖ్యత కుదుర్చుకుని బ్రిటిష్‌వారికి వ్యతిరేకంగా పోరాటంలో పాల్గొన్నారు. బ్రిటిష్‌వారు 1909 సంస్కరణలు ప్రవేశ పెట్టి స్వపరిపాలనోద్యమాన్ని నిరోధించాలని సంకల్పించారు. కానీ అది నెరవేరలేదు. 1917 లో కాంగ్రెస్ ముస్లింలీగ్‌లు ఏకమై హోంరూల్ ఉద్యమంలో పాల్గొన్నాయి.

క్రీ.శ. 1914 లో మొదటి ప్రపంచ యుద్ధంలో పాల్గొన్న బ్రిటిష్ ప్రభుత్వం ప్రజల జాతీయ స్వేచ్ఛా స్వాతంత్ర్యాల పరిరక్షణ తన లక్ష్యంగా ప్రకటించింది. భారతీయులు దీనిచే ప్రభావితులై అధిక సంఖ్యలో యుద్ధంలో పాల్గొని అనేక త్యాగాలు చేసి బ్రిటిష్ వారి విజయానికి కృషి చేశారు. యుద్ధానంతరం తమ ఆశయాలు ఫలిస్తాయని ఆశించారు. కాని వారి ఆశలు విఫలమయ్యాయి.

1902 లో ఏర్పడిన, ఐరిష్‌లీగ్ స్వాతంత్ర్య సాధనకై, బ్రిటన్‌తో పోరాటానికై రూపొందించిన "సిన్‌ఫిన్ విధానం"1917 లో ప్రజ్వరిల్లిన రష్యన్ విప్లవం, భారతీయులను బాగా ప్రభావితం చేశాయి. దీని ఫలితంగా సహాయ నిరాకరణలాంటి కార్యక్రమాలు రూపుదిద్దుకున్నాయి. క్రీ.శ. 1917 లో భారత రాజ్య కార్యదర్శి మాంటేగ్ భారతీయుల సహకారాన్ని పొందాలని, వారి ఆకాంక్షలను తృప్తి పరచాలని భావించి, 1917, ఆగస్టు 20 వ తేదీన ఒక ప్రకటన చేశాడు. ప్రభుత్వ పరిపాలన శాఖలలో భారతీయులకు అధిక ప్రాధాన్యత ఇవ్వడం ద్వారా స్వపరిపాలన సంస్థలను క్రమంగా అభివృద్ధి పరిచి, బ్రిటిష్ సామ్రాజ్యంలో భారత దేశానికి దశల వారిగా, బాధ్యతాయుత ప్రభుత్వం లభింప చేయడం తమ ప్రభుత్వ లక్ష్యమని ప్రకటించాడు. ఆ తర్వాత వైస్రాయి చెమ్స్‌ఫోర్డుతో విస్తృతంగా చర్చలు జరిపి ఈ చట్టాన్ని ప్రవేశ పెట్టాడు. బ్రిటిష్ పార్లమెంట్ దీన్ని డిసెంబర్ 18, 1919 న ఆమోదించగా, 1919 డిసెంబర్ 23 న బ్రిటిష్ సార్వభౌముని ఆమోదం పొందింది. ఇది 1919 భారత ప్రభుత్వచట్టంగా అమలులోకి వచ్చింది.

1919 భారత ప్రభుత్వ చట్టం– ముఖ్యాంశాలు

ఈ చట్టం ద్వారా భారతీయులను ప్రభుత్వ విభాగాల్లో అధికంగా చేర్చుకుని, క్రమక్రమంగా స్వపరిపాలన సంస్థలను, బ్రిటిష్ సామ్రాజ్యంలో అంతర్భాగంగా నిర్మించాలని, చివరకు బాధ్యతాయుత ప్రభుత్వాన్ని ఏర్పాటు చేయాలనుకున్నారు. అందువల్ల ఈ చట్టాన్ని రెండు భాగాలుగా రూపొందించారు. మొదటి భాగంలో భారత రాజ్య కార్యదర్శి అతని కార్యాలయానికి సంబంధించిన వివిధ అంశాలను, రెండో భాగంలో భారతదేశపు ప్రభుత్వానికి సంబంధించిన మార్పులను రూపొందించారు.

1. భారత రాజ్య కార్యదర్శి అధికారాలను కొన్నింటిని తగ్గించి వాటిని గవర్నర్ జనరల్‌కు ఇచ్చారు. భారత రాజ్య కార్యదర్శి సలహా సభ్యుల సంఖ్య 8–12 మధ్య ఉండాలని, వారిలో సగం మందికి భారత దేశ స్వపరిపాలనలో పది సంవత్సరాల అనుభవం ఉండాలని ఆదేశించారు. వారి పదవి కాలం ఐదు సంవత్సరాలు. వారి జీతభత్యాలు ఇంగ్లాండ్ దేశపు నిధుల నుంచి ఇచ్చేటట్లు ఏర్పాటు చేశారు. బదలాయించిన రాష్ట్ర ప్రభుత్వ శాఖల్లో వీరి ఆధిపత్యం తగ్గించారు. కేంద్ర పరిపాలనా వ్యవహారాల్లో మాత్రం, నియంత్రణ, నిర్వహణ, పర్యవేక్షణాధికారాలు తగ్గించలేదు.

ఇంగ్లాండ్ లో గవర్నర్ జనరల్ ఆధ్వర్యంలో పనిచేసే "భారతహై కమీషనర్" అనే కొత్త ఉద్యోగ పదవిని ఏర్పాటు చేశారు. ఇతడు బ్రిటన్‌లో కొనుగోళ్ళు, నిలువలు, భారతీయ విద్యార్థులకు సంబంధించిన వ్యవహారాలను నిర్వహించేవాడు. ఇతని పదవీకాలం ఐదు సంవత్సరాలు. కార్యాలయం ఖర్చులు, జీతభత్యాలు భారతదేశపు నిధుల నుంచి చెల్లించేవారు. రెండోభాగం ప్రకారం, కేంద్రంలో రెండు శాసన సభలు, రాజ్యసభ (కౌన్సిల్ ఆఫ్ స్టేట్స్) విధాన సభ(లెజిస్లేటివ్ అసెంబ్లీ) అనే వాటిని ఏర్పాటు చేశారు. రాజ్య సభలోని 60 మంది సభ్యుల్లో 33 గురుని ఎన్నికల ద్వారా 27 మందిని ప్రభుత్వం నియమించేది. ప్రభుత్వం నియమించిన వారిలో కొందరు ప్రభుత్వోద్యోగులు కాగా, మరికొందరు కార్య నిర్వాహక మండలి సభ్యులై ఉండేవారు. వీరు రాజ్య సభలలో గాని, శాసన సభల్లో గాని పాల్గొనవచ్చు. కాని వీరు ఏ సభకు నియమితులు అవుతారో ఆ సభలో మాత్రమే ఓటు చేయడానికి వీలుండేది. ఈ సభ కాలపరిమితి 5 సంవత్సరాలు. కాని గవర్నర్ జనరల్ కు దాని కాల పరిమితి తగ్గించే లేదా రద్దు చేసే అధికారాలుండేవి.

దిగువ సభ (విధాన సభ) సభ్యుల సంఖ్య 140 తో ఆరంభమై 145 కు పెరిగింది. వీరిలో 104 మంది సభ్యులు ఎన్నికల ద్వారా నియమితులు కాగా 41 మందిని గవర్నర్ జనరల్ నియమించేవాడు. ఈ సభ పదవీకాలం 3 సంవత్సరాలు. దీని కాల పరిమితిని పొడిగించే అధికారం గవర్నర్ జనరల్‌కు ఉండేది.

రాజ్యసభ సభ్యుల సంఖ్యను రాష్ట్రాల ప్రాతినిధ్యం ద్వారా నిర్ణయించారు. వీరిని ఎన్నుకునే ఓటర్లకు కొన్ని అర్హతలు విధించారు. ఆదాయం పన్ను చెల్లించేవారు, స్థానిక సంస్థల్లో పదవులు పొందినవారు, విశ్వవిద్యాలయాలు సహకార బ్యాంకులో పదవులు నిర్వహించే వారికి మాత్రమే ఓటు చేసే హక్కును ఇచ్చారు. ఓటర్ల అర్హతలు అన్ని ప్రాంతాలలో ఒకే విధంగా లేవు. అందువల్ల ఓటర్ల సంఖ్య చాలా వరకు పరిమితమైంది. ఈ సభలోని సభ్యత్వం రాష్ట్రాల వారీగా పంపకమైంది.

విధాన సభ సభ్యులు ఎన్నుకొనే ఓటర్ల అర్హతలు, సభ్యుల అర్హతలు కూడా ఆస్తి, నివాసం, పన్నులు చెల్లించడం వంటి పరిమితుల వల్ల ఓటర్ల సంఖ్య చాలా తక్కువగా ఉండేది. ఈ ఎన్నికల్లో స్త్రీలకు కూడా ఓటు హక్కు కల్పించారు. ఈ శాసనసభ కాలపరిమితి మూడు సంవత్సరాలుగా నిర్ణయించారు.

ఈ రెండు సభల సమావేశ కాలాన్ని గవర్నర్ జనరల్ నిర్ణయించేవాడు. ఆదాయ వ్యయానికి, ప్రభుత్వోద్యోగాలకు సంబంధించిన శాసనాలను ఈ సభలు చేసేవి. పాత శాసనాలను రద్దు చేసి, కొత్తవాటిని ఆమోదించే అధికారం ఉండేది. జాతీయ రుణాలు, మత వ్యవహారాలు, సంస్థానాలకు సబంధించిన శాసనాలు, సైనిక, నౌకా, వైమానిక దళాలకు సంబంధించిన శాసనాలు చేయడానికి ముందుగా గవర్నర్ జనరల్ అనుమతి అవసరమై ఉండేది. గవర్నర్ జనరల్‌కు విస్తృతమైన అధికారాలు ఉండేవి.

బ్రిటిష్ సార్వభౌమత్వపు ఆమోదంతో అతడు ప్రత్యేక శాసనాలు చేయ గలిగేవాడు. ఆపత్సమయంలో "ఆర్డినెన్స్" అనే పేరుతో ప్రత్యేక శాసనాలు జారీ చేసేవాడు. చట్టాలను ఆమోదించడం, పునః పరిశీలనకై తిరిగి పంపడం గానీ లేదా "వీటో" అధికారాన్ని ఉపయోగించే అధికారం అతనికి ఉండేది. ఏ శాసనమైన గవర్నర్ జనరల్ ఆమోదం లేనిదే చట్టరూపం దాల్చేది గాదు.

క్రీ.శ. 1919 సంవత్సర రాజ్యాంగ శాసనాన్ని అనుసరించి రాష్ట్రాల్లో, శాసన సభలలో ఎన్నుకోబడిన సభ్యుల సంఖ్య పూర్వం కంటే ఎక్కువైంది. రాష్ట్ర శాసనసభల్లో ఎన్నుకోబడిన సభ్యుల మెజారిటి ఏర్పాటు చేశారు. శాసనసభల సభ్యుల్లో 70% ఎన్నికల ద్వారా 30% సభ్యులు గవర్నర్లచేత నియమితులైన వారు. ఈ సభల కాల పరిమితి 3 సంవత్సరాలు. సభ్యులకు ప్రశ్నలు, అనుబంధ ప్రశ్నలు అడిగే అధికారం ఉండేది.

ఈచట్టంలో కొన్ని రాష్ట్రాలలో ప్రత్యేక నియోజక వర్గాలు ఏర్పాటు చేశారు. మహమ్మదీయులతో పాటు, సిక్కులకు, ఆంగ్లో ఇండియన్లకు, ఐరోపా వారికి భారతీయ క్రైస్తవులకు

ప్రత్యేక నియోజక వర్గాలు ఏర్పాటు చేసి, వారికి ప్రత్యేక ప్రాతినిధ్యాన్ని కల్పించారు. మద్రాస్ రాష్ట్రంలో 50 శాతం సభ్యులు బ్రాహ్మణేతరులు ఉండాలని ఆదేశించారు. నియోజక వర్గంలో నివాసం, కొద్దిమాత్రమైన పన్నులు చెల్లించేవారు, నగరాల్లో ఇంటిపన్ను చెల్లించే వారికి ఓటుహక్కు కల్పించారు. స్త్రీలు కూడా ఓటు హక్కు పొందారు. రాష్ట్ర శాసన సభ ఆమోదించిన ప్రతి బిల్లు గవర్నర్ ఆమోదం పొందాలి. కొన్ని బిల్లులకు గవర్నర్ జనరల్ అనుమతి అవసరమై ఉండేది. ఈ చట్టం ద్వారా ప్రభుత్వ పరిపాలనా శాఖలను రెండుగా విభజించారు. యావద్భారత దేశానికి వర్తించే విషయాలను కేంద్ర విషయాలుగా, రాష్ట్రాలకు వర్తించే విషయాలను రాష్ట్ర విషయాలుగా విభజించారు. రక్షణశాఖ, రైల్వే, తంతి తపాలా శాఖలు, విదేశీ విషయాలు, నాణేలు మొదలైనవి కేంద్ర విషయాలుగా, విద్యాశాఖ ప్రజారోగ్యశాఖ, నీటి పారుదల మొదలైన వాటిని రాష్ట్రశాఖలుగా రూపొందించారు. ఈ విభజన నిర్దిష్టంగా లేనందున అనేక సందర్భాలలో ఒకదానితో మరొకటి ఘర్షణపడి, ఎన్నో అసౌకర్యాలు కలిగించాయి. శాసనాలు చేపట్టే సందర్భంలో కూడా అసందిగ్ధత ఏర్పడింది. ఈ చట్టం రాష్ట్రాల్లో కూడా, రాష్ట్ర విషయాలను రెండు వర్గాలుగా విభజించడం ద్వారా రాష్ట్రాల్లో ద్వంద్వ పాలన ఏర్పడింది. రాష్ట్రాల్లో పరిపాలన శాఖలను, రిజర్వుడు శాఖలు, బదిలీ చేసిన శాఖలు, అనే రెండు విభాగాలుగా విభజించారు. రిజర్వుడు శాఖల్లో, న్యాయ నిర్వహణ, పోలీస్ శాఖ, నీటి పారుదల, రెవెన్యూ, ఆర్థిక శాఖల వంటి ముఖ్య విభాగాలుండేవి. ఈ శాఖలను గవర్నర్ తన కార్య నిర్వహణ మండలి, సభ్యుల సహాయంతో నిర్వహించేవారు. వీరు తమ పదవి బాధ్యతల నిర్వహణలో గవర్నర్‌కు జవాబుదారీగా ఉండేవారు. బదిలీ చేసిన శాఖల్లో స్థానిక పరిపాలన, విద్య ప్రజారోగ్యం, వ్యవసాయం వంటి శాఖలు ఉండేవి. వీటిని భారతీయ మంత్రులు నిర్వహించేవారు. వీరు తమ విధుల నిర్వహణలో గవర్నర్‌కు, శాసన సభకు బాధ్యులై ఉండేవారు. గవర్నర్ రాజ్యాంగ అధినేతకాదు అతడు బ్రిటిష్ ప్రభుత్వోద్యోగి. ఈ విధంగా మంత్రులు, శాసన సభకు జవాబుదారీ కావడం వల్ల సంపూర్ణంగా కాకపోయినా, పరిమిత బాధ్యతాయుత పరిపాలనకు శ్రీకారం చుట్టడం జరిగింది. ఈ విధంగా గవర్నర్ అతని కార్యనిర్వాహక సంఘం బాధ్యతాయుత మంత్రివర్గం కలసి, జరిపే పరిపాలనను ద్వంద్వ పాలన(డయార్కి) అన్నారు.

1919 ప్రభుత్వ చట్టంలోని గుణదోషాలు

ఈ చట్టం మొదటిసారిగా, రాష్ట్రాల్లో పరిమిత బాధ్యతాయుత ప్రభుత్వాన్ని ప్రవేశ పెట్టింది. శాసన సభల నుంచి మంత్రులను నియమించడం, శాసన సభకు వారిపై అధికారం కలిగి ఉండడం, ఇవి బాధ్యతాయుత ప్రభుత్వంలోని ముఖ్య సూత్రాలు. అయినప్పటికీ మంత్రులకు స్వతంత్ర పాలనాధికారం లేదు. కాని వారు మంత్రులుగా ప్రభుత్వంలో చేరి, పరిపాలన విషయాల్లో అనుభవం సంపాదించారు. ప్రజలకు అనుకూలమైన అంశాలే తెలుసుకోగలిగారు. క్రమంగా

వారికి ప్రభుత్వ విధానాలపై చక్కటి అవగాహన ఏర్పడింది. మొదటి సారిగా ఓటింగ్ హక్కు పొంది ఎన్నికల్లో పాల్గొనడం వల్ల వారికి ప్రభుత్వం వేరు తాము వేరు అనే భావం తొలగిపోయింది. తమ అవసరాలను ప్రభుత్వం ద్వారా తీర్చుకోవచ్చనే భావం బలపడింది. ఈ చట్టం ఒక విధంగా జాతీయతా భావాన్ని బలపరిచింది.

కానీ ఈ చట్టంలో అనేక లోపాలున్నాయి. బాధ్యతాయుత ప్రభుత్వం, మంత్రుల నియామకం మొదలైనవి ఉత్సాహం కలిగించేవిగా ఉన్నప్పటికీ, మంత్రులుగానీ శాసన సభ్యులుగానీ, తమకు నచ్చినట్లుగా పనిచేయలేక పోయారు. గవర్నర్‌కు తన కిష్టమైన వారిని మంత్రులుగా నియమించడం, ఇష్టం లేని వారిని తొలగించే అధికారం ఉండేది. అందువల్ల నిజమైన అధికారం గవర్నర్‌ది మాత్రమే. వారికి ఏ వ్యవహారాన్నైనా చొరవ తీసుకుని పరిష్కరించడానికి అధికారాలు ఉండేవి కావు.

ఆదాయ వ్యవహారాలు, కొత్త ఆర్థిక పథకాలను ప్రవేశ పెట్టడం వారి అధికార పరిధిలో లేవు. ప్రతి ఆర్థిక అంశానికి సంబంధించిన అనుమతి గవర్నర్ ఇవ్వవలసి ఉన్నందున, వారు గవర్నర్‌కు దాసులుగా ఉండవలసి వచ్చేది. వ్యవసాయం శాసనసభాధీనంలో ఉండే అంశమైతే, నీటి పారుదల శాఖ ప్రభుత్వాధీన అంశమై నందున, ఈ శాఖలు నిర్వహించే మంత్రులలో సహకారం లోపించడం వల్ల వ్యవసాయాభివృద్ధి కుంటుపడింది. పరిపాలనాంశాలు ఒక దానితో మరొకటి ముడిపడి ఉన్నందు వల్ల, ఈ విభజన ఎంతమాత్రం ఉపయోగకారి కాలేదు.

ప్రభుత్వాధికారులు కూడా, మంత్రులను అలక్ష్యంచేసి, గవర్నర్ కార్య నిర్వాహక వర్గం వారితో అన్ని విషయాలు సంప్రదించేవారు. ఈ విధంగా 1919 రాజ్యాంగ చట్టంలోపాలతో ఉండి, ప్రజలకు అనేక అసౌకర్యాలు కలిగించింది. ఈ చట్టాన్ని గురించి పరిశీలన జరిపిన, సంస్కరణల విచారణ సంఘం "ద్వంద్వ పరిపాలన" లోపాలను ఈ కింది విధంగా తెలియ పరచింది.

1. రాష్ట్రాలలో ద్వంద్వ పరిపాలనాంశాలలో రెండింటి మధ్య పరస్పర, సమన్వయ సహకారం లేక పరిపాలన కుంటుపడింది.

2. పరిపాలన నిర్వహించే మంత్రుల మధ్య సమష్టి బాధ్యత కొరవడింది.

3. పరిపాలనలో ముఖ్య విభాగమైన, ఆర్థిక శాఖ ప్రభుత్వ శాఖగా ఉండటం వల్ల, భారతీయ మంత్రులపై ప్రభుత్వం పరోక్షంగా సంపూర్ణాధికారాన్ని చెలాయించింది.

4. ప్రభుత్వోద్యోగులు మంత్రులతో సహకరించలేదు.

5. మంత్రుల నిర్ణయాన్ని తిరస్కరించడానికి, గవర్నర్ కు ఉన్న అధికారం, అనేక లోపాలకు కారణమైంది. కొన్ని రాష్ట్రాల్లో గవర్నర్ కు మంత్రులకు ఘర్షణ ఏర్పడటంవల్ల, మంత్రులు ఎటువంటి అభివృద్ధి కార్యక్రమాలను చేపట్టలేకపోయారు. అనేక సందర్భాల్లో వారు నిస్సహాయులై తమ అశక్తతకు వాపోయారు. ఇన్ని లోపాలు ఉన్నప్పటికీ తొలిసారిగా ప్రజాస్వామ్యానికి, ప్రతిరూపమైన ప్రత్యక్ష ఎన్నికల ద్వారా శాసన సభలు ఏర్పాటు చేయడం, వాటికి విస్తృతమైన అధికారాల పరిధి కల్పించడం, రాష్ట్ర ప్రభుత్వంలోని కొన్ని శాఖలనైనా భారతీయ మంత్రులకప్పగించడం, ఈ చట్టంలో గల విశిష్టమైన లక్షణాలుగా చెప్పవచ్చు.

1919 నుంచి 1935 వరకు ఏర్పడిన రాజ్యాంగ ప్రగతి

1919 సంస్కరణలు భారతీయులను ఏమాత్రం సంతృప్తి పరచలేదు. భారత జాతీయ కాంగ్రెస్ బాధ్యతాయుత ప్రభుత్వం ఏర్పడాలని, దానికి స్వయం నిర్ణయాధికారం ఉండాలని కోరింది. బ్రిటిష్ ప్రభుత్వం ఇందుకు అంగీకరించక, ఉద్యమకారులను తీవ్రహింసలకు గురి చేసింది. గాంధీ మహాత్ముడు రాజకీయ రంగంలో ప్రవేశించి స్వరాజ్యోద్యమానికి నాయకుడయ్యాడు. వేలాది మంది ప్రజలు అతనిననుసరించి శాసనధిక్కారం చేశారు. ముస్లింలు కూడా కాంగ్రెస్‌తో చేరి ప్రభుత్వానికి వ్యతిరేకంగా ఖిలాఫత్ ఉద్యమాన్ని కొనసాగించారు. ఈ ఉద్యమం ముస్లింలందరికి అధ్యాత్మిక నాయకత్వం వహించే ఖలీఫాకు జరిగిన అన్యాయాలకు నిరసనగా చేపట్టారు. కాంగ్రెస్‌వారు చేపట్టిన స్వదేశీ ఉద్యమం విదేశీ వస్తు బహిష్కరణలు, బ్రిటిష్ వారి వ్యాపారాన్ని బాగా దెబ్బ తీశాయి. ప్రభుత్వానికి అనుకూలంగా ఉండే మితవాదులు కూడా ఈ సంస్కరణలను బలపరచలేదు. అందుచేత 1919 చట్టానికి, సంస్కరణలు సూచించాలని బ్రిటిష్ ప్రభుత్వం 'ముదిమాన్' కమిటిని ఏర్పాటు చేసింది. ఈ కమిటి సిఫారసులను వ్యతిరేకిస్తూ 1919 చట్టానికి మౌలికమైన మార్పులు తేవాలని, స్వపరిపాలన, బాధ్యతాయుత పాలనా సిద్ధాంతాలపై ప్రభుత్వాన్ని ఏర్పాటు చేయాలని, మోతిలాల్‌నెహ్రూ వాదించాడు. 1919 చట్టంలో చేసిన ఏర్పాటు ప్రకారం 10 సంవత్సరాల తర్వాత ఈ సంస్కరణల పనితీరును పరిశీలించవలసి ఉంది. కానీ సర్వత్రా ఏర్పడిన అసంతృప్తి దృష్ట్యా నిర్ణీత కాలానికన్నా ముందుగానే, బ్రిటిష్ ప్రభుత్వం, క్రీ.శ 1927లో జాన్‌సైమన్ అధ్యక్షతన 7 గురు శ్వేత జాతీయులతో కూడిన ఒక కమిషన్‌ను 1919 శాసన సభ చట్టపు పనితీరును సమీక్షించడానికై భారత దేశానికి పంపించింది. ఈ కమీషన్ సభ్యులందరు శ్వేత జాతీయులు కావడం వల్ల తమకు న్యాయం జరగదని భావించి భారతీయులు దీన్ని బహిష్కరించారు. దేశమంతటా హర్తాళ్ళు నిరసన సభలు జరిగాయి. "సైమన్ గోబ్యాక్" అనే నినాదం దేశమంతటా ప్రతిధ్వనించింది. భారతీయుల అభిప్రాయాలతో నిమిత్తం లేకుండా సైమన్ కమీషన్ ఏకపక్ష నివేదికను, ప్రభుత్వానికి సమర్పించింది. ఈ తరుణంలో అన్ని పార్టీలకు

ఆమోదయోగ్యమైన, రాజ్యాంగ ముసాయిదా తయారు చేయమని ఆనాటి భారత రాజ్య కార్యదర్శి (బర్కన్‌హెడ్) భారతీయ నాయకులకు సవాలు విసిరాడు. దాన్ని స్వీకరించిన కాంగ్రెస్ నాయకులు "నెహ్రూ నివేదిక" పేరుతో ముసాయిదా రాజ్యాంగాన్ని రూపొందించారు. ముస్లింలీగ్ కొన్ని మినహాయింపులతో దీనికి అంగీకారం తెలిపింది.

ఇంగ్లాండ్‌లో, ఎన్నికల అనంతరం అధికారానికి వచ్చిన లేబర్ పార్టీ భారతదేశానికి "డొమినియన్ ప్రతిపత్తి" కల్పించాలని ప్రకటించింది. కానీ భారత జాతీయ కాంగ్రెసు దీనికి అంగీకరించక, సంపూర్ణ స్వరాజ్య స్థాపన తమ లక్ష్యంగా ప్రకటిస్తూ, 1930 జనవరి 26 వ తేదీని స్వాతంత్ర్య దినంగా నిర్ణయించారు. అందుకై ఉధృతమైన శాసనోల్లంఘన ఉద్యమాన్ని నిర్వహించారు. హర్తాళ్ళు, నిరసనలు, ప్రభుత్వ వ్యతిరేక చర్యలు దేశవ్యాప్తంగా కొనసాగాయి. ప్రభుత్వం కఠినమైన దమన నీతి చర్యలను చేపట్టింది. దేశమంతటా తీవ్రమైన గగ్గోలు పరిస్థితులు ఏర్పడ్డాయి.

సైమన్ కమీషన్ నివేదికను చర్చించడానికై నవంబర్ 30, 1930 లండన్ నగరంలో మొదటి రౌండ్ టేబుల్ సమావేశం(అఖిల పక్ష సమావేశం) జరిగింది. ఈ సమావేశానికి కాంగ్రెస్ ప్రతినిధులు ఎవ్వరు హాజరు కాలేదు. కాంగ్రెస్ ప్రతినిధులు లేకుండా ఏట్లాంటి పరిష్కారం జరగదని భావించిన బ్రిటిష్ ప్రభుత్వం కాంగ్రెస్ నాయకులను జైళ్ళ నుంచి విడుదల చేసి లండన్ నగరం లో రెండవ రౌండ్ టేబుల్ సమావేశం ఏర్పాటు చేసింది. మహాత్మాగాంధీ, జాతీయ కాంగ్రెస్‌కు ఏకైక ప్రతినిధిగా సమావేశంలో పాల్గొన్నాడు. జిన్నా మంకుపట్టు, భారత రాజ్య కార్యదర్శి హోరే, కుటిల తంత్రం వల్ల సమావేశం విఫలమైంది. 1932లో కాంగ్రెస్‌తో నిమిత్తం లేకుండానే మూడో రౌండ్ టేబుల్ సమావేశం జరిగింది. దీనికి కాంగ్రెస్ ప్రతినిధులెవ్వరూ హాజరు కాలేదు. అయినప్పటికీ బ్రిటిష్ ప్రభుత్వం వివిధ నివేదికలను చర్చించి, భారత దేశ పాలనకు అవసరమైన ప్రతిపాదనలను పరిశీలించి మార్చి 1933 లో ఒక విపులమైన శ్వేత పత్రాన్ని సమర్పించింది. ఏప్రిల్ 1933 లో ఒక సెలెక్ట్ కమిటి ఈ అంశాలన్నింటిని పరిశీలించి, కార్యాచరణమైన నివేదికను సమర్పించింది. వాని ఆధారంగా 1935, ఫిబ్రవరి 5వ తేదీన ఒక ముసాయిదా సంస్కరణ బిల్లును కామన్స్ సభలో ప్రవేశపెట్టారు. విపులమైన చర్చల తర్వాత ప్రభుత్వ సవరణలతో, ఉభయ సభల ఆమోదం పొందిన ఈ బిల్లు, 1935, ఆగస్ట్ 2 తేదీన రాజామోదం లభించడంతో 1935, భారత ప్రభుత్వ చట్టంగా శాసన రూపాన్ని పొందింది.

1935 భారత ప్రభుత్వ చట్టం– ముఖ్యాంశాలు

1935 భారత ప్రభుత్వ చట్టాన్ని సుదీర్ఘమైన పత్రంగా రూపొందించారు. ఈ చట్టం భారత దేశంలో సమాఖ్య (ఫెడరల్) విధానాన్ని ప్రవేశ పెట్టింది. ఈ విధానంలో రెండు రకాల

ప్రభుత్వాలు ఉంటాయి. ఒకటి కేంద్ర ప్రభుత్వం, రెండు రాష్ట్ర ప్రభుత్వాలు. స్వదేశీ సంస్థానాల ప్రభుత్వాలు రాజ్యాంగ చట్టం వారి అధికారాలను విస్పష్టంగా వివరిస్తుంది. అంతేగాక వీరు తమ అధికారాలను అతిక్రమించడానికి వీలు లేకుండా, ప్రభుత్వాలు ఏర్పాటు అవుతాయి. ఈ ప్రభుత్వాల మధ్య అధికారాల విషయంలో వివాదాలేర్పడితే, వాటిని నిష్పక్షపాతంగా పరిశీలించి పరిష్కరించడానికి ఒక ఫెడరల్ న్యాయ స్థానాన్ని ఏర్పాటు చేశారు.

1935 భారత ప్రభుత్వపు శాసనాన్నినుసరించి, భారత రాజ్య కార్యదర్శి అధికారం అతని కార్య నిర్వాహక వర్గంతో కూడిన సర్వాధికారాలు, గవర్నర్ జనరల్ సర్వాధికారాలు, చక్రవర్తికి సంక్రమిస్తాయి. స్వదేశీ సంస్థానాల పై గల అధికారం కూడా చక్రవర్తికి సంక్రమిస్తుంది.

కేంద్ర రాష్ట్ర ప్రభుత్వాలు తమ అధికారాలను, చక్రవర్తి పేరిట నిర్వహించాలి. కానీ స్వదేశీ సంస్థానాల వ్యవహారాలు, చక్రవర్తి తన రాజప్రతినిధి వైస్రాయి ద్వారా నిర్ణయిస్తాడు. ఈ విధంగా గవర్నర్ జనరల్ వైస్రాయిగా వ్యవహరిస్తాడు. ఇతని విధుల నిర్వహణ రెండు విధాలుగా ఉంటుంది.

1. కేంద్ర రాష్ట్ర ప్రభుత్వాలకు సంబంధించిన విధులు - 2. స్వదేశీ సంస్థానాలకు సంబంధించిన విధులు.

ఈ నూతన రాజ్యాంగంలో వైస్రాయ్ భారతదేశంలో అధికారాలను నిర్వహిస్తాడు. ఇతడు చట్టాలను జవదాటకుండా పరిపాలన చేయాలి. ఇతనికి కొన్ని ప్రత్యేకాధికారాలున్నాయి. దేశ రక్షణ, క్రైస్తవ మత సంబంధ విషయాలు, విదేశీ వ్యవహారాల విషయంలో ఇతడు స్వతంత్రంగా వ్యవహరించవచ్చు. ఈ అధికారాలన్నీ నిర్వహించడంలో తనకు సహాయ పడటానికి, ముగ్గురుకు మించకుండా ఒక సలహా సంఘాన్ని నియమించుకోవచ్చు. ఇదే విధంగా ప్రజాయత్తం చేసిన శాఖలను పరిపాలించడానికి, 10 మందికి మించకుండా, ఒక మంత్రివర్గం ఉంటుంది. ఈ మంత్రివర్గాన్ని గవర్నర్ జనరల్ నియమిస్తాడు. వీరు కేంద్ర ప్రభుత్వ శాసన సభా సభ్యులు. స్వదేశీ సంస్థానాల ప్రతినిధులు కూడా మంత్రులుగా ఉంటారు. సాధారణంగా శాసనసభలో అధిక సంఖ్యాకుల పట్ల అవిశ్వాసానికి ఎవరు పాత్రులో, అటువంటి నాయకుడితో సంప్రదించి అతడు మంత్రివర్గాన్ని ఏర్పాటు చేయాలి. ఈ మంత్రివర్గ సమావేశాలకు, గవర్నర్ జనరల్ అధ్యక్షత వహిస్తాడు. ముఖ్యంగా చెప్పాలంటే 1919 శాసన సభ చట్టంలో రాష్ట్రాల్లో ఏర్పాటు చేసినటువంటి "ద్వంద్వ పాలన విధానాన్ని" (డయార్కి) ఈ చట్టం ద్వారా కేంద్రంలో ఏర్పాటు చేశారు.

కేంద్రలో సమాఖ్య శాసనసభ ద్విసభా శాసన సభగా ఏర్పాటు చేశారు. ఎగువ సభను

రాజ్యసభ(కౌన్సిల్ ఆఫ్ స్టేట్స్), దిగువ సభను సమాఖ్య శాసన సభ(ఫెడరల్ అసెంబ్లీ) గా పేర్కొన్నారు. రాజ్యసభలో మొత్తం 260 మంది సభ్యులు, వారిలో 156 మంది సభ్యులను బ్రిటిష్ పాలిత రాష్ట్రాల నుంచి ఎన్నుకునేవారు. మిగత 104 గురు సభ్యులను, భారతీయ సంస్థానాధీశుల నియమించేవారు. ఈ సభలోని సభ్యులలో 1/3 వంతు సభ్యులు ప్రతి మూడు సంవత్సరాలకు సభ్యత్వాన్ని కోల్పోయేవారు. ఈ విధంగా సభ్యుని సభ్యత్వం 9 సంవత్సరాలు కొనసాగేది. ఇందులో 75 స్థానాలు సాధారణ నియోజక వర్గాలు. మహమ్మదీయులకు 45 స్థానాలు, సిక్కులకు 4 స్థానాలు, దళితులకు, నిమ్నజాతులకు 6 స్థానాలను కేటాయించారు. వీరిని కుల మత ప్రాతిపదికపై ఏర్పడిన నియోజక వర్గాల నుంచి ఎన్నుకునేవారు. ఇది శాశ్వత సభ. దీని కాలపరిమితి ఐదు సంవత్సరాలు. గవర్నర్ జనరల్‌కు దీని కాల పరిమితి పొడిగించే అధికారం ఉండేది. ఎగువ సభ సభ్యులను ప్రత్యక్ష ఎన్నికల ద్వారా నియమించేవారు.

సమాఖ్య సభలో 375 మంది సభ్యులు ఉండేవారు. దీని కాల పరిమితి ఐదు సంవత్సరాలు. రాజ్యసభలోవలెనే ఈ సభలో కూడా నియోజక వర్గాలను కుల, మత ప్రాతిపదికల పై విభజించారు. హిందూ, మహమ్మదీయ, సిక్కు స్థానాల ప్రతినిధులు, ఆయా శాసన సభల నియోజక వర్గాల వారిచే ఎన్నుకోబడేవారు. ఆంగ్లో ఇండియన్లు, క్రైస్తవులు, జమీందారులు, కార్మిక సంఘాలకు, సిక్కులకు స్త్రీలకు ప్రత్యేక స్థానాలుండేవి.

రాష్ట్ర ప్రభుత్వం

1935 భారత రాజ్యాంగ చట్టం ద్వారా రాష్ట్రాల్లో ద్వంద్వ పాలనను రద్దుచేసి, పరిపాలన శాఖలన్నింటిని, మంత్రుల ఆధీనంలోకి ఇచ్చారు. ప్రతి రాష్ట్రంలో గవర్నర్ అధికారిగా ఉంటాడు. అతణ్ణి చక్రవర్తి నియమిస్తాడు. రాష్ట్ర పరిపాలనా విషయాల్లో అతనికి సలహా ఇవ్వడానికి సహాయ పడటానికి మంత్రివర్గం ఉంటుంది. గవర్నర్ తన విచక్షణాధికారాలను నిర్వహించే సందర్భాల్లో తప్ప, ఇతర రాష్ట్ర ప్రభుత్వానికి సంబంధించిన అధికారాల నిర్వహణలో మంత్రి వర్గ సలహాలను పాటిస్తాడు. వారి సలహా, సహకారాలతో ఈ శాఖలను నిర్వహిస్తాడు. మంత్రులను గవర్నర్ నియమిస్తాడు. ఈ మంత్రులు శాసన సభలో సభ్యులుగా ఉండాలి. ఒక వేళ శాసన సభ్యుడు కాని వ్యక్తిని మంత్రిగా నియమిస్తే, అతడు ఆరు మాసాలు మంత్రిగా ఉండవచ్చు. మంత్రివర్గాన్ని ఏర్పాటు చేసేటప్పుడు గవర్నర్ శాసన సభలో ఏ పక్షం అధిక సంఖ్యలో ఉంటుందో, ఆ పక్ష నాయకునితో సంప్రదించి మంత్రివర్గం ఏర్పాటు చేయాలి. ప్రతి రాష్ట్రంలోను రాష్ట్ర శాసన సభ ఏర్పడుతుంది. మద్రాస్, బొంబాయి, బెంగాలీ, సంయుక్త రాష్ట్రాలు, బీహార్, అస్సాం రాష్ట్రాల్లో ఎగువ సభ, దిగువ సభలు రెండు ఉంటాయి. వాటిని శాసనమండలి (లెజిస్లేటివ్ కౌన్సిల్), శాసన సభ(లెజిస్లేటివ్

అసెంబ్లీ) అంటారు. దీని కాలపరిమితి, ఎన్నికైనప్పటి నుండి ఐదు సంవ్సరాలుంటుంది. శాసన మండలికి కాల పరిమితి లేదు. దీనియందలి 1/3 వంతు సభ్యులు, ప్రతి మూడు సంవత్సరాలకు తమ సభ్యత్వం కోల్పోతారు. సభ్యుల కాలపరిమితి 9 సంవత్సరాలు. శాసన సభ్యుడు కావడానికి కొన్ని అర్హతలు విధించారు. ఇతడు బ్రిటిష్ ఇండియన్‌గానీ లేదా సంస్థాన పౌరుడుగా ఉండాలి. వయస్సు25 సంవత్సరాలుండాలి. శాసన మండలి సభ్యుని వయస్సు 30 సంవత్సరాలకు తక్కువ ఉండరాదు. ప్రత్యేక నియోజక వర్గాల్లో నిర్ణయించిన కులానికి చెందిన వారై ఉండాలి. నిర్ణీతమైన ఆస్తి గల వాడై ఉండాలి. ప్రభుత్వోద్యోగిఅయి ఉండకూడదు.

ఓటు హక్కు రెండు విధాలుగా ఉండేది. 1. బ్రిటిష్ ఇండియా దేశాని కంతటికి వర్తించే హక్కు 2. ఆయా రాష్ట్రాలకు సంబంధించిన ప్రత్యేకార్హతలతో ఓటుహక్కు.

ప్రతి వ్యక్తి ఓటు హక్కు పొందడానికి కనీసం 21 సంవత్సరాల వయస్సు కలిగి ఉండాలి. ఈ విధంగా 1935 భారత ప్రభుత్వ చట్టం వయోజన ఓటు హక్కును ప్రవేశ పెట్టింది.

1935 భారత ప్రభుత్వ చట్టంలోని గుణ దోషాలు:

1. 1935 భారత ప్రభుత్వ చట్టం, అంతకు ముందున్న శాసనాలపై ఎంతో ముందడుగు వేసినప్పటికీ అందులో ఎన్నో లోపాలున్నాయి.

   ఈ చట్టం ద్వారా రాష్ట్ర స్వయం పాలన, సమాఖ్య విధానం, బాధ్యతతో కూడిన కేంద్ర ప్రభుత్వాన్ని ఏర్పాటు చేయాలని భావించారు. కానీ అవి వాస్తవంగా అమలులోకి రాలేదు. సమాఖ్య ఏర్పాటులో బ్రిటిష్‌పాలిత రాష్ట్రాలు తప్పనిసరిగా చేరాలని నిర్ణయించారు. కానీ సంస్థానాల చేరిక వాటి పాలకుల అంగీకారంపై ఆధారపడి ఉండేది. అందువల్ల సమాఖ్య విధానం సరిగా అమలు కాలేదు. కేంద్ర శాసనసభలో సంస్థానాలకు వాటి జనాభా నిష్పత్తి కన్నా ఎక్కువ స్థానాలు కల్పించడం, ఆ సభల సభ్యులను అక్కడి పాలకులు నియమించడం లోపభూయిష్టమైంది. రాష్ట్రాల సభ్యులను ప్రజలు ఎన్నుకునేవారు. ఈ విధంగా సభ్యుల నియామకాల్లో అవకతవకలు చోటు చేసుకున్నాయి. కీత్ అనే రచయిత ఈ కారణాలను పురస్కరించుకొన్ని దీన్ని అక్రమ సమాఖ్యగా వర్ణించాడు.

2. ఈ చట్టంలో ఉద్దేశించిన ఫెడరల్ (సమాఖ్య) విధానం ఆచరణలోకి రాలేదు. గవర్నర్లకు విస్తృతంగా అధికారాలు కల్పించడంవల్ల, బాధ్యతాయుత ప్రభుత్వ స్థాపన బూటకంగా ఏర్పడింది. గవర్నర్ల ప్రత్యేకాధికారాలు, బడ్జెట్ లో 80% ఓటు లేకుండానే అనుమతించడం, శాసన సభల నిర్ణయాలను రద్దు చేసే ప్రత్యేకాధికారాలు కార్య నిర్వాహక

వర్గానికి కల్పించడంవల్ల, ప్రజాస్వామిక బాధ్యతాయుత ప్రభుత్వం నవ్వుల పాలైంది. భారతీయులకు వాగ్దానం చేసిన ప్రజాస్వామ్య పాలన ఏర్పడలేదు. గవర్నర్ జనరల్, గవర్నర్లు అనేక సందర్భాల్లో నియంతలుగా వ్యవహరించే వారు. రెండో ప్రపంచయుద్ధకాలంలో గవర్నర్ జనరల్ మంత్రి వర్గంతో సంప్రదించకుండా తన ప్రత్యేకాధికారాలను ఉపయోగించి భారతీయ సైన్యాలను విదేశాలకు పంపించాడు. అదే విధంగా రాష్ట్రాలు కూడా కేంద్ర ప్రభుత్వ సూచనలను, ఆదేశాలను పాటించవలసి ఉండేది. అందువల్ల అనుకున్న విధంగా రాష్ట్రాల్లో కూడా స్వయంపాలన ఏర్పడ లేదు.

3. ఈ చట్టం ద్వారా ఏ రాష్ట్రానికి సంబంధించిన విషయమైనప్పటికి వాటి పై శాసనాలు చేసే అధికారం బ్రిటిష్ పార్లమెంట్‌కు ఉండేది. ఇది గాక ఈ చట్టం ద్వారా ఏర్పడిన రాజ్యాంగాన్ని సమయానుకూలంగా సవరించే హక్కు భారతీయులకు కల్పించలేదు. న్యాయ నిర్వహణలో తుది నిర్ణయాధికారం ప్రివీ కౌన్సిల్‌కు ఇవ్వడం వల్ల ఇది ప్రజాస్వామ్య విధానంగా రూపొందలేదు. ఈ విధంగా అనేక ఆంక్షలు పరిమితులు ఉండటమే గాక, గవర్నర్ జనరల్, గవర్నర్లకు లభింప చేసిన విస్తృత అధికారాల వల్ల ఈ చట్టంలో నిర్దేశించిన రాష్ట్ర స్వపరిపాలన ఒక స్వప్నంగా మిగిలింది.

4. కేంద్రంలో స్థాపించిన ద్వంద్వ ప్రభుత్వం తీవ్రమైన విమర్శలకు గురైంది. 1919 లో రాష్ట్రాల్లో విఫలమైన, ఈ విధానాన్ని ప్రజలు తీవ్రంగా నిరసించారు. ఈ చట్టం రూపొందించి కల్పించిన రాష్ట్రాల స్వపరిపాలన నేతిబీరకాయలాగా నామ మాత్రమైంది. నిజమైన స్వపరిపాలనకు ఇది ఎంతో దూరంగా ఉండిపోయింది.

5. 1935 చట్టం ద్వారా ఏర్పడిన రాజ్యాంగాన్ని విమర్శిస్తూ, ఇది అన్నిబ్రేకులే గాని ఇంజన్ లేని యంత్రమని, జవహర్ లాల్ నెహ్రూ అభిప్రాయపడ్డారు. ఇది ప్రజాస్వామ్యంగా కనిపించే బూటక ప్రక్రియ అని మదన్‌మోహన్ మాలవ్య, ఇది పూర్తిగా కుళ్ళిపోయిన వ్యవస్థ, ఏ మాత్రం అంగీకార యోగ్యం కాదని, జిన్నా అభిప్రాయ పడ్డారు.

6. 1935 చట్టం, మత ప్రాతినిధ్య నియోజక వర్గాలను సృష్టించి దేశంలోని జాతీయ సమైక్యతా భావాలకు విఘాతం కలిగించింది.

7. వీటన్నింటిని వివరంగా పరిశీలిస్తే, 1935 చట్టంలో గల స్వపరిపాలన, అనేక పరిమితులకు, నిర్బంధాలకు గురై ప్రజాస్వామ్యాన్ని అపహాస్యం చేసే విధంగా ఉందని తెలుస్తుంది.

వాస్తవంగా బ్రిటిష్ పార్లమెంట్ తన అధికారాలను ఏ మాత్రం వదులు కోవడానికి ఇష్టపడలేదని తెలుస్తుంది.

ఈ విధంగా 1935 చట్టం ప్రజలకు తృప్తి నివ్వకపోగా, జాతీయ స్వాతంత్ర్య పోరాటాన్ని మరింత ఉధృతం చేయడానికి దోహదం చేసిందని చెప్పవచ్చు.

1937 నుంచి 1948 వరకు రాజ్యాంగ ప్రగతి

1935 రాజ్యాంగ చట్టంలోని, రాష్ట్రాలకు సంబంధించిన సంస్కరణలు మాత్రమే అమలులోకి వచ్చాయి. ఈ సంస్కరణలు 1937 నుంచి ఆచరణలోకి రావడం వల్ల ఆరు రాష్ట్రాల్లో కాంగ్రెస్ మంత్రులు పరిపాలనా బాధ్యతలు స్వీకరించారు. 1939 లో రెండో ప్రపంచ మహా సంగ్రామం ఆరంభమైంది. మంత్రులతో కలసి సంప్రదింపులు జరుపకుండానే, భారత దేశం కూడా యుద్ధంలో పాల్గొంటుందని ప్రకటించాడు. ఇందుకు నిరసనగా అక్టోబర్ 8, 1939 లో కాంగ్రెస్ మంత్రి వర్గాలు రాజీనామా చేశాయి. భారత దేశంలో తీవ్రమైన అసంతృప్తి బయలు దేరింది. భారతీయులను తృప్తి పరచడానికై లిన్‌లిత్‌గో(వైస్రాయి) యుద్ధానంతరం భారత దేశానికి "డొమినియన్ ప్రతిపత్తి" కలిగించడం తమ ప్రభుత్వ లక్ష్యమని ప్రకటించాడు. కాంగ్రెస్ ఈ సూచనకు అనుకూలత చూపలేదు.

యుద్ధం కొనసాగుతున్న కాలంలో ఆగస్ట్ 8, 1940 నాడు బ్రిటిష్ ప్రభుత్వం "ఆగస్టు ప్రతిపాదనలు" అనే పేరిట మరిన్ని సౌకర్యాలను ప్రకటిస్తూ, వైస్రాయి యుద్ధకాలపు సలహా మండలి సభ్యుల సంఖ్య పెంచుతామని, అల్ప సంఖ్యాకుల హక్కులను పరిరక్షిస్తామని, భారతీయులే తమ రాజ్యాంగాన్ని ఏర్పాటు చేసుకునే అవకాశం కల్పిస్తామని ప్రతిపాదించారు. ఈ విధంగా కెనడా, ఆస్ట్రేలియా, దక్షిణాఫ్రికాల లాగా భారతీయులు తమ రాజ్యాంగాన్ని బ్రిటిష్ కామన్వెల్త్ సభ్యులుగా తయారు చేసుకోవచ్చునని సూచించారు. కాంగ్రెస్ కమిటి ఈ ప్రతిపాదనను నిరాకరించింది. కాంగ్రెస్ వ్యతిరేకించిన అంశాలను ముస్లింలీగ్ ఆమోదించినప్పటికీ, ప్రతిపాదనలు ఫలించలేదు. అసందిగ్ధ పరిస్థితులు కొనసాగాయి. ప్రపంచ యుద్ధం తీవ్రతరంగా పరిణమించడం వల్ల అంతర్జాతీయంగా ఆందోళన కలిగించే స్థితులేర్పడ్డాయి. 1941 లో జపాన్, అమెరికా ఇంగ్లాండ్‌లకు వ్యతిరేకంగా యుద్ధంలో పాల్గొన్నది. జపాన్ సేనలు, పూర్వోత్తర ఆసియా ఖండంలో అన్ని వైపుల నుంచి పురోగమిస్తూ బర్మా, భారత దేశపు సరిహద్దుల వరకు చొచ్చుకొని వచ్చాయి. 1942లో సింగపూర్, రంగూన్‌లు వారి స్వాధీనమయ్యాయి. భారత దేశపు తూర్పు తీర ప్రాంతాల్లో జపాన్ బాంబుదాడులు జరిగాయి. కలకత్తా నగరం ప్రమాద స్థితికి లోనైంది. జపాన్ దాడులను అడ్డగించి, భారత దేశాన్ని రక్షించడానికి బ్రిటిష్ ప్రభుత్వం అమెరికా అధ్యక్షుడు, రూజ్వెల్ట్, చైనా

అధ్యక్షుడు చాంగ్ కైషేక్ వత్తిడి వల్ల భారత జాతీయ కాంగ్రెస్‌ను తృప్తి పరచడానికి బ్రిటిష్ ప్రభుత్వం 1942 లో క్రిప్స్ రాయబారాన్ని భారత దేశానికి పంపించింది. క్రిప్స్ బ్రిటిష్ ప్రభుత్వం లక్ష్యాన్ని నిర్ద్వంద్వంగా ప్రకటించాడు. భారతీయులకు సంపూర్ణ స్వపరిపాలన కల్పించాలనేదే తమ లక్ష్యమని, భారతీయులు తాము ఎన్నుకున్న ప్రతినిధుల ద్వారా తమకు కావలసిన రాజ్యాంగాన్ని తయారు చేసుకోవచ్చునని ప్రకటించాడు. యుద్ధంలో భారతీయులు తమ సహాయ సహకారాలను బ్రిటిష్ ప్రభుత్వానికి అంద చేయాలని కోరాడు. అందుకు కొన్ని ప్రతిపాదనలు చేశాడు. కాని కాంగ్రెస్ కిప్స్ ప్రతిపాదనలు అంగీకరించలేదు. బ్రిటిష్ ప్రభుత్వం చేసిన ఈ ప్రతిపాదనలలో అనేక అసంధిగ్ధాంశాలు ఉండటం వల్ల వీటిని కాంగ్రెస్ నిరాకరించింది.

క్రిప్స్ రాయబారం విఫలం కావడం వల్ల కాంగ్రెస్ వారు తీవ్ర నిరాశకు గురయ్యారు. సంపూర్ణ స్వరాజ్యం ఇవ్వడం బ్రిటిష్ వారి అభిలాష కాదని వారు విశ్వసించారు. అందుచేత ఆగస్టు 8, 1942 నాడు అఖిల భారత కాంగ్రెస్ కమిటి "క్విట్ ఇండియా తీర్మానాన్ని" ఆమోదించింది. దేశమంతటా హర్తాళ్ళు, నిరసనలు జరిగాయి. బ్రిటిష్ ప్రభుత్వం ఈ ఉద్యమాన్ని కఠినంగా అణచడానికి పూనుకున్నది. అరెస్టులు, లాఠీ చార్జీలు, పోలీసు కాల్పులు, దమన కాండలు ప్రజా జీవితాన్ని సంక్షోభానికి గురి చేశాయి. ఈ క్లిష్ట తరుణంలో సి.పి.ఐ.(భారత కమ్యూనిష్టు పార్టీ) మాత్రం బ్రిటిష్ వారికి బాసటగా నిలబడింది. ఈ విధంగా 1944 వరకు అనగా గాంధీని జైలు నుంచి విడుదల చేసే వరకు రాజకీయ స్థబ్దత కొనసాగింది. మార్చి 1944 లో రాజగోపాలాచారి రాజ్యాంగ స్థబ్దతను తొలగించడానికి ఒక ప్రతిపాదన సూచించాడు. కాంగ్రెస్, ముస్లింలీగ్‌లు కలిసి, తాత్కాలిక ప్రభుత్వాన్ని ఏర్పాటు చేసుకుని, ముస్లింలు అధిక సంఖ్యలో ఉన్న ప్రాంతాల్లో ప్రజాభిప్రాయ సేకరణ జరిపి, ప్రత్యేక రాజ్యాన్ని ఏర్పాటు చేసే విషయంలో నిర్ణయం తీసుకోవాలి. ఈ ప్రతి పాదనను జిన్నా అంగీకరించలేదు. ముస్లింలు ఒక ప్రత్యేక జాతి అని, వారు స్వయం నిర్ణయాధికారం కలిగిన వారని, కాంగ్రెస్ వారితో కలిసి పాలించే ప్రసక్తి లేదని, వారికి ప్రత్యేక రాష్ట్రం ఉండి తీరాలని పట్టుబట్టాడు. అందువల్ల ఈ ప్రతిపాదనలు ముందుకు రాలేదు.

దేశీయం-లియాఖత్ ప్రతిపాదనలు: రాజగోపాలాచారి సూచనలపై మహాత్మాగాంధీ, జిన్నాల మధ్య సంప్రదింపులు విఫలమై కేంద్ర శాసన సభలో కాంగ్రెస్ నాయకుడు, భూలాభాయిదేశాయి ఈ స్థబ్దతను తొలగించుటకు ఈ ప్రతిపాదనలు రూపొందించాడు. వాటిని లియాఖత్ అలీఖాన్‌తో చర్చించి, దేశీయ- లియాఖత్, సూచనలుగా ప్రతిపాదించాడు. ఈ ప్రతిపాదనలలో కాంగ్రెస్ లీగ్‌లు కలసి, కేంద్రంలో తాత్కాలిక ప్రభుత్వాన్ని ఏర్పాటు చేయాలి. ఈ ప్రభుత్వంలో రెండు పార్టీల మంత్రులు సమాన సంఖ్యలో ఉండాలి. అల్ప సంఖ్యాకులకు కూడా ప్రాతినిధ్యం కల్పించాలి.

వీరు రాజ్యాంగ చట్ట పరిధిలో స్వతంత్రంగా వ్యవహరించాలి. ఈ విధంగా దేశీయ లియాఖత్‌ల కూటమి ఎంతో శ్రమించినప్పటికీ సమస్యకు పరిష్కారం లభించలేదు. ఈ స్థబ్దత స్థితి 5 మే, 1945 వరకు అనగా జర్మనీ లొంగిపోయే వరకు కొనసాగింది.

వేవెల్ ప్రణాళిక 1945:- లార్డ్ వేవెల్, డిసెంబర్ 18న భారత దేశపు వైస్రాయ్ గా పదవి బాధ్యతలు స్వీకరించాడు. భారత ప్రజలకు స్వపరిపాలన ఇవ్వడం ప్రభుత్వ లక్ష్యమని, కేంద్ర, రాష్ట్ర శాసన సభలకు త్వరలో ఎన్నికలు నిర్వహిస్తామని ప్రకటించాడు. భారత దేశానికి రాజ్యాంగాన్ని తయారు చేయడానికై రాజ్యాంగ సభను ఏర్పాటు చేయడం తమ ప్రభుత్వ ఆశయమని తెలిపాడు. ఈ సందర్భంలో కేంద్ర రాష్ట్ర శాసన సభలతో పాటు సంస్థానాధిపతులతో ఎన్నికల అనంతరం చర్చిస్తామని వివరించాడు. భారత దేశ మండలి ముఖ్యమైన రాజకీయ పక్షాలు బలపరిచిన సభ్యులతో కూడిన కార్య నిర్వహక సంఘాన్ని ఏర్పరచడం తమ లక్ష్యమని చెప్పాడు. ఈ సమస్య జటిలమైందని, దీన్ని కాంగ్రెస్, ముస్లింలీగ్, సంస్థానాధిపతులు బ్రిటిష్ ప్రభుత్వం వారు కలసి సామరస్యంగా పరిష్కరించుకోవాలని తెలిపాడు.

క్యాబినెట్ మిషన్ ప్రతిపాదనలు : 1946: భారతదేశపు రాజ్యాంగ స్తబ్దతను పరిష్కరించడానికి బ్రిటిష్ ప్రభుత్వం "క్యాబినెట్ మిషన్" మంత్రి వర్గాన్ని భారత దేశానికి పంపాలని తీర్మానించింది. మంత్రివర్గ సభ్యుల్లో పెథిక్ లారెన్స్ ప్రభువు, సర్ స్టాఫర్డ్ క్రిప్స్, ఏ.వి. అలెగ్జాండర్ సభ్యులు. వీరు మార్చి 24, 1946 లో ఢిల్లీ చేరుకున్నారు. ప్రధాన రాజకీయ పక్షాలైన, కాంగ్రెస్, ముస్లింలీగ్‌లతో విస్తృతంగా చర్చలు జరిపి తమ సూచనలు ప్రతిపాదించారు. బ్రిటిష్ ఇండియా స్వదేశీ సంస్థానాలతో కూడిన "యూనియన్ ఆఫ్ ఇండియా" ఏర్పడాలి. విదేశీ వ్యవహారాలు, దేశరక్షణ, ఆర్థికవనరులు ఏర్పాటు, రాకపోకల సౌకర్యాలు వంటి ముఖ్య విభాగాలను ఇది నిర్వహిస్తుంది. దీనిలో కార్య నిర్వాహక వర్గం యూనియన్ శాఖలపై తప్ప మిగతా శాఖలపై అధికారం ఉండాలి. రాష్ట్రాలు తమ అనుకూలత బట్టి వర్గాలుగా ఏర్పడవచ్చు.

రాజ్యాంగ నిర్మాణ సభకు రాష్ట్ర శాసన సభలు ప్రతినిధులను ఎన్నుకోవాలి. ముఖ్యమైన మత విషయాలపై తీర్మానాలు చేసేటప్పుడు ముఖ్యమైన రాజకీయ పక్షాల ప్రతినిధులతో అధిక సంఖ్యాకుల ఆమోదం తో తీర్మానించాలి. మే 16, 1946 నాడు తాత్కాలిక ప్రభుత్వ ఏర్పాటుకై ప్రణాళికను రూపొందించారు. అనేక దఫాలు చర్చలు, సమావేశాలు జరిపిన తర్వాత కాంగ్రెస్ పార్టీ ప్రతిపాదించిన తాత్కాలిక ప్రభుత్వం ఏర్పాటును ఆమోదిస్తూ, తాత్కాలిక ప్రభుత్వం సెప్టెంబర్ 2, 1946 నుంచి అధికారంలోకి వస్తుందనీ, ఇందులో ఆరుగురు కాంగ్రెస్ మంత్రులు, ఐదుగురు ముస్లిం మంత్రులు, ముగ్గురు అల్పసంఖ్యాక వర్గానికి చెందినవారు మంత్రులుగా ఉంటారని

వైస్రాయి ప్రకటించాడు.

పండిత్ జవహర్‌లాల్ నెహ్రూ 2, సెప్టెంబర్ 1946 నాడు తాత్కాలిక ప్రభుత్వ ప్రధాన మంత్రిగా ప్రమాణ స్వీకారం చేశాడు. కాని ముస్లిం వర్గాలు పాకిస్తాన్ ఏర్పడాలనే నినాదాలు కొనసాగించారు. తాత్కాలిక ప్రభుత్వంలో చేరడానికి, జిన్నా ఎన్నో సందేహాలు వ్యక్తం చేశాడు. అయినప్పటికీ వైస్రాయ్ నిరంతర కృషి వల్ల ప్రభుత్వంలో చేరి పాకిస్తాన్ సాధనకై పోరాటం జరపాలని, జిన్నా నిశ్చయించాడు. అందుచేత పాకిస్తాన్ సాధనకై పోరాడే స్థోమత గల లియాఖత్ అలీఖాన్, ఏ. ఆర్. నిష్తార్, గజ్నఫర్ అలీఖాన్, చుంద్రీగర్, జోగింద్రనాథ్ మండల్‌లను మంత్రులుగా నిర్దేశించారు. ఈ విధంగా ఏర్పడిన మంత్రి మండలి పరస్పర ద్వేషాలతో అనుమానాలతో కొనసాగింది. మంత్రుల మధ్య సహకారం లేకపోవడం వల్ల ప్రభుత్వం ఇబ్బందులను ఎదుర్కొనవలసి వచ్చింది. క్యాబినెట్ మిషన్ ప్రతిపాదనల అంతర్భాగాన్ని వక్రీకరించి భాష్యం చెప్పారు. రాజ్యాంగ సభ నిర్మాణ సందర్భంలో విషమ పరిస్థితులేర్పడ్డాయి. మొదటి రాజ్యాంగ సభ సమావేశం డిసెంబర్ 9, 1946 లో జరిగింది. ముస్లిం లీగ్ సమావేశాన్ని బహిష్కరిండమే గాక, దాని తీర్మానాలను నిరాకరించింది. ఆ కారణం వల్ల కాంగ్రెస్ తాత్కాలిక ప్రభుత్వంలో చేరిన, ముస్లిం మంత్రులను రాజీనామా చేయవలసిందిగా కోరింది. ఈ రకమైన కోరికనే, కాంగ్రెస్ మంత్రుల రాజీనామాను ముస్లింలీగ్ కోరింది. ఇది వైస్రాయ్‌కు తలనొప్పిగా పరిణమించింది. అటువంటి ప్రతిపాదన 1947, విషమిస్తున్న ఈ పరిస్థితులను గమనిస్తున్న బ్రిటిష్ ప్రధాన మంత్రి అట్లీ ఫిబ్రవరి 20. 1947 న ఒక ముఖ్యమైన ప్రకటన చేశాడు. బ్రిటిష్ ప్రభుత్వం జూన్ 1948 వరకు బాధ్యతగల భారతీయ వ్యవస్థలకు సంపూర్ణ అధికారాన్ని తప్పనిసరిగా బదిలీ చేయడం తమ ప్రభుత్వ లక్ష్యమని ప్రకటించాడు. అందుకై వివిధ రాజకీయ పక్షాలు తమ విభేదాలు విస్మరించి పూర్తి ప్రజాప్రాతినిధ్య బాధ్యతాయుత రాజ్యాంగ నిర్మాణ సభను పై కాల పరిమితి వరకు ఏర్పాటు చేసుకోవాలని, సంపూర్ణ అధికార బదిలీకి అవకాశం కల్పించాలని ప్రకటించాడు. వేవెల్ ప్రభువు స్థానంలో మౌంట్ బాటన్ ప్రభువును అధికార బదిలీ సజావుగా నిర్వహించడానికై వైస్రాయ్ గా నియమించాడు.

మౌంట్ బాటన్ – దేశ విభజన: మార్చి 22, 1947 నాడు పదవీ స్వీకారం చేశాడు. మార్చి 3, 1947 నాడు ముస్లింలీగ్ పాకిస్తాన్ దినాన్ని నిర్వహించింది. దేశమంతటా మత కలహాలు చెలరేగాయి. పంజాబ్, సింధ్, పశ్చిమోత్తర(వాయవ్య) సరిహద్దు రాష్ట్రాల్లో హింసాకాండ విజృంభించింది. ముస్లిం మతావేశపరులు, వందలాది హిందువులను, సిక్కులను నిర్దాక్షిణ్యంగా చంపారు. లూటీలు, మానభంగాలు, దహన కాండలు పెచ్చ్రేగాయి. ఈ తరుణంలో బ్రిటిష్ అధికారులు, ప్రభుత్వ యంత్రాంగం మౌన ప్రేక్షకులుగా ఉండిపోయారు. పరిస్థితి తీవ్రరూపం

దాల్చింది. మౌంట్ బాటన్ వచ్చే నాటికి హిందువులు, ముస్లింలు రెండు శత్రు వర్గాలుగా ఏర్పడి, అంతర్యుద్ధంలాంటి స్థితిని కల్పించారు. దేశ విభజన తప్ప గత్యంతరం లేక పోయింది. ఐక్యతను తమ ఆశయంగా భావించిన, కాంగ్రెస్ నాయకులు, జవహర్లాల్, సర్దార్ పటేల్ వంటి నాయకులు కూడా దేశ విభజన తప్ప మరో మార్గం లేదని నిర్ణయానికి వచ్చారు.

మౌంట్ బాటన్ మొదట్లో తయారు చేసిన విభజన నివేదిక ఆమోదయోగ్యంగా లేదు. రెండోసారి వి.పి. మీనన్ నివేదిక ఆధారంగా మౌంట్ బాటన్ విభజన ప్రణాళిక సిద్ధం చేశాడు.

మౌంట్ బాటన్ ప్రణాళిక – జూన్ 3 వ తేది 1947: భారత దేశంలోని పరిస్థితులు, దినదినం సంక్షోభం కావడం, ముస్లింలీగ్ వారు అవలంభించిన వైఖరి, పాకిస్తాన్ ఏర్పడాలనే జిన్నా మొండి పట్టుదల ఫలితంగా మౌంట్ బాటన్ తన విభజన నివేదికను సమర్పించాడు. ప్రజల అభీష్టం మేరకు వారి కోరిక ననుసరించి రాజ్యాంగ సభలు ఏర్పడ్డాయి. బెంగాల్, పంజాబ్ రాష్ట్రాల శాసన సభలు రెండు విభాగాలుగా, ముస్లిం మెజారిటీ ప్రాంతాలు, ముస్లిమేతర ప్రాంతాల వారిగా విడివిడిగా సమావేశం కావాలి. ఆ శాసన సభలు విభజన కోరితే అధిక సంఖ్యాకుల నిర్ణయం ప్రకారం విభజన జరగాలి. దేశ విభజన ప్రాతిపదికగా మౌంట్ బాటన్ నివేదికననుసరించి, 1947 భారత స్వాతంత్ర్య చట్టం అమలులోకి వచ్చింది. భారతదేశ విభజన జరిగి, భారత్ పాకిస్తాన్‌లుగా రెండు దేశాలు ఆవిర్భవించాయి.

1947 భారత దేశ స్వాతంత్ర్య చట్టం

ఈ చట్టం మౌంట్ బాటన్ ప్రణాళికకు శాసన రూపాన్ని కలిగించింది. భారతీయులకు చేసిన వాగ్దానాలకు చట్టబద్ధతను కల్పించారు.

1. భారతదేశాన్ని ఇండియా, పాకిస్తాన్, అనే రెండు డొమీనియన్లుగా ఆగస్టు 8, 1947 నుంచి అమలులోకి వచ్చేటట్లు విభజన చేశారు. ఈ రెండు డొమీనియన్ల లో శాసన సభలకు సర్వోన్నతాధికారాలను కల్పించారు.

2. ఈ రెండు డొమీనియన్ల శాసన సభలకు దేశంలో దేశాంతరాల వ్యవహారాలకు సంబంధించిన చట్టాలు చేసే సంపూర్ణాధికారం కల్పించారు.

3. ఆగస్టు 15, 1947 తర్వాత బ్రిటిష్ ప్రభుత్వానికి అధినివేశ ప్రాంతాల్లోగాని, రాష్ట్రాలపై గాని ఏలాంటి అధికారం లేకుండా చేయడం జరిగింది.

4. ఈ డొమీనియన్లు నూతన రాజ్యాంగాలను ఏర్పరుచుకున్నంత వరకు ప్రస్తుతం ఏర్పడ్డ

రాజ్యాంగ సభలు, శాసన సభలుగా వ్యవహరిస్తాయి. ఇవి రాజ్యాంగ నిర్మాణ కార్యక్రమంతో బాటు, పూర్వపు కేంద్ర శాసనసభల అధికారాలను విధులను నిర్వహిస్తాయి.

5. నూతన రాజ్యాంగం అమలులోకి వచ్చే వరకు, పరిపాలన వ్యవహారాలు స్వాతంత్ర్య చట్టాన్ననుసరించి డొమీనియన్లు 1935 భారత ప్రభుత్వ చట్టానికి తమకు అనుకూలంగా సవరణలు చేసుకోవచ్చు.

6. గవర్నర్ జనరల్ ప్రస్తుతం ఉన్న 1935 చట్టానికి అవసరమైన సవరణలు చేస్తూ మార్చి 31, 1948 వరకు దాన్ని ఆచరణలో పెట్టవచ్చు. ఆ తర్వాత రాజ్యాంగ సభ దాన్ని పూర్తిగా సవరించడం గాని, లేదా అదే చట్టాన్ని అమలులో ఉంచవచ్చు.

7. బ్రిటిష్ రాజుకు చట్టాలను రద్దు చేయడం గాని, లేదా వాటిని ఆమోదించడానికి గల ప్రత్యేక హక్కును రద్దు చేశారు. ఆ హక్కు గవర్నర్ జనరల్‌కు ఇచ్చారు.

8. భారతీయ సంస్థానాలపై గల ఇంగ్లాండ్ సార్వభౌమాధికారం అంతరించింది. సంస్థానాలతో చేసిన అన్ని ఒప్పందాలు, అంగీకారాలు సార్వభౌముని విధులు ఆగస్టు 15, 1947 నుంచి అంతరించాయి. సంస్థానాలు, కొత్త డొమీనియన్లతో ఒప్పందాలు కుదుర్చు కున్నంతవరకు ప్రస్తుతం అమలులో ఉన్న ఏర్పాట్లు కొనసాగుతాయి అని వివరించారు. నూతనంగా ఏర్పడ్డ డొమీనియన్లు, వాయవ్య సరిహద్దు తెగలతో కొత్తగా సంప్రదింపులు జరపాలని నిర్ణయించారు.

10. భారత రాజ్య కార్యదర్శి కార్యాలయం రద్దు చేశారు. అతడు నిర్వహించే విధులను కామన్ వెల్త్ వ్యవహారాల కార్యదర్శికి బదిలీ చేశారు.

11. ఇంగ్లాండ్ రాజు బిరుదావళి నుంచి భారత చక్రవర్తి అనే బిరుదం తొలగించడమైంది.

12. కొత్తగా ఏర్పడ్డ డొమీనియన్ల గవర్నర్ జనరల్‌లు, రాజు చేత నియమితులవుతాయి. వారు ఆ పదవుల్లో నూతన రాజ్యాంగం అమలులోకి వచ్చే వరకు ఉంటారు. ఇదేవిధంగా రాష్ట్రాల్లో గవర్నర్లుగా వ్యవహరిస్తారు.

13. బ్రిటిష్ ప్రభుత్వం నియమించిన సమాఖ్యోద్యోగులు ఆగస్టు 8, 1947 తర్వాత కూడా పదవుల్లో కొనసాగితే వారికి పూర్వం చెందిన హక్కులు అనువర్తిస్తాయి.

ఈ చట్టం భారత దేశంలో బ్రిటిష్ వారి అధికారాన్ని సంపూర్ణంగా అంతం చేసింది. ఉభయ

డొమీనియన్లు తమకు ఇష్టమైన రాజ్యాంగాన్ని అమలు చేసుకోవచ్చు. కామన్వెల్త్ నుంచి తొలగి పోయే హక్కు కూడా వారికి కల్పించారు. ఈ విధంగా భారత స్వాతంత్ర్య చట్టం, బ్రిటిష్ వారి రాజకీయ పరిపక్వతకు, భారతీయ రాజకీయ వేత్తల సామరస్య ప్రతిభలకు అద్దం పట్టింది. మహాత్మాగాంధీ నైతిక ప్రభావం దీనిపై ఎల్లెడల వ్యాపించింది. ఎర్నెస్ట్ బెవిన్, చెప్పినట్లుగా, నలభై కోట్ల ప్రజల భవితవ్యాన్ని హేతువాద చర్చల ద్వారా, పరస్పర అంగీకారం ద్వారా తుపాకిని ఉపయోగించకుండా పరిష్కరించడం సంతోష జనకమైన మహోన్నత విషయంగా అభివర్ణించాడు.

భారత రాజ్యాంగ సభ

జులై 1946లో క్యాబినెట్ మిషన్ ప్రతిపాదననుసరించి, రాజ్యాంగ సభకు ఎన్నికలు జరిగాయి. రాష్ట్రాల శాసన సభలు దీన్ని ఎన్నుకున్నాయి. బ్రిటిష్ ఇండియాలో గల 296 స్థానాల్లో కాంగ్రెస్ 211 స్థానాలు 73 స్థానాలు ముస్లింలీగ్ కు లభించాయి. సంస్థానాలకు ఇచ్చిన 93 స్థానాలు భర్తీ కాలేదు. భారతీయ రాజకీయ ప్రముఖుల్లో మహాత్మాగాంధీ. మహమ్మద్ అలీ జిన్నా తప్ప మిగతా ప్రముఖులంతా పాల్గొన్నారు. జవహర్లాల్‌నెహ్రూ, సర్దార్ పటేల్, రాజేంద్రప్రసాద్, మౌలానా అజాద్, జి. బి. పంత్, అల్లాడి కృష్ణ స్వామి అయ్యర్, డాక్టర్ బి. ఆర్. అంబేద్కర్, డాక్టర్ రాధాకృష్ణన్, ఎమ్. అర్ జయకర్, కే. యం. మున్షి, హరిసింగ్ గౌరి, కే. టి. షా, పురుషోత్తమ దాస్ టాండన్, హెచ్. యస్. కుంజ్రూ, ఎం ఆర్. మాసాని. లియాఖత్ అలీఖాన్, సర్. ఫేరోజ్ ఖాన్, నూన్. సర్ జఫ్రూల్లా ఖాన్, సుహ్రావర్థి ఖాజేనాజిమోద్దీ, పట్టాభిసీతారామయ్య, శ్యాంప్రసాద్ ముఖర్జి, కే సంతానం, సచ్చిదానంద సిన్హా, ముస్లింలు, సిక్కులు, పార్శీలు, ఆంగ్లో ఇండియన్ సభ్యులు, దళిత వర్గాలవారు, అధోసూచిత తెగలవారు స్త్రీలు, హిందువుల ప్రతినిధులు ఇందులో పాల్గొన్నారు. డిసెంబర్ 9, 1946 న రాజ్యాంగ సభ మొదటి సమావేశం జరిగింది. ముస్లిం లీగ్ ప్రతినిధులు మాత్రం హాజరు కాలేదు. మొదటి సమావేశం డిసెంబర్ 9, 1946 నుంచి డిసెంబర్ 23, 1946 వరకు రెండో సమావేశంలో వివిధ కమిటీలను ఏర్పాటు చేశారు. ఈ విధంగా అనేక సమావేశాలు జరిపి, రాజ్యాంగానికి అవసరమైన కూలంకషమైన చర్చలు నిర్వహించి, డాక్టర్ బి. ఆర్. ఆంబేద్కర్ అధ్యక్షతన ఆగస్టు 8, 1947 లో ముసాయిదా తయారి కమీటిని ఏర్పాటు చేశారు. అల్లాడి కృష్ణస్వామి అయ్యర్, కే. యమ్ మున్షీ, టి. టి. కృష్ణ మాచారి, గోపాలస్వామి తదితరులు ముఖ్యులుగా పాల్గొన్నారు. డాక్టర్ రాజేంద్రప్రసాద్ ముసాయిదా కమిటిలో సభ్యుడు గాకపోయినప్పటికీ రాజ్యాంగ నిర్మాణంలో ప్రముఖ పాత్ర నిర్వహించాడు. అతణ్ణి రాజ్యాంగసభ(Constituent Assembly) అధ్యక్షుడిగా ఏకగ్రీవంగా ఎన్నుకున్నారు. జవహర్లాల్ నెహ్రూ తన అమూల్యమైన సలహాలతో, రాజ్యాంగ నిర్మాణానికి ఎనలేని సేవ చేశాడు. ఆజాద్,

సర్దార్ పటేల్, కే.వి. కామత్, సజారోద్దీన్ అహమ్మద్, కె.బి.షా, హెచ్.యస్ కుంజ్రీ, హెచ్.సి. ముఖర్జీ, ఫ్రాంక్ ఆంథోని తమ తమ అనుభవాలను ఉపయోగించి రాజ్యాంగ రచనకు తోడ్పడ్డారు.

ముసాయిదా కమిటి తన నివేదికను ఫిబ్రవరి 21, 1948 నాడు సమర్పించింది. నవంబర్ 4, 1948 నుంచి నవంబర్ 9, 1948 విస్తృతంగా చర్చలు జరిపారు. నవంబర్ 15, 1948 అక్టోబర్ 17, 1949 వరకు రాజ్యాంగం వివిధ అంశాలను క్షుణ్ణంగా చర్చించి, 7635 సవరణలను ప్రతిపాదించారు. 2473 సవరణలను రాజ్యాంగ సభ క్షుణ్ణంగా పరిశీలించింది. రాజ్యాంగ ముసాయిదా మూడో పఠనం నవంబర్ 14, 1949 నుంచి నవంబర్ 26, 1949 వరకు పూర్తి చేశారు. ఈ విధంగా రాజకీయ పరిపక్వత, పరిణతి చెందిన స్వతంత్ర భారత్త రాజ్యాంగం నవంబర్ 26, 1949 లో డా. రాజేంద్రప్రసాద్ అధ్యక్షతన ఆమోదం పొందింది. ఈ రాజ్యాంగ సభ రెండు సంవత్సరాల పదకొండు నెలల పద్ధెనిమిది రోజుల్లో పదకొండు సమావేశాలు నిర్వహించింది. చివరి సమావేశం జనవరి 24, 1950 నాడు జరిగింది. డా. రాజేంద్రప్రసాద్ మొదటి భారత దేశపు అధ్యక్షుడిగా ఎన్నికయ్యాడు. భారత రాజ్యాంగం జనవరి 26, 1950 నుండి అమలులోకి వచ్చింది. భారతదేశం గణతంత్ర రాజ్యంగా అవతరించింది. ప్రజాస్వామ్య లక్ష్యసాధన గమ్యం చేరుకున్నది.

11

స్వాతంత్ర్యోద్యమ చివరి ఘట్టం

క్విట్ ఇండియా ఉద్యమం 1942

భారత స్వాతంత్ర్య సమరంలో "క్విట్ ఇండియా" ఉద్యమం చివరి ఘట్టం. అతివాద జాతీయ నాయకుల ఆధ్వర్యంలో సాగిన వందేమాతరం ఉద్యమం మొదలు గాంధీ నాయకత్వంలో సాగిన సహాయ నిరాకరణ, శాసనోల్లంఘన ఉద్యమాల కంటే ఇది ఎంతో భిన్నమైనది. కాంగ్రెస్ వాదులే కాకుండా అనేక ఇతర పక్షాలవారు ఈ ఉద్యమంలో పాల్గొన్నారు. గాంధీ నాయకత్వంలో నడిచిన సహాయ నిరాకరణోద్యమం, (1920-1922), శాసనోల్లంఘనోద్యమం (1930-1934) మొదలైన ఉద్యమాలు ఒక నిర్ణీత కార్యక్రమంతో, వివిధ స్థాయిలలో ఏర్పరచిన నాయకుల పర్యవేక్షణలో జరిగితే క్విట్ ఇండియా ఉద్యమానికి నిర్ణీత కార్యక్రమం కాని, నడిపించిన నాయకులు కాని లేరు. పరాయి ప్రభుత్వ దమనకాండ పట్ల, నియంతృత్వ విధానాల పట్ల ఆగ్రహోదగ్రులైన సామాన్యజనుల ప్రతిస్పందనే క్విట్ ఇండియా ఉద్యమం. అందుకే ఈ ఉద్యమం పూర్తిగా స్వచ్ఛందంగా జరిగిన ప్రజా ఉద్యమం. ఏస్థాయిలోను నాయకుల ప్రమేయం లేకుండా తమకు తాముగా, భారతీయులు తమ అభిప్రాయాలను నిర్భయంగా, అతిస్పష్టంగా బ్రిటిష్ వారికి, బయటి ప్రపంచానికి తెలియ చేసింది ఈ ఉద్యమం.

రెండో ప్రపంచయుద్ధ ప్రారంభం నుంచి భారతీయుల పట్ల, భారత జాతీయోద్యమం పట్ల బ్రిటిష్ ప్రభుత్వం అనుసరించిన అసంబద్ధ, నియంతృత్వ వైఖరే క్విట్ ఇండియా ఉద్యమానికి ప్రధాన కారణం. 1939 సెప్టెంబర్ 1 న జర్మనీ పోలెండ్‌పై దాడి చేసింది. పోలెండ్ పై దాడిని ఉపసంహరించమని జర్మనీని బ్రిటన్ కోరింది. జర్మన్ సేనల ఉపసంహరణకు రెండు రోజుల గడువు విధించింది. విధించిన గడువు లోపల జర్మనీ పోలెండ్ నుంచి ఉపసంహరించకపోవడంతో సెప్టెంబర్ 3 న బ్రిటన్ జర్మనీపైయుద్ధం ప్రకటించడంతో రెండవ ప్రపంచయుద్ధం ప్రారంభమైంది. బ్రిటన్ ప్రధానమంత్రి చాంబర్లేన్ అదే రోజున రేడియోలో ప్రసంగిస్తూ ఈ యుద్ధాన్ని ఇతర దేశాల స్వాతంత్ర్యాన్ని హరించడానికి ప్రయత్నిస్తున్న జర్మనీకి, ఐరోపాలోని స్వతంత్ర దేశాలకు మధ్య

జరుగుతున్న యుద్ధంగా వర్ణించాడు. బ్రిటన్‌తో సంబంధంఉన్న మిత్ర దేశాలన్ని ఈ యుద్ధంలో బ్రిటన్‌కు తోడ్పడాలని కూడా ఆయన కోరారు.

భారతదేశంలో బ్రిటిష్ రాజ ప్రతినిధి(Viceroy) లిన్‌లిత్‌గో ఈ యుద్ధంలో భారతదేశం కూడా పాల్గొంటుందని ప్రకటించాడు. ఈ ప్రకటన చేసే ముందు రాష్ట్రాలలో ఉన్న ప్రజా ప్రభుత్వాలతో కానీ, భారత జాతీయ నాయకులతో గాని వైస్రాయి సంప్రదించలేదు. వైస్రాయ్ ఏకపక్ష నిర్ణయం భారతీయులకు నచ్చలేదు. సెప్టెంబర్ రెండవ వారంలో కాంగ్రెస్ వర్కింగ్ కమిటీ వార్ధాలో సమావేశమై నాటి పరిస్థితులను సమీక్షించింది. రెండవ ప్రపంచ యుద్ధం ఫాసిస్ట్ శక్తులకు, ప్రజాస్వామ్య దేశాలకు మధ్య జరుగుతున్న యుద్ధంగా అంగీకరించింది. అయితే ఏ ప్రజాస్వామ్యాన్ని కాపాడాలని బ్రిటన్ పోరాడుతుందో ఆ ప్రజాస్వామ్యాన్ని తమ దేశానికి నిరాకరించడాన్ని నిరసించింది. ఈ యుద్ధ ఆశయాలేమిటో అవి ఏవిధంగా తమ దేశానికి వర్తింప చేస్తారో స్పష్టంగా తెలపాలని ప్రభుత్వాన్ని కోరుతూ ఒక తీర్మానం చేసింది. యుద్ధానంతరం భారత దేశానికి స్వాతంత్ర్యం ఇస్తామన్న హామీ లేకుండా భారతీయులు యుద్ధంలో తమ సహాయ సహకారాలను అందించలేరని అభిప్రాయ పడింది. అయితే ఈ విషయంపై నిర్ణయాన్ని వాయిదా వేసింది.

సెప్టెంబర్ 24, 26 తేదీలలో గాంధీ వైస్రాయిని కలిసి కాంగ్రెస్ వైఖరిని వివరించారు. వింతగా అనిపించినా తమ సానుభూతి పూర్తిగా మిత్ర పక్షాల వైపేనని గాంధీ సెప్టెంబర్ 30వ తేది నాటి "హరిజన్ పత్రిక"లో వెల్లడించారు. జవహర్‌లాల్ నెహ్రూ, రాజేంద్రప్రసాద్ కూడా ఈ విషయంపై వైస్రాయ్‌తో చర్చించారు. ఈ చర్చల వల్ల ఏమీ ప్రయోజనం కలగలేదు. యుద్ధానంతరం భారత దేశానికి సంపూర్ణ స్వాతంత్ర్యం ఇవ్వగలమన్న హామీ లభించలేదు. కాంగ్రేసేతర నాయకులతో కూడా వైస్రాయ్ చర్చలు జరిపాడు. ఈ చర్చల తర్వాత వైస్రాయ్ చేసిన ప్రకటనలో కూడా యుద్ధానంతరం భారత దేశానికి డొమీనియన్ ప్రతిపత్తిని మాత్రమే ఇస్తామని ప్రకటించాడు. వైస్రాయ్ ప్రకటన కాంగ్రెస్‌ను మరింత నిరాశ పరిచింది. అక్టోబర్ 22 వ తేది వార్ధాలో కాంగ్రెస్ వర్కింగ్ కమిటి సమావేశమై పరిస్థితిని సమీక్షించింది. వైస్రాయి ప్రకటనలో కొత్తదనమేమి లేదని అందుచేత బ్రిటిష్ ప్రభుత్వానికి కాంగ్రెస్ ఏవిధంగాను సహాయ పడలేదని స్పష్టం చేసింది. రాష్ట్రాలలో కాంగ్రెస్ మంత్రి వర్గాలను రాజీనామా చేయవలసిందిగా ఆదేశించింది. వర్కింగ్ కమిటీ ఆదేశాలను పాటిస్తూ ఎనిమిది రాష్ట్రాలలోని కాంగ్రెస్ మంత్రి వర్గాలు రాజీనామా చేశాయి.

1940 మార్చిలో రామ్‌ఘర్‌లో కాంగ్రెస్ సమావేశం జరిగింది. ఈ సమావేశానికి అధ్యక్షత వహించిన మౌలానా అబుల్ కలాం అజాద్ మరొకసారి కాంగ్రెస్ విధానాన్ని వివరించాడు. అభివృద్ధి నిరోధక శక్తులకు అడ్డుకట్టగా నిలచి స్వాతంత్ర్యం కోసం పోరాడే ప్రజలతో హృదయ పూర్వకంగా

కలసి పనిచేయడానికి భారత దేశం సంసిద్ధంగా ఉందని, నాజీ తత్వాన్ని, ఫాసిస్ట్ తత్వాన్ని సహించదని, అయితే బ్రిటిష్ సామ్రాజ్య విజయం కోసం సహాయ పడడానికి భారతీయులు సిద్ధంగా లేరని ఆజాద్ ప్రకటించాడు. భారత దేశానికి సంపూర్ణ స్వతంత్రం తప్ప మరేరకమైన పాలన కాంగ్రెస్‌కు ఆమోద యోగ్యం కాదని, అందుకు ప్రభుత్వం వెంటనే తగిన చర్యలు ప్రారంభించాలని లేని పక్షంలో శాసనోల్లంఘనోద్యమాన్ని ప్రారంభించాల్సి వస్తుందని హెచ్చరిస్తూ కాంగ్రెస్ తీర్మానం చేసింది. అయినప్పటికీ ప్రభుత్వ ధృక్పధంలో మార్పు రాలేదు.

1940 జూన్ నాటికి ఐరోపాలో యుద్ధపరిస్థితి తీవ్రస్థాయికి చేరుకుంది. నార్వే, డెన్మార్క్, హాలెండ్, బెల్జియం, ఫ్రాన్స్ దేశాలను జర్మనీ ఆక్రమించింది. బ్రిటన్‌కు గడ్డు పరిస్థితి ఎదురయింది. అతి త్వరలోనే బ్రిటన్ కూడా జర్మనీ వశమవుతుందన్న భయం సర్వత్రా చోటు చేసుకుంది. బ్రిటన్ విషమ పరిస్థితిని గమనించిన కాంగ్రెస్ వర్కింగ్ కమిటి పూనాలో సమావేశమైంది. ఇటువంటి విపత్కర పరిస్థితులలో బ్రిటిష్ ప్రభుత్వానికి సహాయాన్ని అందించడానికి కాంగ్రెస్ సిద్ధమేనని అయితే ప్రభుత్వం కొన్ని షరతులకు అంగీకరించాలనని తీర్మానించింది. కాంగ్రెస్ విధించిన షరతులు ఈ కింది విధంగా ఉన్నాయి.

1. యుద్ధానంతరం భారతదేశ సంపూర్ణ స్వాతంత్ర్యానికి బ్రిటన్ అంగీకరించాలి.
2. యుద్ధకాలంలో అన్ని రాజకీయ పక్షాలతో కూడిన జాతీయ ప్రభుత్వం ఏర్పరచాలి.
3. ఈ జాతీయ ప్రభుత్వం కేంద్ర శాసన సభకు బాధ్యత వహించాలి.

కాంగ్రెస్ తీర్మానానికి సమాధానంగా వైస్రాయ్ 1940 ఆగస్టు 8న ఒక ప్రకటన చేశాడు. ఈ ప్రకటన లోని ముఖ్యాంశాలు.

i. గవర్నర్ జనరల్ సలహా మండలిని (Governor General's Council) విస్తృతపరచడం, అందులో మరి కొంతమంది భారతీయులకు చోటు కల్పించడం.
ii. అతి త్వరలో యుద్ధ సలహా సంఘం (War advisory Council) ఏర్పరచడం.
iii. యుద్ధానంతరం రాజ్యాంగాన్ని రూపొందించడానికి ఒక ప్రాతినిధ్య సభను ఏర్పచడం.
iv. అల్పసంఖ్యాకులకు ఆమోద యోగ్యంకాని రాజ్యాంగ సంస్కరణలను ఆపడం.

పై ప్రకటనలో పేర్కొన్న అంశాలనే ఆగస్టు ప్రతిపాదనలు (August Offer) అంటారు. ఈ ప్రకటనలో కాంగ్రెస్ విధించిన షరతులకు ఎటువంటి సమాధానం లేదు. సంపూర్ణ స్వాతంత్ర్య ప్రస్తావన బొత్తిగా లేదు. యుద్ధకాలంలో బాధ్యతాయుత జాతీయ ప్రభుత్వం ఏర్పాటు గురించి ఏమి చెప్పలేదు. పైగా అల్ప సంఖ్యాలకు, అంటే ముస్లింలీగుకు ఆమోద యోగ్యంకాని రాజ్యాంగాన్ని

అనుమతించమని చెప్పి "విభజించి పాలించు" అనే దౌత్య నీతిని మరొకసారి ప్రభుత్వం ప్రయోగించింది. జిన్నా నాయకత్వంలోని ముస్లింలీగు అప్పటికే పాకిస్తాన్ తీర్మానం (మార్చి 1940) చేసి దేశవిభజనను కోరింది. పాకిస్తాన్ లేని భారత స్వాతంత్ర్యం ముస్లింలీగుకు ఆమోద యోగ్యంకాదు. అందుచేత అల్ప సంఖ్యాకుల పేరుతో భారత దేశ స్వాతంత్ర్యాన్ని నిరోధించడం అంతర్లీనంగా ఈ ప్రతిపాదనలలో కనిపిస్తుంది. ఆగస్ట్ ప్రతిపాదనల తర్వాత వైస్రాయ్ కాంగ్రెస్ అధ్యక్షుడు మౌలానా అబుల్ కలాం ఆజాద్‌ను చర్చలకు ఆహ్వానించాడు. కాని వైస్రాయ్ ప్రతిపాదనలలో కాంగ్రెస్ షరతులకు ఎటువంటి సమాధానం లేనందువల్ల చర్చలవల్ల ప్రయోజనం ఉండదని ఆజాద్ వైస్రాయి ఆహ్వానాన్ని తిరస్కరించాడు.

వ్యక్తి సత్యాగ్రహం(Individual Satyagraha)

వైస్రాయ్ ప్రకటించిన ఆగస్టు ప్రతిపాదనల తర్వాత పరిస్థితిని సమీక్షించడానికి కాంగ్రెస్ వర్కింగ్ కమిటీ సమావేశమైంది. వైస్రాయ్ ప్రతిపాదనలను తిరస్కరించింది. కాంగ్రెస్ నాయకత్వం స్వీకరించమని గాంధీని కోరింది. యుద్ధ సమయంలో శాసనోల్లంఘనోద్యమాన్ని ప్రారంభించి బ్రిటిష్ ప్రభుత్వాన్ని ఇబ్బంది పెట్టడం గాంధీకి ఇష్టం లేదు. అలాగని చేతులు ముడుచుకొని కూర్చోవడం ఇష్టం లేదు. బ్రిటిష్ ప్రభుత్వ సామ్రాజ్యవాద ధోరణికి వ్యతిరేకతను ఏదో విధంగా ప్రకటించాలని గాంధీ భావించాడు. అందుకు అనుగుణంగా గాంధీ రూపొందించిన ఆందోళన కార్యక్రమమే వ్యక్తి సత్యాగ్రహం. 1940 అక్టోబర్ 11 న కాంగ్రెస్ కార్యవర్గం(Congress Working Committee) సమావేశమై వ్యక్తిగత సత్యాగ్రహం ప్రారంభించడానికి తీర్మానించాడు. ఈ సత్యాగ్రహంలో ఎంపిక చేసిన వ్యక్తి మాత్రమే సత్యాగ్రహం చేయాలి. తాను ఎప్పుడు, ఎక్కడ సత్యాగ్రహం చేయబోతున్నాడో ముందుగా ప్రభుత్వానికి తెలపాలి. గాంధీ ఎంపిక చేసినమొట్టమొదటి సత్యాగ్రహి వినోభాబావే. 1940 అక్టోబర్ 17 న వ్యక్తి సత్యాగ్రహం లాంఛనంగా ప్రారంభమైంది. బ్రిటిష్ యుద్ధ ప్రయత్నానికి భారతీయులు ఏవిధంగాను సహకరించకూడదని వినోభా ప్రచారం చేశాడు. నాలుగు రోజుల పాటు ఈ ప్రచారం సాగింది. అయిదవరోజున ప్రభుత్వం బావేను అరెస్టు చేసింది. మూడు నెలల కారాగార శిక్ష విధించింది. రెండో సత్యాగ్రహిగా జవహర్‌లాల్‌నెహ్రూ ఎంపికయ్యాడు. ఈ విధంగా అక్టోబర్ 17 న ప్రారంభమైన వ్యక్తి సత్యాగ్రహం డిసెంబర్ 1941 వరకు సాగింది. అనేక మంది జాతీయ నాయకులు ఈ ఉద్యమంలో పాల్గొన్నారు. ఉద్యమం ముగిసే నాటికి దేశవ్యాప్తంగా 25,000 మంది జైలు పాలయ్యారు. విశ్వకవి రవీంద్రనాథ్ ఠాగూర్ కూడా జాతి స్వాతంత్ర్యం పట్ల ఏమాత్రం విశ్వాసం లేని ప్రభుత్వాన్ని గౌరవించడం తనకే మాత్రం సాధ్యంకాదని బ్రిటిష్ ప్రభుత్వ వైఖరిని ఖండించాడు.

యుద్ధకాలంలో బ్రిటిష్ ప్రభుత్వాన్ని ఇబ్బంది పెట్టని రీతిలో సాగిన ఈ ఉద్యమం ప్రభుత్వ వైఖరిని మార్చుడంలో విఫలమైనప్పటికీ ప్రపంచ దృష్టిని ఆకర్షించగలిగింది. రెండో ప్రపంచ యుద్ధంలో మిత్ర పక్షాల పట్ల భారత అనుకూల వైఖరిని, సానుభూతిని స్పష్టం చేసింది. స్వాతంత్ర్య భారతదేశం ఒక్క బ్రిటన్‌కే గాక ప్రజాస్వామ్య దేశాలన్నింటికీ అండగా ఉండగలదని చాటి చెప్పింది.

అట్లాంటిక్ చార్టర్ (ఆగస్టు 1941)

1941 డిసెంబర్‌లో జపాన్ పెరల్ హార్బర్‌పై దాడి చేసే వరకు అమెరికా రెండో ప్రపంచ యుద్ధంలో ప్రత్యక్షంగా పాల్గొన్నప్పటికి మిత్రపక్షాల పట్ల సానుకూల వైఖరిని అవలంభించింది. అనేక రకాలుగా బ్రిటన్‌కు సహాయాన్ని అందించింది. జూన్ 1941 లో జర్మనీ రష్యాపై దాడి చేసింది. రష్యాపై దాడి చేయడంతో జర్మనీ కష్టాలను కొని తెచ్చుకున్నట్టయింది. ఇది జరిగిన కొద్ది కాలానికే బ్రిటిష్ ప్రధాని చర్చిల్, అమెరికా అధ్యక్షుడు రూజ్‌వెల్ట్ ఒక నౌకలో సమావేశమై యుద్ధ పరిస్థితిని సమీక్షించారు. (ఆగస్టు 12) యుద్ధ పరిస్థితిని దృష్టిలో పెట్టుకుని ఒక ప్రణాళికను ఉమ్మడిగా ప్రకటించారు. ఇదే అట్లాంటిక్ చార్టరుగా ప్రసిద్ధి చెందింది. దీనిని అంతర్జాతీయ న్యాయ సూత్ర ప్రకటనగా చెప్పవచ్చు. ఇందులో ఎనిమిది అంశాలున్నాయి. అందులో మూడో ఆర్టికల్ ప్రజాభిప్రాయం మేరకే ప్రభుత్వం ఏర్పడాలన్న సూత్రాన్ని అందరి ప్రజల హక్కుగా గుర్తించింది. అమెరికా విదేశాంగ కార్యదర్శి (Secretary of State U.S.A.) కార్డెన్‌హల్ అట్లాంటిక్ చార్టర్‌లోని సూత్రాలు ప్రపంచ ప్రజలందరికి వర్తిస్తాయని ప్రకటించాడు. ఈ ప్రకటన వలస దేశాల ప్రజలలో అనేక ఆశలను రేకెత్తించింది. భారతీయులలో కూడా ఈ ప్రకటన ఆశలను రేకెత్తించింది. కానీ ఈ ఆశలు ఎంతోకాలం నిలవ లేదు. బ్రిటిష్ ప్రధాని చర్చిల్ పార్లమెంట్‌లో ఒక ప్రకటన చేస్తూ అట్లాంటిక్ చార్టర్ ప్రపంచంలో అందరికీ వర్తించదని కేవలం జర్మనీ ఆక్రమించిన భూభాగాలలోని ప్రజలకు మాత్రమే ఇది వర్తిస్తుందని ప్రకటించాడు. దీనితో బ్రిటిష్ ప్రభుత్వ నిజస్వరూపం మరొకమారు బయట పడింది. ఇది భారతీయులకు ఒక కనువిప్పు. ముఖ్యంగా బ్రిటిష్ ప్రభుత్వానికి యుద్ధంలో సహాయపడుతున్న కొన్ని వర్గాల భారతీయులను ఇది ఆశ్చర్య పరచింది.

క్రిప్స్ రాయబారం (1942)

1941 డిసెంబర్ 7 న హవాయ్‌లోని అమెరికా నౌకా కేంద్రం పెరల్ హార్బర్‌పై జపాన్ బాంబులతో దాడి చేసి భారీ నష్టాన్ని కలిగించింది. దీనితో అమెరికా రెండవ ప్రపంచయుద్ధంలో ప్రవేశించింది. ప్రపంచ యుద్ధం ఆసియాకు కూడా విస్తరించింది. అనతికాలంలోనే జపాన్, ఐరోపా దేశాల ఆధిపత్యంలో ఉన్న దేశాలను ఆక్రమించింది. యుద్ధం భారత సరిహద్దులను తాకింది.

ఆగ్నేయాసియా దేశాలను జపాన్ ఆక్రమించడం చైనా ప్రభుత్వాన్ని కలవరపరిచింది. 1936 నుంచి చైనా, జపాన్‌ల మధ్య యుద్ధ వాతావరణం నెలకుంది. ప్రపంచ యుద్ధం ప్రారంభమవడంతో బ్రిటన్, అమెరికా దేశాలు జపాన్‌కు వ్యతిరేకంగా చైనాకు సహాయాన్ని అందించసాగాయి. చైనాకు కావలసిన ఆయుధ ఇతర సరఫరాలు ఆగ్నేయాసియా, భారత దేశాల ద్వారా జరిగేవి. ఆగ్నేయాసియా దేశాలను జపాన్ ఆక్రమించడంతో చైనా పరిస్థితి క్లిష్టంగా తయారైంది. భారత దేశంలోని పరిస్థితిని స్వయంగా తెలుసుకోవడానికి చైనా రిపబ్లిక్ అధ్యక్షుడు చాంగ్‌కైషేక్ భారతదేశానికి వచ్చాడు. ప్రభుత్వంతోను, జాతీయ నాయకులతోను చర్చల ద్వారా భారత దేశ పరిస్థితిని తెలుసుకున్నాడు. భారతీయులలో బ్రిటిష్ వారి పట్ల గల వ్యతిరేకత చాంగ్‌కైషేక్‌ను కలవరపరిచింది. భారత రాజకీయ సమస్యను వెంటనే పరిష్కరించాలని బ్రిటిష్ ప్రధాని చర్చిల్‌కు సూచించాడు. అదే విధంగా భారతదేశంలోని పరిస్థితిని అమెరికా అధ్యక్షుడు రూజ్‌వెల్ట్ కూడా భారతదేశం పట్ల బ్రిటిష్ ప్రభుత్వ వైఖరిని ఖండించాడు. యుద్ధం తీవ్రరూపం దాల్చిందని, భారత దేశానికి ప్రమాదం కలిగితే అది బ్రిటిష్ వారికి కూడా నష్టం కలిగిస్తుందని, అందుచేత కాంగ్రెస్ విధించిన షరతులను అంగీకరించి యుద్ధంలో భారతీయుల సహకారాన్ని పొందవలసిందిగా రూజ్‌వెల్ట్ బ్రిటిష్ ప్రభుత్వంపై వత్తిడి తెచ్చాడు. ఆనాటి పరిస్థితులలో అమెరికా సలహాను చర్చిల్ తిరస్కరించ లేక పోయాడు. అందుచేత చర్చిల్ ప్రభుత్వం భారతీయులతో చర్చించడానికి నిర్ణయించింది. మంత్రివర్గ సమావేశంలో చర్చించి ఒక ప్రణాళికను తయారు చేశారు. ఆ ప్రణాళిక ఆధారంగా భారతీయులతో చర్చించడానికి ఒక రాయబారిని పంపడానికి నిర్ణయించారు. రాయబారిగా మంత్రి మండలిలో ఒకడైన సర్‌స్టాఫర్డ్‌క్రిప్స్ ను ఎంపిక చేశారు, క్రిప్స్‌కు దౌత్యవేత్తగా గుర్తింపు వుంది. పైగా భారత దేశ సమస్యలు తెలిసిన వాడు. నెహ్రూ తో సన్నిహితంగా ఉండేవాడు. అందువల్ల ఈ రాయబారానికి క్రిప్స్ సరైన వ్యక్తిగా భావించారు. క్రిప్స్ ఎంపిక పట్ల భారతీయులు కూడా హర్షం వ్యక్తం చేశారు. 1942 మార్చి 11న క్రిప్స్ రాయబారాన్ని బ్రిటన్ ప్రకటించింది. క్రిప్స్‌తో చర్చించడానికి అన్ని పక్షాల నాయకులను వైస్రాయ్ ఆహ్వానించాడు.

1942 మార్చి 23 న క్రిప్స్ ఢిల్లీ చేరుకున్నాడు. కాంగ్రెస్, ముస్లింలీగ్, హిందూమహాసభ, సిక్కు ప్రతినిధులు, ఇతరులు క్రిప్స్‌ను కలుసుకోవడానికి ఢిల్లీ చేరుకున్నారు. భారతీయ ప్రతినిధులను ఉద్దేశించి క్రిప్స్ చేసిన ప్రసంగం వారిలో ఆశలను రేపింది. బ్రిటిష్ మంత్రిమండలి ఆమోదించిన ప్రతిపాదనలను వారి ముందు పెట్టాడు. అవి :

1. యుద్ధం ముగిసిన వెంటనే భారతదేశానికి అధినివేశ ప్రతిపత్తి(Dominion status) లభిస్తుంది. బ్రిటన్‌తో సంబంధాన్ని కొనసాగించడానికి లేదా విడిపోవడానికి హక్కును కలిగి ఉంటుంది.

2. రాజ్యాంగ రచనకు ఒక రాజ్యాంగ పరిషత్తును ఏర్పాటు చేస్తుంది.

3. ఈ రాజ్యాంగాన్ని ఇష్టపడని రాష్ట్రాలు, ప్రాంతాలు డొమీనియన్‌లో చేరనవసరం లేదు. అవి ప్రత్యేక డొమీనియన్‌గా ఏర్పడవచ్చు. స్వదేశీ సంస్థానాలు డొమీనియన్‌లో చేరవచ్చు లేదా స్వతంత్రంగా ఉండవచ్చు.

4. ఈ విధంగా ఏర్పడ్డ డొమినియన్లు అల్ప సంఖ్యాకులకు ప్రభుత్వం ఇచ్చిన హామీలకు అనుగుణంగా బ్రిటిష్ ప్రభుత్వంతో ఒక ఒడంబడిక చేసుకోవాలి.

5. కొత్త రాజ్యాంగం అమలులోకి వచ్చేవరకు భారత దేశ రక్షణ బాధ్యత సైన్యంపై నియంత్రణ బ్రిటిష్ ప్రభుత్వానికే ఉంటుంది. దేశ రక్షణకు సంబంధించిన విషయాలను అమలు పరచడంలో భారతీయుల సహాయాన్ని సలహాలను స్వీకరిస్తుంది.

క్రిప్స్ తెచ్చిన ప్రతిపాదనలలో అనేక లొసుగులను భారతీయులు గమనించారు. ప్రతిపాదనలలోని నాలుగు అంశాలు భవిష్యత్తుకు సంబంధించినవి, అంటే యుద్ధం ముగిసిన తర్వాత అదీ యుద్ధంలో మిత్ర పక్షాలు విజయం సాధిస్తే చేపట్టబోయే కార్యక్రమం భవిష్యత్తు గురించి బ్రిటిష్ ప్రభుత్వ హామీల మీద భారతీయులకు, ముఖ్యంగా కాంగ్రెస్‌కు, నమ్మకం లేదు. మొదటి ప్రపంచయుద్ధకాలంలో 1917 లో మాంటేగ్ ప్రకటన ఎన్నో ఆశలను రేకెత్తించింది. యుద్ధం ముగిసిన తర్వాత బ్రిటిష్ ప్రభుత్వం వాటిని పట్టించుకోలేదు. ఈసారి మాత్రం హామీలకు కట్టుబడి ఉంటారన్న నమ్మకం లేదు. పోతే ఈ ప్రతిపాదనలో నూతన రాజ్యాంగాన్ని ఆమోదించని ప్రతి రాష్ట్రానికి ప్రత్యేక ప్రతిపత్తి కల్పించడానికి అవకాశమివ్వడం పాకిస్తాన్ ఏర్పాటుకు వీలు కల్పించినట్టయింది. ఒక్క పాకిస్తాన్ ఏర్పాటుకు వీలు మాత్రమే కాకుండా దేశాన్ని ముక్కలు ముక్కలుగా చేసే అవకాశం కూడా ఈ ప్రతిపాదనలో ఉంది. రాజ్యాంగ సభకు రాష్ట్రాల ప్రతినిధులను ప్రజలు ఎన్నుకుంటే సంస్థానాల ప్రతినిధులను మాత్రం పాలకులే నియమిస్తారు. ఈ నిబంధన ద్వారా సంస్థానాలలోని ప్రజలకు ప్రజాస్వామ్య హక్కులను నిరాకరించినట్టయింది. అందుచేత భవిష్యత్తుకు సంబంధించిన అంశాలపైకాంగ్రెస్ ఆసక్తి చూపించలేదు. ఈ ప్రతిపాదనలను చూచిన తర్వాత "భారత దేశానికి మీరు చేయగలిగింది ఇదే అయితే వెను వెంటనే బయలు దేరి విమానంలో ఇంటికి వెళ్ళండి" అని గాంధీ క్రిప్స్‌కు నిష్కర్షగా తన అభిప్రాయాన్ని తెలియ చేశాడు. ఆ తర్వాత గాంధీ చర్చలలో పాల్గొనలేదు. క్రిప్స్ అన్ని పక్షాల వారితోను విస్తృతంగా చర్చలు జరిపాడు. కాంగ్రెస్ తరపున నెహ్రూ, ఆజాద్‌లు చర్చలలో పాల్గొన్నారు.

భవిష్యత్తుకు సంబంధించిన ప్రతిపాదనల పట్ల నిరాసక్తి కనపరచిన కాంగ్రెస్ ప్రభుత్వ

నిర్వహణలో తక్షణ ఏర్పాట్ల పట్ల ఆసక్తి కనపరిచింది. అందుచేత కాంగ్రెస్ ప్రతినిధులు నెహ్రూ, ఆజాద్ ఈ అంశాలపై ఎక్కువగా క్రిప్స్ తో చర్చించారు. తక్షణం జాతీయ ప్రభుత్వం ఏర్పాటు చేయాలని, రక్షణ విషయాలు కూడా ఈ ప్రభుత్వ ఆధీనంలోనే ఉండాలని, గవర్నర్ జనరల్ రాజ్యాంగ అధినేతగా మాత్రమే వ్యవహరించాలని కాంగ్రెస్ పట్టు పట్టింది. రక్షణ వ్యవహారాలకు సంబంధించిన అంశాలు మినహా మిగిలిన అంశాలపై ఒక అవగాహన కుదిరినట్టు అనిపించింది. రక్షణ విషయంపై అమెరికా అధ్యక్షుడు రూజ్‌వెల్ట్ ప్రతినిధిగా ఢిల్లీలో ఉన్న కల్నల్ జాన్సన్ జోక్యంతో రాజీ ప్రతిపాదనపై ఏప్రిల్ 9 న అవగాహనకు వచ్చారు. చర్చలు ప్రారంభమైనప్పటి నుంచి క్రిప్స్ ధోరణి ఏ మాత్రం నచ్చని వైస్రాయి లిన్‌లిత్‌గో, సైన్యాధ్యక్షుడు వేవెల్, ప్రధానమంత్రి చర్చిల్ ద్వారా ఈ ప్రతిపాదనను విరమింప చేశారు. మంత్రిమండలి ఏప్రిల్ 9 న పంపిన టెలిగ్రాంలో క్రిప్స్‌ను మంత్రిమండలి ఆమోదించిన ప్రతిపాదనలకు మాత్రమే పరిమితం కావాలని హెచ్చరించింది. దీనితో క్రిప్స్ ధోరణిలో విపరీతమైన మార్పు కనిపించింది. చర్చలు అర్ధాంతరంగా ముగిశాయి. క్రిప్స్ రాయబారం విఫలమైంది.

క్రిప్స్ రాయబారం విఫలం కావడానికి ప్రధాన కారణం బ్రిటిష్ ప్రభుత్వ వైఖరే. వారికి కావలసింది భారతీయులకు మేలు చేయడం కాదు. ఏదో చేస్తున్నట్లు కనిపించడమే. అందుకే భారతీయులకు మిత్రుడుగా భావించిన క్రిప్స్, చర్చల విఫలమవడానికి పూర్తి బాధ్యతను గాంధీ, కాంగ్రెస్‌లపై రుద్దాడు. కాంగ్రెస్ అనుసరించిన నియంతృత్వ ధోరణి, అల్ప సంఖ్యాక వర్గాలపై పెత్తనం చేయాలన్న కాంగ్రెస్ కాంక్షే చర్చలు విఫలమవడానికి కారణమని క్రిప్స్, బ్రిటిష్ ప్రభుత్వం కాంగ్రెస్‌పై నింద మోపింది. ముస్లింలీగ్ కూడా క్రిప్స్ ప్రతిపాదనలను తోసి పుచ్చింది. అయినా క్రిప్స్ ముస్లింలీగ్‌ను పల్లెత్తు మాట అనక పోవడం విశేషం. బ్రిటిష్ ప్రభుత్వం విపరీతవైఖరి కాంగ్రెస్‌ను బ్రిటిష్ ప్రభుత్వంపై పోరాటానికి సన్నద్ధం చేసింది.

క్విట్ ఇండియా తీర్మానం (ఆగస్టు 1942)

క్రిప్స్ రాయబారం విఫలం కావడం, వైఫల్యానికి బ్రిటిష్ ప్రభుత్వం కాంగ్రెస్‌ను నిందించడంతో గాంధీ వైఖరిలో స్పష్టమైన మార్పు వచ్చింది. సింగపూర్, మలయా, బర్మాలను జపాన్ సునాయాసంగా ఆక్రమించడం బంగాళాఖాతంపై ఆధిపత్యాన్ని నెలకొల్పడం భారత దేశ రక్షణ విషయంలో బ్రిటిష్ ప్రభుత్వ సామర్థ్యాన్ని శంకించవలసిన పరిస్థితి ఏర్పడింది. జపాన్ భారతదేశంపై దాడి చేస్తే అది బ్రిటిష్ పరిపాలనలో భారతదేశం ఉన్నందువలనే జరుగుతుందని, బ్రిటిష్ వారు వెళ్ళిపోతే జపాన్ దాడి చేయక పోవచ్చునని గాంధీ భావించాడు. ఈ పరిస్థితుల్లో బ్రిటన్ భారదేశాన్ని వదిలి వెళ్ళడమే భారత దేశానికి చేయగల సహాయమని గాంధీ స్పష్టం చేశాడు.

1942 ఏప్రిల్, మే నెలల్లో "హరిజన్ పత్రిక"లో గాంధీ తన అభిప్రాయాలను వెల్లడించాడు. బ్రిటిష్ వారు భారతదేశం వదలి వెళ్ళితే దేశంలో అరాజకత్వం వస్తుందన్న వాదనకు కూడా గాంధీ సమాధానమిచ్చాడు. బ్రిటిష్ పరిపానలో నెలకొన్న అరాజకత్వం కన్నా వారు ఈ దేశాన్ని వదలి వెళ్ళినందువల్ల ఏర్పడే అరాజకత్వం ఎక్కువేమీ కాదని ఆయన స్పష్టం చేశాడు. ధరల పెరుగుదల, నిత్యావసర వస్తువుల కొరత, ఉద్యోగుల విచ్చలవిడి ప్రవర్తన భారతీయులలో బ్రిటిష్ పాలన పట్ల అసహనాన్ని, ఆగ్రహాన్ని కలిగించాయి. ఈ పరిస్థితుల్లో కాంగ్రెస్ వర్కింగ్ కమిటి 1942 జూలై 14 న అహ్మదాబాద్‌లో సమావేశమైంది. ఈ సమావేశంలో సభ్యులు అనేక రకాల ప్రజాభిప్రాయాలను వెల్లడించారు. అన్ని వర్గాల అభిప్రాయాలను నిశితంగా పరిశీలించిన తర్వాత వర్కింగ్ కమిటి క్విట్ ఇండియా తీర్మానాన్ని రూపొందించింది. ఆ తీర్మాన సారాశం ఈ విధంగా ఉంది.

భారతదేశం నుంచి బ్రిటిష్ వారు వెంటనే వెళ్ళిపోవాలి. ఇది భారతదేశ ప్రయోజనాలకే గాక, ప్రపంచ శాంతికి, ఫాసిజం, సామ్రాజ్యవాదం ఇతర నియంతృత్వ ధోరణులను నిర్మూలించడానికి అవసరం అన్న బ్రిటిష్ విధానమైన "విభజించి-పాలించు" అనేదే మత సమస్యకు కారణమైంది. అందుచేత భారత దేశం బ్రిటన్ పరిపానలో ఉన్నంత కాలం హిందూ-ముస్లిం సమస్య పరిష్కారం కాదు.

బ్రిటిష్ వారు వెళ్ళిన తర్వాత అన్ని వర్గాల ప్రతినిధులతో జాతీయ ప్రభుత్వం ఏర్పడుతుంది. రాజ్యాంగ సభను ఏర్పాటు చేసి, అది అన్ని వర్గాల ప్రజలకు ఆమోదయోగ్యమైన రాజ్యాంగాన్ని ఏర్పాటు చేస్తుంది.

జాతీయ ప్రభుత్వం తన సర్వశక్తులను వినియోగించి జపాన్‌తో యుద్ధం కొనసాగిస్తుంది. మిత్ర పక్షాల సేనలు భారతదేశంలో ఉండడానికి అనుమతిస్తుంది. అందుచేత బ్రిటిష్ ప్రభుత్వం వెంటనే అధికారాన్ని భారతీయులకు అప్పగించి భారతదేశాన్ని వదలి వెళ్ళాలి.

బ్రిటిన్ అందుకు నిరాకరించినట్టయితే కాంగ్రెస్ శాసనోల్లంఘనం చేస్తుంది. అహింసా విధానం ద్వారా కాంగ్రెస్ సంపాదించిన శక్తినంతా భారతదేశ విముక్తి కోసం, దేశ రక్షణ కోసం వినియోగిస్తుంది. ఈ ఉద్యమానికి గాంధీ నాయకత్వం వహిస్తాడు.

ఈ తీర్మానం చాలా ముఖ్యమైనది. కాబట్టి దీనిపై తుది నిర్ణయం తీసుకోవడానికి అఖిల భారత కాంగ్రెస్ కమిటి ఆగస్టు 7 న బొంబాయిలో సమావేశం కావాలని నిర్ణయించారు. నిర్ణయించిన ప్రకారం అఖిల భారత కాంగ్రెస్ కమిటి ఆగస్టు 7 న బొంబాయిలో సమావేశమైంది. సుదీర్ఘ చర్చల తర్వాత ఆగస్టు 8 న పై తీర్మానాన్ని ఆమోదించింది.

ఈ సమావేశంలో గాంధీ ఉద్వేగభరితమైన ఉపన్యాసం చేశాడు. బ్రిటిష్ వారితో జరపబోతున్న ఈ పోరాటంలో వివిధ వర్గాల వారు ఏమి చేయాలో సూచించాడు. ప్రభుత్వ ఉద్యోగులు రాజీనామా చేయనవసరం లేదు. కాంగ్రెస్ పట్ల విశ్వాసాన్ని ప్రకటించాలి. సైనికులు తమ సోదర భారతీయులపై కాల్పులు జరపకూడదు. సంస్థానాధీశులు విదేశీయులకు తమ ప్రజల సార్వభౌమత్వాన్ని అంగీకరించాలి. స్వాతంత్ర్యం సిద్ధించే వరకు, వీలయితే, విద్యార్థులు విద్యాలయాలను బహిష్కరించవచ్చు. ఉపన్యాసంలోనే దేశ ప్రజలకు ఒక మంత్రోపదేశం చేశారు. అదే విజయమో, వీరస్వర్గమో (Do or Die).

ఉద్యమం ప్రారంభించాలని తీర్మానం చేశారు. కాని ఎప్పుడు ప్రారంభించాలన్నది నిర్ణయించలేదు. గాంధీ వెంటనే ఉద్యమం ప్రారంభించదలచ లేదు. ఉద్యమం ప్రారంభించడానికి ముందు ప్రభుత్వానికి తెలియ చేయడం వీలయితే వైస్రాయ్‌తో చర్చించడం గాంధీ ఆనవాయితీ. ఈ సారి కూడా అదే విధంగానే చేయాలని గాంధీ భావించాడు. దీనికి కనీసం రెండు వారాలైనా పడుతుందనుకున్నాడు. ఈలోగా ఉద్యమ నిర్వహణకు ఒక ప్రణాళికను రూపొందించదలచాడు. ప్రభుత్వం గాంధీకి ఆ అవకాశం ఇవ్వలేదు.

ప్రభుత్వ చర్యలు :

జూలై 14 న కాంగ్రెస్ వర్కింగ్ కమిటి తీర్మానం విన్న వెంటనే ఉద్యమాన్ని అణచివేయడానికి తగిన చర్యలు తీసుకోవటం ప్రారంభించింది. ప్రభుత్వం యుద్ధ సమయంలో ఎటువంటి రాజకీయ ఉద్యమం కొనసాగనివ్వకూడదని నిర్ణయించింది. గాంధీ నాయకత్వంలోని కాంగ్రెస్‌ను శత్రువుగా భావించింది. ఉద్యమం అణచివేతకు తగిన చర్యలు తీసుకోవలసిందిగాను, రాష్ట్రంలో పరిస్థితిపై పదిహేను రోజులకు ఒకసారి నివేదికలను సమర్పించవలసిందిగాను రాష్ట్ర ప్రభుత్వాలను ఆదేశించింది. ఆ రోజులలో ప్రభుత్వ చర్యలను పరిశీలించి నట్టయితే శత్రుదేశంపై యుద్ధం ప్రకటించే ముందు తీసుకునే చర్యలు గుర్తుకు వస్తాయి. ఈ విధంగా ఆగస్టు 7 న బొంబాయిలో కాంగ్రెస్ సమావేశమయ్యే నాటికి కాంగ్రెస్‌ను ఎదుర్కొనడానికి తగిన ప్రణాళికతో ప్రభుత్వం తయారుగా ఉంది.

ఆగస్టు 8 న అఖిల భారత కాంగ్రెస్ కమిటి క్విట్ ఇండియా తీర్మానం ఆమోదించడంతో ప్రభుత్వం అణచివేత చర్యలను ప్రారంభించింది. ఆగస్టు 9 న తెల్లవారక ముందే కాంగ్రెస్ నాయకుల అరెస్టు ప్రారంభమైంది. బిర్లా మందిరంలో విశ్రాంతి తీసుకుంటున్న గాంధీని ఉదయం 5 గంటలకే నిర్బంధంలోకి తీసుకున్నారు. గాంధీని, కస్తూరిబాను, గాంధీ కార్యదర్శి మహాదేవ్ దేశాయ్, సరోజిని నాయుడు మొదలైన వారిని పూనాలోని ఆగాఖాన్ భవనంలో నిర్బంధించారు. అదేవిధంగా బొంబాయిలో ఉన్న కాంగ్రెస్ వర్కింగ్ కమిటి సభ్యులందరిని అరెస్టు చేసి అహ్మద్ నగర్ కోటకు

తరలించారు. వెనువెంటనే దేశ వ్యాప్తంగా అనేక మంది కాంగ్రెస్ నాయకులను జైళ్ళకు తరలించారు. జాతీయ, స్థాయి నుంచి, రాష్ట్ర, జిల్లా, తాలుకా, పట్టణస్థాయి వరకు చెప్పుకోతగ్గ నాయకులెవ్వరిని వదిలి పెట్టకుండా జైలు పాలు చేశారు. ఈ విధంగా ఉద్యమాన్ని నడపడానికి నాయకుల నెవ్వరినీ లేకుండా చేసింది ప్రభుత్వం. అన్ని కాంగ్రెస్ కమిటిలను నిషేధించింది. కాంగ్రెస్ నిధులను స్తంభింప చేశారు. పత్రికలపై పలు ఆంక్షలు విధించారు. గాంధీ పత్రిక 'హరిజన్'తో సహా అనేక పత్రికలు మూత పడ్డాయి. దేశ భద్రతా చట్టానికి అనేక కొత్త నిబంధనలు చేరాయి. నాయకుల అరెస్టుతో ఇతర బెదిరింపు చర్యల వల్ల ఉద్యమమే ఉండదని ప్రభుత్వం భావించింది. ఈ భావం వట్టి భ్రమ మాత్రమేనని తరువాతి సంఘటనలు రుజువు చేశాయి.

ప్రభుత్వం చేపట్టిన ఈ విపరీత చర్యలకు ప్రజలు ఆగ్రహోపేతులయ్యారు. క్రమశిక్షణతో ఉద్యమాన్ని నడిపించడానికి నాయకులు లేరు. తమ నాయకులందరిని జైలు పాలు చేసిన ప్రభుత్వం పై కన్నెర్ర చేశారు. ఆవేశంతో ఊగిపోయారు. ప్రతి వ్యక్తి ఒక నాయకుడై తనకు తోచిన విధంగా బ్రిటిష్ ప్రభుత్వంపై తిరుగుబాటు ప్రారంభమైంది. నడిపించే నాయకులుగాని, అమలు చేయవలసిన ప్రణాళిక గాని లేకపోవడంతో విధ్వంస చర్యలకు పూనుకున్నారు, రాకపోకలకు అంతరాయం కల్గించారు. అనేక చోట్ల టెలిఫోన్, టెలిగ్రాఫ్ తీగలను తెంపి వేశారు. రైల్వే స్టేషన్‌ను ధ్వంసం చేశారు. పోలీసు స్టేషన్‌లపై దాడి చేశారు. ప్రభుత్వ కార్యాలయాలను తగుల బెట్టారు. రైలు పట్టాలను తొలగించారు. అది ఇది అని ఆలోచించకుండా బ్రిటిష్ ప్రభుత్వ అధికార చిహ్నాలని భావించిన అన్నింటి మీద దాడి చేశారు. ప్రభుత్వ కార్యాలయ భవనాల మీద జాతీయ జెండా ఎగుర వేశారు. ఇంతకాలం అహింసాయుతంగా నడచిన భారత స్వాతంత్ర్యోద్యమంలో అనేక చోట్ల హింస చోటు చేసుకుంది. చాలా ప్రాంతాలల్లో టెలిఫోన్, టెలిగ్రాఫ్ వైర్‌లను ప్రభుత్వ ఆస్తులను ధ్వంసం చేశారు. ఉవ్వెత్తున లేచిన ఈ తిరుగుబాటు ఎక్కువ కాలం సాగలేదు. కొద్ది వారాల పాటు తీవ్రస్థాయిలో జరిగింది. విధ్వంసాన్ని సృష్టించింది. ప్రభుత్వం ప్రతిహింసకు పూనుకోవడంతో సద్దు మణిగింది. అజ్ఞాత కార్యకలాపాలు, చెదురు మదురు విధ్వంస సంఘటనలు మరికొంత కాలం పాటుగా సాగాయి. కాని పోలీసులు, సైనికుల సహాయంతో బ్రిటిష్ ప్రభుత్వం తన అధికారాన్ని నిలబెట్టుకుంది.

క్విట్ ఇండియా ఉద్యమం దేశ వ్యాప్తంగా జరిగినప్పటికి దేశమంతటా ఒకే రీతిగా సాగలేదు. కొన్ని ప్రాంతాలలో చాలా ఉధృతంగాను, మరికొన్ని ప్రాంతాలలో కాస్త మందకొడిగాను సాగింది. ముఖ్యంగా బెంగాల్, బీహార్, ఉత్తర ప్రదేశ్‌లోని తూర్పు ప్రాంతాలలో రాష్ట్రాలలో, విధ్వంసకర చర్యలు ఎక్కువగా జరిగాయి. మహారాష్ట్ర, మధ్యప్రదేశ్, అస్సాంలలో కూడా ఉద్యమం తీవ్రంగానే జరిగింది.

ఉత్తర ప్రదేశ్‌లోని బాలియా జిల్లాలో ప్రజలు జైలు బద్దలు కొట్టి ఖైదీలను విడుదల చేశారు. పరిపాలనను తమ స్వాధీనం చేసుకుని కొద్ది రోజుల్లో స్వరాజ్యాన్ని స్థాపించారు. పంచాయితీ ప్రభుత్వాన్ని ఏర్పాటు చేశారు. బాలియాలో 1942 ఆగస్టు 9 లో బిట్టూపాండే నాయకత్వంలో 'ప్రజాప్రభుత్వం' ఏర్పడింది. దానికి బెంగాల్ రాష్ట్రంలోని మిడ్నాపూర్ జిల్లా తామ్లూక్ ప్రాంతంలో జాతీయ ప్రభుత్వం ఏర్పాటు చేశారు. 2 డిసెంబర్ 1942 లో ఏర్పడిన జాతీయ సర్కార్ సెప్టెంబర్ 1944 వరకు కొనసాగింది. మహారాష్ట్రలోని సతారాలో కూడా "ప్రజా ప్రభుత్వం" ఏర్పాటు చేసి మిగతా ప్రాంతాలల్లో కంటే ఇక్కడ ఆ ప్రభుత్వం ఎక్కువకాలం నిలిచింది. సతారాలోని "ప్రజా ప్రభుత్వానికి" వై. బి. చవాన్ నాయకత్వం వహించాడు. క్విట్ ఇండియా ఉద్యమ వార్తల ప్రచురణను ప్రభుత్వం బహిష్కరించినందున, ఉద్యమకారులు కొంతమంది కాంగ్రెస్ రేడియో ను రహస్యంగా నెలకొల్పి ఆ రేడియో ద్వారా ప్రజలకు ఉద్యమ వార్తలు తెలియ చేశారు. బాందేల్‌లో ఏర్పాటయిన ఆ రేడియో ప్రసారాలు, మద్రాసులో కూడా వినపడేవి. రామ్ మనోహర్ లోహియా, ఉషా మెహతా, ఆ రేడియోలో కార్యక్రమాలను ప్రసారం చేసిన వారిలో ప్రముఖులు.

సెప్టెంబరు మాసంలో అస్సాంలో ఉద్యమం తీవ్రస్థాయికి చేరింది. రైల్వే స్టేషన్‌లు, వంతెనలు ధ్వంసమయ్యాయి. సైనికులను తరలిస్తున్న రెండు రైళ్ళు పట్టాలు తప్పడంతో 150 మంది సైనికులు మరణించారు. జాతీయ కాంగ్రెస్ క్విట్ ఇండియా తీర్మానాన్ని ఆమోదించిన బొంబాయి నగరంలో ఆగస్ట్ 9 తేదీన ప్రజలు తీవ్రస్థాయిలో స్పందించారు. శివాజీ పార్కు, గవాలియా మైదానంలో అసంఖ్యాకంగా ప్రజలు గుమిగూడారు. పోలీసు కాల్పుల్లో 8 మంది మరణించగా అనేక మంది గాయపడ్డారు.

ఉత్తర భారత దేశంతో పోల్చినపుడు దక్షిణాదిలో ఉద్యమం అంత తీవ్రరూపం దాల్చలేదు. ఆంధ్ర కాంగ్రెస్ కమిటి ఆగస్టు తీర్మానానికి ముందే ఒక కార్యాచరణ ప్రణాళికను సిద్ధం చేసినప్పటికీ అన్ని స్థాయిలకు చెందిన నాయకులు జైలుపాలు కావడంతో ఆ ప్రణాళిక అమలు కాలేదు. అనేక చోట్ల ప్రభుత్వ కార్యాలయాలు, రైల్వే స్టేషన్లు, ధ్వంసమయ్యాయి. ఆగస్టు 12 న తెనాలి రైల్వే స్టేషన్ మీద దాడి జరిగింది. రైల్వే సిబ్బందిని బయటకు రప్పించి స్టేషనుకు నిప్పంటించారు. సిగ్నల్ విధానాన్ని పాడు చేశారు. కొన్ని రైలు పెట్టెలకు నిప్పంటించారు. ఈ సంఘటనలో పోలీస్ కాల్పులలో ఆరుగురు మరణించారు. గూడూరు, విజయవాడ, రైలు మార్గంలో అనేక చోట్ల రైలు పట్టాలు తొలగించారు. అలాగే కాళహస్తి–గూడూరు మార్గంలో కూడా కొన్ని చోట్ల పట్టాలు తొలగించారు. ఇటువంటి చెదురుమదురు విధ్వంసక చర్యలు అనేక చోట్ల జరిగాయి.

ఈ ఉద్యమం వల్ల దేశవ్యాప్తంగా జరిగిన నష్టం (డిసెంబరు 31, 1943 వరకు) ప్రభుత్వ లెక్కల ప్రకారం ఈ విధంగా ఉంది.

1.	ప్రభుత్వ చర్యలు:	
	పోలీస్ కాల్పులు	601
	మరణించిన వారి సంఖ్య	763
	గాయపడినవారు	1941
2.	ప్రజల చర్యలు	
	ధ్వంసమయిన పోలీస్ స్టేషన్లు	208
	ధ్వంసమయిన ప్రభుత్వ కార్యాలయాలు	249
	ధ్వంసమయిన ఇతర ప్రజా కట్టడాలు	525
	ధ్వంసమయిన వ్యక్తుల భవనాలు	273
	ప్రభుత్వానికి కలిగిన నష్టం	రూ. 27,35,125
	ఇతరులకు కలిగిన నష్టం	రూ. 30,07,274
3.	విధ్వంసక చర్యలు	
	బాంబు పేలుళ్ళు	664
	రోడ్ల విధ్వంస సంఘటనలు	474
4.	ప్రభుత్వ ప్రతీకార చర్యలు	
	సమష్టి జరిమానాలు	173
	జరిమానా మొత్తం	రూ. 90,07,382
	కొరడా దెబ్బల కేసులు	2,562
	అరెస్ట్ అయిన వారు	9,836
	అధికారం నుండి తొలగించిన స్థానిక సంస్థలు	108
4.	రైల్వేలు:	
	ధ్వంసమైన స్టేషన్లు	382
	నష్టపడ్డ రైలు మార్గాలు (అక్టోబర్ 1, 1942)	411

	తీవ్రంగా విధ్వంసమైన రైలు పెట్టెలు	268
	పట్టాలు తప్పడం, ఇతర ప్రమాదాలు	66
	రైల్వే ఆస్తి నష్టం	రూ.52,00,000
5.	**తంతి, తపాలా శాఖ:**	
	ధ్వంసమయిన తపాలా కార్యాలయాలు	945
	ఇతర విధ్వంస కేసులు	12,286
6.	**సైనిక చర్యలు :**	
	సైనిక కాల్పులు జరిపిన సందర్భాలు	68
	మరణించినవారు	297
	గాయపడ్డవారు	238
	విమానాల నుంచి జరిపిన కాల్పులు	5

(ఆధారం తారాచంద్, హిస్టరి ఆఫ్ ఫ్రీడం మూమెంట్ ఇన్ ఇండియా 4 వ సంపుటం.)

ప్రభుత్వ అణచివేత చర్యలు :

ఉద్యమం ప్రారంభించక ముందే కాంగ్రెస్‌ను శత్రువుగా భావించింది బ్రిటిష్ ప్రభుత్వం ఆగస్టు 9 న ప్రజా తిరుగుబాటు ప్రారంభం కావడంతో ప్రజలను కూడా శత్రువులుగా భావించి అతి కఠినమైన చర్యలను చేపట్టింది. ఏ నాగరిక ప్రభుత్వం తన ప్రజలపై జరపని అత్యాచారాలను భారతీయులపై జరిపింది. శాంతి, భద్రతల పరిరక్షణ సాకుతో నీతికి, నాగరిక ప్రవర్తనకు తిలోదకాలిచ్చింది లాఠీ చార్జీలు, పోలీస్ కాల్పులు సర్వసాధారణమయ్యాయి. సైనికులనురంగంలోకి దించి మర తుపాకులతో కాల్పులు జరిపించి, చివరకు శత్రు దేశాల మీద ప్రయోగించినట్లు విమానాల ద్వారా కూడా కాల్పులు జరిపించింది. స్త్రీలను నగ్నంగా చేసి కొట్టడం, మానభంగం చేయడం వంటి సంఘటనలు అనేకం జరిగాయి. గ్రామాలను దోచుకున్నారు. అనేక ఇళ్ళను కూలగొట్టడమో, తగుల బెట్టించడమో జరిగింది. ప్రజలను హింసించడానికి వారు వాడని ఆయుధం లేదు. విచారణ లేకుండానే వేలాది మందిని జైళ్ళకు పంపారు. సామూహిక జరిమానాలు విధించారు. అతి దౌర్జన్యకర పద్ధతులతో జరిమానాలను రాబట్టారు. ప్రభుత్వ లెక్కల ప్రకారమే ఈ జరిమానా 90 లక్షల రూపాయలను దాటింది. ప్రభుత్వ చర్యలు అతి లజ్జాకరంగా, సభ్య ప్రపంచాన్ని తలదించుకునేటట్టు చేశాయి. ప్రజలు మరెప్పుడూ ప్రభుత్వ వ్యతిరేక చర్యలకు పాల్పడని

రీతిలో వారిని భీతావహులను చేయడం ప్రభుత్వం తన లక్ష్యంగా పెట్టుకుంది. ఆ లక్ష్య సాధనకు నిరంకుశంగా ప్రవర్తించింది.

ఉద్యమంలో పాల్గొన్న వివిధ వర్గాలు:

ఈ ఉద్యమంలో విద్యార్థులు ప్రముఖ పాత్ర నిర్వహించారు. వేల సంఖ్యలో స్కూళ్ళను, కళాశాలలను వదలి ఉద్యమంలో పాల్గొన్నారు. ప్రదర్శనలను నిర్వహించారు. పోలీసుల లాఠీ దెబ్బలను భరించారు. కాల్పులలో ప్రాణాలను అర్పించారు. గ్రామాలలో పర్యటిస్తూ ఉద్యమ లక్ష్యాన్ని, దేశ స్వాతంత్ర్య ఆవశ్యకతను వివరించారు.

కమ్యూనిస్టులు ఈ ఉద్యమాన్ని వ్యతిరేకించారు. యుద్ధ సమయంలో ఈ ఉద్యమాన్ని నిర్వహించడం యుద్ధంలో మిత్రపక్షాలకు ఇబ్బంది కలిగిస్తుందని, నియంతృత్వ శక్తులకు సహాయ పడుతుందని వారు భావించారు. అయినప్పటికీ శ్రామిక వర్గం ఈ ఉద్యమంలో ఉత్సాహంగా పాల్గొంది. ఆంధ్రప్రదేశ్‌లోని కర్నూలు జిల్లాలో కమ్యూనిష్టు నాయకుడు చంద్ర పుల్లారెడ్డి పార్టీ విధానానికి వ్యతిరేకంగా ఉద్యమంలో పాల్గొన్నారు. బొంబాయి, జెమ్‌షెడ్‌పూర్ వంటి పారిశ్రామిక కేంద్రాలలో కార్మికులు సమ్మె చేశారు.

ప్రభుత్వం కన్ను కప్పి కొందరు అజ్ఞాతంలోకి వెళ్ళి తిరుగుబాటును నిర్వహించారు. అటువంటి వారిలో రామ్ మనోహర్ లోహియా, జయప్రకాశ్ నారాయణ్, అచ్యుత పట్వర్ధన్, అరుణా అసఫాలీ, సుజాత కృపలాని, బిజూ పట్నాయక్, ఆర్.పి. గోయంకా మొదలైన వారు ప్రముఖులు.

జిన్నా నాయకత్వంలోని ముస్లింలీగ్ ఈ ఉద్యమాన్ని బలపరచ లేదు. కాంగ్రెస్ బ్రిటిష్ వారిని దేశం వదిలి వెళ్ళమని ఉద్యమానికి పిలుపునిస్తే, ముస్లింలీగ్ దేశాన్ని విభజించి వెళ్ళమని (Devide and Quit) కోరింది. అందుచేత ముస్లింలు, కొన్ని మినహాయింపులతో, ఈ ఉద్యమానికి దూరంగా ఉండిపోయారు.

భారత స్వాతంత్ర్య పోరాట చరిత్రలో క్విట్ ఇండియా ఉద్యమం ఆఖరిది. ముందు జరిగిన ఉద్యమాల కంటే భిన్నమయింది. ఇది పరాయి ప్రభుత్వంపై భారతీయులు చేసిన తిరుగుబాటు. ఈ తిరుగుబాటు నాలుగు నెలలలోనే అణచివేయబడింది. దాని లక్ష్యాన్ని సాధించలేకపోయింది. అయితే ఈ ఉద్యమం పూర్తిగా విఫలమయిందనడానికి వీలు లేదు. భారతీయుల స్వాతంత్ర్య కాంక్షను బ్రిటిషు పరిపాలన పట్ల వారి అభిప్రాయాన్ని స్పష్టం చేసింది. ఇక ఏమాత్రం బ్రిటిష్ పరిపాలనను భరించలేమని ప్రజలు స్పష్టం చేశారు.

సాధారణ ప్రజలు ఈ ఉద్యమంలో స్వచ్ఛందంగా పాల్గొనడం ఈ ఉద్యమం ప్రత్యేకత. ఈ ఉద్యమం ప్రపంచ దృష్టిని భారత దేశంవైపు మళ్ళించింది. అనేక మంది ప్రపంచ ప్రముఖులు బ్రిటిష్ ప్రభుత్వాన్ని దోషిగా పేర్కొన్నారు. భారతదేశ స్వాతంత్ర్య శుభ ఘడియల దగ్గరకు చేర్చింది ఈ ఉద్యమం.

సుభాష్ చంద్రబోస్: భారత జాతీయ సైన్యం

భారత స్వాతంత్ర్యోద్యమంలో అనేక ముఖ్య సంఘటనలు రెండో ప్రపంచ యుద్ధకాలంలో సంభవించాయి. బ్రిటిష్ పాలన నుంచి భారత దేశ విముక్తి కోసం కాంగ్రెస్ ఆధ్వర్యంలో సాగిన ఉద్యమాలలో చివరిదైన క్విట్ ఇండియా ఉద్యమం రెండో ప్రపంచ యుద్ధకాలంలో జరిగింది. ఈ ఉద్యమాన్ని అతిక్రూరమైన చర్యల ద్వారా బ్రిటిష్ ప్రభుత్వం అణచివేసిందని తెలుసుకున్నాం. అదే కాలంలో సాయుధ పోరాటం ద్వారా భారత దేశ విముక్తి కోసం కొందరు ప్రయత్నించారు. ఆ ప్రయత్న ఫలితమే భారత జాతీయ సైన్యం. దానికి నాయకుడు సుభాష్ చంద్రబోస్. ఈ పోరాటంలో భారత జాతీయ సైన్యం విఫలమైనప్పటికీ తర్వాత సంభవించిన కొన్ని ముఖ్య సంఘటనలకు అది ప్రేరణ నిచ్చింది. చివరికి బ్రిటిష్ వారు భారత దేశాన్ని వదలి వెళ్ళాలని నిర్ణయం తీసుకోవడంలో విశేష ప్రభావాన్ని చూపింది.

సుభాష్ చంద్రబోస్ (1872-1945)

సుభాష్ చంద్రబోస్ 1897 జనవరి 23 కటక్‌లో జన్మించాడు. తల్లి ప్రభావతి. తండ్రి జానకీ నాథ్‌బోస్. వారిది ఉన్నత మధ్య తరగతి కుటుంబం. జానకీనాథ్‌బోస్ పేరున్న న్యాయవాది. బ్రిటిష్ ప్రభుత్వం ఆయనను పబ్లిక్ ప్రాసిక్యూటర్‌గా నియమించింది. రాజబహదూర్ బిరుదు కూడా ఇచ్చి గౌరవించింది. కానీ జాతీయోద్యమ కాలంలో ఇవన్నీ వదులుకొని జాతీయ భావాన్ని, దేశభక్తిని ప్రదర్శించాడు. ఆ విధంగా సుభాష్ చంద్రబోస్‌కు చిన్నతనంలోనే జాతీయ భావం ఏర్పడింది. అయినా తండ్రి కోరిక మేరకు ఐ.సి.యస్. పరీక్ష పాసయ్యాడు. కానీ సహాయ నిరాకరణోద్యమం పట్ల ఆకర్షితుడై 1921 లో తన ఐ.సి.యస్ పదవికి రాజీనామా చేసి స్వాతంత్ర్యోద్యమంలోకి దుమికాడు. దేశభక్త చిత్తరంజన్ దాస్ అనుచరుడుగా పేరు పడ్డాడు. అనేక నిర్మాణాత్మక కార్యక్రమాలలో పాల్గొన్నాడు. ఉద్యమాలలో పాల్గొన్నాడు. అనేకసార్లు జైలుకు వెళ్ళాడు. కాంగ్రెస్‌లోని యువతరానికి నాయకుడయ్యాడు. సోషలిస్టు భావాలను వెల్లడించారు. అనేక సందర్భాలలో గాంధీ భావాలను వ్యతిరేకించాడు. భారత జాతీయ కాంగ్రెస్‌లో ప్రముఖ స్థానాన్ని ఆక్రమించాడు. 1938 హరిపురా కాంగ్రెస్ సమావేశంలో ఏకగ్రీవంగా కాంగ్రెస్ అధ్యక్షుడిగా ఎన్నికయ్యాడు. బ్రిటిష్ ప్రభుత్వం పట్ల కఠినంగా వ్యవహరించాలని, రాజీలేని పోరాటం

సాగించాలని బోస్ అభిప్రాయం. ఇది గాంధీకి నచ్చలేదు. అంతేకాకుండా ప్రణాళికా సంఘాన్ని నియమించి భారత దేశ పారిశ్రామికాభివృద్ధికి ప్రణాళికలు తయారు చేయడానికి పూనుకున్నాడు. ఇది గాంధీ ఆర్థిక భావాలకు సరిగ్గా వ్యతిరేకం. ఇవన్నీ గాంధీకి, ఆయన అనుచరులకు ఆగ్రహం కలిగించాయి. 1939 లో సుభాష్‌కు వ్యతిరేకంగా గాంధీ పట్టాభి సీతారామయ్యను అధ్యక్ష పదవికి పోటీకి నిలబెట్టాడు. అయినా ప్రయోజనం లేక పోయింది. పట్టాభిని ఓడించి సుభాష్ చంద్రబోస్ మరొకసారి కాంగ్రెస్ అధ్యక్షుడుగా ఎన్నికయ్యాడు. పట్టాభి ఓటమి తన ఓటమిగా భావించిన గాంధీ, ఆయన అనుచరులు బోస్‌తో సహకరించలేదు. గాంధీతో ఏర్పడిన అభిప్రాయ భేదాల వల్ల, కొందరు కాంగ్రెస్ నాయకుల సహాయ నిరాకరణవల్ల బోస్ 1939 సెప్టెంబర్‌లో కాంగ్రెస్ అధ్యక్ష పదవికి రాజీనామా చేశాడు. కాంగ్రెస్‌లో అంతర్భాగంగా, సామ్యవాద భావాలు గల వారికి వేదికగా "ఫార్వర్డ్ బ్లాక్" పేరుతో ఒక పార్టీని ఏర్పాటు చేశాడు. అయితే కాంగ్రెస్ పార్టీలో కొనసాగలేక పోయాడు. "ఫార్వర్డ్ బ్లాక్" ను స్వతంత్ర రాజకీయ పక్షంగా మార్చాడు. సామ్యవాద సిద్ధాంతాలను ఫార్వర్డ్ బ్లాక్ లక్ష్యాలుగా ప్రకటించాడు.

సుభాష్ చంద్రబోస్ అతివాద భావాలు, సామ్యవాద సిద్ధాంతాలు ప్రభుత్వానికి నచ్చలేదు. బోస్ పట్ల ప్రభుత్వమెప్పుడూ కఠినమైన వైఖరినే ప్రదర్శించేది. ఈ పరిస్థితులలో కలకత్తాలో హాల్వెల్ శిలా విగ్రహాన్ని తొలగించాలని బోస్ ఆందోళన చేయ సాగాడు. ప్రజలు బోస్‌కు మద్దతు నివ్వడంతో అది ఉద్యమ రూపం దాల్చింది. ఉద్యమం తీవ్రరూపం దాల్చడంతో ప్రభుత్వం బోసును ప్రమాదకర విప్లవవాదిగా ప్రకటించి 1940 జులైలో అరెస్టు చేసి జైలులో పెట్టింది. దానికి నిరసనగా జైలులోనే నిరహారదీక్ష ప్రారంభించాడు. నిరాహార దీక్షవల్ల బోస్ ఆరోగ్యం క్షీణించసాగింది. బోస్‌కు ఏదైనా జరిగితే ప్రమాదమని తలచి ప్రభుత్వం ఆయనను జైలు నుంచి విడుదల చేసింది. కానీ ఆయన స్వేచ్ఛను అరికడుతూ గృహ నిర్బంధంలో ఉంచింది. అందుచేత కొంతకాలం ఎటువంటి రాజకీయ కార్యకలాపాలలో పాల్గొనకుండా ఉండి పోయాడు. 1941 జనవరి 26 వ తేది తెల్లవారుజామున ప్రభుత్వం కళ్ళుకప్పి ఇంటి నుంచి అదృశ్యమయ్యాడు. కలకత్తాలో అదృశ్యమైన బోసు కాబూల్ చేరుకుని, అక్కడ నుంచి మార్చి 27 న జర్మనీ రాజధాని బెర్లిన్ చేరుకున్నాడు. బ్రిటిష్ వారితో పోరాడుతున్న అక్ష్య రాజ్యాల(Axe's Powers) సహాయంతో భారత దేశ విముక్తి సాధించాలని భావించాడు. శత్రువుకు శత్రువు మిత్రుడన్న సిద్ధాంతాన్ని బోస్ అమలు పరచడానికి ప్రయత్నించాడు. జర్మనీ నియంత హిట్లర్ ముఖ్య సహచరులలో ఒకరైన రిబెన్ ట్రాప్‌తో చర్చలు జరిపాడు. ఈ చర్చలలో బోస్ మూడు ప్రతిపాదనలు చేశాడు. అవి

1) బ్రిటిష్ ప్రభుత్వంపై తిరుగుబాటు చేయమని భారత ప్రజలను ప్రోత్సహిస్తూ బెర్లిన్ నుంచి రేడియో ద్వారా ప్రసంగాలు చేయడం.

2) జర్మనీ యుద్ధ ఖైదీలుగా పట్టుబడ్డ భారతీయ సైనికులతో స్వతంత్ర భారత సైనిక దళాన్ని తయారు చేసి భారత దేశపు సరిహద్దులలో బ్రిటిష్ వారితో పోరాడడం

3) అక్ష్యరాజ్యాలు (జర్మనీ, ఇటలీ, జపాన్) వెంటనే భారత స్వాతంత్ర్య ప్రకటన చేయడం. స్వాతంత్ర్య సాధనకు జర్మనీ సహాయం చేయడం.

మొదటి రెండు ప్రతిపాదనలకు జర్మనీ అంగీకరించింది. కానీ మూడో ప్రతిపాదనను అంగీకరించలేదు. భారతదేశ స్వాతంత్ర్యంపట్ల జర్మనీ అభిప్రాయం ఏమిటో ఇక్కడ చూచాయగా తెలిసింది. అయినా కొంతకాలం జర్మనీలోనే ఉండి అప్పుడప్పుడూ భారతీయులనుద్దేశించి రేడియోలో బోస్ ప్రసంగించేవాడు. జర్మనీలోని భారతీయ యుద్ధ ఖైదీలలో స్వతంత్ర భారత సైన్యాన్ని తయారు చేశాడు. ఈ సైన్యంలో సుమారు మూడువేలమంది చేరారు. తాను ఆశించిన మేరకు జర్మనీ నుంచి సహాయం లభించక పోవటంతో కొంత అసంతృప్తికి లోనయ్యాడు. ఇదే సమయంలో అగ్నేయాసియాలో (South East Asia) అమెరికా, ఫ్రెంచ్, డచ్, బ్రిటిష్ వలస ప్రభుత్వాలపై జపాన్ సాధిస్తున్న అద్భుత విజయాలు బోస్‌ను ఆకర్షించాయి.

రాసబిహారి బోస్: భారత స్వాతంత్ర్య సమితి

అమెరికా నౌకాదళస్థావరం పెరల్ హార్బర్‌పై దాడితో ప్రపంచయుద్ధంలో ప్రత్యక్షంగా అడుగు పెట్టిన జపాన్ ఆగ్నేయాసియాలో (South East Asia) మెరుపు విజయాలను సాధించింది. ఫిలిప్పైన్స్, వియత్నాం, కంబోడియా, లావోస్, ఇండోనేషియా, సింగపూర్, మలయా, బర్మాలను ఆక్రమించింది. ఈ దేశాలన్ని ఐరోపా రాజ్యాల రాజకీయ ఆధిపత్యంలో ఉన్నవే. సింగపూర్, మలయా, బర్మా బ్రిటిష్ పాలనలో ఉండేవి. బర్మా, జపాన్ అధీనంలోకి రావడంతో జపాన్ సైన్యాలు భారత సరిహద్దులను చేరుకున్నాయి. అంటే ప్రపంచయుద్ధం భారతదేశపు సరిహద్దుల వరకు వచ్చింది. బ్రిటన్‌తో జరిగిన యుద్ధంలో 50 వేలకు పైగా భారతీయ సైనికులు యుద్ధ ఖైదీలుగా జపాన్ వారికి పట్టుబడ్డారు. తొలి విప్లవోద్యమంలో చురుకుగా పాల్గొన్న రాస బిహారి బోస్ 1915 లో జపాన్‌కు పారిపోయి, జపాన్ వనితను పెండ్లాడి అక్కడే స్థిరపడ్డాడు. జపాన్ పౌరసత్వాన్ని స్వీకరించాడు. ఆగ్నేయాసియా దేశాలను జపాన్ ఆక్రమించడంతో, ఆ దేశాలలోని ప్రవాస భారతీయులలో భారతదేశ స్వాతంత్ర్య సిద్ధి పట్ల ఆశలు చిగురించాయి. మాతృదేశ విముక్తి కోసం తమ వంతు కృషిని ప్రారంభించాడు. జపాన్, హాంగ్‌కాంగ్, ఇండోనేషియా దేశాలలోని భారతీయులు అనేక సంఘాలను ఏర్పడ్డాయి. భారతదేశ స్వాతంత్ర్యాన్ని సాధించడం ఈ సంఘాల లక్ష్యం. ఇటువంటి సంఘాలను సంఘటిత పరచి లక్ష్యసాధనకు ప్రణాళికను రూపొందించాడు రాసబిహారి బోస్. రాసబిహారిబోస్ కృషితో 1942 మార్చి 28-30 తేదీలలో జపాన్ రాజధాని టోక్యోలో ఒక కీలక సమావేశం జరిగింది. ఈ సమావేశం

కొన్ని ముఖ్య నిర్ణయాలను చేసింది. జపాన్ ఆక్రమణలో ఉన్న దేశాలలోని భారతీయులతో భారత స్వాతంత్ర్య సమితిని (Indian Independence League) ఏర్పాటు చేయాలని 1942 జూన్ నెలలో ప్రవాస భారతీయులందరికి ప్రాతినిధ్యం వహించే సమావేశం ఒకటి ఏర్పాటు చేయాలని, భారతదేశ విముక్తి కోసం బ్రిటిష్ ప్రభుత్వంతో పోరడటానికి భారత జాతీయ సైన్యం ఒక దానిని ఏర్పాటు చేయాలని ఈ సమావేశం నిర్ణయించింది. నిర్ణయించిన ప్రకారం 1942 జూన్15-23 తేదీల మధ్య థాయ్ లాండ్ రాజధాని బాంకాక్ లో ప్రవాస భారతీయ ప్రతినిధుల సభ జరిగింది. ఈ సమావేశానికి వందమంది ప్రతినిధులు హాజరయ్యారు. రాస బిహారిబోస్ అధ్యక్షతన భారత స్వాతంత్ర్య సమితి ఏర్పడింది. అధ్యక్షుడుగా ఎన్నికయిన రాసబిహారి బోస్ భారత జాతీయ పతాకం ఎగురవేయడంతో భారత స్వాతంత్ర్య సమితికి లాంఛన ప్రాయంగా ప్రారంభోత్సవం జరిగింది. భారత స్వాతంత్ర్య సమితికి ఒక రాజ్యాంగాన్ని ఏర్పరచారు. భారతదేశ సంపూర్ణ స్వాతంత్ర్యం సాధించడం సమితి లక్ష్యంగా ప్రకటించారు. ఈ సమావేశంలో అనేక తీర్మానాలు చేశారు. వాటిలో ప్రధానమైనది జర్మనీలో ఉన్న సుభాష్ చంద్రబోస్‌ను వెంటనే ఆగ్నేయాసియా రమ్మని ఆహ్వానించడం.

భారత జాతీయ సైన్యం: మోహన్ సింగ్

ఇదే సమయంలో మరొక ముఖ్య పరిణామం కూడా చోటు చేసుకుంది. 1942 ఫిబ్రవరిలో సింగపూర్ లోని బ్రిటిష్ ప్రభుత్వం జపాన్ వారికి లొంగిపోయింది. ఈ సందర్భంగా 40 వేల మంది భారత సైకులను, సైనికాధికారులను జపాన్ వారికి యుద్ధ ఖైదీలుగా అప్పచెప్పారు. వారిలో అనేకమంది పేరు ప్రఖ్యాతలున్న సైనికాధికారులున్నారు. వారిలో ఒకడు మోహన్ సింగ్. భారతీయ సైనికులు బ్రిటిష్ ప్రభుత్వానికి విధేయులుగా ఉంటూ వారికి తమ సేవలను అందించారు. అలాంటి వారిని నిర్దాక్షిణ్యంగా శత్రువులకు అప్పచెప్పడం వారికి బాధ కలిగించింది. ఈ సంఘటనతో వారిలో మార్పు వచ్చింది. ఎవరికైతే ఇన్ని రోజులు విధేయులుగా ఉంటూ సేవలందించారో వారిని విమర్శించసాగారు. జపాన్ సైనిక అధికారి మేజర్ పుజివారా ఈ యుద్ధ ఖైదీలను మోహన్‌సింగ్‌కు అప్ప చెప్పాడు. ఈ విధంగా భారతీయు యుద్ధ ఖైదీలతో భారత జాతీయ సైన్యం(INA) ఏర్పడింది. శిక్షణ పొందిన భారతీయ సైనికులే కాకుండా ఎటువంటి సైనిక శిక్షణ లేని కొందరు యువకులు కూడా భారత జాతీయ సైన్యంలో చేరారు. మాతృ దేశ విముక్తి కోసం కృషి చేస్తామని ప్రమాణం చేశారు. ఇటువంటి వారికోసం శిక్షణా శిబిరం ఏర్పాటు చేశారు. సైనికులలో దేశభక్తి, జాతీయ భావం పెంపొందించడానికి అనేక చర్యలు చేపట్టారు. భారత దేశ చరిత్ర, ప్రాచీన కాలంనాటి భారతీయ ఔన్నత్యం, బ్రిటిష్ పాలనలో భారతీయుల దీనావస్థ, బ్రిటిషు పాలన నుంచి విముక్తి ఆవశ్యకత వంటి విషయాలపై ఉపన్యాసాలు ఇప్పించారు. ఐకమత్యం, విశ్వాసం, త్యాగం అనే మూడు సూత్రాలను తప్పనిసరిగా అందరూ అమలుపరచాలని గట్టిగా ఉద్బోధించాడు. భారత

జాతీయ సైన్యానికి మోహన్‌సింగ్ సర్వసైన్యాధికారి అయ్యాడు. 1942 సెప్టెంబర్ నాటికి భారత జాతీయ సైన్యం సర్వసన్నద్ధమైంది.

ఆశించిన మేరకు జర్మన్‌ల సహాయం అందక అసంతృప్తితో ఉన్న సుభాష్ చంద్రబోస్‌కు ఆసియాలోని పరిణామాలు ఆశలు రేకెత్తించాయి. తనను ఆసియా ప్రాంతానికి ఆహ్వానిస్తూ భారత స్వాతంత్ర్య సమితి చేసిన నిర్ణయంతో బోస్ ఆసియా ప్రాంతానికి రావడానికి ఆరాట పడ్డాడు. కాని యుద్ధ పరిస్థితి అందుకు ఆటంకమైంది. 1943 ఫిబ్రవరి 8 న జర్మన్ జలాంతర్గామిలో బోస్ తన ఆసియా ప్రయాణాన్ని ప్రారంభించాడు. బ్రిటిష్ యుద్ధ నౌకల బారి నుంచి తప్పించుకుంటూ మెడగాస్కర్ సమీపంలోని ఒక ప్రాంతానికి చేరుకున్నాడు. అక్కడ నుంచి జపాన్ జలాంతర్గామిలో ప్రయాణించి ఇండోనేషియాలోని సుమత్రా దీవికి చేరుకున్నాడు. సుమత్రా దీవి జపాన్ అధీనంలో ఉన్నందువల్ల బ్రిటిష్ యుద్ధ నౌకల బెడదలేని సురక్షిత ప్రాంతానికి చేరుకున్నాడు. 1943 జూన్‌లో జపాన్ వారి విమానంలో టోక్యో చేరుకున్నాడు. అక్కడ జపాన్ ప్రధాని టోజో(TOJO)తో చర్చలు జరిపాడు. వారి విమానంలో టోక్యో చేరుకున్నాడు. జర్మనీలో లభించని హామి బోస్‌కు జపాన్‌లో లభించింది. యుద్ధ అవసరాలు తీర్చుకోవడం తప్ప భారతదేశం నుంచి జపాన్ వారేమీ ఆశించరని, భారతదేశం స్వతంత్ర్యమవడమే జపాన్ కోరుకుంటుందని "టోజో" బోస్‌కు హామీ ఇచ్చాడు. ఈ హామీతో బోస్ సింగపూర్ చేరుకున్నాడు. రాసబిహారి బోస్ నుంచి భారత స్వాతంత్ర్య సమితి అధ్యక్ష పదవిని స్వీకరించాడు. భారత జాతీయ సైన్య సర్వసైన్యాధ్యక్షుడయ్యాడు. ఆ విధంగా ఆగ్నేయాసియా దేశాలలోని 30 లక్షల మంది ప్రవాస భారతీయులకు సుభాష్ చంద్రబోస్ నాయకుడయ్యాడు. వారందరూ బోస్‌ను ఆప్యాయంగా "నేతాజీ" అని పిలుచుకున్నారు. ధన సహాయాన్ని అందించారు. భారత జాతీయ సైన్యం బోస్ నాయకత్వంలో అధునాతన సైనిక దళంగా రూపొందింది. భారత జాతీయ సైన్యాన్ని "అజాద్ హింద్ ఫౌజ్" అని కూడా పిలిచేవారు. "ఛలో ఢిల్లీ" నినాదంతో జాతీయ సైనికులలో ఉత్సాహాన్ని, ఉత్తేజాన్ని కలిగించాడు బోస్. ఈ కాలంలో బోస్ భారతీయులకు అందించిన మరో నినాదం "జైహింద్." అజాద్‌హింద్‌ఫౌజ్‌లో, హిందువులు, మహమ్మదీయులు, క్రైస్తవులు, సిక్కులు వున్నారు. భారత జాతి ఐక్యతకు చిహ్నంగా నిలిచింది ఆ సైన్యం. అందులో ఒక మహిళా విభాగం కూడా ఉంది. దానికి రాణి ఝాన్సీ రెజిమెంట్ అని నామకరణం చేశాడు బోస్. ఆ మహిళా విభాగానికి డాక్టర్ లక్ష్మీ సెహగల్ నాయకత్వం వహించింది.

ప్రవాస ప్రభుత్వం ఏర్పాటు

స్వాతంత్ర్యసమితి, జాతీయ సైన్యంతో పాటు స్వతంత్ర ప్రభుత్వం కూడా ఏర్పడాలని బోస్

భావించాడు. ఇతర దేశాలతో సంబంధాలు ఏర్పరచుకోవడానికి, ఒప్పందాలు చేసుకోవడానికి ఇది అవసరమని భావించాడు. 1943 అక్టోబర్ 21 న సింగపూర్ లోని కాథె హాలులో జరిగిన సభలో భారత తాత్కాలిక ప్రభుత్వాన్ని ఏర్పాటు బోస్ ప్రకటించాడు. ప్రభుత్వాధినేతగా ప్రమాణ స్వీకారం చేశాడు. ముప్పై కోట్ల భారతీయుల దాస్య విముక్తి కోసం తన చివరి నెత్తురు బొట్టు వరకు పోరాడుతానని ప్రతిజ్ఞ చేశాడు. ప్రభుత్వం ఏర్పడ్డ రెండు రోజులకు జపాన్ అధికార పూర్వకంగా ఈ ప్రభుత్వాన్ని గుర్తించింది. జర్మనీ, ఇటలీ, బర్మా, థాయ్‌లాండ్, మంచూరియా, ఫిలిప్పైన్స్, క్రోషియా, వాంకింగ్ దేశాలు కూడా ఈ ప్రభుత్వాన్ని గుర్తించినట్టు ప్రకటించాయి. తాత్కాలిక ప్రభుత్వం అక్టోబర్ 23 న అమెరికా, బ్రిటన్‌లపై యుద్ధం ప్రకటించింది. భారత స్వాతంత్ర్య సమితి రేడియో కేంద్రం నుంచి ఈ నిర్ణయాన్ని బోస్ ప్రపంచ దేశాలకు తెలియ చేశాడు.

ఈ ఏర్పాట్ల తర్వాత నవంబర్ మొదటి వారంలో టోక్యోలో జరిగిన తూర్పు ఆసియా దేశాల సమావేశంలో బోస్ పాల్గొన్నాడు. దేశాధినేతకు లభించే అన్ని లాంఛనాలు బోస్‌కు జపాన్‌లో లభించాయి. ఈ సమావేశంలో ప్రసంగిస్తూ జపాన్ ప్రధాని తమ ఆక్రమణలో ఉన్న అండమాన్, నికోబార్ దీవులను అజాద్ హిందూ ప్రభుత్వానికి అప్పగిస్తున్నట్లు ప్రకటించాడు. ఈ విధంగా తాత్కాలిక ప్రభుత్వం పాలనలోకి వచ్చిన మొదటి భారత భూభాగాలు ఈ దీవులే అయ్యాయి. అండమాన్ దీవులకు "షహీద్ దీవులు" అని నికోబార్ దీవులకు "స్వరాజ్య దీవులు" అని బోస్ పేర్లు పెట్టాడు.

యుద్ధరంగంలో భారత జాతియ సైన్యం

భారత దేశ స్వాతంత్ర్య కోసం కేవలం జపాను వారిపై ఆధారపడడం బోసుకు ఇష్టం లేదు. భారత జాతీయ సైన్యం బ్రిటిష్‌వారితో పోరాడి వారిని దేశం నుంచి తరిమి వేయాలన్నది ఆయన ప్రగాఢ వాంఛ. ఈ కృషిలో కావలసింది జపాన్ సాయం మాత్రమే. కానీ ఆగ్నేయాసియాలో జపాన్ సైన్యాలకు నాయకత్వం వహిస్తున్న ఫీల్డ్ మార్షల్ తరాచికి జాతీయ సైన్యం శక్తి సామర్థ్యాలపై అంత నమ్మకంలేదు. జాతీయ సైన్యంలోని సైనికులు మలయాలో జపాన్‌వారి చేతిలో ఎదుర్కొన్న అపజయాలు వారి మానసిక స్థైర్యాని దెబ్బతీసి ఉంటాయని, అందుచేత వారిని పోరాటంలో దించడం కంటే గూఢచార చర్యలకు, ప్రచారానికి వాడుకుంటే మంచిదని తెరాచి అభిప్రాయం. ఈ వాదాన్ని బోస్ ఏ మాత్రం ఒప్పుకోలేదు. మా దేశంలో పరాయి ప్రభుత్వాన్ని మేమే పడగొట్టాలి. జపాన్ వారి త్యాగాల వల్ల లభించే విముక్తి బానిసత్వంకంటే హీనమైందని, అందుచేత భారత జాతీయ సైన్యం యుద్ధరంగంలోకి దుమికి తీరాలని బోస్ వాదించాడు. జాతీయ సైన్యం శక్తి సామర్థ్యాల విషయంలో తెరాచి అభిప్రాయంలో మార్పులేనప్పటికి బోస్ పట్టుదల వల్ల జపాన్

సైనికులతో కలిసి భారత జాతీయ సైన్యం యుద్ధంలో పాల్గొనడానికి అంగీకరించాడు.

1944 ఫిబ్రవరిలో భారత జాతీయ సైన్యానికి చెందిన ఒక దళం రంగూన్ నుంచి ప్రోమ్‌కు వెళ్ళింది. జపాన్ సైన్యంతో పాటు బ్రిటిష్ వారితో పోరాడింది. రెండు చోట్ల బ్రిటిష్ వారిని ఓడించి బర్మా సరిహద్దులను దాటి భారత భూభాగంలో ప్రవేశించింది. మౌథక్ అనే చోట ఉన్న బ్రిటిష్ వారిని తరిమి వేసి ఆ ప్రాంతాన్ని ఆక్రమించుకున్నాయి. పారిపోతున్న బ్రిటిష్ సైన్యం అనేక ఆయుధాలను, మందుగుండు సామగ్రిని, ఆహార పదార్థాలను వదిలి వెళ్ళింది. భారత జాతీయ సైనికులు తాము విముక్తి గావించిన మాతృదేశ భూభాగాన్ని చూచి ఉప్పొంగి పోయారు. ఆనందంతో ఆ నేలను తాకి ముద్దాడారు. భారత జాతీయ పతాకాన్ని అక్కడ ఎగురవేసారు. ఈ విజయం వారిలో ఆత్మవిశ్వాసాన్ని నింపింది. 1944 సెప్టెంబర్ వరకు మౌథక్ ప్రాంతం వారి ఆధీనంలోనే ఉన్నది.

భారత జాతీయ సైన్యానికి చెందిన మరొక దళం జపాన్ సైనిక దళంతో కలసి అస్సాంలో ప్రవేశించింది. నాగాలాండ్ రాజధాని కోహిమాను ఆక్రమించింది. కోహిమా కొండల మీద భారత త్రివర్ణ పతాకం రెపరెపలాడింది. జాతీయ సైన్యానికి చెందిన ఇంకొక దళం మణిపూర్ వైపు వెళ్ళి ఇంఫాల్‌ను స్వాధీనం చేసుకొంది. భారత జాతీయ సైన్యం సాధించిన ఆఖరి విజయం ఇదే. భారత జాతీయ సైన్యం అక్కడికి చేరుకున్న కొద్ది రోజులకే వర్షాలు ప్రారంభమయ్యాయి. మామూలు కంటే ముందే వర్షాలు ప్రారంభం కావడం వారిని అనేక కష్టాలకు గురి చేసింది. సైనికులకు కావలసిన సరఫరాలు ఆగిపోయాయి. బ్రిటిష్ సైన్యం దాడులు ప్రారంభించింది. దీనితో జపాన్, జాతీయ సైనిక దళాలు ఆ ప్రాంతాన్ని ఖాళీ చేసి వెనుదిరిగాయి.

మిత్రరాజ్యాల ఆధిక్యత: జపాన్ పరాజయాలు :

1943 నుంచి రెండవ ప్రపంచ యుద్ధ పరిస్థితిలో మార్పు ప్రారంభమైంది. ముఖ్యంగా యూరప్ యుద్ధరంగంలో ఈ మార్పు గోచరించింది. అంతవరకు యుద్ధంలో పైచేయిగా ఉన్న అక్షరాజ్యాలపై (Axis Powers) మిత్రరాజ్యాలు పట్టు సాధించగలిగాయి. జర్మనీ, ఇటలీల ఆధిక్యతకు తెరపడింది. అనేక చోట్ల వారికి అపజయాలు ఎదురయ్యాయి. యూరప్ యుద్ధరంగంలో వచ్చిన ఈ మార్పు మిత్రరాజ్యాలు జపాన్‌పై దాడులు తీవ్రతను పెంచడానికి తోడ్పడింది. ఉత్తర, దక్షిణ పసిఫిక్ మహా సముద్ర ప్రాంతాల్లో మిత్ర రాజ్యాల యుద్ధనౌకలు, విమానాలు జపాన్‌పై ఎదురు దాడులు ప్రారంభించాయి. అందువల్ల జపాన్ బర్మాలోని తమ వైమానిక దళాన్ని దక్షిణ పసిఫిక్ ప్రాంతానికి తరలించింది. బర్మా, భారత సరిహద్దులలో ఉన్న సైనిక దళాలకు సరఫరాలు అందించడం కష్టమైంది. 1944లో వర్షాకాలం మామూలు కంటే మూడు వారాలు ముందే ప్రారంభం కావడం

పరిస్థితిని మరింత దిగజార్చింది. ఈ పరిస్థితులలో భారతదేశ సరిహద్దుల నుండి జపాన్ తన సైన్యాన్ని ఉపసంహరించుకుంది. ఆక్రమించుకున్న భూభాగాలను కాపాడుకోవలసిన బాధ్యత పూర్తిగా భారత జాతీయ సైన్యంపై పడింది. 1944-45 చలికాలంలో బర్మాపై బ్రిటన్ ఎదురు దాడులను తీవ్రం చేసింది. అరకాన్ ప్రాంతం తిరిగి బ్రిటిష్‌వాళ్ళు స్వాధీనం చేసుకున్నారు. జపాన్‌సైన్యం బర్మానుంచి వెళ్ళిపోయింది. జపాన్‌వారు వెళ్ళిపోతూ రంగూన్ ను భారత జాతీయ సైన్యానికి అప్పగించారు. ఈ విధంగా భారత జాతీయ సైన్యం విషమ పరిస్థితులను ఎదుర్కొవలసి వచ్చింది. ఇంతటి బాధ్యతలను నిర్వర్తించగల శక్తి సామర్థ్యాలు భారత జాతీయ సైన్యానికి లేవు. జపాన్ వారి మీద ఆధారపడ్డ జాతీయ సైన్యం వారు వెళ్ళి పోవడంతో బలహీనమైంది. 1945 మే నెలలో బ్రిటన్ సులభంగా రంగూన్‌ను ఆక్రమించుకుంది. భారత జాతీయ సైనికులు యుద్ధఖైదీలుగా బ్రిటిష్ వారికి పట్టుబడ్డారు. దీనితో భారత జాతీయ సైన్యం సాగించిన స్వాతంత్ర్యపోరాటం ముగిసింది.

బ్రిటిష్‌వారు బర్మాను స్వాధీనం చేసుకున్న తర్వాత బోస్ అనేక కష్టాల కోర్చి బాంకాక్ చేరుకున్నాడు. అక్కడ నుంచి విమానంలో బయలు దేరి ఆగస్టు 18 న తైపే చేరుకున్నారు. అక్కడ నుంచి టోక్యో వెళ్ళడానికి అదే రోజున విమాన మెక్కాడు. జపాన్ ప్రభుత్వ సమాచారం ప్రకారం బోస్ ఎక్కిన విమానం బయలు దేరిన కొద్దిసేపటికే మంటలలో చిక్కుకొని నేలకూలింది. బోస్‌కు తీవ్రమైన గాయాలయ్యాయి. ఆ గాయాలతో 1945 ఆగస్టు 18 రాత్రి 8-9 గంటల మధ్య బోస్ మరణించాడు. అయితే బోసు మరణం గురించి అనేక అనుమానాలు వ్యక్తమయ్యాయి. అనేకమంది భారతీయులు బోసు మరణవార్తను విశ్వసించలేదు. ఆయన ఎక్కడో అజ్ఞాతంలో ఉన్నాడని, బ్రిటిష్ వారికి బందీగా ఉన్నాడని రకరకాల వదంతులు వ్యాపించాయి. ఈ వదంతులు రాజకీయ వివాదానికి కూడా దారితీసాయి. ఈ విషయమై విచారణ జరిపిన షా నవాబ్ ఖాన్ కమిటీ, ఖోస్లా కమిటీ రెండూ బోస్ మరణించాడనే తేల్చి చెప్పాయి. ఏది ఏమైనా భారత స్వాతంత్ర్యం కోసం పరితపించిన ఒక దేశభక్తుడు, త్యాగధనుడు, సాహసవంతుడు కనుమరుగయ్యాడు. భారత స్వాతంత్ర్య సమితి స్థాపకుడు, విప్లవవాది, బోస్‌ను జర్మనీ నుంచి ఆసియాకు రప్పించిన రాసబిహారి బోస్ అనారోగ్యంతో 1945 జనవరి 21 న మరణించాడు. ఈ విధంగా భారతదేశ స్వాతంత్ర్యం కోసం అహర్నిశలు శ్రమించిన ఇద్దరు స్వాతంత్ర్య యోధులు వారి కలలు ఫలించకముందే తనువు చాలించారు.

యుద్ధ ఖైదీల విచారణ:

బర్మాలో యుద్ధ ఖైదీలుగా పట్టుబడ్డ జాతీయ సైనికులు నౌకల కొరత కారణంగా కొంతకాలం అక్కడే ఉండవలసి వచ్చింది. ఆ కాలంలో యుద్ధఖైదీలు భారత సైనికుల మధ్య

ఆత్మీయత, సోదరభావం ఏర్పడ్డాయి. జాతీయ సైనికుల త్యాగాలు భారత సైనికులపై ప్రగాఢ ముద్రను వేశాయి. వారిలో దేశభక్తి, రాజకీయ చైతన్యం కలిగాయి. భారతదేశంలో భారత జాతీయ సైన్యానికి చెందిన యుద్ధ ఖైదీలను విడుదల చేయాలని ప్రభుత్వంపై వత్తిడి ప్రారంభమైంది. 1945 ఆగస్టులో జవహర్‌లాల్ నెహ్రూ యుద్ధఖైదీలనందరినీ వెంటనే విడుదల చేయాలని ప్రభుత్వాన్ని కోరాడు. ఇతర కాంగ్రెస్ నాయకులు కూడా ఇటువంటి అభిప్రాయాన్ని వెల్లడించారు. అఖిల భారత కాంగ్రెస్ కమిటి ప్రపంచ యుద్ధం ముగిసిన తరవాత మొదటిసారిగా 1945 సెప్టెంబర్‌లో బొంబాయిలో సమావేశమైంది. యుద్ధ ఖైదీలకు తన సంపూర్ణ మద్దతు ప్రకటిస్తూ తీర్మానం చేసింది. వారిని ఆదుకోవడానికి ఒక సంఘాన్ని నియమించింది. విరాళాలను సేకరించింది. జాతీయ పత్రికలు యుద్ధ ఖైదీల సేవలను ప్రశంసించసాగాయి. యుద్ధ ఖైదీలు దేశభక్తులని, ప్రాణత్యాగానికి కూడా వెరవని వీరులని పత్రికలలో వ్యాసాలు, సంపాదకీయాలు ప్రచురితమయ్యాయి. ప్రజలలో ఖైదీల పట్ల సానుభూతి, అభిమానం పెల్లుబికాయి. వారి సేవలను కొనియాడడమే గాక వారికి పూర్తి మద్దతు ప్రకటిస్తూ అనేక ప్రజా సంఘాలు తీర్మానాలు చేశాయి. అనేక రకాల కరపత్రాలు, వెలువడ్డాయి. అనేక నగరాలలో, పట్టణాలలో సుభాష్ చంద్రబోస్ వాడిన 'జైహింద్' నినాదం ప్రతిధ్వనించింది. యుద్ధఖైదీలను శిక్షిస్తే ప్రతి ఖైదికి 20 మంది యూరోపియన్లు హతమారుస్తాం అంటూ బెదిరింపు ధోరణిలో ఢిల్లీ వీధుల్లో కరపత్రాలు పంచారు. యుద్ధఖైదీల విచారణ ప్రారంభమైన 1945 నవంబర్ 5 వ తేదీ నుంచి 11వ తేదీ వరకు దేశంలోని వివిధ ప్రాంతాలలో భారత జాతీయ సైనిక వారోత్సవాలు జరిగాయి. అనేకచోట్ల సభలు, సమావేశాలు నిర్వహించారు. ఈ సభలలో వేలాదిమంది ప్రజలు ఉత్సాహంగా పాల్గొన్నారు. అన్నిచోట్ల యుద్ధ ఖైదీలను విడుదల చేయాలనే నినాదం మార్మోగింది. దేశంలోని ప్రధాన రాజకీయ పక్షాలైన కాంగ్రెస్, ముస్లింలీగ్, కమ్యూనిస్టులు, హిందూమహాసభ, అకాలీలు, అనేక ఇతర చిన్న, చితక పక్షాలు తమ మధ్య విభేదాలను విస్మరించి ఏకకంఠంతో యుద్ధఖైదీలకు మద్ధతు తెలిపారు. వెంటనే యుద్ధఖైదీలనందరిని ఎటువంటి ఆంక్షలు లేకుండా విడుదల చేయాలని ప్రభుత్వాన్ని నిలదీశాయి. యుద్ధ ఖైదీలకు మద్ధతు తెలుపడంలో భారత జాతీయ భావం పెల్లుబికింది. భాష, మత, ప్రాంతీయ విభేదాలు పూర్తిగా తెరమరుగయ్యాయి. ఈ విషయంలో భారతీయుల మనోభావాలు స్పష్టంగా వెల్లడయ్యాయి. ప్రభుత్వానికి కూడా ప్రజాభిప్రాయం అర్థమయింది. అందుచేత యుద్ధఖైదీలలో సాధారణ సైనికుల పట్ల సానుభూతితో వ్యవహరించింది. ముఖ్య నాయకులపట్ల కఠినంగా వ్యవహరించి విచారణకు ఆదేశించింది. 1945 నవంబర్, 5 న ఢిల్లీ నగరంలోని ఎర్రకోటలో విచారణ ప్రారంభమైంది. మొదటి విడతగా ముగ్గురు ఖైదీలను విచారణకు నిలబెట్టారు. వారు కర్నల్ టి.కె. సెహగల్, కర్నల్ జి.యస్. థిల్లాన్, మేజర్ జనరల్ షానవాజ్ ముఖ్యులు. ఈ ముగ్గురు భారతదేశంలోని మూడు ప్రధాన మతాలకు చెందినవారు

కావడం విశేషం. రాజుపై యుద్ధం ప్రకటించడం, హత్యలు కావించడం వీరిపై ఆరోపించిన నేరాలు. ఖైదీల తరపున వాదించడానికి అనేకమంది జాతీయ నాయకులు ముందుకొచ్చారు. భారత జాతీయ కాంగ్రెస్ ఖైదీల తరపున వాదించడానికి ఒక కమిటీ ని నియమించింది. భూలాభాయ్ దేశాయ్, అసఫాలీ, సప్రూలు ఈ కమిటిలో సభ్యులు. జవహర్‌లాల్‌నెహ్రూ కూడా ఖైదీల తరపున వాదించడానికి నల్లకోటుతో కోర్టుకు హాజరయ్యాడు. ఈ విధంగా భారతజాతీయ సైనికులు సాయుధ పోరాటంలో సాధించలేని విజయాన్ని నేరస్తులుగా కోర్టు ముందు నిలబడి సాధించారు. ఖైదీల విచారణ సమయంలో వేలాదిమంది ప్రజలు ఎర్రకోట వద్ద గుమిగూడి ఖైదీల పట్ల వారికున్న గౌరవ భావాన్ని, వారికి మద్ధతును ప్రకటించారు. డిసెంబర్ 31 న విచారణ పూర్తయింది. ముగ్గురు ఖైదీలకు యావజ్జీవ కారాగారవాస శిక్ష విధించింది. అయితే ప్రజాభిప్రాయాన్ని గమనించిన ఆనాటి భారత సర్వసైన్యాధికారి ఫీల్డ్ మార్షల్ ఆచెన్ లెక్ తన అధికారాన్ని వినియోగించి వారి శిక్షలను రద్దు చేశారు. అవే నేరాలపై బరానుద్దీన్ అనే అతనికి కూడా విచారించి యావజ్జీవ కారాగార వాస శిక్ష విధించారు. ఆచెన్ లెక్ ఈ శిక్షను ఏడు సంవత్సరాలకు తగ్గించాడు. శిక్షలను రద్దు చేస్తూ ఆచెన్ లెక్ క్రింది విధంగా వ్యాఖ్యానించాడు.

"---అన్ని సాక్ష్యాలను పరిశీలించిన తర్వాత, అన్ని వర్గాల ప్రజాభిప్రాయాన్ని, భారత సైనికుల మనోభావాలను పరిగణించిన మీదట కేవలం రాజుపై యుద్ధం ప్రకటించడం అన్న నేరంపై విధించిన శిక్షలను ధృవపరచడం వల్ల దేశమంతటా హింసాత్మక సంఘటనలు ప్రజ్వరిల్లడం, భారత సైన్యంలో ముఖ్యంగా సైనికాధికారులలో విద్యావంతులైన ఇతర సైనికులలో అసంతృప్తి విస్తరించడం వంటి దారుణ ఫలితాలకు దారి తీస్తుందని, ధృఢంగా విశ్వశిస్తున్నాను, ఇటువంటి ఉపద్రవాన్ని కోరుకుంటే అది మన లక్ష్యాన్ని ఛిన్నాభిన్నం చేస్తుంది."

విధించిన శిక్షలను రద్దు పరచడమే గాక ఇతర విచారణలను కూడా నిలిపి వేస్తున్నట్లు ఆచెన్‌లెక్ ప్రకటించాడు. ఇది భారత ప్రజలు సాధించిన ఘన విజయం. పరోక్షంగా భారత జాతీయ సైన్యం విజయం.

పై సంఘటనలు, భారత జాతీయ సైన్యం పట్ల, సుభాష్ చంద్ర బోస్ వంటి విప్లవ భావ జాతీయ నాయకుల పట్ల భారత జన సామాన్యానికున్న ఆదరణను, దేశ స్వాతంత్ర్యం పట్ల వారి ప్రగాఢ వాంఛను, బ్రిటిష్ పాలన పట్ల వారి అసహనాన్ని, అసంతృప్తిని అత్యంత స్పష్టంగా వెల్లడించారు. ప్రజలలో అసంతృప్తి, నిరాదరణ, సైనికులలో అవిధేయత, యుద్ధంలో సంభవించిన అపార నష్టాలు, బ్రిటిష్ వారిలో భారతదేశాన్ని వదలి వెళ్ళక తప్పదన్న భావాన్ని కలిగించాయి. దాని ఫలితమే 1947 ఆగస్టు 15 న మన దేశానికి లభించిన స్వాతంత్ర్యం.

ఈ భారత జాతీయ సైన్యం సాయుధపోరాటంలో బ్రిటిష్ వారి చేతిలో ఓడిపోయింది. దాని లక్ష్యాన్ని సాధించలేకపోయింది. జాతీయ సైన్యానికి నాయకత్వం వహించిన సుభాష్ చంద్రబోస్ తన ప్రయత్నంలో అసువులు బాసాడు. కాని వారి సేవలు నిరుపయోగం కాలేదని ఆ తర్వాత అనేక సంఘటనలు రుజువు చేశాయి. సాయుధపోరాటంలో సాధించలేని విజయాన్ని, అకుంఠిత దేశభక్తితో, నిస్వార్థ త్యాగనిరతితో భారతీయులకు మార్గ దర్శకమై వారిలోని దేశభక్తిని ప్రేరేపించి ఎక త్రాటిపై బ్రిటిష్ ప్రభుత్వం పట్ల ధ్వజమెత్తేట్టు చేసి విజయాన్ని సాధించింది. అందుకే భారత స్వాతంత్ర్య సమర చరిత్రలో భారత జాతీయ సైన్యం సలిపిన పోరాటం ఉజ్వల ఘట్టంగా చిరస్మరణీయం.

రిన్ నౌకాదళంలో (Rin) తిరుగుబాటు

1945 లో భారత జాతీయ సైనికులు విచారణల వల్ల దేశ వ్యాప్తంగా ఏర్పడిన సంచలనం తర్వాత, 1946లో, భారతదేశంలోని బ్రిటిష్ నౌకాదళంలో (Royal Indian Navy-Rin) తిరుగుబాటు జరిగింది. 1946 లో ఫిబ్రవరి 18 వ తేదీ బొంబాయిలోని తల్వార్ అనే యుద్ధ నౌకలోని 1100 మంది సైనికులు తిరుగుబాటు చేయడంతో, తీవ్రమైన సైనిక తిరుగుబాటు, బ్రిటిష్ ప్రభుత్వానికి వ్యతిరేకంగా ప్రారంభమయింది. ఆ తిరుగుబాటుకు బి.సి. దత్ అనే యువకుడు నాయకత్వం వహించాడు. బ్రిటిష్ వారి జాతి విచక్షణకు, భారతీయులకు సైనికులకు ఇస్తున్న రుచించని ఆహారానికి, భారతీయ సైనికులను దుర్భాషలాడటానికి, వ్యతిరేకంగా, తిరుగుబాటు ప్రారంభమయింది. "తల్వార్" యుద్ధనౌకపై "క్విట్ ఇండియా" అనే నినాదాన్ని దత్ రాయడం వల్ల అతన్ని అరెస్ట్ చేశారు. అతని అరెస్ట్‌కు వ్యతిరేకంగా నౌకాదళంలోని సైనికులు చాలా మంది, సమ్మె ప్రారంభించారు. బొంబాయి నౌకాదళంలో జరిగిన సమ్మెకు సానుభూతిగా, కలకత్తా, మద్రాస్, విశాఖపట్టణం. కొచ్చిన్, ఢిల్లీ, సైనిక స్థావరాలలో కూడా సమ్మె జరిగింది. బొంబాయి, కలకత్తా నగరాలల్లో కార్మికుల సమ్మెవల్ల సామాన్య జీవనం స్తంభించింది. విమానదళం, సైనికదళంలో కూడా కొన్ని ప్రాంతాల్లో సమ్మె జరిగింది.

తిరుగుబాటు చేసిన నౌకాదళం సైనికులు, స్వాతంత్ర్యోద్యమ నాయకుల మద్దతు తమకు లభిస్తుందని ఆశించారు. కానీ, అందుకు విరుద్ధంగా, రాజకీయ నాయకులందరూ, తిరుగుబాటు అంతం చేయాలని తిరుగుబాటుదారులకు విజ్ఞప్తి చేశారు. రాజకీయ నాయకుల మద్దతు లేనందువల్ల, తిరుగుబాటును సునాయాసంగా రెండు రోజుల్లో ప్రభుత్వం అణచివేసింది.

నౌకాదళంలో తిరుగుబాటు స్వల్పకాలంలోనే విఫలమయినప్పటికీ, తిరుగుబాటు ప్రజలను

విశేషంగా ప్రభావితం చేసింది. త్వరలోనే మన స్వతంత్రులమవుతాము అన్న ఆలోచన చాలామంది భారతీయుల్లో ప్రారంభమయింది.

1946 లో నౌకాదళంలో జరిగిన తిరుగుబాటు, బ్రిటిష్ ప్రభుత్వం పునాదులు కదలించింది అని వ్యాఖ్యానించడం అతిశయోక్తి అవుతుంది. అయితే, ఆ తిరుగుబాటు, బ్రిటిష్ అధికారులను తీవ్రంగా కలవరపరిచిందనడంలో సంశయం ఉండనక్కర లేదు. ఆ తిరుగుబాటు వల్ల సామాన్య ప్రజలల్లో కూడా, ఒక నూతన ఉత్తేజం ఏర్పడింది. అందువల్ల ఆ నౌకాదళం తిరుగుబాటుకు మన స్వాతంత్ర్యోద్యమంలో ఒక ముఖ్యమయిన స్థానం ఉంది.

12

దేశ విభజన- స్వాతంత్ర్య ప్రకటన

భారతదేశంలో బ్రిటిష్ వారి పరిపాలనాకాలంలో సంభవించిన ముఖ్య పరిణామాలలో వృద్ధిచెందిన మతతత్వవాదం ఒకటి. స్వప్రయోజనాల పరిరక్షణకై మతతత్వవాదులు చేసిన మొండి ప్రయత్నాల ఫలితంగా చివరికి "విభజించు-పాలించు" అనే విధానం బలవత్తరమైంది. 1906 వ సంవత్సరంలో ఆవిర్భవించిన ముస్లింలీగ్, దాని నాయకులు అనుసరించిన బ్రిటిష్ అనుకూల విధానాలు చివరికి జాతీయ వాదానికి గొడ్డలి పెట్టుగా పరిణమించి 1947 వ సంవత్సరం ఆగస్ట్ 15 నాటికి దేశ విభజన జరిగి భారత్-పాకిస్థాన్ అనే రెండు స్వతంత్ర దేశాలు వెలిశాయి.

అఖిల భారత ముస్లింలీగ్ స్థాపన 1906

భారతదేశ చరిత్రలో 1906 వ సంవత్సరానికి ఎంతో ప్రాముఖ్యం ఉంది. అనేక చారిత్రాత్మకమైన సంఘటనలు ఈ సంవత్సరంలోనే జరిగాయి. బెంగాల్ విభజనకు వ్యతిరేకంగా లాల్, బాల్, పాల్ ల నాయకత్వంలో వందేమాతరం ఉద్యమం ప్రారంభమైన విషయం ఇంతకు ముందే తెలుసుకున్నాము. ముస్లింలలో దినదినాభివృద్ధి చెందుతున్న రాజకీయ చైతన్యం, అతి త్వరలో రాజకీయ కార్యరూపం దాల్చింది. భారతదేశంలో శాసన సభల విషయంలో కొన్ని రాజ్యాంగ సంస్కరణలు త్వరలో ప్రవేశపెట్టబోతున్నట్లు మార్లే ఆగస్టు 1906 లో బ్రిటిష్ పార్లమెంట్‌లో ప్రకటించాడు. వెంటనే మింటో సంస్కరణల ఆవశ్యకతను పరిశీలించడానికి ఒక కమిటీని ఏర్పాటు చేశాడు. 1906 అక్టోబర్ 1న ఉత్తర ప్రదేశ్‌కు చెందిన ఉన్నత వర్గ ముస్లిం నాయకులు ప్రతిస్పందించి నవాబ్ మోసిన్-ఉల్-ముల్క్ నాయకత్వంలో ప్రయత్నాలు ప్రారంభించారు. అదే రోజు (అక్టోబర్ 1, 1906) ఢాకా నవాబ్ ఆగాఖాన్ నాయకత్వంలో, 36 మంది సభ్యుల ముస్లిం ప్రతినిధి బృందం వైస్రాయ్ మింటోను సిమ్లాలో కలిసి ఒక వినతి పత్రం సమర్పించింది. తమ న్యాయసమ్మతమైన ప్రయోజనాలు కాపాడుకోవడం కోసం, ముస్లింలకు ప్రత్యేక ప్రాతినిధ్యం ఉండాలని, ఆ ప్రాతినిధ్యం వారి సంఖ్యా బలానికి, వారి రాజకీయ ప్రాధాన్యతకు, వారు బ్రిటిష్ సామ్రాజ్య రక్షణకై చేసిన సేవకు తగినట్లుగా ఉండాలని, ముస్లిం సభ్యులను ప్రత్యేక ముస్లిం నియోజక వర్గాల నుంచి

ఎన్నుకోవాలని, వారి స్థానాల కేటాయింపులో, వారి జనాభా నిష్పత్తినిమించిన ప్రాధాన్యత వారికి లభించాలని, కొత్త ముస్లిం విశ్వవిద్యాలయం స్థాపనలో ప్రభుత్వం సహాయపడాలని ప్రతినిధిబృందం సభ్యులు తమ వినతిపత్రంలో కోరారు. ప్రభుత్వ ఉద్యోగాలలో అధిక ప్రాతినిధ్యం ముస్లింలకు ఉండాలని, ప్రభుత్వోద్యోగాలకు పోటీ పరీక్షలు నిర్వహించరాదని, ప్రతి ఉన్నత న్యాయస్థానంలోనూ, ముస్లిం న్యాయవాదులను నియమించాలని, పురపాలక సంఘాలలో ముస్లింలకు ప్రత్యేక నియోజక వర్గాలు కూడా ఏర్పాటు చేయాలని, శాసన మండలుల ఎన్నికలకు ప్రత్యేక ముస్లిం ఓటర్ల జాబితాను తయారు చేయాలని వినతిపత్రంలో కోరారు.

అలీఘర్ కళాశాల అధ్యక్షుడైన ఆర్చిబాల్డ్ సలహాపై మత ప్రాతిపదికపై ప్రత్యేక నియోజక వర్గాలు ఏర్పాటు చేయాలి అనే అంశాన్ని వినతి పత్రంలో చేర్పించారు. ఆ పత్రంలోని కోరికలు సమంజసమైనవని, ప్రతినిధిబృందం అభిమతంతో తాను పూర్తిగా ఏకీభవిస్తున్నట్లు వైస్రాయ్ మింటో ప్రకటించాడు. వైస్రాయ్ చేసిన ఈ ప్రకటన (1906), హిందూ-ముస్లింల మధ్య- కాంగ్రెస్- ముస్లింలీగ్‌ల మధ్య అగాధాన్ని పెంచింది. హిందూ- ముస్లిం ద్విజాతి సిద్ధాంతానికి అధికారముద్ర పడింది. హిందువులను, కాంగ్రెస్‌ను బ్రిటిష్ వారికి దూరం చేసింది లీగ్. చివరికి ఈ విధానం 40 సంవత్సరాల తర్వాత దేశ విభజనకు ప్రత్యేక పాకిస్తాన్ అవతరణకు దారి తీసింది. ఢాకా నవాబ్ ఆగాఖాన్ నాయకత్వంలో ముస్లిం ప్రతినిధి బృందం పట్ల సిమ్లాలో వైస్రాయ్ మింటో చూపిన ఆదరణ, సానుభూతి ముస్లిం నాయకుల మనోబలాన్ని మరింత ద్విగుణీకృతం చేసింది. ముస్లిం వర్గ ప్రయోజనాల పరిరక్షణ కోసం ఒక కేంద్ర మహమ్మదీయ సంస్థ స్థాపన ఆవశ్యకత ఎంతైనా ఉందని ఢాకా నవాబ్ సలీముల్లా ముస్లిం ప్రతినిధులకు సూచించాడు. అతని వాదనను మిగతా ముస్లిం ప్రముఖులైన హకీం అజ్మల్ ఖాన్, జాఫర్ అలీఖాన్, మమ్మద్ అలీలు బలపరిచారు. చివరకు డిసెంబర్ 30, 1906 వ సంవత్సరంలో అఖిల భారత ముస్లిం లీగ్ అవతరించింది. లీగ్ రాజ్యాంగాన్ని, ఆశయాలను రూపొందించడానికి ఒక కమిటీ ఏర్పడింది. ఈ కమిటీ లీగ్ రాజ్యాంగాన్ని, ఆశయాలను తయారు చేయగా, 1907 వ సంవత్సరం డిసెంబర్ 29 న కరాచీలో జరిగిన ఒక సమావేశంలో అంగీకరించారు.

ముస్లింలీగ్ ఆశయాలు

1. భారతీయ ముస్లింలలో, బ్రిటిష్ సామ్రాజ్యాధిపతిపట్ల పూర్తి విధేయతా భావాన్ని పెంపొందించటం 2. భారత ముస్లింల రాజకీయ హక్కులకు రక్షణ కల్పించి, వారి అవసరాలను, ఆశయాలను ప్రభుత్వానికి విన్నవించడం 3. తన లక్ష్యాలకు భంగం లేకుండా, దేశంలోని ఇతర మతస్థుల పట్ల, ముస్లింలలో ద్వేషభావం పెంపొందించకుండ నిరోధించటం.

ముస్లింలీగ్ కాంగ్రెస్‌ను వ్యతిరేకించింది. అదే విధంగా బెంగాల్ విభజనను సమర్థించింది. లాల్, బాల్, పాల్‌ల విదేశీవస్తు బహిష్కరణ ఉద్యమాన్ని లీగ్ వ్యతిరేకించింది. ముస్లిం మతాభిమానులకు నాయకత్వం వహించి, దేశంలో మతతత్వం వ్యాపింప చేయడంలో ముస్లింలీగ్ కీలక పాత్ర వహించింది. లీగ్ తన కార్యకలాపాలకు, హిందువులకు, జాతీయ కాంగ్రెస్‌కు వ్యతిరేకంగా కొనసాగించింది. లౌకికవాదాన్ని, కాంగ్రెస్ పార్టీ నిజాయితీని లీగ్ నాయకులు విశ్వసించలేదు. కాని మౌలానా అబ్దుల్ కలాం ఆజాద్ లాంటి వారు లీగ్‌కు దూరంగా ఉండి కాంగ్రెస్‌లో కీలకపాత్ర నిర్వహించారు. ముస్లింలీగ్‌ను, జాతీయోద్యమాన్ని బలహీనం చేయడానికి, కాంగ్రెస్ సంస్థను బలహీనం చేయడానికి బ్రిటిష్‌వారు వాడుకున్నారు. ఇంత చేసినప్పటికీ, ముస్లింలీగ్ కార్యక్రమాలు, సిద్ధాంతాలు ముస్లింలలోని కార్మిక, కర్షక, పేదవర్గాల వారిని ఆకర్షించలేకపోయాయి. 1907 డిసెంబర్ నాటికి ముస్లింలీగ్ సభ్యుల సంఖ్య 400 దాటలేదు. బ్రిటిష్ ప్రభుత్వం, లీగ్ స్థాపించిన తొలి మూడేండ్లలోపలే వారి డిమాండ్లను కొన్నింటిని అంగీకరించింది. మింటో మార్లే సంస్కరణలు (1909) దీనికి ఒక చక్కని ఉదాహరణగా పేర్కొనవచ్చు.

ముస్లింలీగ్ స్థాపన వల్ల హిందూ-ముస్లిం వర్గాల మధ్య, కాంగ్రెస్-లీగ్‌ల మధ్య, బ్రిటిష్-కాంగ్రెస్ వారి మధ్య తీవ్ర విభేదాలు తలెత్తాయి. 1908లో జరిగిన ముస్లింలీగ్ వార్షిక సమావేశంలో బెంగాల్ విభజన ను లీగ్ పూర్తిగా సమర్థించింది. లండన్ పట్టణంలో సర్ సయ్యద్ అమీర్ అలీ అధ్యక్షతన లీగ్ బ్రిటిష్ శాఖ ప్రారంభించబడింది. అతడు ఇంగ్లాండ్‌లో ఉన్న ముస్లింలలో, హిందూ-కాంగ్రెస్ వ్యతిరేక భావాలు రేకెత్తించాడు. 1909 నాటి మింటో-మార్లే సంస్కరణల రూపంలో ముస్లింలకు సృష్టించిన ప్రత్యేక నియోజకవర్గాలు, ఈ రెండు వర్గాల వారి మధ్య మరింత ద్వేషాలు పెంచాయి. 1910లో లీగ్ వార్షిక సమావేశం నాగపూర్‌లో జరిగింది. ఈ సమావేశంలో లీగ్ నాయకులు కాంగ్రెస్ పార్టీతో, హిందూ-ముస్లిం సఖ్యత గురించి చర్చించడానికి సంసిద్ధత వ్యక్తం చేశారు. 1911 జనవరిలో ఇందుకోసం అలహాబాద్‌లో ఒక సమావేశం జరిగింది. కాని 1911 లోనే బెంగాల్ విభజనను రద్దు చేస్తూ వైస్రాయ్ హార్డింజ్ చేసిన ప్రకటన ముస్లింలీగ్ కు తీవ్ర నిరాశ మిగిల్చింది. 1912-1913 మధ్యకాలంలో అంతర్జాతీయ స్థాయిలో జరిగిన కొన్ని సంఘటనలు కూడా భారతీయ ముస్లింలకు తీవ్ర నిరాశ కలిగించాయి. బాల్కన్ యుద్ధాల వల్ల (1912-1913) క్రైస్తవ పాలకుల చేతిలో టర్కీ సుల్తాన్ ఓడిపోయాడు. 1914 లో మొదటి ప్రపంచయుద్ధం ప్రారంభమైంది. ఈ యుద్ధంలో టర్కీ, జర్మనీ, ఇటలీ దేశాలు కలిసి, బ్రిటన్ దాని మిత్రదేశాలకు వ్యతిరేకంగా పోరాటం ఆరంభించింది. దీని ఫలితంగా భారతీయ ముస్లింలలో బ్రిటిష్ సామ్రాజ్యవాద వ్యతిరేకతాభావం దృఢపడింది. 1915 లో అలీ సోదరులు మహమ్మద్ అలీ, షౌఖత్ అలీ టర్కీని సమర్థిస్తూ ప్రకటన చేసినందుకు అరెస్టు అయ్యారు. బ్రిటిష్

వారి ఈ చర్య ముస్లింలలో బ్రిటిష్ వ్యతిరేకతా భావాన్ని మరింత బలపడేట్లు చేసింది. ఇంతలోనే కాంగ్రెస్‌లో చేరిన అనీబిసెంట్ కృషి ఫలితంగా, ఆమె, తిలక్‌లు కలిపి ప్రారంభించిన హోంరూల్ ఉద్యమం ఫలితంగా, కాంగ్రెస్‌లోని రెండు వర్గాలతో పాటు ముస్లింలీగ్ కూడా 1916 లో లక్నోలో జరిగిన చారిత్రాత్మకమైన కాంగ్రెస్ వార్షిక సమావేశంలో ఐక్యమయ్యాయి. ఈ విధంగా హోంరూల్ ఉద్యమం భారీ ఎత్తున కొనసాగింది. కాని 1919 లో ప్రకటించిన మాంటేగ్-చెమ్స్‌ఫర్డ్ సంస్కరణలు ఈ హిందూ-ముస్లిం ఐక్యతను పటాపంచలు చేసి తిరిగి ద్విజాతి సిద్ధాంతానికి ఊపిరి పోశాయి.

ఖిలాఫత్ ఉద్యమం టర్కీలో ముస్తాఫా కెమాల్ పాషా ఆధునిక సంస్కరణల ఫలితంగా విఫలమైంది. 1921 తర్వాత దేశంలోని పలు ప్రాంతాలలో మతతత్వం మరింత తీవ్రస్థాయికి చేరింది. మత కలహాలు ముల్తాన్(1922), కలకత్తా(1923), ఢిల్లీ(1924) మొదలైన చోట్ల చెలరేగాయి. 1923-1927 మధ్య కాలంలో భారతదేశంలో మొత్తం 112 మత కలహాలు, అల్లర్లు జరిగినట్లు సైమన్ కమిషన్ రిపోర్టులో పేర్కొన్నారు.

రాజకీయాల నుంచి కొన్ని ఏండ్లపాటు దూరంగా ఉన్న జిన్నా 1923 లో తిరిగి రాజకీయాల్లోకి ప్రవేశించాడు. అతడు మార్చినెల 1924 లో లాహోర్ నగరంలో ముస్లింలీగ్ సమావేశాన్ని ఏర్పాటు చేశాడు. ఈ సమావేశంలో బాధ్యతాయుత ప్రభుత్వ స్థాపన, సమాఖ్య రాజ్యాంగం, సంపూర్ణ అధికారాలు, మైనారిటీలకు న్యాయబద్ధమైన ప్రాతినిధ్యం, మైనారిటీలకు ప్రత్యేక నియోజక వర్గాల ఏర్పాటు చేయాలని బ్రిటిష్ అధికారులను కోరారు. 1929 నాటికి కూడా హిందూ ముస్లిం వర్గాల మధ్య విభేదాలు తగ్గలేదు. గాంధీ చేసిన ప్రయత్నాలు విఫలమయ్యాయి. బ్రిటిష్ వారి కుటిల రాజనీతి, జిన్నా మొదలైన ముస్లింలీగ్ నాయకుల మొండి పట్టుదల ద్విజాతి సిద్ధాంతాన్ని మహావటవృక్షంగా పెంచాయి.

శాసనోల్లంఘన ఉద్యమం-ముస్లిం లీగ్ వైఖరి:- 1930 లో మహాత్మాగాంధీ నాయకత్వంలో ఆరంభమైన శాసనోల్లంఘన ఉద్యమాన్ని ముస్లింలీగ్ సమర్థించలేదు. కాని వాయవ్యసరిహద్దు రాష్ట్రంలో పెషావర్ కేంద్రంగా ఖాన్‌అబ్దుల్ గఫార్‌ఖాన్ నాయకత్వంలో ఖుదాయ్ ఖిద్‌మత్ గార్స్ సంస్థవాలంటీర్లు (రెడ్‌షర్ట్‌లు) అహింసా మార్గాన గాంధీ నాయకత్వంలో ఆరంభమైన శాసనోల్లంఘన ఉద్యమానికి సంపూర్ణ సహకారం అందించారు. ముస్లింలీగ్ నాయకులు, మత ఛాందసవాదులు ముస్లిం ప్రజానీకాన్ని ఉద్యమంలో పాల్గొనకుండా జాగ్రత్త పడ్డారు.

దీనికి తోడు బ్రిటిష్ ప్రభుత్వాధికారులు మత వాదాన్ని బహిరంగంగా ప్రోత్సహించారు. అయినప్పటికీ బెంగాల్ రాష్ట్రంలోని సెనహట్టా, త్రిపుర, గైబందా, బాగూర్, నౌకాలీ మొదలైన చోట్ల మధ్యతరగతి ముస్లిం ప్రజానీకం శాసనోల్లంఘన ఉద్యమంలో చురుకుగా పాల్గొన్నారు. ఢాకా

పట్టణంలో ముస్లిం విద్యార్థులు, దుకాణదారులు, పేద ముస్లింలు ఉద్యమానికి అండగా నిలిచారు.

రౌండ్ టేబుల్ సమావేశాలు–ముస్లింలీగ్ వైఖరి (1930–1930)

శాసనోల్లంఘన ఉద్యమం ముమ్మరంగా కొనసాగుతున్న తరుణంలో బ్రిటిష్ ప్రధాని రామ్‌సేమాక్ డోనాల్డ్(1929-1935) లండన్‌లో మొదటి రౌండ్ టేబుల్ సమావేశాన్ని ఏర్పాటు చేశాడు. 1930 నవంబర్ 12 న ప్రారంభమై, 1931 జనవరి 19 వరకు బ్రిటిష్ ప్రధాని అధ్యక్షతన జరిగిన ఈ సమావేశంలో కాంగ్రెస్ పాల్గొనలేదు. నిమ్నజాతుల తరపున డా. బి. ఆర్. అంబేద్కర్, హిందూమహాసభ ప్రతినిధులు, ముస్లింలీగ్ తరపున మహమ్మద్ అలీ, మహమ్మద్‌షఫీ, ఆగాఖాన్, జిన్నా మొదలైనవారు పాల్గొన్నారు. ముస్లింలీగ్ వారు మైనారిటీలకు ప్రత్యేక నియోజకవర్గాలు ఏర్పాటు చేయాలని కోరగా, నిమ్నజాతుల వారికి అన్నిరకాల రక్షణ కల్పించాలని డిమాండ్ చేశాడు. హిందూమహాసభ, ముస్లింలీగ్, నిమ్నజాతుల ప్రతినిధులైన అంబేద్కర్ మొదటి రౌండ్ టేబుల్ సమావేశంలో పాల్గొని సాధించింది మాత్రం శూన్యం. ఇలాంటి పరిస్థితుల్లో గాంధీ మహాత్ముడికీ వైస్రాయ్ ఇర్విన్ మధ్యన 1931 మార్చి 5 లో ఒక ఒడంబడిక కుదిరింది. దీని ప్రకారం గాంధీ శాసనోల్లంఘన ఉద్యమాన్ని ఆపివేయడానికి అంగీకరించాడు. అదే విధంగా బ్రిటిష్‌వారు ఉప్పుపై వసూలు చేస్తున్న పన్నును రద్దు చేయడానికి, అన్ని రకాల అణచివేత చర్యలను ఆపివేయనున్నట్లు, శాసనోల్లంఘన ఉద్యమకాలంలో అరెస్టు అయిన వారందరినీ విడుదల చేయడానికి అంగీకరించారు. గాంధీ రెండో రౌండ్ టేబుల్ సమావేశం(సెప్టెంబర్, 1931) లో కాంగ్రెస్ ప్రతినిధిగా పాల్గొనడానికి అంగీకరించాడు. ఈ సమావేశంలో గాంధీ పూర్తిస్థాయి బాధ్యతాయుత ప్రభుత్వాన్ని కేంద్రంలో, రాష్ట్రాలలో ఏర్పాటు చేయడానికి కృషి చేయాలని కోరాడు. ముస్లింలీగు సభ్యులు- గాంధీ- ఇర్విన్ ఒడంబడికను వ్యతిరేకించారు. సమావేశంలో ముస్లిమ్‌లకు ప్రత్యేక రిజర్వుడు నియోజక వర్గాలు కావాలని పట్టుబట్టారు. అంబేద్కర్ కూడా నిమ్నజాతులవారికి ప్రత్యేక రిజర్వుడు నియోజక వర్గాల ఏర్పాటుకై డిమాండ్ చేశాడు. నిరాశ చెందిన గాంధీ డిసెంబర్ 28న స్వదేశం చేరాడు. జనవరి 3, 1932లో గాంధీ రెండో దశ శాసనోల్లంఘన ఉద్యమాన్ని ప్రారంభించాడు. ముస్లిమ్‌లీగ్ దీన్ని వ్యతిరేకించింది. గాంధీతో పాటు అనేక మంది కాంగ్రెస్ నాయకులను ప్రభుత్వం అరెస్టు చేసింది. పైగా హిందూ-సమాజాన్ని ఛిన్నాభిన్నం చేయడానికి బ్రిటిష్ ప్రధాని రామ్‌సే మెక్‌డోనాల్డ్ ఆగస్ట్ 17, 1932 లో నిమ్నజాతుల వారికి ప్రత్యేక నియోజక వర్గాలు ఏర్పాటు చేస్తున్నట్లు ప్రకటించాడు. ప్రధాని కమ్యూనల్ అవార్డుకు వ్యతిరేకంగా ఎర్రవాడజైలులో ఉన్న గాంధీ ఆమరణ నిరాహారదీక్ష ఆరంభించాడు. చివరికి సెప్టెంబర్ 20న గాంధీ –అంబేద్కర్‌ల మధ్య ఒడంబడిక కుదిరింది. దీన్నే పూనా ఒడంబడిక అంటారు. దీని ప్రకారం కమ్యూనల్ అవార్డు నిమ్నజాతులను హిందూ సమాజం నుంచి వేరుగా కాక, వారికి

ప్రత్యేకంగా 148 సీట్లు రిజర్వు చేశారు. ముస్లిమ్‌లీగ్ వారు రాష్ట్ర శాసనసభలలో ప్రత్యేక రిజర్వుడ్ స్థానాలు పొందారు.

1935 వ సంవత్సరం భారత ప్రభుత్వ చట్టం–ముస్లిమ్ లీగ్ వైఖరి

ముస్లిమ్‌ల కోసం 1909, 1919 సంవత్సరాలలో చేసిన చట్టాలలో చేర్చిన (ఏర్పాటు చేసిన) ప్రత్యేక నియోజక వర్గాలను 1935 లో చేసిన భారత ప్రభుత్వ చట్టం గుర్తించింది. కాని 1935 లో చేసిన భారత ప్రభుత్వ చట్టంపై ముస్లింలీగ్ అధినేతయైన మహమ్మదాలీ జిన్నా తీవ్ర విమర్శలు చేశాడు. అతడి దృష్టిలో ఈ చట్టం పూర్తిగా కుళ్ళిపోయింది. సిద్ధాంతపరంగా చెడ్డది, సంపూర్ణంగా అంగీకార యోగ్యం కానిది. కాంగ్రెస్ వారు మాత్రం ఈ చట్టంలోని అంశాలను అంగీకరించి భవిష్యత్‌లో జరుగబోయే ఎన్నికలలో పాల్గొనడానికి అంగీకరించారు.

కాంగ్రెస్ మంత్రివర్గాల ఏర్పాటు– ముస్లిమ్‌లీగ్ వైఖరి (1937–39)

1935 భారత ప్రభుత్వ చట్టం ప్రకారం, 1937 లో రాష్ట్ర అసెంబ్లీలకు జరిగే ఎన్నికలలో కాంగ్రెస్–ముస్లింలీగ్‌లు ప్రధాన పార్టీలుగా పాల్గొన్నాయి. 1935 లో లండన్ నుంచి భారతదేశం తిరిగి వచ్చిన జిన్నా ముస్లింలీగ్ అధ్యక్షుడిగా బాధ్యతలు స్వీకరించాడు. ఎన్నికల ప్రచార కార్యక్రమాన్ని భారీ ఎత్తున ప్రారంభించాడు. కాని ఎన్నికల ఫలితాలు అతణ్ణి ఆశ్చర్య చకితుణ్ణి చేశాయి. ముస్లింల కోసం రిజర్వు చేసిన 482 సీట్లకు పోటీ చేసిన లీగ్ కేవలం 109 సీట్లు మాత్రమే గెలించింది. ముస్లిమ్ జనాభా అధికంగా ఉన్న బెంగాల్, పంజాబ్ లలో కూడా లీగ్ పూర్తి మెజారిటీ సాధించలేకపోయింది. కాంగ్రెస్ పార్టీ మొత్తం 1585 సీట్లకు పోటీ చేసి 711 స్థానాలలో ఘనవిజయం సాధించిధి. మద్రాస్, బీహార్, ఒరిస్సా, ఉత్తర ప్రదేశ్, సెంట్రల్ ప్రావిన్సెస్ మొదలైన రాష్ట్ర శాసన సభలలో పూర్తి మెజారిటీ కాంగ్రెస్‌కు లభించింది. బొంబాయి రాష్ట్రంలో 175 స్థానాలలో 86 స్థానాలు గెలిచింది. ముస్లింలకు రిజర్వు చేసిన 58 స్థానాలలో కాంగ్రెస్ పోటీ చేసి 26 స్థానాలలో విజయం సాధించింది. కాంగ్రెస్ విజయం జిన్నాలో ఈర్ష్యా భావాన్ని మరింత పెంచింది. అతడు మతతత్వాన్ని మరింతగా రాజకీయ లబ్ధికోసం రెచ్చగొట్టాడు. కాంగ్రెస్ మంత్రి వర్గాల పనితీరును అడుగడుగునా విమర్శించాడు. కాంగ్రెస్ పార్టీ వ్యవసాయ విధానాన్ని విమర్శించి, ముస్లిం భూస్వాములకు కాంగ్రెస్‌లో రక్షణ లేదని స్పష్టం చేశాడు. వారిని నమ్మించాడు. పంజాబ్‌కు చెందిన సర్ సికందర్ హైల్ ఖాన్, బెంగాల్‌లో క్రిషక్ ప్రజాపార్టీ నేతయైన ఫజల్–ఉల్‌హక్‌లను అక్టోబర్ 1937 నాటికి ముస్లింలీగ్‌లో చేరేట్లు చేశాడు. కాంగ్రెస్ అధికారంలో ఉన్న రాష్ట్రాలలో శాంతి–భద్రతలు క్షీణించాయని, వందేమాతరం గీతం బలవంతంగా ఆలపించేట్లు చేస్తున్నారనీ, హిందీభాషను, ఉర్దూ స్థానంలో వాడేట్లు బలవంతం చేస్తున్నారనీ, మత, కుల సంఘర్షణలు మితిమీరి

పోయాయని విమర్శలు కొనసాగించాడు జిన్నా.

కాంగ్రెస్- ముస్లింలీగ్ మధ్య విభేదాలు 1938 వ సంవత్సరం నాటికి తారాస్థాయికి చేరాయి. ఇట్లాంటి పరిస్థితుల్లో రెండో ప్రపంచయుద్ధం సెప్టెంబర్, 1939 లో ఐరోపాలో ప్రారంభమయింది. ఈ యుద్ధం కొనసాగిన కాలంలో (1939-1945) భారత దేశంలో ఎన్నో మార్పులు జరిగాయి.

రెండో ప్రపంచయుద్ధంలో బ్రిటన్, దాని మిత్ర రాజ్యాలు కలిసి జర్మనీ, టర్కీ, ఇటలీ మొదలైన శత్రురాజ్యాలతో పోరాడాయి. ముస్లింరాజ్యమైన టర్కీతో, బ్రిటన్ పోరాడుతున్నందువల్ల ముస్లింలీగ్ వారు బ్రిటిష్ వారికి కొంత దూరమయ్యారు. కాంగ్రెస్ నాయకులను ఏమాత్రం సంప్రదించకుండానే, భారత దేశాన్ని జర్మనీ, ఇటలీ, మొదలైన దేశాల శత్రు రాజ్యంగా ప్రకటించడాన్ని నిరసిస్తూ, కాంగ్రెస్ మంత్రి వర్గాలు అక్టోబర్, 1939 లోగా రాజీనామా చేయాలని నిర్ణయించింది. వార్ధాలో సమావేశమైన కాంగ్రెస్ నిర్వాహక వర్గం, భారతదేశాన్ని సర్వ స్వతంత్ర దేశంగా ప్రకటించాలని, రాజప్రతినిధి లిన్‌లిత్‌గో చేసిన ప్రకటన తో భారతీయులకు ఎలాంటి సంబంధం లేదని స్పష్టం చేసింది. కాంగ్రెస్ మంత్రి వర్గాల రాజీనామా వార్త విన్న జిన్నా ఆనందభరితుడై ఆ రోజున విమోచన దినంగా ప్రకటించాడు. కాంగ్రెస్ వారితో చర్చలు వృథా అని గ్రహించిన బ్రిటిష్‌వారు ముస్లింలీగును చేరదీశారు. జిన్నా, వారి అండతో మతతత్వాన్ని తీవ్రస్థాయిలో రెచ్చగొట్టాడు. 1940 లాహోర్‌లో చేసిన ఒక అధ్యక్షోపన్యాసంలో దేశ విభజన ద్వారా పాకిస్తాన్ పొందటమే ఇక మీదట లీగ్ ఏకైక లక్ష్యమని స్పష్టం చేశాడు.

మార్చినెల 1941 లో ముస్లింలీగ్ వార్షిక సమావేశం కరాచి పట్టణంలో జరిగింది. ఈ సమావేశంలో ముస్లింలీగ్ నాయకులలో ప్రముఖుడైన యం.హెచ్ గజ్‌దార్ మాట్లాడుతూ భారతీయులు సరియైన పద్ధతిలో వ్యవహరించకపోతే వారిని జర్మనీ నుంచి యూదులను బహిష్కరించినట్లుగా, అణచివేసినట్లుగా శిక్షించాలన్నాడు. జిన్నా మార్చి నెల 1941 లోనే అలీఘర్‌లో ఒకసమావేశంలో మాట్లాడుతూ ప్రత్యేక పాకిస్థాన్ ఏర్పాటు ఆశయం కేవలం వాస్తవికంగా ఆచరణ సాధ్యమైనదే కాదు, భారతదేశంలో ముస్లింలు పూర్తిగా విలీనం కాకుండా రక్షించుకోవడానికి కూడా అదే సరియైన మార్గం అన్నాడు. ఏప్రిల్, 1941లో చేసిన అధ్యక్ష ఉపన్యాసం జిన్నా మరోసారి ఐక్యభారతావనిలో ముస్లింలు సంపూర్ణంగా అణచివేతకు గురవుతాయి. వారికి ఎలాంటి హక్కులు ఉండవు అని ప్రకటించాడు.

క్రిప్స్ రాయబారం 1942 మార్చి 29 ముస్లింలీగ్ వైఖరి

ఐరోపాలో కొనసాగుతున్న రెండో ప్రపంచయుద్ధంలో మార్చి 1942 నాటికి బ్రిటన్ దాని

మిత్రరాజ్యాల పరిస్థితి దయనీయంగా తయారయింది. జర్మనీ, దాని మిత్రరాజ్యాల విజయపరంపర బ్రిటిష్ వారిలో తీవ్ర భయాందోళనలు కలిగించింది. ఇట్లాంటి క్లిష్ట పరిస్థితుల్లో భారతీయుల సహకారం, అండదండలు, సైనికబలం పొందాలని బ్రిటిష్ అధికారులు గ్రహించారు. ఇందులో మొదటి చర్యగా సత్యాగ్రహకాలంలో అరెస్టు చేసిన జాతీయ నాయకులందరినీ విడుదల చేసింది. భారతీయుల సహకారం పొందడానికి సర్‌స్టాఫర్డ్ క్రిప్స్ నాయకత్వంలో మార్చి, 1942లో ఒక ఉన్నత స్థాయి ప్రతినిధి బృందాన్ని భారతదేశానికి పంపింది. బ్రిటిష్ ప్రభుత్వం యుద్ధానంతరం భారత దేశానికి డొమీనియన్ ప్రతిపత్తి ఆధారంగా రాజ్యాంగాన్ని ఏర్పాటు చేయడానికి, దేశంలో ఏ రాష్ట్రమైనా స్వతంత్రంగా ఉండగోరితే అందుకు అంగీకరిస్తుందని క్రిప్స్ తెలిపాడు. ముస్లీంలీగ్ డిమాండ్ అయిన పాకిస్థాన్ ఏర్పాటు ప్రస్తావన క్రిప్సు రాయబారం దేశంలో లేనందువల్ల ముస్లీంలీగ్ ప్రతిపాదనను తోసిపుచ్చింది. తక్షణమే స్వాతంత్ర్యం ఇచ్చే అంశం గాని, పూర్తి బాధ్యత కలిగిన జాతీయ ప్రభుత్వం ఏర్పాటు చేసే అంశంగాని ప్రతిపాదనలలో లేనందువల్ల కాంగ్రెస్ వారు క్రిప్స్ ప్రతిపాదనలను తోసిపుచ్చారు. దివాలా తీసే బ్యాంకు మీద రాబోయే తేదీ వేసి ఇచ్చిన చెక్కుగా క్రిప్స్ ప్రతిపాదనలను గాంధీ వర్ణించాడు.

ఆగస్ట్, 1942 లో గాంధీ నాయకత్వంలో ప్రారంభమైన క్విట్ ఇండియా ఉద్యమంలో ముస్లింలీగ్ పాల్గొనలేదు. ఉద్యమకాలంలో (1942-1944) కాంగ్రెస్ నాయకులందరూ జైళ్ళలో బందీలుగా ఉండగా, అదే సరియైన అవకాశమని గ్రహించిన ముస్లింలీగ్ నాయకులు మతతత్వ వాదాన్ని తీవ్రస్థాయిలో రెచ్చగొట్టారు. పాకిస్థాన్ కావాలన్న డిమాండ్‌ను తీవ్రంగా ప్రచారం చేశారు. 1943 నుంచి ముస్లింలీగ్ నాయకులు కాంగ్రెస్‌లోని ముస్లిం జాతీయ నాయకులైన మౌలానా అబుల్ కలామ్ ఆజాద్, జాకీర్ హుస్సేన్, ఖాన్ అబ్దుల్ గఫార్‌ఖాన్ లాంటి వారిని తీవ్రంగా విమర్శించారు. జిన్నా తదితరులు కాంగ్రెస్ ముస్లింనాయకులను ఇస్లాం మతద్రోహులుగా, హిందువుల ఏజంట్లుగా వర్ణించాడు. వారిపై దాడులు కూడా జరిపారు.

రాజగోపాలాచారి ఫార్ములా–ముస్లింలీగ్ తిరస్కృతి 1944:

అక్టోబర్, 1943లో లిన్‌లిత్‌గో స్థానంలో వేవెల్ భారతదేశానికి కొత్తవైస్రాయ్‌గా వచ్చాడు. అతడు దేశంలోని విద్యావంతుల సహకారంతో చర్చల ద్వారా హిందూ-ముస్లిం సమస్యను పరిష్కరించడానికి చర్యలు ప్రారంభించాడు. క్విట్ ఇండియా ఉద్యమ కాలంలో (1942-44) అరెస్టు చేసిన మహాత్మాగాంధీని, అనారోగ్యంతో బాధపడుతున్నందున, మే 1944లో జైలు నుంచి విడుదల చేయించాడు. హిందూ-ముస్లిం సమస్యను శాంతియుత చర్చల ద్వారా పరిష్కరించదల్చుకున్న గాంధీ సెప్టెంబర్ 9 నుంచి 27 వరకు బొంబాయిలో జిన్నాతో కలిసి సుదీర్ఘ

చర్చలు జరిపాడు. గాంధీజీ అనుయాయుల్లో ప్రముఖులైన రాజగోపాలచారి రూపొందించిన ఒక ఫార్ములాను జిన్నా తెలిపాడు. ముస్లింలీగ్ దేశ స్వాతంత్ర్యానికి పూర్తిగా సహకరిస్తే, ముస్లిం జనాభా అధికంగా ఉన్న వాయవ్య, ఈశాన్య ప్రాంతాలలో ప్రజాభిప్రాయ సేకరణ జరిపి ప్రజల నిర్ణయం పాకిస్థాన్ ఏర్పాటుకు అనుకూలంగా ఉంటే కాంగ్రెస్ దానిని అంగికరిస్తుందన్నది రాజాజీ పార్ములా సారాంశం. గాంధీ అంగీకరించినా. జిన్నా దీనిని తిరస్కరించాడు.

వేవెల్ ప్రణాళిక (మార్చి 1945)ముస్లింలీగ్ ధోరణి:- హిందూ-ముస్లిం సమస్యను పరిష్కరించడానికి చిత్తశుద్ధితో కృషి చేయదలచినవైస్రాయ్ వేవెల్ మార్చి, 1945లో, ఇంగ్లాండ్‌లోని ఉన్నతాధికారులతో చర్చలు జరపడంకోసం లండన్‌వెళ్ళాడు. చర్చల సారాన్ని జూన్ 14, 1945లో రేడియో ప్రకటనలో దేశ ప్రజలకు తెలియ చేశాడు. దీని ప్రకారం కేంద్రంలో తాత్కాలిక ప్రభుత్వాన్ని ఏర్పాటు చేయడం, వైస్రాయ్ కార్య నిర్వాహక మండలిలో హిందూ-ముస్లిం సభ్యుల సంఖ్యను సమానంగా ఉంచడం. ఒక్క రక్షణశాఖను తప్ప మిగతా శాఖలన్నింటిని భారతీయులకు అప్పగించడం, దీనినే వేవెల్ ప్రణాళిక అంటారు. జూన్ 25, 1945 లో వేవెల్ తన ప్రణాళికలోని అంశాలపై చర్చించడానికి సిమ్లాలో అన్ని పార్టీలకు చెందిన 22 మంది నాయకులతో సమావేశం ఏర్పాటు చేశాడు. కాని ముస్లింలీగ్ అధినేతయైన జిన్నా మొండి డిమాండ్‌ల వల్ల చర్చలు విఫలమయ్యాయి.

జూలై, 1945 లో ఇంగ్లాండ్‌లో పార్లమెంట్ ఎన్నికలు జరిగాయి. లేబర్ పార్టీ, కన్సర్వేటివ్ పార్టీపై అఖండ విజయం సాధించింది. క్లిమెంట్ అట్లీ ప్రధాని అయ్యాడు. అతడు 1935 వ సంవత్సరంలో భారత ప్రభుత్వ చట్టం నియమాల ప్రకారం భారతదేశంలో కూడా కేంద్ర. రాష్ట్ర శాసనసభలకు ఎన్నికలు జరుగనున్నట్లు ఆగస్ట్ 21, 1945 లో ప్రకటించాడు. 1945-46 సంవత్సరాల మధ్యకాలంలో కేంద్ర శాసన సభకు, రాష్ట్రాల శాసనసభలకు జరిగిన ఎన్నికలలో కాంగ్రెస్-ముస్లిం లీగ్‌లు, ఇతర పార్టీలు పాల్గొన్నాయి. కేంద్రశాసన సభలో కాంగ్రెస్ 102 జనరల్ స్థానాలకు పోటీ చేసి 57 స్థానాలు గెలిచింది. బెంగాల్, సింధ్, పంజాబ్ రాష్ట్రాలలో తప్ప మిగతా 8 రాష్ట్రాలలో కాంగ్రెస్ పూర్తి మెజారిటీ సాధించింది. హిందూమహాసభ, కమ్యూనిస్ట్‌లు చిత్తుగా ఓటమి పాలయ్యారు. ముస్లింలీగ్ కేంద్ర శాసనసభలో ముస్లింలకు రిజర్వు చేసిన 30 స్థానాలు గెలుచుకున్నది. ఈ ఎన్నికల సందర్భంగా జరిగిన ప్రచార కార్యక్రమంలో ముస్లింలీగ్ మతతత్వ భావాన్ని బహిరంగంగా ప్రచారం చేసింది. ముస్లింలీగ్‌కు ఓటువేస్తే అది పాకిస్థాన్ ఏర్పాటుకు అనుకూలంగా ఓటు వేసినట్లే అని ప్రచారం చేసింది.

కేబినెట్ రాయబారం 1946 మార్చి 15

1945 లో బ్రిటన్‌లో సార్వత్రిక ఎన్నికలు జరిగాయి. అధికార పార్టీ అయిన టోరీలు పరాజితులయ్యారు. లేబర్ పార్టీకి కామన్స్ సభలో స్పష్టమైన మెజారిటీ లభించింది. విన్‌స్టన్ చర్చిల్ మంత్రివర్గం స్థానే, క్లిమెంట్ అట్లీ ప్రధానమంత్రిగా బాధ్యతలు స్వీకరించాడు. లేబర్ పార్టీ విజయం భారత జాతీయ వాదుల్లో నూతన ఆశలను చిగురింప చేసింది. త్వరలోనే అట్లీ నాయకత్వంలో లేబర్ పార్టీ భారతీయులకు స్వాతంత్ర్యం ఇవ్వనున్నదని ఆశించారు. భారతీయులు ఆశించినట్లుగానే 1946, మార్చి 15 న కామన్స్ సభలో, బ్రిటిష్ ప్రధాన మంత్రి క్లిమెంట్ అట్లీ ఒక ప్రకటన చేశాడు. భారతీయుల స్వాతంత్ర్య హక్కును బ్రిటిష్ ప్రభుత్వం గుర్తిస్తున్నదని, స్వాతంత్ర్య సాధనకు భారతీయులతో బ్రిటిష్ ప్రభుత్వం, అన్ని విధాలా సహకరిస్తుందని అట్లీ తెలియ పరచాడు. రాజ్యాంగాన్ని రూపొందించేందుకుగానూ, భారతీయ నాయకులతో చర్చలు జరపడానికి ముగ్గురు మంత్రులు త్వరలోనే భారత దేశానికి వెళ్ళనున్నారని కూడా అట్లీ ప్రకటించాడు. ఆ ముగ్గురు మంత్రులు, ఇండియా రాజ్య కార్యదర్శి లార్డ్ ఫెధిక్ లారెన్స్, ప్రెసిడెంట్ ఆఫ్ బోర్డ్ ఆఫ్ ట్రేడ్, సర్ స్టాఫర్డ్ క్రిప్స్, ఫస్ట్‌లార్డ్ ఆఫ్ అడ్మిరాల్టీ, ఎ.వి. అలెగ్జాండర్. ఈ ముగ్గురికి కాబినెట్ మిషన్ అని పేరు వచ్చింది. అట్లి ప్రకటన పట్ల, సర్వత్రా హర్షం ప్రకటించడం జరిగింది. లార్డ్ ఫెధిక్ లారెన్స్, సర్ స్టాఫర్డ్ క్రిప్స్ భారతీయుల శ్రేయోభిలాషులు. ఈ పరిణామాలతో, భారతదేశం అనతికాలంలోనే స్వతంత్రదేశమవుతుందని చాలా మంది భావించారు. కాబినెట్ మిషన్ మార్చి 24, 1946 లో ఢిల్లీ చేరుకొని, కాంగ్రెస్, ముస్లింలీగ్ నాయకులతో చర్చలు ప్రారంభించింది. కొద్దికాలంలోనే కాంగ్రెస్- లీగ్ నాయకుల మధ్య తీవ్రమైన విభేదాలున్నాయని ఇరు పక్షాల మధ్య సయోధ్య కుదిరే అవకాశాలు లేవని కేబినెట్ కమిషన్ సభ్యులు గ్రహించారు. భారత వైస్రాయ్ లార్డ్ వేవెల్ కూడా ఆ విషయం గ్రహించాడు. చివరికి మే 16, 1946 న ఈ కేబినెట్ మిషన్ ఒక పథకాన్ని ప్రకటించింది. దీనిలో ముస్లింలీగ్ డిమాండ్ అయిన ముస్లింల కోసం ప్రత్యేక పాకిస్థాన్ కావాలన్న డిమాండ్‌ను తోసి పుచ్చింది. కాబినెట్ మిషన్ పథకంలో ఈ కింది ముఖ్య అంశాలు పేర్కొన్నారు.

1. భారతదేశంలోని బ్రిటిష్ ఇండియా రాష్ట్రాలు, సంస్థానాలు కలిసిన ఫెడరేషన్ ఏర్పడుతుంది.
2. ఈ ఫెడరేషన్‌లో కేంద్ర ప్రభుత్వానికి రక్షణ, విదేశాంగ శాఖ, రవాణాలపైన అధికారం ఉంటుంది.
3. ఇతర అధికారాలన్నీ, రాష్ట్రాలకు ఉంటాయి. (దీనివల్ల, ముస్లిం మెజారిటీ ఉన్న రాష్ట్రాల్లో,

ఆ ప్రభుత్వాలే తమ భవిష్యత్తు దిద్దుకోవచ్చు. అప్పుడు హిందువుల పెత్తనం అనే భయం, ముస్లింలకు ఉండదు).

4. హిందూ-మెజారిటీ రాష్ట్రాలన్నీ "A" గ్రూపులో ఉంటాయి. (మద్రాసు, బొంబాయి, బీహార్, ఒరిస్సా, సంయుక్త రాష్ట్రాలు, మధ్య పరగణాలు.) వాయవ్య భారతదేశంలోని రాష్ట్రాలైన సింధు, పంజాబ్, వాయవ్య సరిహద్దు రాష్ట్రం బెలూచిస్తాన్ లు "B" గ్రూపులో ఉంటాయి. బెంగాల్, అస్సాం రాష్ట్రాలు "C" గ్రూపులో ఉంటాయి. పైన పేర్కొన్న A, B, C గ్రూపులలో ఉన్న రాష్ట్రాలైన కోరుకున్నట్లయితే, సబ్ ఫెడరేషన్‌లుగా ఏర్పడవచ్చు. ఆ విధంగా ఏర్పడినపుడు, ఆయా సబ్ ఫెడరేషన్‌లకు అప్పగించిన అధికారాలు అవి సర్వ స్వతంత్రంగా నిర్వహిస్తాయి.

5. పదిలక్షల ప్రజల కోరిక చొప్పున రాష్ట్రాలు ఎన్నుకున్న సభ్యులతో రాజ్యాంగ పరిషత్ ఏర్పడుతుంది. ఇదే భవిష్యత్ రాజ్యాంగాన్ని రూపొందిస్తుంది. ప్రతి గ్రూప్‌లో ఉన్న రాష్ట్రాలలో జనరల్ నియోజక వర్గాలు, ముస్లిం, సిక్కుల కోసం ప్రత్యేక నియోజక వర్గాలుంటాయి. ఈ రాష్ట్రాల శాసనసభ్యుల రాజ్యాంగపరిషత్ సభ్యులను ఎన్నుకుంటారు. స్వదేశీ సంస్థానాలకు కూడా, ఇదే తరహాలో ప్రాతినిధ్యం ఉంది. కానీ, ఆ ప్రతినిధులను ఏవిధంగా ఎంపిక చేయాలనే విషయం, స్వదేశీ సంస్థానాధిపతులతో సంప్రదింపులు జరిపిన తరవాతనే నిర్ణయిస్తారు. ఈ విధంగా ఏర్పడిన రాజ్యాంగ పరిషత్ అధ్యక్షుణ్ణి, ఇతర కార్యవర్గ సభ్యులను ఎన్నుకొంటుంది. ప్రాథమిక హక్కులు, మైనారిటీల రక్షణ గురించి సలహా ఇచ్చేందుకు సలహా కమిటీలు ఏర్పడుతాయి.

6. బ్రిటన్ భారతదేశాల మధ్య భవిష్యత్ సంబంధాల గురించి, రాజ్యాంగ పరిషత్ నిర్ణయాలు తీసుకుంటుంది.

7. కొత్త రాజ్యాంగ నియమావళులను రచించడానికి కొంతకాలం పడుతుంది. కాబట్టి, ఈ లోపల తాత్కాలిక ప్రభుత్వం ఏర్పడుతుంది. కాంగ్రెస్, లీగ్‌లతో బాటు సిక్కు, భారత క్రైస్తవుల, పార్శీ మతాలకు చెందిన ప్రతినిధులు కూడా తాత్కాలిక ప్రభుత్వంలో ఉంటారు.

పరోక్ష ఎన్నిక ప్రాతిపదిక మీద, కాబినెట్ మిషన్ సూచించిన రాజ్యాంగ పరిషత్ ఏ విధంగా ఉంటుందో, ఈ కింది పట్టిక వల్ల తెలుసుకోవచ్చు.

ప్రాతినిధ్య పట్టిక –సెక్షన్ A

రాష్ట్రం పేరు	జనరల్	ముస్లిమ్‌లు	మొత్తం
మద్రాస్	45	4	49
బొంబాయి	19	2	21
సంయుక్త రాష్ట్రాలు	47	8	55
బీహార్	31	5	36
ఒరిస్సా	9	0	9
మధ్యపరగణాలు	16	1	17
మొత్తం	167	20	187

సెక్షన్ B

రాష్ట్రం పేరు	జనరల్	ముస్లిమ్‌లు	శిక్కులు	మొత్తం
పంజాబ్	8	16	4	28
వాయవ్య సరిహద్దు రాష్ట్రాలు	0	3	0	3
సింధ్	1	3	0	4
మొత్తం	9	22	4	35

సెక్షన్ C

రాష్ట్రం పేరు	జనరల్	ముస్లిమ్‌లు	మొత్తం
బెంగాల్	27	33	60
అస్సాం	7	3	10
మొత్తం	34	36	70

మొత్తం బ్రిటిష్ ఇండియా ప్రతినిధులు = 292

మొత్తం సంస్థానాల ప్రతినిధులు = 93

మొత్తం A + B + C = 385

నెహ్రూ నేతృత్వంలో తాత్కాలిక ప్రభుత్వం ఏర్పాటు (సెప్టెంబర్ 2, 1946) ముస్లిమ్‌లీగ్ ధోరణి

కలకత్తా హత్యాకాండ జరిగిన కొన్నాళ్ళకే వైస్రాయ్ వేవెల్ కాంగ్రెస్ అధ్యక్షుడైన జవహర్‌లాల్

నెహ్రూను తాత్కాలిక జాతీయ ప్రభుత్వాన్ని ఏర్పాటు చేయవలసిందిగా ఆహ్వానించాడు. నెహ్రూ ప్రధానిగా తాత్కాలిక ప్రభుత్వం సెప్టెంబర్ 2, 1946 న బాధ్యతలు చేపట్టింది. ముస్లిమ్‌లీగ్ మొదటి తాత్కాలిక ప్రభుత్వంలో చేరడానికి నిరాకరించింది. కాని అక్టోబర్ 13, 1946 నాటికి మనస్సు మార్చుకున్న జిన్నా ముస్లిం ప్రజానీకం హక్కుల పరిరక్షణకై తాత్కాలిక ప్రభుత్వంలో చేరడానికి సంసిద్ధత వ్యక్తం చేశాడు. అక్టోబర్ 26, నాటికి ముస్లిం లీగ్ తరపున 5 గురు సభ్యులు (లియాఖత్ అలీఖాన్, గజానఫర్ అలీఖాన్, అబ్దుల్ రబీనిసార్, ఐ.ఐ.చుంద్రఘర్, జోగేంద్రనాథ్ మండల్‌లు) తాత్కాలిక ప్రభుత్వంలో చేరారు. కాని వీరి చేరిక కాంగ్రెస్-లీగ్ ల మధ్య ఉన్న విభేదాలను. ఏమాత్రం తగ్గించలేదు. రాజ్యాంగ పరిషత్ సమావేశాల్లో పాల్గొనడానికి లీగ్ నిరాకరించింది. డిసెంబర్ 9, 1946 న ఢిల్లీలో సమావేశమైన కాంగ్రెస్ సభ్యులు రాజేంద్రప్రసాద్‌ను రాజ్యాంగ పరిషత్ అధ్యక్షుడిగా ఎన్నుకున్నారు. ఆరోజే నెహ్రూ ఒక ప్రకటన చేస్తూ భారతదేశాన్ని సర్వస్వాతంత్ర్య సార్వభౌమ, గణతంత్రదేశంగా రూపొందించడమే తమ ధ్యేయమని స్పష్టం చేశాడు. ముస్లింలీగ్ మాత్రం తన మొండి వైఖరి విడనాడలేదు. కాంగ్రెస్‌తో సహకరించలేదు. దేశంలో ఒక రకమైన అనిశ్చిత పరిస్థితి నెలకుంది. రాజ్యాంగ పరిషత్‌లో కాంగ్రెస్‌కు మెజారిటీ ఉన్నది కాబట్టి నెహ్రూ ప్రకటన ప్రకారం, కాంగ్రెస్ మే 16, పథకాన్ని మార్చి వేస్తుందని, అందువల్ల ముస్లింలు హిందువుల నియంతృత్వం కింద అణగారి పోవలసి వస్తుందని, నెహ్రూ ప్రకటనపై జిన్నా వ్యాఖ్యానించాడు. జిన్నా ఆదేశాన్ని అనుసరించి మంత్రివర్గ ప్రతినిధుల ప్రతిపాదనలకు తాము ఇది వరకు తెలియ చేసిన ఆమోదాన్ని లీగ్ జూలై 29 న ఉపసంహరించుకుంది. తన లక్ష్య సాధనకు ప్రత్యక్ష కార్యాచరణ దినం జరపాలని, ముస్లింలకు జిన్నా పిలుపునిచ్చాడు. పాకిస్థాన్ ఏర్పాటుకు ఆందోళన దీనితో ఉధృతమైంది.

1946-47 మత ఘర్షణలు-ముస్లింలీగ్

ముస్లింలీగ్ అధినేత జిన్నా ప్రత్యక్ష చర్య ప్రకటన నాటి నుంచి (16 ఆగస్ట్, 1946) యావత్ భారతదేశంలో మతతత్వం, విలయ తాండవం చేసింది. హిందువులు-ముస్లింలు ఎందరో ఈ మతతత్వానికి బలయ్యారు. ప్రత్యక్ష కార్యాచరణకు లీగ్ నిర్ణయించిన ఆగస్ట్ 16 న కలకత్తాలో, హిందూ-ముస్లిం కలహాలు చెలరేగాయి. వీటికి కలకత్తా "మారణకాండ." అని పేరు వచ్చింది. అప్పటి బెంగాల్ ముఖ్యమంత్రి సుహ్రావర్ది ఆరోజు సెలవుదినంగా ప్రకటించాడు. అతడు స్వంతంగా కంట్రోల్‌రూమ్ నుంచి ప్రకటనలు చేసి అల్లర్లను ప్రేరేపించాడు. ఆగస్ట్ 16 నుంచి 19 వరకు మూడు రోజులపాటు జరిగిన ఈ కలకత్తా మారణకాండలో వేలకు పైగా అమాయక ప్రజలు ప్రాణాలు కోల్పోయారు. 10 వేలకు పైగా క్షతగాత్రులయ్యారు. ఈ మత ఘర్షణలు సెప్టెంబర్ 1, నాటికి బొంబాయికి వ్యాపించాయి. ఆ తరవాత బీహార్, ఉత్తర ప్రదేశ్ తదితర ప్రాంతాలకు వ్యాపించాయి.

అక్టోబర్ 1946 లో తూర్పు బెంగాల్‌లోని 'నవకాళి'లో జరిగిన మత ఘర్షణల్లో ముఖ్యంగా ముస్లిం రైతులు అధిక సంఖ్యలో, హిందూ భూస్వాములపై, వ్యాపారస్తులపై దాడులు చేశారు. ఇక్కడ జరిగిన సంఘటనల్లో ఆస్తినష్టం అత్యధికంగా, ప్రాణనష్టం స్వల్పంగా జరిగింది. బ్రిటిష్ అధికారుల అంచనాల ప్రకారం నవకాళి హత్యలు, ఘర్షణలు మత ద్వేషంతో కాక, హిందూ ప్రాబల్యాన్ని పడదోయడానికి జరిగినవి.

బీహార్‌లో అల్లర్లు, మతకల్లోలాలు, నవకాళి హత్యలకు నిరసన సందర్భంగా అక్టోబర్ 25, 1946 అక్టోబరు 25 న జరిగాయి. ఇక్కడ హిందూ రైతులు ముస్లిమ్ భూస్వాములపై దాడి చేశారు. 7 వేలకు పైగా అమాయక ప్రజలు ప్రాణాలు కోల్పోయారు. నెహ్రూ స్వయంగా ఈ సంఘటన పట్ల ఆందోళన చెందినట్లు తన మంత్రివర్గ సహచరుడైన సర్దార్ వల్లభభాయి పటేల్‌కు రాసిన ఒక లేఖ వలన తెలుస్తుంది. కాంగ్రెస్ వారు కూడా బీహార్ అల్లర్లలో పరోక్షంగా పాల్గొన్నారా అన్న సందేహాన్ని నెహ్రూ వ్యక్తం చేశాడు.

1946, నవంబర్‌లో ఉత్తరప్రదేశ్ లోని గ్రహముక్తేశ్వర్‌లో హిందూమత ఛాందసవాదులు వెయ్యిమంది ముస్లిం యాత్రికులను హత్య చేశారు. పంజాబ్‌లో సిక్కులు-ముస్లిమ్‌ల మధ్య దాడులు జరిగాయి. 1947 నాటికి ఈ మత ఘర్షణలు తీవ్రరూపం దాల్చాయి. ముస్లిమ్‌లీగ్-కాంగ్రెస్ నాయకులను ఈ మత ఘర్షణలు తీవ్రంగా ఆలోచింపచేశాయి. చివరికి దేశ విభజనకు ఇరు వర్గాల నాయకులను బలవంతంగా ఒప్పించాయి.

బ్రిటిష్ ప్రధాని లార్డ్ అట్లీ ప్రకటన (ఫిబ్రవరి, 1947)

జవహర్‌లాల్ నెహ్రూ నాయకత్వంలో తాత్కాలిక మంత్రి వర్గం ఆగస్ట్ 24 న ఏర్పడింది. కాని ఆగస్ట్ 16-19 మూడు రోజుల పాటు కలకత్తా నగరంలో హిందూ-ముస్లిమ్ కలహాలు చెలరేగాయి. వేలాది మంది ఈ మత కలహాల్లో ప్రాణాలు కోల్పోయారు. బీహార్, బొంబాయిలకు కూడా మత కలహాలు వ్యాపించాయి. కాంగ్రెస్-ముస్లిమ్ లీగ్‌ల తరపున మంత్రి వర్గాన్ని ఏర్పాటు చేయవలసి ఉన్నందున ముస్లిమ్‌లీగ్ తరపున మంత్రివర్గ సభ్యులను తెలియచేయవలసిందిగా, నెహ్రూ జిన్నాను కోరాడు. జిన్నా, నెహ్రూ కోర్కెను తిరస్కరించారు. చివరికి రాజప్రతినిధి అధ్యక్షతన 11 మంది సభ్యులతో నెహ్రూ తన మంత్రి వర్గాన్ని ఏర్పాటు చేసి రెండు స్థానాలు ముస్లింలీగ్ కోసం ఖాళీగా ఉంచాడు. 1946 అక్టోబర్ 25 నుంచి కాంగ్రెస్-లీగ్‌ల తాత్కాలిక మంత్రివర్గం ప్రారంభమైంది. రాజ్యాంగ పరిషత్ సమావేశం, ముందు నిర్ణయించినట్లుగానే, 1946 డిసెంబర్ 9 న ప్రారంభమైంది. బ్రిటిష్ ఇండియా నుంచి ఎన్నికైన 268 సభ్యుల్లో, 207 మంది మొదటిరోజు హాజరయ్యారు. ముస్లిం లీగ్‌కు చెందిన మొత్తం 74 మంది హాజరు కాలేదు. ఇటువంటి పరిస్థితుల్లో,

మంత్రివర్గం నుంచి లీగ్‌వైదొలగాలని కాంగ్రెస్ డిమాండ్ చేసింది. సర్దార్ వల్లభభాయి పటేల్ ఒక పత్రికా ప్రకటన చేస్తూ, రాజప్రతినిధి లీగ్ మంత్రుల నుంచి రాజీనామాలు తీసుకోవాలనీ, లేని పక్షంలో ప్రభుత్వం నుంచి కాంగ్రెస్ వైదొలగడానికి సిద్ధంగా ఉన్నదని ప్రకటించాడు. ఇదే కనక సంభవిస్తే, భారతదేశంలో తీవ్ర సంక్షోభం తలెత్తుతుంది. మత కలహాలు విషమించి, అంతర్యుద్ధం ఏర్పడే ప్రమాదముందని గ్రహించిన బ్రిటిష్ ప్రధాని క్లిమెంట్ అట్లీ, కామన్స్ సభలో ఒక చారిత్రాత్మక ప్రకటన చేశాడు. అట్లీ ప్రకటనలోని ప్రధాన అంశాలు ఈ కింది విధంగా ఉన్నాయి:

1. 1948 జూన్ 30 వ తేదీ లోపల బ్రిటన్, భారతదేశం నుంచి వైదొలుగుతుంది.

2. ఆలోగా, అన్ని పార్టీలు ఆమోదించిన రాజ్యాంగాన్ని రాజ్యాంగ పరిషత్ ఆమోదిస్తే, దాని పర్యవసానంగా ఏర్పడిన ప్రభుత్వానికి, బ్రిటన్ అధికారాన్ని దాఖలు పరుస్తుంది.

3. ఎటువంటి రాజ్యాంగాన్ని ఏర్పరచక పోతే, అప్పుడు రాష్ట్రాల్లో అధికారంలో ఉన్న వివిధ ప్రభుత్వాలకు అధికారాన్ని అప్పచెప్పడం జరుగుతుంది.

4. ఏ కారణం వల్లనైనా, అదీ సాధ్యంకాని పరిస్థితుల్లో, భారతదేశ ప్రజలకు అత్యంత లాభదాయకమైన ఏ సంస్థకైనా బ్రిటన్ అధికారాన్ని బదిలీ చేస్తుంది.

ప్రధాని అట్లీ ఈ ప్రకటనతో పాటు వేవెల్ స్థానంలో, లార్డ్ మౌంట్ బాటన్‌ను, రాజప్రతినిధిగా నియమిస్తున్నట్లు తెలియచేశాడు. బ్రిటిష్ ప్రధాని చేసిన ఈ చారిత్రాత్మక ప్రకటన దేశం మొత్తంలో ఉత్సుకతను రేకెత్తించింది. విజయం కనుచూపు మేరలో ఉందని, ముస్లిం మెజారిటీ రాష్ట్రాలతో పాకిస్థాన్ ఏర్పరచాలని జిన్నా ఆతృత పడ్డాడు. కలకత్తా, అస్సాం, పంజాబ్, వాయవ్య సరిహద్దు రాష్ట్రాల్లో మత కలహాలు తీవ్రమయ్యాయి. ఆ పరిస్థితులలో అంతర్యుద్ధానికి ప్రత్యామ్నాయం, దేశవిభజనేనని కాంగ్రెస్ వారు గ్రహించారు.

మౌంట్‌బాటన్ ప్రణాళిక, జూన్ 3, 1947

లార్డ్ వేవెల్ స్థానంలో భారతదేశంలో బ్రిటిష్ రాజప్రతినిధిగా బ్రిటిష్ ప్రధాని లార్డ్ అట్లీ నియమించిన మౌంట్‌బాటన్ 1947 మార్చి 22 న ఢిల్లీ చేరుకుని, రెండురోజుల తరవాత అధికార బాధ్యతను స్వీకరించాడు. అతడు వెంటనే నెహ్రూ, ఆజాద్, పటేల్, గాంధీ మొదలైన ప్రముఖులతో సంప్రదింపులు ప్రారంభించాడు. ఈ లోపల, గాంధీ దేశ సమగ్రత కాపాడేందుకు ఒక మార్గం సూచించాడు. తనకు ఇష్టమైన వారితో, జిన్నా మంత్రివర్గం ఏర్పాటు చేయవచ్చుని, అటువంటి మంత్రివర్గం, దేశ ప్రయోజనాలను దృష్టిలో పెట్టుకుని ఎటువంటి నిర్ణయాలు చేసినా, వాటిని నిర్ద్వంద్వంగా కాంగ్రెస్ ఆమోదిస్తుందని, గాంధీ ప్రతిపాదించాడు. కాని, మౌంట్‌బాటన్,

కాంగ్రెస్ అగ్రనాయకులు గాంధీ సూచనను అంగీకరించలేదు. దీని తర్వాత, గాంధీ సూచనను అంగీకరించలేదు. దీని తర్వాత, గాంధీ రాజకీయాల నుంచి నిష్క్రమించి, భవిష్యత్తులో జరగవలసిన నిర్ణయాలను, కాంగ్రెస్ వర్కింగ్ కమిటీకి వదిలి వేశాడు. మత సామరస్యం సాధించడానికి, ఆయన బీహార్ వెళ్ళిపోయాడు. లార్డ్ మౌంట్ బాటన్ కాబినెట్ మిషన్ పథకాన్ని అమలు పరచడం సాధ్యం కాదని, భారతదేశ విభజన తప్ప లీగ్, కాంగ్రెస్‌లను శాంతింప చేసే వేరే మార్గం లేదని మౌంట్ బాటన్ గ్రహించాడు. దీనికి అనుగుణంగా, తన కార్యక్రమాన్ని ఆయన ఆచరణలో పెట్టడం మొదలు పెట్టాడు. భారతదేశంలో రాజకీయ వాతావరణం వేడెక్కి పోతున్నదని దాన్ని చల్లార్చవలసిన పని, త్వరగా చేపట్టాలని ఆయన ప్రకటించాడు.

చివరికి మౌంట్ బాటన్ కార్యాలయంలో ఉన్నత పదవిలో ఉన్న వి.పి. మీనన్ ఒక పథకం తయారు చేశాడు. దీన్ని రాజప్రతినిధి ఆమోదించాడు. తర్వాత కాంగ్రెస్ తరపున నెహ్రూ, పటేల్ దీనికి తమ అంగీకారం తెలియ చేశారు. మొదట అభ్యంతరం తెలియ చేసినా, మీనన్ పథకాన్ని జిన్నా కూడా ఆమోదించాడు. 1947 మే 18 న మౌంట్ బాటన్ లండన్ వెళ్ళి ఆ పథకానికి, బ్రిటిష్ ప్రభుత్వ ఆమోదాన్ని సంపాదించాడు. అధికార "బదలాయింపు పథకం" అనే పేరుతో, 1947 జూన్ 3 న ఒక ప్రకటన చేశాడు. 1947 జూన్ 3 మౌంట్ బాటన్ ప్రకటన ప్రకారం బెంగాల్, పంజాబ్, అస్సాంలను మత ప్రతిపాదిక మీద విభజించడం జరుగుతుంది. బ్రిటిష్ ఇండియా రెండు భాగాలుగా విడిపోయి, ఆగస్ట్ 15 నుంచి ఇండియన్ యూనియన్, పాకిస్థాన్‌గా రూపొందుతాయి. ఇవి రెండూ, అధినివేశ ప్రతిపత్తి గల రాజ్యాలుగా వ్యవహరిస్తాయి. ఇవి బ్రిటిష్ కామన్ వెల్త్‌లో ఉండాలా ? లేదా? అనే విషయాన్ని తమ రాజ్యాంగ పరిషత్తులు నిర్ణయిస్తాయి. ఇక సంస్థానాలు, తమ ఇష్టం వచ్చిన డొమీనియన్‌లో ఉండవచ్చు లేదా స్వతంత్రంగా ఉండవచ్చు.

మౌంట్ బాటన్ పథకం వెలువడిన వారం రోజుల లోపే, దీన్ని ముస్లింలీగ్ ఆమోదించింది. పాకిస్థాన్ రెండు భాగాలను తూర్పు పాకిస్థాన్ (నేటి బంగ్లాదేశ్), పశ్చిమ పాకిస్తాన్ కలిపే 800 మైళ్ళ పొడవు దారి కావాలని మొదట జిన్నా డిమాండ్ చేశాడు. కాని దానిని బ్రిటిష్ ప్రభుత్వం తిరస్కరించింది. తరువాత జిన్నాకూడా తన మొండి పట్టును సడలించాడు. అఖిల భారత కాంగ్రెస్ కమిటి అధికార బదలాయింపు పథకాన్ని ఆమోదిస్తూ తీర్మానించింది. దీనితో ఒక ముఖ్య ఘట్టం ముగిసింది.

రాజప్రతినిధి మౌంట్ బాటన్ జూన్ 3, 1947 చేసిన అధికార బదలాయింపు పథకాలన్నీ అమలు పర్చడానికి బ్రిటిష్ అధికారులు మరింత కృషి చేయవలసి వచ్చింది. పంజాబ్, బెంగాల్‌లను

మత ప్రాతిపదిక మీద విభజించడం కష్టమైన పని, ఈ కార్యాన్ని సమర్థవంతంగా పూర్తి చేయడానికి ఐదుగురు సభ్యులతో కూడిన ఒక సరిహద్దు నిర్ధారణ సంఘాన్ని బ్రిటిష్ ప్రభుత్వాధికారులు ఏర్పాటు చేశారు. దీనికి సర్, సిరిల్ రాడ్ క్లిఫ్ అధ్యక్షుడు. రాడ్ క్లిఫ్ అధ్యక్షతన ఏర్పడిన సరిహద్దు నిర్ధారణ సంఘం ఐదు వారాల లోపు పని పూర్తి చేసింది. పంజాబ్ విభజన, కార్యాలయాల కేంద్రీకరణ, ఉద్యోగస్తుల నిర్వహణ, నిధుల వినియోగం, పంపకం, సైనిక విభజన మొదలయిన విషయాలలో సరిహద్దు నిర్ధారణ సంఘం ఎన్నో సమస్యలు ఎదుర్కొంది.

భారత స్వాతంత్ర్య బిల్లును కామన్స్ సభలో జూన్ 4, 1947 న ప్రవేశ పెట్టారు. ఈ బిల్లు గురించి ఇండియా రాజ్య కార్యదర్శి లార్డ్ లిస్టోవెల్ అన్న మాటలు మరువరానివి. ఈ దేశ శాసన నిర్మాణ చరిత్రలో, ఈ బిల్లుకు ప్రత్యేకత ఉన్నది. కేవలం శాసనం ద్వారానే, ప్రపంచ జనాభాలోని అంత పెద్ద భాగం ఇదివరకెన్నడూ పూర్తి స్వాతంత్ర్యం సంపాదించి ఉండలేదు. భావి తరాల వారికి ఈ బిల్లు ఒక నీతి సూత్రం; యుద్ధం లేకుండానే జరిగిన శాంతి ఒప్పందం ఇది అని ప్రభువుల సభలో, లార్డ్ శ్యాముల్ అన్నాడు. ఈ బిల్లు చట్ట రూపం దాల్చింది. దీని ప్రకారం భారతదేశాన్ని ఇండియా, పాకిస్థాన్‌ల కింద విభజించడం జరిగింది. ఈ రెండూ, 1947 ఆగస్ట్ 15 నుంచి స్వాతంత్ర్య అధినివేశ రాజ్యాలుగా ఏర్పడ్డాయి. అందుకు బ్రిటిష్ రాజు ఆరవ జార్జ్ (1936-1952) జులై 18 న తన అనుమతినిచ్చాడు. చక్రవర్తే ఈ రెండు డొమీనియన్‌లకు ప్రత్యేక గవర్నర్ జనరల్‌లను నియమించాడు. ఈ రాజ్యాలకు తమ దేశ పాలన వ్యవహారాలకు సంబంధించిన శాసనాలు చేసే అధికారం ఇవ్వబడింది. డా. రాజేంద్రప్రసాద్ ఆరోజు అర్ధరాత్రి ఇండియన్ యూనియన్ ఏర్పడినట్లు ప్రకటించాడు. 1947 ఆగస్ట్ 14, అర్ధరాత్రి దాటి, ఆగస్ట్ 15 ప్రవేశించగానే, భారతదేశం పరదేశ పాలన నుంచి విముక్తి పొంది స్వతంత్ర దేశంగా అవతరించింది. ఈ సందర్భంలో తాత్కాలిక ప్రభుత్వాధినేతయైన పండిట్ నెహ్రూ రాజ్యాంగ పరిషత్ సభ్యుల నుద్దేశించి ఈ క్రింది మాటలు అన్నాడు. ఎన్నో సంవత్సరాల క్రితం మన భవిష్యత్తు గురించి వాగ్దానం చేశాం. ఇప్పుడు మన ప్రతిజ్ఞ నెరవేర్చుకునే సమయం వచ్చింది. ఆ ప్రతిజ్ఞ పూర్తిగా నెరవేరక పోవచ్చు. కానీ, అది దాదాపు నెరవేరిందనాలి. అర్ధరాత్రి పన్నెండు గంటలు కొట్టే సమయంలో ప్రపంచమంతా నిద్రిస్తున్న సమయంలో, భారతదేశం మేల్కొని, స్వాతంత్ర్యం ప్రకటించుకుంటున్నది. పాతనుంచి కొత్తకు అడుగు వేసే సమయం, ఒకానొక సమయం అంతమయ్యే సమయం, చిరకాలం మౌనం వహించిన జాతి మేల్కొని, మాట్లాడుతున్న సమయం, చరిత్రలో బహు అరుదుగా వచ్చే సమయం, ఈనాడు వచ్చింది. ఈ పవిత్ర సమయంలో భారతదేశ సేవకు, భారత ప్రజల సేవకు ఇంకా మానవాళి ఉన్నతాశయానికి అంకితమవుదామని ప్రతిజ్ఞ చేద్దాం.

ఇండియన్ యూనియన్‌లో స్వదేశీ సంస్థానాల విలీనీకరణ: సర్దార్ వల్లభభాయి పటేల్ పాత్ర:

భారతదేశంలో మొఘల్ సామ్రాజ్యం పతనావస్థలో ఉన్నకాలంలో జరిగిన ముఖ్య సంఘటనలు రెండు 1. ఈస్ట్ ఇండియా కంపెనీ బలవత్తర శక్తిగా మారడం 2. స్వదేశీ సంస్థానాల ఆవిర్భావం. ఈ విధంగా 18 వ శతాబ్దం ఆరంభంలో ఏర్పడిన కొన్ని స్వదేశీ సంస్థానాలు వాటి పాలకులు ఈస్ట్ ఇండియా కంపెనీతో 1858 వరకు, ఆ తర్వాత బ్రిటిష్ పాలకులతో సత్సంబంధాలు నెలకొల్పుకుని, భారత స్వాతంత్ర్య పోరాటం కొనసాగుతున్న రోజుల్లో వారి వారి సంస్థానాలలో జాతీయ భావాలకు, ఉద్యమాలకు వ్యతిరేకంగా చర్యలు తీసుకున్నారు. భారతదేశం స్వతంత్ర దేశంగా ఆవిర్భవించే నాటికి మొత్తం దేశంలో 500 లకు పైగా స్వదేశీ సంస్థానాలుండేవి. వీటిలో విస్తీర్ణం 50 వేల చదరపు మైళ్ళ కంటే ఎక్కువ. హైదరాబాద్, మైసూర్, కాశ్మీర్, జూనాఘడ్ మొదలైన సంస్థానాలలో పేర్కొనదగినవి. ఈ స్వదేశీసంస్థానాల పాలకుల్లో ముఖ్యుడైన నిజాంమీర్ ఉస్మాన్ అలీఖాన్ , తాను ఇండియన్ యూనియన్‌లో గాని, పాకిస్థాన్‌లోగాని చేరదల్చుకోలేదని 1947 ఆగస్టు 15 తరువాత కూడా తాను స్వతంత్రరాజుగా (నవాబుగా) కొనసాగుతానని ప్రకటించాడు జునాఘడ్ పాలకుడు నవాబ్ - సర్- మహబత్- ఖాన్- రసూల్ ఖానే అక్కడి జనాభాలో అధికులు హిందువులు అయినా, ప్రజాభీష్టానికి వ్యతిరేకంగా పాకిస్థాన్ యూనియన్‌లో చేరుతున్నట్లు ప్రకటించాడు. కాశ్మీర్ సంస్థానాధిపతియైన మహరాజా హరిసింగ్ నేషనల్ కాన్ఫరెన్స్ పార్టీ అధినేతయైన షేక్ అబ్దుల్లా నుంచి తీవ్ర వ్యతిరేకత ఎదుర్కొన్నాడు. ఈ విధంగా స్వదేశీ సంస్థానాలు వాటి పాలకుల నిర్ణయాలు తాత్కాలిక ప్రభుత్వాధినేతయైన నెహ్రూకు తలనొప్పిగా పరిణమించినవి. కాని సంస్థానాల సమస్యను పరిష్కరించేందుకు, 1947 జూన్ 25 న స్టేట్స్ డిపార్ట్‌మెంట్ ఏర్పాటు చేశారు. దానికి మంత్రి సర్దార్ వల్లభభాయిపటేల్. ఆ శాఖకు వి.పి. మీనన్ కార్యదర్శి. వీరిద్దరి కార్యదీక్ష, అనుభవం వల్ల సమర్థవంతంగా 1948 సెప్టెంబర్ నాటికి స్వదేశీ సంస్థానాల సమస్య పరిష్కరించబడింది.

సర్దార్ వల్లభభాయిపటేల్ 1947, జూలై 5 న ఏస్టేట్స్ డిపార్ట్ మెంట్‌కు ప్రారంభోత్సవం చేస్తూ సంస్థానాధీశుల నుద్దేశించి దేశభక్తి పూరితమైన ఉపన్యాసమిచ్చాడు. అదేరోజు, ఆ శాఖ కార్యదర్శి బాధ్యతలను వి.పి. మీనన్ స్వీకరించాడు. అప్పటి వరకు పనిచేస్తూ వచ్చిన పొలిటికల్ డిపార్ట్‌మెంట్‌కు చెందిన ఉద్యోగులు. పదవి విరమణ చేయడమో, పాకిస్థాన్ ప్రభుత్వంలో ఉద్యోగులుగా వెళ్ళిపోవడమో జరిగింది. ఇది మీనన్‌కు బాగా ఉపకరించింది. సమర్థులైన వారిని, విశ్వాసపాత్రులైన వారిని ఆయన స్టేట్స్ డిపార్ట్‌మెంట్‌లో నియమించాడు.

భారత-పాకిస్థాన్‌లు స్వతంత్ర్య దేశాలుగా అవతరించబోతున్న శుభ ఘడియ సమీపించబోతున్నందున, సంస్థానాల సమస్యను శీఘ్రగతిన సమంజసనీయమైన విధంగా పరిష్కరించడానికి వి.పి. మీనన్ తన వంతు ప్రయత్నాలను ప్రారంభించాడు. ఆయన ఇందులో మొదటి ప్రయత్నంగా సంస్థానాల పాలకులతో నేరుగా చర్చలు జరిపాడు. చాంబర్ ఆఫ్ ప్రిన్సెస్‌కు చాన్సలర్ అయిన పాటియాలా మహారాజును కలుసుకున్నాడు.

జులై 25, 1947 న మౌంట్ బాటన్ ప్రభువు తను 25 మంది ముఖ్య సంస్థానాల పాలకులను, 75 మంది సంస్థానాల ప్రతినిధులను కలుసుకుని చర్చలు జరపడం, మౌంట్‌బాటన్‌కు ఇది చివరిసారి. ప్రజలు తమ పాలకులను వదిలి ఏవిధంగా ఉండలేరో, అదేవిధంగా ఇండియాను వదిలి వారు బ్రతకలేరని, స్వదేశీ సంస్థానాధిపతులను ఆయన హెచ్చరించాడు. రక్షణ విషయంలో, సంస్థానాలు స్వతంత్రంగా చిరకాలం కొనసాగలేవని ఆయన చెప్పాడు. విదేశాంగ వ్యవహారాలను స్వతంత్ర్యంగా నిర్వహించడం అంత తేలికైన పని కాదని చెప్పాడు. ఇంకా మౌంట్‌బాటన్ తన అధికార నివాసగృహంలో సంస్థాన పాలకులకు విందులు వినోదాలు ఏర్పాటు చేశాడు. తనకున్న అమోఘమైన ఆకర్షణశక్తిని, యుక్తిని బాగా ఉపయోగించి, చాలా సంస్థానాల అధిపతులను ఇండియన్ యూనియన్‌లో చేరితే సంస్థానాధిపతులకు కోరినంత ఇస్తామని ఆశలు చూపాడు. జోధ్‌పూర్, జైసల్మీర్ పాలకులకు జిన్నా తెల్లకాగితంపై సంతకం చేసి తమ కిష్టమైన షరతులను దానిపై రాసుకోమన్నాడు. తర్వాత వి.పి. మీనన్, మౌంట్ బాటన్‌లు ఎంతో శ్రమించి ఈ రెండు సంస్థానాలను ఇండియన్ యూనియన్‌లో చేరడానికి, సంసిద్ధత వ్యక్తం చేసిన బికనీర్ మహారాజు సాధుల్‌సింగ్, పాటియాలా మహారాజు, సర్ యదువీంద్రసింగ్, బరోడా మహారాజు సర్ ప్రతాప్‌సింగ్ గైక్వాడ్ గ్వాలియర్ పాలకుడైన సింధియా మొదలైనవారు స్వదేశీ సంస్థానాధిపతులు, దేశభక్తిపరులు, దూరదృష్టి కలవారు. ఇండియన్ యూనియన్‌లో చేరడానికి నిరాకరించిన వారిలో హైద్రాబాద్ నిజాం, ఇండోర్ మహారాజు, భరత్‌పూర్ పాలకుడు, భోపాల్ నవాబు, తిరువాన్కూర్ మహారాజు పేర్కొనదగినవారు. మొత్తంమీద ఆగస్ట్ 15, 1947 కు ముందే జునాగఢ్, హైద్రాబాద్, కాశ్మీర్ మినహాయిస్తే, మిగిలిన సంస్థాలన్నీ ఇండియన్ యూనియన్‌లో విలీన మయ్యాయి. ఆగస్ట్ 15, 1947 తర్వాత సర్దార్ వల్లభాయి పటేల్ కృషి వల్ల పైన పేర్కొన్న మూడు సంస్థానాలు కూడా ఇండియన్ యూనియన్‌లో విలీనం అయ్యాయి.

ఎ) జునాగఢ్ సంస్థాన విలీనీకరణలో సర్దార్ వల్లభాయి పటేల్ పాత్ర

మౌంట్ బాటన్ ప్రణాళికను తిరస్కరించి, భారత దేశంలో విలీనం కావడానికి నిరాకరించిన

వారిలో జునాగఢ్ సంస్థానాధిపతియైన సర్ మహబత్ ఖాన్ రసూల్ ఖాన్ ముఖ్యుడు. అతడికి మొదటి నుంచే ఇండియన్ యూనియన్ పట్ల దురభిప్రాయం, పాకిస్థాన్ యూనియన్ పట్ల, ముస్లింలీగ్ పట్ల సదభిప్రాయం ఉంది. భౌగోళికంగా అతని సంస్థానం చుట్టూ ఇండియన్ యూనియన్‌కు చెందిన ప్రాంతాలుండేవి. అతని మంత్రి దివాన్ ఖాన్ బహదూర్ అబ్దుల్ ఖాదిర్ మెహమ్మద్ హుస్సేన్ జునాగఢ్ ఎట్టి పరిస్థితుల్లోను పాకిస్థాన్ యూనియన్‌లో చేరబోదని ప్రకటించాడు. 1947, జూలై 25, న మౌంట్ బాటన్ ఏర్పాటు చేసిన సంస్థానాధిపతుల సమావేశానికి నవాబ్ సోదరుడైన నబీబక్ష్ హాజరయ్యాడు. మౌంట్ బాటన్, సర్దార్ పటేల్, వి.పి. మీనన్‌లతో నబీబక్ష్ జరిపిన చర్చలు అతనికి సంతృప్తి కల్గించాయి. జునాగఢ్‌ను ఇండియన్ యూనియన్ లోనే విలీనం చేయాలని సలహా ఇస్తానని చెప్పి నబీబక్ష్ తిరిగి వచ్చాడు.

కానీ జునాగఢ్ సంస్థానాధిపతి, ముస్లింలీగ్‌కు చెందిన షానవాజ్‌ను కరాచి నుంచి పిలిపించి జునాగఢ్ దివాన్‌గా నియమించాడు. దీనివల్ల జునాగఢ్ పాకిస్థాన్ యూనియన్‌లో చేరిపోయే ప్రమాదముందని ప్రముఖులు వి.పి. మీనన్‌కు తెలిపారు. ఆగస్ట్ 12, 1947 వరకు మౌంట్ బాటన్ జునాగఢ్‌ను భారతదేశంలో విలీనం చేయడానికి పంపిన పత్రాలకు నవాబ్ నుంచి ఏలాంటి జవాబు రాలేదు. ఆగస్ట్ 14 లోపల విలీనం జరిగిపోవాలని, దానికిగానూ, సమాధానం పంపించామని వి.పి. మీనన్ నవాబ్‌కు టెలిగ్రామ్ పంపించాడు. ఈ విషయం, తమ ప్రభుత్వ పరిశీలనలో ఉన్నదని దివాన్ సమాధానం పంపాడు.

ఇలాంటి సంక్లిష్టపరిస్థితుల్లో జునాగఢ్ సంస్థాన ప్రజలు నవాబు, దివాన్‌ల కుటిల నీతిని బహిరంగంగా వ్యతిరేకించారు. సంస్థానంలో మెజారిటీ సంఖ్యలో ఉన్న హిందువులకు అన్ని విధాలా నవాబ్ చర్యవల్ల హాని కలుగుతుందని వారు స్పష్టం చేశారు. కాని ప్రజాభిప్రాయాన్ని తృణీకరిస్తూ నవాబ్ ఆగస్ట్ 15, 1947 న ఒక ప్రకటన చేస్తూ జునాగఢ్ పాకిస్థాన్ లో విలీనం అవుతున్నట్లు స్పష్టం చేశాడు. కాని ఇండియన్ యూనియన్ ప్రభుత్వాధినేతకు ఏలాంటి సమాచారం పంపలేదు. వి.పి. మీనన్ నవాబ్‌ను కలిసి తిరిగి నచ్చచెప్పడానికి జునాగఢ్ వెళ్ళాడు. కాని ఫలితం శూన్యమయింది.

నవాబ్ చర్యపట్ల తీవ్రవ్యతిరేకత వ్యక్తమైంది. కాంగ్రెస్ నాయకులైన యు. యస్. ఢేబర్, బల్వంత్ రాయ్ మెహతా, శామల్‌దాస్, గాంధీ మొదలైనవారు ఆందోళన ప్రారంభించారు. కథియవార్ కాంగ్రెస్ నాయకులు సెప్టెంబర్ 25, 1947 న బొంబాయిలో జునాగఢ్ నవాబ్ నిర్ణయానికి వ్యతిరేకంగా ప్రజలకు మద్దతుగా గొప్ప సభ నిర్వహించారు. అర్జీహుకూమత్ అనే తాత్కాలిక పోటీ ప్రభుత్వానికి శామల్‌గాంధీ అధ్యక్షతన ఏర్పాటు చేశాడు. పరిస్థితిని ఎప్పటికప్పుడు

జాగ్రత్తగ గమనిస్తూ వచ్చిన భారత ప్రభుత్వం, భారత సైన్యాలను జునాగఢ్ సంస్థాన సమీప ప్రాంతాలకు తరలించింది. వాస్తవాన్ని గ్రహించిన నవాబ్ అతని కుటుంబ సభ్యులతో చేతికందినంతా పట్టుకొని సెప్టెంబర్, 1947 లో కరాచీ పారిపోయాడు. బ్రిగేడియర్ గురుదయాల్‌సింగ్‌కు జునాగఢ్ పాలన అప్పగించాడు. నవంబర్ 13 న జునాగఢ్ వెళ్ళిన సర్దార్ పటేల్‌కు ప్రజలు ఘన స్వాగతమిచ్చారు. ఈ సందర్భంలోనే చారిత్రాత్మకమైన సోమనాథ్ ఆలయాన్ని సందర్శించిన పటేల్ దాన్ని తిరిగి నిర్మించడానికి చర్యలు చేపట్టవలసిందిగా ఆదేశాలు జారీ చేశాడు.

జునాగఢ్ లో ఫిబ్రవరి 20, 1948 లో ప్రజాభిప్రాయ సేకరణ జరిగింది. మొత్తం 2,001,457 మంది ఓటర్లలో 1,90,870 మంది భారతదేశంలో విలీనానికి అనుకూలంగా ఓటు వేశారు. కేవలం, 91 మంది మాత్రమే పాకిస్థాన్‌లో చేరడానికి అనుకూలంగా ఓటు వేశారు. ఈ విధంగా సర్దార్ పటేల్ కార్యకుశలత వల్ల జునాగఢ్ సంస్థానం ఇండియన్ యూనియన్‌లో విలీనమయ్యింది.

బి) కాశ్మీర్ సంస్థానం ఇండియన్ యూనియన్‌లో విలీనం, అక్టోబర్ 26, 1947

భారతదేశంలోని కీలకమైన స్వదేశీ సంస్థానాలలో కాశ్మీర్ ఒకటి. భౌగోళికంగా ఈ సంస్థానంలో 4 ప్రధాన భాగాలుండేవి. 1) దక్షిణాన జమ్ము 2) మధ్యన కాశ్మీర్‌లోయ 3) ఉత్తరాన గిల్గట్ 4) కాశ్మీర్ టిబెట్‌ల మధ్య గల లడాఖ్, చైనా, టిబెట్, పాకిస్థాన్‌లు సరిహద్దులుగా ఉండేవి.

అధికార బదిలీ సమయానికి, కాశ్మీర్ సంస్థాన పాలకుడు మహారాజా హరిసింగ్ అతడు 1925 లో సింహాసనానికి వచ్చాడు. మతపరంగా చూస్తే, జమ్మూలో హిందువులు, కాశ్మీర్ లోయలో ముస్లింలు, లడాఖ్‌లో బౌద్ధులు అధిక సంఖ్యలో ఉన్నారు. ముస్లిం హక్కుల పరిరక్షణకుగానూ, షేక్ అబ్దుల్లా తాను స్థాపించిన సంస్థపేరును నేషనల్ కాన్ఫరెన్స్‌గా మార్చాడు. షేక్ అబ్దుల్లా మహారాజు హరిసింగ్ పాలనను వ్యతిరేకించాడు. ఎన్నోమార్లు జైలుకు వెళ్ళాడు. 1946 లో ఆయన హరిసింగ్ కు వ్యతిరేకంగా క్విట్ కాశ్మీర్ ఉద్యమాన్ని ప్రారంభించాడు. దానికిగాను, ఆయనకు దీర్ఘకాలిక జైలు శిక్ష విధించబడింది. మొత్తం మీద 14 సంవత్సరాల ప్రజా ఉద్యమం మూలంగా షేక్ అబ్దుల్లా కాశ్మీర్ ప్రజల అభిమానం పొందాడు. అధికార బదిలీ కాలానికి జమ్మూ-కాశ్మీర్‌ను సర్వస్వతంత్ర రాజ్యాంగా మార్చాలనే కోరిక పాలకుడైన మహారాజా హరిసింగ్‌కు ఉండేది. లార్డ్ మౌంట్ బాటన్‌తో హరిసింగ్ మూడు రోజులపాటు ఈ విషయంపై చర్చలు జరిపాడు. కాని జమ్మూ-కాశ్మీర్‌ను సర్వస్వతంత్ర రాజ్యాంగా ఎట్టి పరిస్థితుల్లో గుర్తించేది లేదని మౌంట్ బాటన్ హరిసింగ్‌కు స్పష్టం చేశాడు. మౌంట్-బాటన్, హరిసింగ్‌కు ఇండియా-పాకిస్థాన్‌లలో ఏయూనియన్‌లో నైనాచేరే

అవకాశముందన్నాడు. హరి సింగ్ మాత్రం ఏ నిర్ణయం తీసుకోలేక సందిగ్ధంలో పడ్డాడు.

జమ్మూ-కాశ్మీర్‌ను తమ యూనియన్‌లో విలీనం చేయమని పాకిస్తాన్ హరిసింగ్ మీద ప్రత్యక్షంగానూ, పరోక్షంగానూ ఒత్తిడి తెచ్చింది. ఆహార పదార్థాల సరఫరాపై ఆంక్షలు విధించింది. చివరి చర్యగా అన్ని ఏర్పాట్లు చేసుకుని 1947 అక్టోబర్ 22 న, పాకిస్థాన్ కాశ్మీర్‌పై దండయాత్ర చేసింది. ఈ దాడిని తిప్పికొట్టడానికి, కాశ్మీర్ ప్రభుత్వం ముస్లిం డోగ్రాలతో కూడుకున్న సైనిక పటాలాన్ని సరిహద్దుకు పంపింది. కాని ముస్లిం సైనికులు తమ అధికారులను కాల్చిచంపి, ముందుకు వస్తున్న విదేశీ సైన్యాలతో కలిసారు. ఈ పరిణామం మహారాజ హరిసింగ్‌కు భయం కలిగించింది. గత్యంతరం లేక అతడు ఇండియన్ యూనియన్ సహాయం కోరాడు. పరిస్థితిని గ్రహించిన సర్దార్ పటేల్, జమ్మూ-కాశ్మీర్‌ను ఇండియన్ యూనియన్ లో విలీనం చేస్తే సైనిక సహాయం చేయడానికి వీలు పడుతుందని స్పష్టం చేశాడు. పటేల్ షరతులకు హరిసింగ్ అంగీకరించాడు. విలీనీకరణ పత్రంపై సంతకాలు జరిగిన మరుసటిరోజు భారత ప్రభుత్వం విమానాల ద్వారా సైన్యాన్ని శ్రీనగర్‌కు చేరవేసింది. పటేల్ ప్రణాళిక సఫలమైంది. సైనిక చర్య సఫలమైంది. కొండ జాతుల వారిని పాకిస్థాన్ సేనలను తరిమి వేశారు. భారత సైనికులు తాత్కాలిక ప్రభుత్వంను ఏర్పాటు చేయనున్న మహారాజు హరిసింగ్ కోరికను షేక్ అబ్దుల్లా అంగీకరించాడు. దానితో కాశ్మీర్‌లో షేక్ అబ్దుల్లా మంత్రివర్గం ఏర్పడింది. జిన్నాకు తీవ్ర నిరాశ ఎదురైంది. కాశ్మీర్ ఇండియన్ యూనియన్‌లో విలీనమైంది.

సి) హైద్రాబాద్ సంస్థాన విలీనికరణలో సర్దార్ పటేల్ పాత్ర సెప్టెంబర్ 18, 1948

హైద్రాబాద్ సంస్థానాన్ని 1724 లో చిన్‌ఖిలిచ్‌ఖాన్ అనే మొగల్ దక్కన్ సుబేదార్ స్థాపించాడు. అతడే తర్వాత కాలంలో నిజాం-ఉల్-ముల్క్‌గా ప్రసిద్ధి చెందాడు. ఇతని వంశానికే ఆసఫ్ జాహి వంశమని పేరు. ఇతని వారసులు 1948, సెప్టెంబర్ వరకు అనగా దాదాపు 224 సంవత్సరాలు హైదరాబాద్ సంస్థానాన్ని పాలించారు. మొగల్ సామ్రాజ్యం విచ్ఛిన్న మవుతున్న రోజుల్లో అవతరించిన హైదరాబాద్ సంస్థానం 1858 వరకు ఈస్ట్ ఇండియా కంపెనీకి, ఆ తర్వాత బ్రిటిష్ సార్వభౌమత్వానికి విశ్వాస పాత్రంగా ఉండేది. విశాల భూభాగం (దాదాపు 83,000 చదరపు మైళ్ళు, అత్యధిక జనాభా కోటి అర్వై లక్షలు) మరాఠీ, తెలుగు, కన్నడ, ఉర్దూ భాషలో మాట్లాడే ప్రజలతో నిజాం రాష్ట్రం ఒక ప్రత్యేక స్థానాన్ని పొందింది.

తెలంగాణా పేరు పొందిన నిజాం రాష్ట్రంలో రాజకీయ చైతన్యం, జాతీయతా భావాల

వృద్ధి, ఆంధ్రప్రాంతంతో పోలిస్తే కొంచెం ఆలస్యంగా జరిగింది. ఆంధ్రజన సంఘం ప్రజలను రాజకీయ చైతన్యవంతులుగా తీర్చిదిద్దటంలో నిజాం పాలనను వ్యతిరేకించటంలో కీలకపాత్ర నిర్వహించింది. 1939 లో వెలసిన హైదరాబాద్ స్టేట్ కాంగ్రెస్ దాని నాయకులు నిజాం దుష్పరిపాలనను విమర్శించారు.

మౌంట్‌బాటన్ ప్రణాళికను వ్యతిరేకిస్తూ ఆనాటి హైద్రాబాద్ నిజాం ప్రభువైన మీర్ ఉస్మాన్ అలీఖాన్ తాను ఇండియన్ యూనియన్‌లో గాని, పాకిస్తాన్ యూనియన్ లో గాని చేరడం లేదని, తాను సర్వ స్వతంత్రరాజుగా కొనసాగుతానని ప్రకటించాడు. అతని ప్రకటన ప్రజలకు తీవ్ర నిరాశ కలిగించింది. పైగా నిజాం స్టేట్ కాంగ్రెస్ కార్యకలాపాలపై ఆంక్షలు విధించాడు.

1947, 15 ఆగస్టున యావత్ భారతదేశం స్వాతంత్ర్యం పొందింది. కాని నిజాం రాష్ట్ర ప్రజలు ఇంకా నిజాం క్రూరపాలన లోనే ఉన్నారు. ప్రముఖ నాయకులందరు అరెస్టు అయ్యారు. సెప్టెంబర్29, 1947 లో నిజాం ప్రభుత్వం ఇండియన్‌లో యథాతథ ఒడంబడిక కుదుర్చుకున్నది. ఈ ఒడంబడిక ప్రకారం సంస్థానం అంతరంగిక వ్యవహారాల్లో ఇండియన్ యూనియన్ జోక్యం చేసుకోదు. నిజాం సంస్థానంలో, మత సామరస్యం, శాంతి భద్రతలను కాపాడడానికి, భారత ప్రభుత్వం పూర్తి సహకారాన్ని అందిస్తుంది. ఒక ఏడాదిపాటు ఈ ఒడంబడిక ఆచరణలో ఉంటుంది. ఈ సంధికాలంలో మీర్ లాయక్ అలీ హైద్రాబాద్ సంస్థానానికి ప్రధాన మంత్రి అయ్యాడు. అతడు ఎట్టి పరిస్థితుల్లోనూ హైద్రాబాద్ సంస్థాన సార్వభౌమాధికారాన్ని కొనసాగించదలిచాడు. ఇతనికి తోడుగా ఇత్తేహద్-ఉల్-ముసల్మాన్ అనే మత సంస్థ అధ్యక్షుడైన ఖాసీం రజ్వీ, అతని వాలంటీర్లు హైదరాబాద్ రాష్ట్రంలో హింసకు పాల్పడ్డారు. వేలకొలది అమాయక ప్రజలు రజ్వీ అనుచరులైన రజాకార్ల దురాగతాలకు బలి అయ్యారు. రజాకార్ల దురాగతాలను ఎదుర్కొనడానిక కమ్యూనిస్ట్ పార్టీ నడుం బిగించింది. ఆ పార్టీ దళాలు రజ్వీ అనుచరులతో పోటీ పడ్డాయి. నిజాం మాత్రం శాంతి భద్రతల పరిరక్షణకు ఎలాంటి చర్యలు చేపట్టలేదు.

ఇట్లాంటి క్లిష్టపరిస్థితుల్లో భారత ప్రభుత్వం తరపున సర్దార్ పటేల్ రంగ ప్రవేశం చేశాడు. 1948 సెప్టెంబర్13 న గత్యంతరం లేక హైదాబాద్ సంస్థానంపై సైనిక చర్యకు ఆదేశించాడు. మేజర్ జె. యస్. చౌదరి నాయకత్వంలో భారత సైన్యాలు నిజాం రాష్ట్రంలోకి ప్రవేశించాయి. నిజాం సైన్యాలు ఓడిపోయాయి. 17 సెప్టెంబర్ నాటికి ఇరు పక్షాల మధ్య యుద్ధ విరమణ జరిగింది. నిజాం రాజ్ ప్రముఖ్ అయ్యాడు. నిజాం పాలన నుంచి ప్రజలకు విముక్తి కలిగింది. రజ్వీ పాకిస్థాన్ పారిపోయాడు. జనరల్, చౌదరీ సైనిక ప్రభుత్వాధినేతగా సెప్టెంబర్ 18, 1948 నుంచి డిసెంబర్

1949 వరకు పదవి బాధ్యతలు నిర్వహించాడు. మొదటి సార్వత్రిక ఎన్నికల్లో విజయం సాధించిన శ్రీ బూర్గుల రామకృష్ణారావు మార్చి 1952 లో హైద్రాబాద్ రాష్ట్ర తొలి ముఖ్యమంత్రిగా పదవి బాధ్యతలు చేపట్టాడు.

ఈ విధంగా జునాగఢ్, కాశ్మీర్, హైదరాబాద్ సంస్థానాలను ఇండియన్ యూనియన్లో విలీనం చేయడానికి సర్దార్ వల్లభభాయిపటేల్ నిర్మాణాత్మక పాత్ర పోషించి చరిత్ర పుటల్లో చిరంజీవి అయ్యాడు.

ఉపయుక్త గ్రంథాలు

Bipan Chandra	Modern India
Bipan Chandra and Others	India's Struggle for Independence
Chopra. P.N.O.	India's Struggle for Freedom. volume I & II
Chaudary. S.B.	Civil Disturbances during British rule in India
Judith Brown	Gandhi's rise to Indian Politics 1915-'22 Modern India : The Origins of An Asian Democracy
Majumdar R.C.	History of Freedom Movement in India, 3 Volumes
Merhotra S.R.	Towards India's Freedom and partition
Pandey B.N. (Ed)	Indian National Movement 1885-1947
Sarojini Regani	Highlights of Freedom Movement in Andhra Pradesh
Sen Surendranath	Eighteen Fifty Seven
S.N. Sen	History of the Freedom Movement in India
Sumit Sarkar	Modern India 1885-1947

Tarachand	History of the Freedom Movement in India 4 volumes
అల్లాడి వైదేహి	భారత స్వాతంత్ర్యోద్యమ చరిత్ర 1857-1947
బిపిన్ చంద్ర (అనువాదం సహవాసి)	ఆధునిక భారత చరిత్ర
మామిడి పూడి వెంకట రంగయ్యా	భారత స్వాతంత్ర్యోద్యమ చరిత్ర, 3 సంపుటాలు

అనుబంధం - I

వైస్రాయిల కాలపట్టిక

లార్డ్ కానింగ్	1856-62
లార్డ్ ఎల్గిన్	1862-63
లార్డ్ లారెన్స్	1864-69
లార్డ్ మేయో	1869-72
లార్డ్ నార్త్ బ్రూక్	1872-76
లార్డ్ లిట్టన్	1876-80
లార్డ్ రిప్పన్	1880-84
లార్డ్ డఫ్రీన్	1884-88
లార్డ్ లాండ్స్‌డన్	1888-94
లార్డ్ ఎల్గిన్ - II	1894-99
లార్డ్ కర్జన్	1899-1905
లార్డ్ మింటో	1905-1910
లార్డ్ హార్డింజ్	1910-1916
లార్డ్ ఛెమ్స్‌ఫర్డ్	1916-1921
లార్డ్ రీడింగ్	1921-1925
లార్డ్ లిట్టన్ - II	1925
లార్డ్ రీడింగ్	1925-1926
లార్డ్ ఇర్విన్	1926-1931
లార్డ్ విలింగ్డన్	1931-1936
లార్డ్ లిన్‌లిత్‌గో	1936-1943
లార్డ్ వేవెల్	1943-1947
లార్డ్ మౌంట్ బాటన్	1947 - 1947 ఆగస్టు 15,

మూలం:S.N. Sen

(History of the freedom movment in India)

అనుబంధం-II

కాంగ్రెస్ సమావేశాలు-అధ్యక్షులు

	సంవత్సరం,నెల		తేదీ	స్థలం	అధ్యక్షులు
1	1885	డిసెంబర్	28-30	బొంబాయి	ఉమేశ్‌చంద్రబెనర్జీ
2	1886	డిసెంబర్	27-30	కలకత్తా	దాదాభాయినౌరోజీ
3	1887	డిసెంబర్	27-30	మద్రాస్	బద్రుద్దీన్ త్యాబ్జీ
4	1888	డిసెంబర్	26-29	అలహాబాద్	జార్జియూల్
5	1889	డిసెంబర్	26-28	బొంబాయి	సర్‌విలియమ్ వెడ్డర్‌బర్న్
6	1890	డిసెంబర్	26-30	కలకత్తా	సర్ ఫిరోజ్‌షామెహతా
7	1891	డిసెంబర్	28-30	నాగపూర్	సి. ఆనందా చార్లు
8	1892	డిసెంబర్	28-30	అలహాబాద్	ఉమేశ్ చంద్ర బెనర్జీ
9	1893	డిసెంబర్	27-30	లాహోర్	దాదాభాయినౌరోజీ
10	1894	డిసెంబర్	26-29	మద్రాస్	ఆల్‌ఫ్రెడ్ వెబ్
11	1895	డిసెంబర్	27-30	పూనా	సురేంద్రనాథ్ బెనర్జీ
12	1896	డిసెంబర్	28-31	కలకత్తా	రహమతుల్లా సయానీ
13	1897	డిసెంబర్	27-29	అమరావతి	సి. శంకరన్ నాయర్
14	1898	డిసెంబర్	29-31	మద్రాస్	ఎ.మ్. బోస్
15	1899	డిసెంబర్	27-30	లక్నో	ఆర్. సి. దత్
16	1900	డిసెంబర్	27-29	లాహోర్	ఎన్. జి. చంద్రవార్కర్
17	1901	డిసెంబర్	26-28	కలకత్తా	డి. ఇ. వాచా
18	1902	డిసెంబర్	23-26	అహ్మదాబాద్	ఎస్. ఎన్. బెనర్జీ
19	1903	డిసెంబర్	28-30	మద్రాస్	ఎల్. ఎమ్. ఘోష్
20	1904	డిసెంబర్	26-28	బొంబాయి	సర్ హెన్రీ కాటన్
21	1905	డిసెంబర్	27-30	బెనారస్	జి. కె. గోఖలే
22	1906	డిసెంబర్	26-29	కలకత్తా	దాదాభాయినౌరోజీ
23	1907	డిసెంబర్	26-27	సూరత్	డా. రాస బిహారీ ఘోష్

24	1908	డిసెంబర్	28-30	మద్రాస్	డా. రాస బిహారీ ఘోష్
25	1909	డిసెంబర్	27-29	లాహోర్	మదన్‌మోహన్ మాలవ్య
26	1910	డిసెంబర్	26-29	అలహాబాద్	సర్ విలియమ్ వెడ్డర్‌బర్న్
27	1911	డిసెంబర్	26-28	కలకత్తా	బిషన్ నారయణ్ ధర్
28	1912	డిసెంబర్	26-28	బంకీపూర్	ఆర్. ఎన్. ముధోక్కర్
29	1913	డిసెంబర్	26-28	కరాచి	నవాబ్ సయ్యద్ మహమ్మద్ బహదూర్
30	1914	డిసెంబర్	28-30	మద్రాస్	భుపేంద్రనాథ్ బోస్
31	1915	డిసెంబర్	27-29	బొంబాయి	సర్. ఎస్. పి. సిన్హా
32	1916	డిసెంబర్	26-30	లక్నో	ఎ. సి. మజుందార్
34.	1917	డిసెంబర్	26-29	కలకత్తా	అనీబిసెంట్
35.	1918	ఆగస్ట్	29సెప్టెం	బొంబాయి	హసన్ ఇమామ్
36.	1919	డిసెంబర్	26-31	ఢిల్లీ	ఎమ్. ఎమ్. మాలవ్యా
37.	1920	సెప్టెంబర్,	4-8	కలకత్తా	లాలాలజపత్‌రాయ్
38.	1920	డిసెంబర్	26-31	నాగపూర్	సి. విజయరాఘవాచారి
39.	1921	డిసెంబర్	27-28	అహమ్మదాబాద్	సి. ఆర్. దాస్(జైలులో) హకీమ్ అజ్మల్‌ఖాన్ తాత్కాలిక అధ్యక్షుడు
40.	1922	డిసెంబర్	26-31	గయ	సి. ఆర్. దాస్
41.	1923	డిసెంబర్	28 జనవరి 1924	కాకినాడ	మౌలానా మహమ్మద్ అలీ
42.	1924	డిసెంబర్	26-27	బెల్గాం	మహాత్మాగాంధీ
43.	1925	డిసెంబర్	26-28	కాన్పూర్	శ్రీమతిసరోజినీనాయుడు
44.	1926	డిసెంబర్	26-28	గౌహతి	శ్రీనివాస అయ్యంగార్
45.	1927	డిసెంబర్	26-28	మద్రాస్	ఎమ్. ఏ. అన్సారీ
46.	1928	డిసెంబర్	29 జనవరి	కలకత్తా	మోతీలాల్ నెహ్రూ
47.	1929	డిసెంబర్	29-31	లాహోర్	జవహర్‌లాల్ నెహ్రూ
48.	1931	మార్చి	29-31	కరాచి	వల్లభభాయ్ పటేల్
49.	1932	ఏప్రిల్	24	ఢిల్లీ	రాన్‌కోర్ దాస్ , అమృత్‌లాల్

50.	1933	ఏప్రిల్	1	కలకత్తా	ఎమ్.ఎమ్.మాలవ్యా (సమావేశానికి ముందు అరెస్ట్) శ్రీమతి సేన్‌గుప్తా తాత్కాలిక అధ్యక్షురాలు
51.	1934	అక్టోబర్	26-28	బొంబాయి	రాజేంద్రప్రసాద్
52.	1936	ఏప్రిల్	12-14	లక్నో	జవహర్‌లాల్ నెహ్రూ
53.	1936	డిసెంబర్	27-28	ఫైజ్‌పూర్	జవహర్‌లాల్ నెహ్రూ
54.	1938	ఫిబ్రవరి	19-21	హరిపుర	సుభాష్ చంద్రబోస్
55.	1939	మార్చి	10-12	త్రిపుర	సుభాష్ చంద్రబోస్
56.	1940	మార్చి	19-20	రామ్‌గర్	అబుల్ కలామ్ అజాద్
57.	1946	నవంబర్	21-24	మీరట్	జె. బి. క్రిపలాని
58.	1948	డిసెంబర్	18	జైపూర్	డా. బి. పట్టాభిసీతా రామయ్య

అనుబంధం - III

స్వాతంత్ర్యోద్యమంలో ముఖ్య సంఘటనలు

సంఘటన	సంవత్సరం, తేది
ప్రథమ స్వాతంత్ర్య సమరం / సిపాయిల తిరుగుబాటు	1857-58
ఇండియన్ అసోసియేషన్ స్థాపన	1876
ఇల్బర్ట్ బిల్లు	1883
భారతజాతీయ కాంగ్రెస్ స్థాపన	1885
బెంగాల్ విభజన స్వదేశీ, వందేమాతం ఉద్యమ ప్రారంభం	1905
ముస్లింలీగ్ స్థాపన	1906
సూరత్ కాంగ్రెస్ సమావేశంలో మితవాదులు-అతివాదుల మధ్య ఘర్షణ	1907
మింటో-మార్లే సంస్కరణలు	1909
హోంరూల్ లీగ్ ఉద్యమ ప్రారంభం కాంగ్రెస్-ముస్లింలీగ్ మధ్య లక్నో ఒప్పందం	1916
రౌలట్ చట్టానికి వ్యతిరేకంగా సత్యాగ్రహం	1919 ఏప్రిల్ 6
జలియన్‌వాలాబాగ్ దురంతం	1919 ఏప్రిల్ 13
1919(సంస్కరణల) చట్టం	1919 డిసెంబర్ 24

సహాయ నిరాకరణోద్యమ ప్రారంభం	1920 ఆగస్ట్ 1
చౌరీచౌర(గోరఖ్‌పూర్ జిలాల ఉత్తరప్రదేశ్) లో పోలీస్‌స్టేషన్‌లో హింసాకాండ	1922 ఫిబ్రవరి 4
సి. ఆర్. దాస్ స్వరాజ్ పార్టీ స్థాపన	31.12.1922
సైమన్ కమిషన్ వ్యతిరేకంగా ప్రదర్శనలు	1928
లాహోర్ కాంగ్రెస్ సమావేశంలో పూర్ణ స్వాతంత్ర్య తీర్మానం ఆమోదం	1929 డిసెంబర్ 31
స్వాతంత్ర్య దిన సమావేశాలు	1930 26, జనవరి
గాంధీ దండియాత్ర (ఉప్పు సత్యాగ్రహం) ప్రారంభం	మార్చి 12, 1930
గాంధీజీ, దండియాత్ర ముగింపు- ఉప్పు చట్టాల ఉల్లంఘన	ఏప్రిల్ 6, 1930
గాంధీ- ఇర్విన్ ఒప్పందం పూనా ఒప్పందం	1932 సెప్టెంబర్ 25
1935 చట్టం అమలు	1935 ఆగస్ట్ 2
క్విట్ ఇండియా ఉద్యమ ప్రారంభం	1942 అగస్ట్ 8
నౌకాదళం (RIN) లో తిరుగుబాటు	1946 ఫబ్రవరి 18-23
స్వతంత్ర భారతావని అవతరణ	1947. ఆగస్ట్ 15